D1771211

வாழ்வின் தடங்கள்

வாழ்வின் தடங்கள்
சித்தலிங்கையா (பி. 1954)

நவீன கன்னட இலக்கியத்தில் தலித் குரலைப் பதிவு செய்த முன்னோடிப் படைப்பாளிகளில் முக்கியமானவர். எழுபதுகளில் உருவான தலித் எழுச்சியில் இவர் ஆற்றிய பங்கு குறிப்பிடத்தக்கது. இவர் இயற்றிய 'ஹொலெமாதிகர ஹாடு' என்னும் கவிதைத் தொகுதி ஆயிரக்கணக்கில் விற்பனையாகிக் கர்நாடகத்தின் எல்லாப் பகுதிகளிலும் இவருடைய பெயரும் புகழும் பரவக் காரணமாக இருந்தது. இவருடைய கவிதைகள் மூலைமுடுக்குகளெங்கும் பாடப்பட்டு, கன்னட மண்ணில் தலித் இயக்கம் உருவாக விதையாகவும் உரமாகவும் இருந்தன என்று சொல்லலாம். கர்நாடகத்தில் தலித் சங்கர்ஷ சமிதி என்னும் அமைப்பைக் கட்டியெழுப்பியவர்களில் சித்தலிங்கையாவும் ஒருவர். இவருக்கு முனைவர் பட்டம் கிடைப்பதற்குக் காரணமான நாட்டுப்புறக் கடவுள்கள் பற்றிய ஆய்வேடு இன்றளவும் ஆய்வுலகத்தில் முக்கியமானதாகக் கருதப்படுகிறது. பெங்களூர் பல்கலைக்கழகத்தின் கன்னடத் துறையில் பேராசிரியராகப் பணியாற்றி வருகிறார். மூன்று கவிதைத் தொகுப்புகளும் மூன்று நாடகங்களும் மூன்று கட்டுரைத் தொகுதிகளும் இவருடைய பிற படைப்புகள். கர்நாடகச் சட்ட மேலவை உறுப்பினராக இரண்டு முறை பதவி வகித்துள்ளார். கன்னட வளர்ச்சிக் கழகத்தின் தலைவராகவும் சில ஆண்டுகள் பணியாற்றியுள்ளார்.

பாவண்ணன் (பி. 1958)

மொழிபெயர்ப்பாளர்

பெங்களூரு பாரத் சஞ்சார் நிகம் நிறுவனத்தில் பணிபுரிகிறார். இயற்பெயர் ப. பாஸ்கரன். பதினான்கு சிறுகதைத் தொகுதிகளும் மூன்று நாவல்களும் இரண்டு குறுநாவல்களும் மூன்று கவிதைத் தொகுதிகளும் பதினேழு கட்டுரைத் தொகுதிகளும் இரண்டு குழந்தைப்பாடல் தொகுதிகளும் இவருடைய சொந்தப் படைப்புகள். ஐந்து நாவல்கள், ஏழு நாடகங்கள், இரண்டு தலித் சுயசரிதைகள், ஒரு சிறுகதைத் தொகுதி, கன்னட தலித் எழுத்துகளைப் பற்றிய ஓர் அறிமுக நூல், நவீன கன்னட இலக்கிய முயற்சிகளை அடையாளப்படுத்தும் இரண்டு தொகைநூல்கள் என எண்ணற்ற படைப்புகளைக் கன்னட மொழியிலிருந்து தமிழாக்கியிருக்கிறார்.

1995இல் வெளிவந்த 'பாய்மரக் கப்பல்' என்னும் நாவலுக்கு இலக்கியச் சிந்தனைப் பரிசும், 'பயணம்' என்னும் சிறுகதைக்கு 1996இல் கதா விருதும், 'பருவம்' என்னும் கன்னட நாவலை மொழிபெயர்த்தமைக்காக 2005இல் சாகித்திய அக்காதெமி விருதும் பெற்றவர்.

மனைவி: அமுதா. மகன்: அம்ரிதா மயன் கார்க்கி.

மின்னஞ்சல்: paavannan@hotmail.com

சித்தலிங்கையா

வாழ்வின் தடங்கள்

கன்னடத்திலிருந்து தமிழில்
பாவண்ணன்

காலச்சுவடு பதிப்பகம்

வாழ்வின் தடங்கள் ❖ தன்வரலாறு ❖ ஆசிரியர்: சித்தலிங்கையா ❖ © சித்தலிங்கையா ❖ கன்னடத்திலிருந்து தமிழில்: பாவண்ணன் ❖ முதல் பதிப்பு: ஆகஸ்ட் 2017 ❖ வெளியீடு: காலச்சுவடு பப்ளிகேஷன்ஸ் (பி) லிட்., 669 கே. பி. சாலை, நாகர்கோவில் 629001 ❖ கோட்டோவியங்கள்: பா. குணசேகரன்

காலச்சுவடு பதிப்பக வெளியீடு: 775

vaazvin taTankaL ❖ Autobiography ❖ Author: Siddalingaiah ❖ © Siddalingaiah ❖ Translated from Kannada by Paavannan ❖ Language: Tamil ❖ First Edition: August 2017 ❖ Line Drawings: P. Gunasekaran ❖ Size: Demy 1 x 8 ❖ Paper: 18.6 kg maplitho ❖ Pages: 256

Published by Kalachuvadu Publications Pvt. Ltd., 669 K.P. Road, Nagercoil 629001, India ❖ Phone: 91-4652-278525 ❖ e-mail: publications@kalachuvadu.com ❖ Wrapper printed at Print Specialities, Chennai 600014 ❖ Printed at Mani Offset, Chennai 600077

ISBN: 978-93-5244-100-6

08/2017/S.No. 775, kcp 1829, 18.6 (1) ILL

மொழிபெயர்ப்பாளர் முன்னுரை

வாழ்வின் தடங்கள் சித்தலிங்கையாவுடைய தன்வரலாற்று நூலின் இரண்டாவது பகுதி. இதன் முதல் பகுதி 'ஊரும் சேரியும்' என்னும் தலைப்பில் வெளிவந்தது. இரண்டாவது பகுதியான நூலை மொழிபெயர்த்து முடித்ததும் அதன் கையெழுத்துப் பிரதியை எனக்கு நெருக்கமான நண்பரிடம் படித்துப் பார்க்கக் கொடுத்திருந்தேன். ஒரு வாரம் கழித்து ஒரு விடுமுறை நாளில் நாங்கள் மீண்டும் சந்தித்தோம். இடைப்பட்ட நாட்களில் அவர் அந்தப் பிரதியை இரண்டு முறை படித்துவிட்டதாகச் சொன்னார். மிகவும் பரவசத்துடன் அதைக் கையில் வைத்துப் புரட்டியபடி "மிகச் சிறந்த புத்தகம் இது" என்றார். அவர் நல்ல வாசகர். சமூகப் பணியாளர். சமூக மேம்பாடெனும் இலட்சியப் பாதையில் நம்பிக்கையோடு நடந்து, ஏழை எளியவர்களுக்கான கோரிக்கைகளோடு பல அரசு அலுவலகங்களிலும் அதிகாரிகள் முன்னிலையிலும் நின்று, வசைபட்டு, கேலிக்குள்ளாகி, விமர்சனத்துக்கும் ஆளாகி நொந்து மெலிந்தவர். இருப்பினும் ஒருபோதும் தன் முயற்சியில் தளராத மனிதர். பத்து முயற்சிகளில் நான்கைந்து முயற்சிகளில்தான் வெற்றி கிடைக்கும். அதையே அவர் நூற்றுக்கு நூறு விழுக்காடு வெற்றி கிடைத்தது போல எண்ணி மகிழ்வார். தன் தலைக்கு மேலாக கையெழுத்துப் பிரதியை தூக்கிக் காட்டி "எங்களைப் போன்ற ஆட்களுக்கு நல்ல வழிகாட்டி" என்று சொல்லிவிட்டுப் புன்னகைத்தார்.

ஒரு தேநீரை அருந்தியபடி சித்தலிங்கையாவின் அனுபவப் பதிவு தனக்கு ஏன் பிடித்திருக்கிறது என்பதற்கான காரணங்களை அவர் அடுக்கத் தொடங்கினார். எந்தக் காலவரிசையிலும் அடங்காத வகையில் தன் நினைவிலிருந்து சொல்வது போல் சித்தலிங்கையா பல அனுபவங்களை இந்தத் தன்வரலாற்றுப் பிரதியில் முன்வைக்கிறார். தனித்தனியாகப் படிக்கும்போது, ஒவ்வொன்றும் ஒரு சின்ன அனுபவக் குறிப்பைப் போன்ற தோற்றத்தை அளித்தாலும் பிரதியை முழுக்க வாசித்த பிறகு அனைத்துக் குறிப்புகளும் ஒன்றோடு ஒன்று இணைந்து தன்னைத்தானே முழுமைப்படுத்திக்கொள்ளும் விசித்திரம் நிகழ்வதை ஒரு வாசகனால் எளிதாக உணர்ந்துவிட முடியும். ஒரு பெரிய நாவலின் சின்னச்சின்ன அத்தியாயங்களைக் கலைத்துவைத்துத் தொகுத்தது போல உள்ளது என்றார். ஒரு வரலாற்றுக் காலகட்டத்தில் ஒரு பண்பாட்டுச் சூழலில் இவை அனைத்தும் நிகழ்ந்திருப்பதைக் கலையின் கண்களால் பார்த்து எழுதியிருக்கிறார் சித்தலிங்கையா. எந்த விவாதமும் தனிப்பட்ட விதத்தில் நிகழாமலேயே, தன் தொகுப்புத்தன்மையின் காரணமாக அது வரலாற்றை, பண்பாட்டை முன்வைத்து விவாதிக்கத் தூண்டுகிறது. அவர் கவிஞர் என்பதால் ஒவ்வொரு சம்பவத்தை யும் கவிதைக்கே உரிய நெகிழ்ச்சியோடும் அழகோடும் கோர்த்துக்கொண்டே செல்கிறார். சம்பவங்களிடையே அவர் விட்டுச்சென்றிருக்கும் இடைவெளியின் ஊடாக வரலாற்றை அறிந்துகொள்ளும் ஆர்வத்தையும் இன்னொரு கோணத்தில் தூண்டிவிடுகிறார் என்றே சொல்லவேண்டும்.

அவர் சொல்லச்சொல்ல ஆர்வத்துடன் நான் கேட்டுக் கொண்டே இருந்தேன். ஒவ்வொரு அத்தியாயமாக விரித்து விரித்துச் சொல்லி, அதற்கு இணையாக தனக்கு நிகழ்ந்த ஒரு அனுபவத்தைத் தன் நினைவிலிருந்து எடுத்துச் சொல்லத் தொடங்கினார். ஒவ்வொரு பழைய அனுபவத்தைச் சொல்லும் போதும் அவர் குரல் உடைந்தது. விழிகள் தளும்பின. சித்தலிங்கையாவின் ஒவ்வொரு அனுபவத்திலும் தன் நிழல் படிந்திருப்பதைப் போல உணர்வதில் அவர் அடைந்திருந்த பரவசத்தை என்னால் உணரமுடிந்தது.

வீட்டுக்குத் திரும்பிய பிறகும்கூட நண்பருடைய சொற்கள் காதருகில் ஒலித்தபடியே இருந்தன. முப்பது நாற்பது ஆண்டுக்காலம் என்பது வரலாற்றில் ஒரு பெரிய காலகட்டமல்ல. ஆனால் முப்பது நாற்பது ஆண்டுக்கு முன்னால் நிகழ்ந்த வாழ்க்கைச்சம்பவங்கள் ஒரே சமயத்தில் நேற்று நடந்ததுபோன்ற உணர்வையும் வெகுகாலத்துக்கு முன்பே நடந்ததுபோன்ற

உணர்வையும் அளிப்பது ஆச்சரியமாக இருக்கிறது. இந்த வாழ்க்கைவரலாற்றில் சித்தலிங்கையாவுக்கு நண்பர்களாகவும் சகபயணியர்களாகவும் குறிப்பிடப்படும் ஒவ்வொருவரும் இன்று பெரிய ஆளுமைகளாக உயர்ந்து நிற்பவர்கள். அனைவரோடும் ஒரு சீரான நட்பை மிகநீண்ட காலமாகப் பேணி வந்திருக்கும் சித்தலிங்கையாவின் பேரன்பு வளையத்தை எண்ணி வியக்காமல் இருக்கமுடியவில்லை. ஒருபுறம் தேவராஜ் அரஸ், பசவலிங்கப்பா, எம்.என். கல்லண்ணா, எம்.கே. பட் போன்ற அரசியல் தளத்தைச் சேர்ந்தவர்கள். மற்றொரு புறம் சிவருத்ரப்பா, மளகி, முகளி, பசவராஜ் கல்குடி, டி.ஆர். நாகராஜ், தேவனூரு மகாதேவ போன்ற இலக்கியத்தளத்தை சேர்ந்தவர்கள். பிறிதொரு புறம் மானந்தூரு கெம்பய்யா, பக்தவத்சலம், ஷங்கரப்பா, ஜானகெரெ, நாகபூஷணம் போன்ற வாழ்க்கைத்தளத்தை சேர்ந்த எளியவர்கள். அனைவரும் சித்தலிங்கையாவின் வாழ்க்கையில் மாறிமாறி ஊடாடிச் செல்வதை அவர் வாழ்க்கை வரலாறு உணர்த்துகிறது. அவர்களுக்கிடையே சித்தலிங்கையா என்னும் ஆளுமை மெல்ல மெல்ல திரண்டு உருவாகி வருவதையும் உணர்த்துகிறது. சித்தலிங்கையாவின் வாழ்க்கை வரலாறு முக்கியமானதொரு ஆவணம். மனிதர்களிடையே நிகழும் பூசல்கள், கோபங்கள், தோல்விகள், ஆற்றாமைகள், ஏமாற்றங்கள் அனைத்தையும் அதனதன் வண்ணங்களோடு அவர் மொழி அருமையாகத் தீட்டிக் காட்டுகிறது. மற்றவர்கள் பார்வையின் வழியாக சித்தலிங்கையாவும் சித்தலிங்கையாவின் பார்வை வழியாக மற்றவர்களுமாக விரிந்துவிரிந்து இந்தத் தன்வரலாற்றின் கட்டமைப்பை உருவாக்குகிறார்கள். இதுவே இந்நூலின் மிகப்பெரிய சிறப்பு. வெறுப்பை வெளிப்படுத்தும் ஒரு சொல்லோ தடமோ எதுவுமின்றி அமைந்திருப்பது இன்னொரு சிறப்பு.

ஒரு கலைநிகழ்ச்சி முடிந்து அனைவரும் கலைந்து கொண்டிருந்த ஒரு தருணத்தில் சித்தலிங்கையாவிடம் பேசக் கிட்டிய நேரத்தில் இந்தத் தன்வரலாற்றை மொழிபெயர்க்கும் விருப்பத்தைத் தெரிவித்தேன். அக்கணமே அவருக்கே உரிய புன்னகையோடு “நீங்கள் செய்யவேண்டும் என்பதற்காகத்தானே நான் காத்திருக்கிறேன்” என மறுமொழி உரைத்தபடி இசைவைத் தெரிவித்த சித்தலிங்கையா என்றென்றும் என் அன்புக்கும் நன்றிக்கும் உரியவர். அவர் என்மீது வைத்திருக்கும் நம்பிக்கை மிகவும் ஆழமானது.

என் அனைத்துச் செயல்பாடுகளிலும் எனக்கு எப்போதும் உற்ற துணையாக விளங்குபவர் என் அன்பு மனைவி அமுதா. தன் சொற்கள் வழியாக அவர் அளிக்கும் எல்லையற்ற ஊக்கமே

என்னை இத்தனை தொலைவுக்கு அழைத்து வந்திருக்கிறது. இந்தத் தன்வரலாற்றை மொழிபெயர்க்கும் முயற்சியில் ஈடுபட்டிருந்த தருணத்தில், இதன் ஒருசில அத்தியாயங்கள் தடம் இதழில் அறிமுகப் பகுதியாக வெளிவர துணைநின்ற கதிர்பாரதியும் இளங்கோவும் என் நன்றிக்குரியவர்கள். இந்த நூலை மிகச் சிறப்பான வகையில் வெளியிடும் காலச்சுவடு பதிப்பகத்துக்கும் என் நன்றி.

பெங்களூரு   அன்புடன்
17.07.2017   **பாவண்ணன்**

‘ஹொலெமாதிகர ஹாடு’ தொகுப்பின் கவிஞன்

‘ஹொலெமாதிகர ஹாடு’ தொகுப்பு வெளிவந்த பிறகு என் பெயர் இலக்கிய வட்டாரத்தில் உச்சரிக்கப்படத் தொடங்கியது. *சங்கிரமண* இதழில் என்னைப் பற்றி எழுதியபோது ‘ஹொலெமாதிகர ஹாடு தொகுப்பின் கவிஞன்’ என்று அன்போடு குறிப்பிட்டிருந்தார். மைசூரிலிருந்து வெளிவந்த *ஒடனாடி* என்னும் இதழில் எச்.எம். சென்னய்யா அவர்கள் நல்லவிதமாக எழுதியிருந்தார். *பிரஜாவாணி* நாளிதழில் என் கவிதைகளை நெருப்பையுமிழும் கவிதை என்று தேஷ குல்கர்ணி எழுதியிருந்தார். ஒரே வாரத்தில் ஆயிரம் புத்தகங்கள் விற்றுத் தீர்ந்தன. எனக்குக் கவிஞன் என்னும் பெயர் கிடைத்தது. காளேகௌட நாகவார் அவர்கள் பெருந்தொகையை அன்பளிப்பாக வழங்கினார். இதனால், அப்போது மாணவனாக இருந்த என்னுடைய பொருளாதாரப் பிரச்சினைகளைத் தீர்த்துக்கொள்ள முடிந்தது.

பணமும் புகழும் ஒருசேரக் கிடைத்ததை நினைத்து நான் பெருமகிழ்ச்சியடைந்தேன். மாதந்தோறும் வெளிவரும் இலக்கிய இதழ்களில் என் கவிதைகளைப் பற்றிய கட்டுரைகள் வெளிவந்தன. *சூத்ர* என்னும் இதழ் என்னை மிகவும் ஊக்கப் படுத்தியது. கர்நாடகப் பல்கலைக்கழகத்திலிருந்து வெளிவந்த *வித்யார்த்தி பாரதி* என்னும் இதழில், என் நண்பனான கரீகௌட பீச்சனஹள்ளி என்னுடன் உரையாடிப் பதிவு செய்த நீண்ட

நேர்காணல் வெளியானது. ஏதோ ஓர் இதழில் என்னுடைய கட்டுரை ஒன்று என் நிழற்படத்துடன் வெளிவந்த நிகழ்ச்சி, என் மனத்தில் இன்னும் பசுமையாக பதிந்திருக்கிறது. அப்போது ஒரு சம்பவம் நடைபெற்றது.

    கலாசிப்பாளையம் பேருந்து நிலையத்துக்கு அருகில் இருக்கும் ஓர் உணவு விடுதிக்குச் சாப்பிடுவதற்காக நான் அடிக்கடி செல்வதுண்டு. கேழ்வரகுக்களியும் கோழிக்கறிக்குழம்பும் அந்த விடுதியின் சிறப்பம்சங்களாகும். கேழ்வரகுக்களி உருண்டைகள் மிகச்சிறியவையாக இருப்பினும் கோழிக்கறி சுவையாக இருக்கும். மூன்று நான்கு களியுருண்டைகளுடன் இரண்டு பிளேட் கோழிக்கறியை வாங்கி உண்பது என் பழக்கம். அன்றைய தினம் சாப்பிடுவதற்காகச் சென்றபோது நான் புகழ்பெற்ற ஒரு கவிஞன் என்னும் உணர்வு என் மனத்தில் ஓங்கியிருந்தது. பத்திரிகைகளில் என் நிழற்படமும் கட்டுரைகளும் வெளிவந்த நினைவுகள் இன்னும் மனத்திலேயே அடர்ந்திருந்தன. புகழ்பெற்ற மனிதனொருவனின் மிடுக்கோடு நான் அந்த உணவு விடுதிக்குள் சென்றேன். சாப்பிடும்போது, என் எதிரில் உட்கார்ந்திருந்த ஆள் என்னையே பார்த்துக்கொண்டிருப்பதைக் கவனித்தேன். அவன் என்னை மீண்டும்மீண்டும் பார்த்து எதையோ உறுதிப் படுத்திக்கொள்வதுபோலத் தோன்றியது. இதைக் கண்டு தொடக்கத்தில் சற்றே குழப்பமாக இருந்தாலும், மனத்திலிருந்த புகழ்மயக்கத்தின் காரணமாக உள்ளூர மகிழ்ச்சி பெருகத் தொடங்கியது. பத்திரிகையில் என் நிழற்படமும் அறிமுகக்குறிப்பும் வெளிவந்த விஷயம் நல்லதுதானா, கெட்டதுதானா என குழப்பமும் இருந்தது. எதிரில் உட்கார்ந்திருக்கும் ஆள் என்னைப் பற்றி எந்தப் பத்திரிகையில் படித்திருக்கக் கூடும், எந்தப் பத்திரிகையில் என் நிழற்படத்தைப் பார்த்திருக்கக்கூடும் என்கிற கேள்விகள் என்னை அரிக்கத் தொடங்கின. இவர் கவிஞர் சித்தலிங்கையாதானா அல்லது வேறொருவரா என்கிற ஐயத்தோடு அவன் அப்படிப் பார்த்துக்கொண்டிருக்கிறானோ என்று தோன்றியது. ஒரு மனிதனின் பொதுவாழ்க்கையைப் புகழ் எந்த அளவுக்கு பறித்துக்கொள்கிறது என்கிற அனுபவம் எனக்குக் கிடைக்கத்தொடங்கியது. ஒருவேளை நான் மது அருந்திக்கொண்டிருந்தால், என்மீது ஈர்ப்புகொண்ட இவன் மனத்தளவில் வேதனையுற்றிருக்கக்கூடும். நல்லவேளை, அப்படி எதுவும் நிகழவில்லை என்று அமைதியடைந்தேன்.

    எதிர்ப்புறத்தில் அமர்ந்தபடி அவன் என்னை இடைவிடாமல் பார்த்தபடியே இருந்தான். ஆனால் அதை நான் அவ்வளவாக வெளிக்காட்டிக்கொள்ளவில்லை. இவன் என்னை எங்கு பார்த்திருக்கக்கூடும் என்கிற கேள்வியால் தூண்டப்பட்டு,

ஆர்வத்தைக் கட்டுப்படுத்த இயலாமல் “நீங்கள் என்னை எங்கே பார்த்திர்கள்? என்னைப் பற்றித் தெரியுமா?” என்று நேரிடையாகவே கேட்டுவிட்டேன். அதில் ஆச்சரியப்பட எதுவுமில்லை என்பதுபோலவே அவன் முகம் இருந்தது. இயல்பான ஓர் ஆர்வத்தோடு என்னிடம் “நீ எங்க ஹாஸ்டலுக்கு காய்கறி சப்ளை செய்யற ஆள்தானே?” என்று கேட்டான். எனக்குக் குழப்பமாக இருந்தது. ‘ஆமாம்’ என்று சொல்வதா அல்லது ‘இல்லை’ என்று சொல்வதா எனப் புரியாமல் தடுமாறினேன். அவனிடம் நான் கேள்வி கேட்காமலேயே இருந்திருந்தால் நன்றாக இருந்திருக்குமோ என்று தோன்றியது.

கெடுத்துக்கொண்ட நல்வாய்ப்பு

1976ஆம் ஆண்டில் ஷிமோகாவின் நடைபெற்ற கன்னட இலக்கிய மாநாட்டில் கவியரங்கத்தில் பங்கேற்பதற்காக என்னை அழைத்தார்கள். அதுவரைக்கும் நான் எந்த கன்னட இலக்கிய மாநாட்டிலும் பங்கேற்றதில்லை. ஆனால் பங்கெடுத்துக்கொள்ள வேண்டிய அந்த இலக்கிய மாநாட்டுக்குத் தவிர்க்கமுடியாத காரணத்தால் என்னால் செல்ல இயலவில்லை. அதற்குக் காரணம் ஒரு சம்பவம்.

1970ஆம் ஆண்டில் பெங்களூரில் இலக்கிய மாநாடு நடைபெற்றபோது நான் மாணவனாக இருந்தேன். தே. ஜவரிகௌட மாநாட்டுக்குத் தலைவராக இருந்தார். மாநாட்டின் ஒரு பகுதியாக நடைபெற்ற தேசியக் கவியரங்கத்துக்கு தேசியக் கவிஞர் குவெம்பு அவர்கள் தலைவராக இருந்தார். இந்த விஷயத்தைப் பத்திரிகையில் படித்துவிட்டு நான் மிகவும் மகிழ்ச்சியடைந்தேன். குவெம்பு அவர்களைக் கண்ணாரப் பார்க்கும் வாய்ப்பு கிடைத்ததை எண்ணிக் கிளர்ச்சியில் திளைத்திருந்தேன். நாளைக்கு பெங்களூருக்கு குவெம்பு அவர்கள் வரவிருக்கிறார், அவரைக் கண்டிப்பாகப் பார்த்துவிடவேண்டும் என்ற முடிவில் அதற்கு முதல்நாளிலிருந்தே மகிழ்ச்சியில் மிதந்தபடி இருந்தேன். ஆனால் அன்றைய இரவு எனக்கும் என்னோடு கூடப் படிக்கிற ஒருவனுக்கும் விடுதியில் மோதல் நிகழ்ந்துவிட்டது. அவன் தன் பெட்டியைச் சற்றே தள்ளத் தொடங்கினான். அவனுடைய பெட்டி என்னுடைய பாய்க்கு அருகில் இருந்ததால், என் பாய் இடையில் மடங்கி மேலெழத் தொடங்கியது. இதனால் என் பாய்க்குரிய இடம் குறைந்துவிட்டது. இது சரியல்ல என்று அவனிடம் எடுத்துச் சொன்னபோதும், அவன் என் வார்த்தைகளைக் கொஞ்சம்கூடப் பொருட்படுத்தவே இல்லை. என்னால் அவன் நடந்துகொண்ட விதத்தைத் தாங்கிக்கொள்ளவே

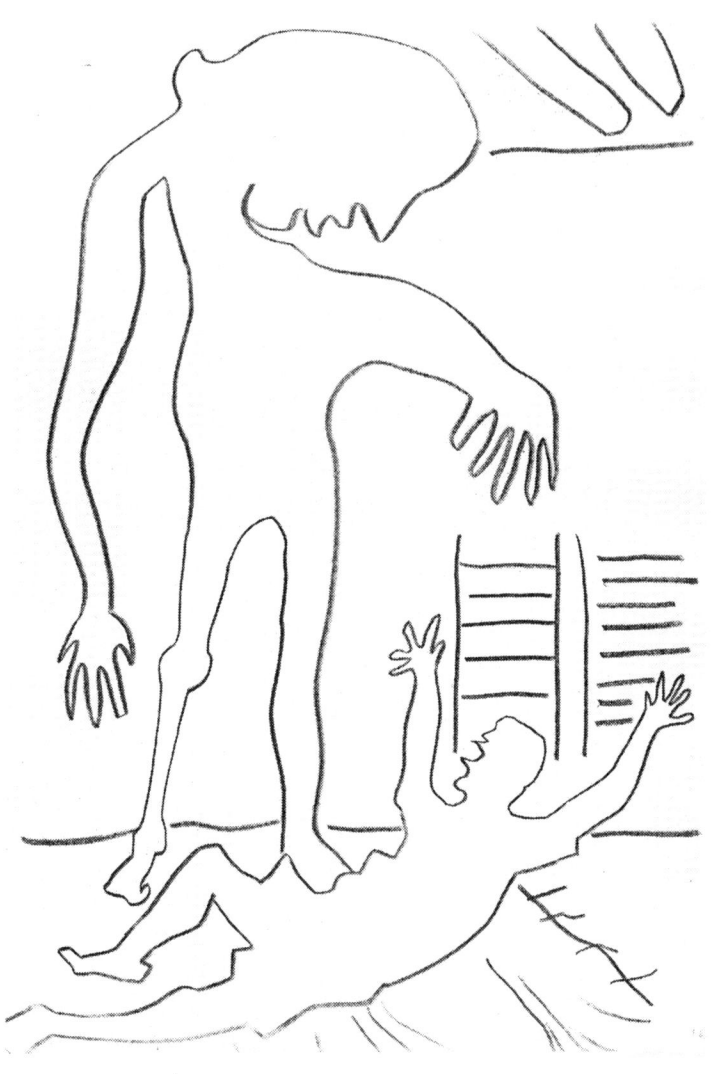

முடியவில்லை. எனக்கும் அவனுக்கும் சண்டை உருவானது. அவனும் நானும் மோதிக்கொண்டதில் அவனுடைய கையே ஓங்கியிருந்தது. சரமாரியாக அவனுடைய அடிகள் என்மீது விழுந்தன. கிராமத்திலிருந்து வந்திருந்த அவன் ஒரு குத்துச்சண்டை வீரனைப்போல தன் உறுதியான முஷ்டியால் என் உடலின் எல்லாப் பகுதிகளிலும் என்னைக் குத்தத் தொடங்கினான். அவன் இந்த அளவுக்குச் சக்தியுள்ளவனாக இருப்பான்

என எனக்குத் தெரியாமல் போய்விட்டது; தெரிந்திருந்தால், அவன் வழிக்கே நான் சென்றிருக்கமாட்டேன். இன்றைய தினம் என் கதை முடிந்துவிட்டது என்று தோன்றியது. உயிரே போய்விட்ட பிறகு தேசியக்கவிஞர் குவெம்புவை எப்படிப் பார்க்கப் போகிறோம் என மனம் தன்னிரக்கத்தில் மூழ்கியது. சக மாணவனாக இருந்தவன் அடித்த அடி ஒவ்வொன்றும் மரண அடியாக இருந்தது. நான் நடுநிலைப்பள்ளியில் இருந்த சமயத்தில் விடுதியில் இதேபோன்ற ஒரு சம்பவத்தை எதிர்கொண்டிருக்கிறேன். சட்டென்று எனக்கு டிச் சண்டை நினைவுக்கு வந்து, அனுமனைப்போல சிலிர்த்தெழுந்தேன். கண்டபடி என்னைக் குத்திக்கொண்டிருந்த என் நண்பன் மிகவும் உயரமானவன். நான் அவனுடைய குரல்வளையைப் பிடித்துப் பின்பக்கம் தள்ளிவிட்டேன். அவனுடைய மூக்கில் டிச் கொடுப்பது என்னுடைய நோக்கமாக இருந்தது. அச்சத்தோடு அவன் வாயைத் திறந்தான். என் நெற்றி அவனுடைய மூக்கைக் குறியாகக் கொண்டு டிச் கொடுத்தது. அச்சத்தால் அவன் வாய் திறந்திருந்த காரணத்தால், என் நெற்றி அவனுடைய மூக்குக்குப் பதிலாக துருத்திக்கொண்டிருந்த அவன் பல்லைத் தாக்கிவிட்டது. இலக்கு தப்பி என்னென்னமோ நடந்துவிட்டது. என் நெற்றியிலிருந்து ரத்தம் கடகடவென ஒழுகத் தொடங்கியது. நெற்றியில் பள்ளம் விழுந்துவிட்டது. ஆனாலும் நண்பனின் பல் உறுதியாகவே இருந்தது. அதுவரை எல்லாவற்றையும் கண்டுகளித்துக்கொண்டிருந்த நண்பர்கள் அச்சத்தோடு நெற்றியில் உள்ளங்கையை வைத்து அழுத்தி ரத்தப்பெருக்கை நிறுத்த முயற்சி செய்தார்கள். செங்கல் துண்டொன்றை நசுக்கிப் பொடியாக்கி, அதைக் காயத்தில் வைத்து அழுத்தித் துணியால் சுற்றிக் கட்டினார்கள். இந்தத் துணிக்கட்டு மைசூர் தலைப்பாகையைவிட பெரியதாகக் காணப்பட்டது. நான் சோர்ந்து வலியுடனேயே படுத்துக்கொண்டேன். குவெம்பு அவர்களைப் பார்க்கும் கனவு கனவாகவே எஞ்சியது. நல்லதொரு வாய்ப்பு கிடைத்தும் அதை நானே கெடுத்துக்கொண்டேன்.

இக்பால்

அதற்குப் பிறகு ஆறு ஆண்டுகள் கழித்துக் கன்னட சாகித்திய பரீஷத் அமைப்பு என்னை ஒரு கவிஞனாக ஏற்று, கவியரங்கத்தில் பங்கேற்குமாறு அழைத்தது. அதை ஏற்று நான் மாநாட்டுக்குச் சென்றேன். நான் ஷிமோகா சென்று சேர்ந்தபோது அதிகாலை ஐந்துமணி. வரவேற்பாளர்கள் இரவு முழுக்க இயங்கிக்கொண்டிருந்தார்கள். பரீஷத் அமைப்பினர்

எனக்கு எழுதியிருந்த கடிதத்தை ஓர் ஊழியரிடம் காட்டினேன். அவர் எனக்கு ஓர் அறையை ஒதுக்கிக்கொடுத்து, அங்கே செல்லுமாறு அனுப்பிவைத்தார். அறை இருந்த பக்கமாக இரண்டடிகள் நடந்திருப்பேன். அதற்குள் என்னை ஒருவர் தடுத்தார். "நீங்கள் ஹொலெமாதிகர ஹாடு தொகுப்பை எழுதிய சித்தலிங்கையா அல்லவா?" என்று கேட்டார். நான் 'ஆமாம்' என்றேன். அவர் மாநாட்டின் வரவேற்புக்குழுவைச் சேர்ந்த ஓர் உறுப்பினரான இக்பால். சமூகப் போராட்டங்களுடன் தன்னை அடையாளப்படுத்திக்கொண்டவர். அவர் என்னை மீண்டும் வரவேற்பறைக்கு அழைத்துச் சென்றார். எனக்கு அறையை ஒதுக்கிக் கொடுத்த ஊழியரிடம் கடுமையாகப் பேசினார். "இவருக்கு நல்ல அறையாக ஒதுக்கிக் கொடுங்கள்" என்றார். எனக்கு மோசமான அறையை ஒதுக்கி அனுப்பியிருக்கிறார்கள் என்பது எனக்குப் புரிந்தது. அப்படியென்றால் எனக்கு எந்த அறையை ஒதுக்குவது என அவர்களுக்குள் விவாதம் நடைபெற்றது. நான் மிகவும் முக்கியமான கவிஞர் என்பதை அவர்கள் புரிந்துகொள்ளும்படி இக்பால் பலவாறு எடுத்துச் சொன்னபோதும் அவர்களுக்கு நம்பிக்கை பிறந்ததாகத் தெரிய வில்லை. ஆயினும் இக்பாலுக்காக, எனக்கு வேறொரு நல்ல அறையை ஒதுக்கிக் கொடுத்தார்கள். என்னுடைய நன்றிச் சொற்களைக்கூட எதிர்பார்க்காமல் இக்பால் அங்கிருந்து புறப்பட்டுச் சென்றுவிட்டார். ஷிமோகாவின் மிகச்சிறந்த உணவு விடுதிக்கு என்னை மாநாட்டு ஊழியர் ஒருவர் அழைத்துச் சென்றார்.

யஷவந்த சித்தாள

அந்த அழகான உணவுவிடுதியின் ஓர் அறையின் முன்னால் நின்று கதவைத் தட்டியதும் கதவைத் திறந்தவர் யஷவந்த சித்தாள அவர்கள். குளித்துக்கொண்டிருந்த அவர் நாங்கள் எழுப்பிய சத்தத்தைச் சகித்துக்கொள்ளமுடியாமல் பாதியிலேயே குளியலை நிறுத்திவிட்டு வந்து கதவைத் திறந்தார். அறையை நிறைத்திருந்த புகைமேகங்களுக்கிடையே துண்டு சுற்றிக் கொண்டிருந்த பொன்னிற மேனியராக சித்தாள அவர்கள் கந்தர்வனைப்போலக் காணப்பட்டார். நான் அவருடன் அந்த அறையைப் பகிர்ந்துகொண்டேன். நான் அவரை அதுவரை பார்த்ததில்லை. அவருடைய பல படைப்புகளைப் படித்திருந்தேன். நான் அவருடன் அறையைப் பகிர்ந்துகொண்டதில் அவர் மகிழ்ச்சியுற்றார். மூன்று நாட்களும் ஆடம்பரமான ஓட்டல்களில் இருவரும் ஒன்றாகவே சாப்பிட்டோம்; ஒன்றாகவே பருகினோம்.

ஒருமுறைகூட என்னைச் செலவழிக்க அவர் விடவே இல்லை. அவரைப்போன்ற தாராளமனம் கொண்ட மனிதர்கள் கன்னட இலக்கிய உலகத்தில் மிகவும் அபூர்வம். கன்னட மொழியின் மூத்த படைப்பாளிகளில் ஒருவரோடு மிகவும் இளைஞனான நான் இணைந்தே நடமாடிக்கொண்டிருந்த காட்சி எழுத்தாளர்களில் பலருக்கு ஆச்சரியத்தைக் கொடுத்தது; பொறாமையைத் தூண்டியது.

கா.ச. ராமண்ணா

நான் ஏற்கனவே சொன்னதுபோல, இலக்கிய மாநாட்டுக்குச் செல்வது என்பது அதுதான் முதல்முறையாகும். அது கன்னட ஆர்வலர்களின் திருவிழா. எஸ்.வி. ரங்கண்ணா அவர்கள் மாநாட்டுக்குத் தலைமை வகித்தார். எல்லா உறுப்பினர்களுடைய மார்பிலும் அடையாள அட்டை இருந்தது. அந்த அட்டையைச் சரியாகக் கவனித்தால், அதில் அந்த உறுப்பினரின் பெயர் விவரங்களை, பெயர் முதலெழுத்து உட்பட எல்லாவற்றையும் புரிந்துகொள்ளமுடியும். முதலெழுத்தும் பெயரும் கன்னடத்திலேயே எழுதப்பட்டிருந்தன. பீ.சு. கல்லண்ணா, கோ.த. ராகவேந்திர, பா.சி. முனியப்பா முதலியவை போன்ற பெயர்களுடன் ஒருவனுடைய அடையாள அட்டையில் கா.ச. ராமண்ணா என்கிற பெயர் காணப்பட்டது. அளவற்ற கன்னடப்பற்று.

ஒரு மூத்த கவிஞரைச் சுற்றிப் பத்துப்பதினைந்து வாசகர்கள் நின்றிருந்தார்கள். அவர்களுடைய ஆட்டோகிராப் நோட்டில் தொடர்ச்சியாகக் கையெழுத்திட்டு அந்த நோட்டுக்குரியவனையும் வாழ்த்தினார். அவருடைய கையில் ஏழெட்டு ஆட்டோகிராப் நோட்டுகள் இருந்தன. ஆச்சரியப்படும் வகையில், இரண்டு சிறுவர்கள் தம் நோட்டுகளைத் திருப்பித் தரும்படி கேட்டார்கள். "சீக்கிரமா கையெழுத்து போட்டுத் தரேன். ஏன் அவசரப் படறீங்க?" என்று இளைஞர்களைப் பார்த்து பொறுமையாகவே கேட்டார் கவிஞர். உடனே இளைஞர்கள் கவிஞரைப் பார்த்து, "நாங்க ஒன்னும் சீக்கிரம் கையெழுத்துப் போட்டுக் குடுங்கன்னு சொல்லலை" என்று சொன்னார்கள். "ஏன்? என்னாச்சி?" என்று வேறொரு ஆட்டோகிராப் நோட்டில் கையெழுத்திட்டபடி அவர்களிடம் கேட்டார் கவிஞர். இளைஞர்கள் அவரிடம் "நாங்க

கன்னடத்தில் பேச்சுமொழியில் காச்சா என்னும் சொல்லுக்கு ஆண்களின் உள்ளாடை என்று பொருள். கா.ச. ராமண்ணா என்று வேகமாக அழுத்தம் கொடுத்து உச்சரிக்கும்போது, அதன் பொருள் மாறி, கூடியிருப்பவர்களிடையே சிரிப்பை உருவாக்கிவிடும்.

உங்களை கோபாலகிருஷ்ண அடிக என்று தப்பாக நினைத்துக் கொண்டோம், எங்க ஆட்டோகிராப் நோட்டுகளை திருப்பிக் கொடுங்க" என்று கேட்டார்கள். அவருடைய முகம் வெளுத்துப் போய்விட்டாலும், அதை வெளிக்காட்டிக்கொள்ளாமல் "நானும் அவனைப்போல ஒரு கவிஞன்தானப்பா" என்று அடிக அவர்களை ஒருமையில் குறிப்பிட்டு, இளைஞர்களை மிரட்டி, பிடிவாதமாக ஆட்டோகிராப் நோட்டுகளில் கையெழுத்து போட்டார்.

நாடிக அவர்களுக்குக் கைத்தட்டல்

கருத்தரங்கத்தில் பாடீல் புட்டப்பா அவர்கள் தம்முடைய உரையால் அவையினரை வசப்படுத்திவிட்டார். அவருடைய எல்லா நகைச்சுவைத் துணுக்குகளும் நன்றாக ரசிக்கப்பட்டன. சுமதீந்திர நாடிக அவர்கள் தம் உரையால் அவையினரின் கவனத்தைக் கவர்ந்தார். அவர் அமெரிக்காவிலிருந்து இந்தியாவுக்கு வந்து, இந்த நாட்டின் வேலையற்ற கூட்டத்தில் ஒருவராகியவர். இங்கு, திறமைக்கு மதிப்பில்லாமல் இருப்பதைச் சுட்டிக்காட்டி கண்டித்துப் பேசினார். "அரசாங்கம் எனக்கு வேலை கொடுக்காமல் இருந்தாலும் கவலையில்லை. நான் தெருவில் போண்டா விற்றுப் பிழைத்துக்கொள்வேன்" என்று அவர் இடிபோல முழங்கினார். அவருடைய கண்டனத்தை ஏற்றுக் கொள்ளும் விதமாக பார்வையாளர்கள் அனைவரும் காதுகள் செவிடாகும் அளவுக்கு கைத்தட்டி சத்தமெழுப்பினார்கள். நான் 'ஒரு சொல்' கவிதையை 'பிடிடா, அடிடா' என்ற வரியுடன் கவியரங்கத்தில் படிக்கத் தொடங்கினேன். பார்வையாளர்கள் உற்சாகத்துடன் எதிர்வினையாற்றினர். அவையில் முன்வரிசையில் உட்கார்ந்திருந்த யஷவந்த சித்தாள அவர்கள் கைச்சைகையாலும் முகபாவனைகளாலும் தம் பாராட்டுணர்வைத் தெரியப்படுத்தி என் வாசிப்பை ஊக்கப்படுத்தினார்.

அன்று மாலை இலக்கிய மாநாட்டுக்கு மாற்றாக ஷிமோகாவிலேயே இன்னொரு கூட்டம் நடைபெற்றது. சொற்பொழிவைக் கேட்பதற்காக அந்தக் கூட்டத்துக்கு நானும் சென்றேன். அங்கே அடிக, அனந்தமூர்த்தி ஆகியோர் உரையாற்றினார்கள். நெருக்கடி நிலைச் சட்டத்தைக் கண்டிக்கும் விதத்தில் அந்தக் கூட்டம் ஏற்பாடு செய்யப்பட்டிருந்தது. அனந்தமூர்த்தி அவர்கள் மிகச்சிறப்பாக உரையாற்றினார். வாழ்க்கைமுறையைக் கைவிடாத மலைவாழ் மக்களை அவர் மிகவும் புகழ்ந்து பேசினார். 'ஜேனுகுருப இனம் வாழ்க' என்று சொல்லி அவர் தன் உரையை முடித்தார்.

புரட்சிகரமான உரை

கன்னட ஆய்வு மையத்தில் ஆய்வு உதவியாளனாக வேலை செய்துகொண்டிருந்தேன். அதே நேரத்தில், சூத்ர ஸ்ரீனிவாஸ அவர்கள் சென்ட்ரல் கல்லூரியின் செனட் ஹாலில் ஒரு கருத்தரங்கத்தை ஏற்பாடு செய்திருந்தார். மூத்த நாடகக்காரரான ஸ்ரீரங்க அவர்கள் தலைமை வகித்தார். நானும் ஒரு பேச்சாளன். அன்று ஏதோ ஓர் உத்வேகத்தில் மிகவும் ஆவேசமாகப் பேசினேன். என் சொற்பொழிவைக் கேட்டவர்கள் உறைந்துபோனார்கள் என்பதைவிட அஞ்சினார்கள் என்றே சொல்லவேண்டும். அன்று நான் அந்த அளவுக்குப் புரட்சிகர உணர்வுடன் பேசினேன். அரசாங்கம், சமூகம் எதையுமே நான் விட்டுவைக்கவில்லை. பேசி முடித்துவிட்டு உட்கார்ந்ததற்குப் பிறகு, அவையில் முனைவர் ஜி.எஸ். சிவருத்ரப்பா அவர்கள் உட்கார்ந்திருக்கும் விஷயம் தெரிந்தது. மறுநாள் பத்திரிகைகளில் என்னுடைய உரை எடுப்பான முறையில் பிரசுரமாகி, பரவலான அறிமுகம் கிடைத்தது.

முனைவர் சிவருத்ரப்பா அவர்களின் பாராட்டு

நான் ஆய்வுமையத்துக்குச் சென்றபோது, முதல்நாள் நான் நிகழ்த்திய உரையும் அடுத்தநாள் பத்திரிகையில் அது வெளிவந்திருந்ததும் மட்டுமே மனம் முழுக்க நிறைந்திருந்தது. நான் என்னுடைய அறையில் இருக்கையில் உட்கார்ந்து பத்து நிமிடம் கூட கழிந்திருக்கவில்லை. முனைவர். ஜி.எஸ்.எஸ். தன்னுடைய அறைக்கு வரும்படி சொல்லி அனுப்பினார். அவர் ஆய்வு மையத்தின் இயக்குநர். கறாரான கட்டுப்பாடுகள் உடைய மனிதர். முதல்நாள் என் உரையைக் கேட்டு அவர் கோபம் கொண்டு, என் மீது நடவடிக்கை எடுக்க அழைக்கிறாரோ என்னும் எண்ணம் எனக்குள் எழுந்தது. அவர் கேட்கக்கூடிய கேள்விக்கு என்ன பதில் சொல்வது எனப் புரியாமல் பதற்றமாக இருந்தது. சற்றே தயக்கத்துடன் சிவருத்ரப்பா அவர்களுடைய அறைக்குள் சென்றேன். வழக்கம்போலவே அவர் இறுக்கமாகவே காணப்பட்டார். எதிரிலிருந்த நாற்காலியில் உட்காரும்படி சொன்னார். அவரிடமிருந்து கடுமையான சொற்களை எதிர்பார்த்திருந்த நான் எனது முகத்தில் சற்றே அச்ச உணர்வு படிந்திருக்கும்வகையில் முயற்சி செய்தபடி உட்கார்ந்தேன். அதே சமயத்தில் அவருடைய முகத்தில் மகிழ்ச்சி புலப்பட்டது. “நேற்று உங்களுடைய உரையைக் கேட்டேன். மிகவும் சிறப்பாகப் பேசினீர்கள்” என்றார். என் மனம் அமைதியடைந்தது.

தலித் விழிப்புணர்வு நிகழ்ச்சி

பெங்களூருக்கு அருகிலிருக்கும் கிராமத்தில் தலித் அன்பர்கள் ஒரு நிகழ்ச்சியை ஏற்பாடு செய்திருந்தார்கள். ஏற்பாடுகள் அனைத்தும் மிகவும் சிறப்பான வகையில் இருந்தன. மிகப்பெரிய மேடையொன்றை அமைத்து, பார்வையாளர்கள் அமர்வதற்கு வசதியாக ஷாமியானா விரித்திருந்தார்கள். மாநில அளவில் முக்கியத்துவம் வாய்ந்த சில தலித் தலைவர்கள் விருந்தினர்களாக வந்திருந்தார்கள். இந்தத் தலைவர்கள் யாரும் அரசியல் அதிகாரம் பெற்றவர்களல்லர். சுரண்டலுக்குட்பட்ட வர்க்கத்தவருக்கு விழிப்புணர்ச்சியூட்டுவதையே தம் கடமையாக அவர்கள் கொண்டிருந்தார்கள். அந்த நிகழ்ச்சியில் உரை நிகழ்த்துவதற்காக என்னையும் அழைத்திருந்தார்கள். நிகழ்ச்சியைத் தொடர்ந்து

உணவுக்கு ஏற்பாடு செய்யப்பட்டுள்ளது என்பதைப் புலப்படுத் தும் வகையில் நிகழ்ச்சி நடைபெறும் இடத்திலிருந்து சிறிது தொலைவிலேயே எல்லோருடைய பார்வையிலும் படும் வகையில் பெரியபெரிய பாத்திரங்களில் சமையல் வேலை நடந்துகொண்டிருந்தது. நிகழ்ச்சியில் கூடுதலான அளவில் பெண்களும் பங்கெடுத்துக்கொண்டார்கள். உரைகள் தொடங்கின. விருந்தினர்கள் தமக்குத் தெரிந்தவகையில் பேசினார்கள். பாபாசாகிப் அம்பேத்கருடைய பெயரை அடிக்கடி உச்சரித்தார்கள். தலித்துகள் முன்னேற்றமடைய வேண்டும் என்பதே பொதுவாக எல்லோருடைய கருத்தாகவும் இருந்தது. குரலை உயர்த்தி இடிபோல முழங்கிய தலைவர்களின் சொற்பொழிவுகளுக்குப் பெருமழையென கரவொலி எழுந்தது. நான் ஒருசில நகைச்சுவையான அம்சங்களைச் சொல்லி பார்வையாளர்களுடைய கைத்தட்டல்களைப் பெற்றேன். என் சொற்பொழிவைத் தொடர்ந்து மூத்த தலித் தலைவரொருவர் பேசுவதற்கு எழுந்தார். எனக்கு முன்பாக பேசிய பேச்சாளர் மிகவும் ஆவேசம் பொங்கப் பேசிப் பார்வையாளர்களின் கைத்தட்டல்களைப் பெற்றதும் நகைச்சுவை ததும்ப சில விஷயங் களைச் சொல்லி நானும் கைத்தட்டல்களைப் பெற்றதும் ஒருவிதமான பொறாமையை அவர் மனத்தில் மூட்டிவிட்டன. தலித் விழிப்புணர்வைப்பற்றி சொல்லவேண்டிய எல்லா விஷயங்களையும் நாங்களே சொல்லிமுடித்துவிட்டதால், சொற்பொழிவாற்ற பொருத்தமான வேறு பெரிய கருத்தெதுவும் அவருக்கு எஞ்சியிருக்கவில்லை. அவருடைய முகத்திலிருந்த உற்சாகம் குறையத் தொடங்கியது. என்ன பேசுவது என்கிற கவலை அவரை அரிக்கத் தொடங்கியது. எங்களோடு ஒப்பிடும்போது, அவர் மிகப்பெரிய தலைவர். ஆனாலும் பேசுவதற்கு எவ்வித விஷயமும் இல்லாத நிலைமை அவருக்கு நேர்ந்தது.

கூழ் துழவும் துடுப்பும் குப்பையைத் தள்ளும் துடைப்பமும்

மூத்த தலைவர் ஒருமுறை அவையினரைப் பார்த்தார். இதுவரை அவையில் யாரும் சொல்லாத ஒரு விஷயத்தைப்பற்றிச் சொல்ல அவர் தீர்மானித்துக்கொண்டார். அதனால் அவையிலிருந்த பெண்களைநோக்கி, "நீங்கள் அனைவரும் இப்படியே உட்கார்ந் திருந்தால் எதுவும் நடைபெறாது. கூழ் துழவுகிற துடுப்பை எடுத்துக்கொண்டு எழுச்சியோடு தொடர்ந்து முன்னேறுங்கள். அதுவும் இல்லையென்றால் குப்பையைத் தள்ளும் துடைப்பத்தை எடுத்துக்கொண்டு முன்னேறுங்கள். ஊரில் உள்ள கோவிலுக்குள் செல்லுங்கள்" என்று ஆவேசத்துடன் அழைப்பு விடுத்தார். அவையில் இந்த வகையான பேச்சை யாரும் பேசியதில்லை.

மக்கள் மெய்சிலிர்க்க அப்பேச்சைக் கேட்டார்கள். பெண்கள் அனைவரும் ஆவேசமுற்றார்கள். கைத்தட்டல் பெருகியது. இதனால் இன்னும் கூடுதலாக உத்வேகமுற்ற இந்த மூத்த தலைவர், "ஆண்களே, என்ன செய்கிறீர்கள்? நீங்களெல்லாரும் கையில் வளையல் அணிந்திருக்கிறீர்களா?" என்றெல்லாம் பேசி ஆண்களை எழுச்சியுறச் செய்தார். அந்த ஊரிலிருந்த கோவில் மிகவும் பழைமை வாய்ந்தது. அந்தக் கிராமத்துத் தலித்துகளிடம் கோவிலுக்குள் நுழையவேண்டும் என்கிற தீவிரமான விருப்பம் வெகுகாலமாக இருந்திருக்கக்கூடும் என்று தோன்றியது. தலைவரின் பேச்சால் எழுச்சியுற்ற பெண்களும் ஆண்களும் சிறுவர்களும் கோவிலுக்குள் செல்லத் தயாரானார்கள்.

கோவில் நுழைவு

உரையாற்றுவதற்குச் சென்றிருந்த எங்கள் அனைவரையும் அழைத்துச் சென்ற மக்கள் கோவிலுக்குள் நுழைந்தார்கள். கோவிலுக்குள் நுழைந்தவர்களின் மனத்தில் சற்றே அச்சம் இருந்ததைப்போலத் தோன்றினாலும் அவர்கள் கடவுள் முன்னால் விழிமூடி கைகூப்பி நின்றார்கள். சிலர் மகிழ்ச்சியில் கூத்தாடினார்கள். கோவில் நுழைவு என்பது மதப்பிரச்சினையாக மட்டுமின்றி சமூக சமத்துவப்பிரச்சினையாகவும் மாறிவிட்டது, மேலும் மானுடர்களின் ஆன்மிக வேட்கையையும் மட்டுப்படுத்தி விட்டது என்றெல்லாம் பலவிதமாக யோசித்தபடி நான் கருவறையின் முன்னால் நின்றிருந்தேன். கோவிலில் உருவான குழப்பத்துக்கு இடையிலும் நான் அக்கோவிலின் சிற்பங்களை நாட்டுப்புறவியல் படித்த மாணவனாக மாறிக் கவனித்தபடி நின்றிருந்தேன். சிலர் என் நெற்றியில் குங்குமம் வைத்தார்கள்.

சாதியத்தின் நஞ்சை அருந்தியவர்கள்

நாங்கள் அனைவரும் கோவில் நுழைவின் ஆனந்தத்தை அனுபவித்த படி வெளியேறிக்கொண்டிருந்தபோது, அக்கம்பக்கத்தில் இருந்த கிராமங்களைச் சேர்ந்த நூற்றுக்கணக்கான மேல்சாதிக்காரர்கள் அரிவாள், கத்தி, கோடலி போன்ற ஆயுதங்களோடு வந்து எங்கள் மீது விழுந்தார்கள். பெண்களும் சிறுவர்களும் ஆளுக்கொரு பக்கமாக ஓடத் தொடங்கினார்கள். ஆண்கள்மீது அடிகள் விழத்தொடங்கின. எங்கெங்கும் அடிதடிகளால் அழுகுரல்களே நிறைந்தன. எங்கள் தலித் விழிப்புணர்ச்சிக் கூட்டங்கள் எங்கு நடைபெற்றாலும் வழக்கமாகத் தவறாது கலந்துகொள்ளக்கூடிய ஒரு முதியவர் அன்றைய கூட்டத்துக்கும் வந்திருந்தார். தாக்குபவர்

களின் பிடியிலிருந்து தப்பிக்கும்பொருட்டு அந்த முதியவர் அங்குமிங்கும் ஓடிக்கொண்டிருந்தார். எங்களைத் தாக்குவதற்காக வந்த கூட்டம் அந்த முதியவரைப் பிடித்துத் தூக்கி உயரமான வைக்கோல்போர் மீது வீசியெறிந்தார்கள். அந்த முதியவரின் அலறல் வானத்தைத் தொட்டது. பலர் காயமடைந்தார்கள். அந்தக் கூட்டத்துக்கு வந்திருந்த எல்லாப் பேச்சாளர்களும் கைக்குக் கிடைத்த வாகனங்களில் ஏறி முதலில் மாயமாக மறைந்தார்கள். பேச்சாளர்களில் அங்கேயே எஞ்சியிருந்தவன் நான் ஒருவனே எனத் தோன்றுகிறது. இரு அணிகளையும் சேர்ந்த அப்பாவி மக்கள் மோதிக்கொள்வதை மௌனசாட்சியாகப் பார்க்கவேண்டியிருந்தது. தலித்துகள் அச்சத்துடன் ஓடும்போது,

சாதி என்னும் நஞ்சை அருந்திப் பித்தேறியவர்கள் அவர்களைத் துரத்திக்கொண்டு சென்றார்கள். சில தலித்துகள் ஆவேசத்துடன் அவர்களுடன் சண்டையிடுவதையும் பார்த்தேன். அன்று தலித்துகளைத் தாக்குவதற்கு வந்தவர்களும் ஏழைகளே. அவர்களில் பலர் வெளுத்து, கிழிந்துபோன பழைய ஆடைகளை அணிந்திருந்தார்கள். அவர்களுக்கும் தலித்துகளுக்கும் பொருளாதார நிலையில் எவ்விதமான வேறுபாடும் தெரியவில்லை. அந்த மோதல், இரண்டு தரப்பிலும் உள்ள ஏழைகள் மோதிக்கொண்டதைப்போலவே தோன்றியது. அந்த அப்பாவிகள் சாதியைப்பற்றிய தெளிவின்மையால் வழி தவறிவிட்டார்கள். அந்த இடத்தில் நிற்கவும் துணிச்சலில்லாமல் தப்பியோடவும் மனமில்லாமல் குழம்பிய மனநிலையில் தவித்தேன். மனிதன் திடீரென மிருகமாகும் இந்தக் காட்சிகளை அச்சத்தோடும் வேதனையோடும் பார்த்துக்கொண்டிருந்தேன். கோவில் நுழைவு போன்ற திட்டங்களை மேற்கொள்ளும் முன்பாக தலித் அல்லாதவர்களிடையே உள்ள முற்போக்கான பார்வை யுள்ளவர்களின் நம்பிக்கையைப் பெற்று, அவர்களுடைய ஆதரவோடு இப்படிப்பட்ட செயல்களில் ஈடுபட்டால் வெற்றி கிடைத்திருக்கலாம் என்கிற எண்ணம் அப்போது என் மனத்தில் முகிழ்த்தது. தலித்துகளின் கோவில் நுழைவுப் போராட்டத்துக்கு உயர்சாதி வகுப்பைச் சேர்ந்த ஒருவர் தலைமை தாங்கி வழிநடத்திச் செல்வதே பொருத்தமாக இருக்கும் என்கிற எண்ணம் மனத்தில் ஒருமுறை எழுந்து மறைந்தது. ஆனால் எல்லாமே கைமீறிவிட்டது. அந்த நிகழ்ச்சிக்குச் சிறப்பு விருந்தினராக என்னை அழைத்துச் சென்ற நண்பர்கள் எனக்குக் காவலாக நின்றார்கள்.

யார் என்ன செய்கிறார்கள் என்பதே புரியவில்லை. ஒருவகையான ஆர்ப்பாட்டமும் கூச்சலும் எங்கெங்கும் நிறைந்திருந்தன. யாரோ ஒரு புண்ணியவான் அதற்குள் காவல்துறையைத் தொலைபேசியில் தொடர்புகொண்டு விஷயத்தைத் தெரியப்படுத்திவிட்டார். காவல்துறை வாகனம் ஊரை நெருங்கும் வேளையில் நண்பர்களுடன் நான் அந்தக் கிராமத்தைவிட்டு வெளியேறி பெங்களூருக்குப் புறப்பட்டேன். பிரயாணத்துக்கு ஸ்கூட்டரோ அல்லது சைக்கிளோ எதுவுமே கிடைக்கவில்லை. ஊர்வழியாகச் செல்லலாம் என நினைத்த போது, வழியில் எங்களைத் தடுத்துத் தாக்குவதற்கு ஒருசிலர் தயாராக இருக்கிறார்கள் என்பது தெரியவந்தது. உயிரைக் காப்பாற்றிக்கொள்ளும் நோக்கத்துடன் காடுகழனிகளின் ஊடே நடந்து சென்று பேருந்து நிற்குமிடத்தை அடைந்து, அங்கிருந்து ஒரு பேருந்தைப் பிடித்து பெங்களூரை அடைந்தேன்.

அடையாளம் தெரியாத ஆசிரியர்

அப்போது நான் மாலைக் கல்லூரியில் கன்னடம் முதுகலைப் படிப்புக்கான பாடங்களை நடத்தும் ஆசிரியராக இருந்தேன். அதற்கான வகுப்புகள் சென்ட்ரல் கல்லூரி வளாகத்தில் நடைபெற்று வந்தன. மேற்புறம் தகடுகளாலான கூரையை உடைய இரண்டு பெரிய அறைகளில் இந்த வகுப்புகள் நடைபெற்றன. முதுகலைக் கன்னட வகுப்பில் சேர்ந்த பெரும்பான்மையான மாணவர்கள் ஏற்கெனவே வேலையில் இருப்பவர்களாக இருந்தார்கள். அவர்களில் பெரும்பாலானோர் உயர்நிலைப்பள்ளி ஆசிரியர்களாக இருந்தார்கள்; மணமானவர்களே அதிகம். வயதில் பெரியவர்களான இந்த மாணவர்களின் முன்னால் ஆசிரியரான நான் சின்னவனாகத் தோன்றினேன். மாலை ஆறுமணிக்கு வகுப்புகள் தொடங்கி ஒன்பதுமணிக்கு முடிவது வழக்கம். முதல்நாள் மாலையில் கல்லூரியில் விசித்திரமான ஓர் அனுபவம் கிடைத்தது. வகுப்பறையின் முன்னால் மாணவர்கள்

வாழ்வின் தடங்கள்

நின்றிருந்தார்கள். ஆறு மணிக்கு நான் வகுப்பெடுக்கவேண்டி யிருந்தது. நான் வெளியே நின்றிருந்த மாணவர்களிடையே வழி ஏற்படுத்திக்கொண்டு வகுப்பறைக்குள் நுழைந்தேன். மேடைமீது ஏறிக் கரும்பலகையின் முன்னால் போடப்பட்டிருந்த நாற்காலியில் உட்கார்ந்து, எதிரில் இருந்த மேசையில் வருகைப் பதிவேட்டை வைத்துக்கொண்டு மாணவர்களுக்காகக் காத்திருக்கத் தொடங்கினேன். நேரம் கழிந்துகொண்டே இருந்தாலும்கூட மாணவர்கள் வகுப்பறைக்குள் வரவில்லை. நான் உள்ளே வந்ததைக் கவனித்தபிறகும் கூட மாணவர்கள் வெளியேயே நின்றிருந்தனர். எனக்குச் சங்கடமாக இருந்தது. அந்தச் சங்கடம் மெல்லமெல்லக் கோபமாக மாறியது. எதிரில் ஒரு மாணவன்கூட இல்லாத சமயத்தில் கோபத்தை வெளிப்படுத்துவது வீண் என்று தோன்றியது. மேசையின்மீது இருந்த புத்தகத்தைப் படிப்பதுபோல நடித்தபடி உட்கார்ந்திருந்தேன். உள்ளே யாரும் வரவில்லை. என்ன செய்வதென்று புரியாமல் வகுப்பைவிட்டு வெளியே வந்தேன். எதுவுமே நடக்காததுபோல மாணவர்கள் வெளியே நின்றிருந்தார்கள். அவர்களுக்கு நான் ஆசிரியர் என்னும் செய்தி தெரியாமல் இருக்கக்கூடும் என நினைத்து மாணவர்களிடம் என்னை நானே அறிமுகப்படுத்திக்கொண்டேன். அதே நேரத்தில் அந்த இடத்துக்குக் காலதாமதமாக வந்துசேர்ந்த மாணவனொருவன் எனக்கு வணக்கம் சொன்னான். அந்த மாணவனுக்கு நான் ஆசிரியர் என்னும் செய்தி தெரிந்திருந்தது. அவன் அச்செய்தியை எல்லோருக்கும் தெரிவித்தான். நான் வகுப்பறைக்குள் சென்றதைப் பார்த்த சிலர் என்னையும் மாணவன் என்றே நினைத்துக்கொண்டார்கள். இன்னும் சிலர் வருகைப்பதிவேட்டுப் புத்தகத்தை மேசைமீது வைக்கச் செல்கிற உதவியாளர் என நினைத்துக்கொண்டார்கள். நான்தான் ஆசிரியர் என்று தெரிந்துகொண்டதும் வயதில் மூத்த மாணவர்கள் "சார், உங்களுக்காகத்தான் நாங்கள் இவ்வளவு நேரமும் காத்துக்கொண்டிருந்தோம். நீங்கள் உள்ளே சென்று வெளியே வந்ததையும் பார்த்துக்கொண்டிருந்தோம். ஆனால் நீங்கள்தான் ஆசிரியர் என்கிற செய்தி தெரியவில்லை" என்று வருத்தம் தெரிவித்தார்கள். இந்தக் குள்ள ஆசிரியர் என்ன பாடம் நடத்தப் போகிறாரோ என்கிற கேள்வி சிலருடைய கண்களில் மின்னியது.

பசவண்ணர் காவியம்

கோவில் நுழைவு நிகழ்ச்சியில் கலந்துகொண்டு திரும்பிய தினத்தன்று மாலையில் வழக்கம்போல கல்லூரிக்குச்

சென்றிருந்தேன். ஏழு மணிமுதல் எட்டு மணிவரைக்கும் என் வகுப்பு இருந்தது. சரியான நேரத்துக்கு நான் கல்லூரியை அடைந்துவிட்டேன். வகுப்புக்குச் சென்ற முதல்நாள் அனுபவம் விசித்திரமாக இருந்தாலும், நாளடைவில் மாணவர்கள் நான் பாடம் நடத்தும் விதத்தை விரும்பத் தொடங்கினார்கள். மாணவர்களுக்கும் எனக்கும் இடையே ஒருவகையான நெருக்கமும் நம்பிக்கையும் அரும்பின. ஆனால் அன்று கல்லூரி வளாகத்துக்குள் காலடி எடுத்துவைத்தபோது எனக்கு அச்சமாக இருந்தது. கிராமத்தில் நடந்த சம்பவத்தின் சித்திரங்கள் மனத்தைவிட்டு நீங்கியிருக்கவில்லை. அந்த ஊரில் என்ன நடந்ததோ என்கிற கவலையோடுதான் நான் வகுப்புக்குள் நுழைந்தேன். அன்றைய தினம் நான் கவிஞர் ஹரிஹரர் இயற்றிய பசவண்ணர் காவியத்தை நடத்தவேண்டியிருந்தது. அன்று நடந்த நிகழ்ச்சிக்கும் பசவண்ணருடைய வாழ்க்கைக்கும் தொடர்பு இருந்தது. தலித்துகள் மேம்பாட்டுக்காகப் போராடிய புரட்சிக்காரர் பசவண்ணர். காவியத்தில் இடம்பெற்றிருந்த சம்போளிநாகதேவனுடைய கதையை மாணவர்களுக்குக் கற்பித்தேன். இந்த நவீன காலத்திலும் தீண்டாமையும் சாதியமைப்பும் இருக்கின்றன. இவை அகலவேண்டும். இதற்கு பசவண்ணரின் சிந்தனைகளே நமக்கு உத்வேகம் அளிக்கக்கூடிய ஊற்றுப்புள்ளி என அழுத்தம் கொடுத்துச் சொன்னேன். தீண்டப்படாத சாதியைச் சேர்ந்த சம்போளிநாகதேவனுடைய வீட்டுக்குச் சென்று பிரசாதம் பெற்றுக்கொண்ட பசவண்ணரின் தனித்தன்மையைப் பாராட்டிச் சொன்னேன். இதைக் கேட்ட மாணவர்கள் மனத்தில் எழுச்சி உருவானது. அவர்கள் வகுப்பறைக்கு வெளியே பலர் ஆற்றும் எழுச்சிமிகுந்த சொற்பொழிவைக் கேட்டிருக்கிறார்களே தவிர, வகுப்பறைக்குள் எழுச்சியோடு நடத்தப்படும் பாடத்தைக் கேட்டது கிடையாது. அவர்கள் மனம் குவித்து ஆழ்ந்த கவனத்துடன் நான் நடத்திய பாடத்தைக் கேட்டார்கள். அப்போதே எட்டு மணியாகிவிட்டதால், நான் பாடத்தை முடித்துக்கொண்டு வகுப்பறையைவிட்டு வெளியே வரவேண்டியிருந்தது.

அப்போது வகுப்பறைக்குள் இருந்த ஜன்னல் பக்கமாகப் பார்த்தேன். இருளில் ஐந்தாறு பேர் நடமாடுவதுபோலத் தெரிந்தது. இருட்டாக இருந்ததால், அவர்களுடைய அடையாளம் தெரியவில்லை. ஆயினும் அவர்கள் என் பக்கமாக விரலைக் காட்டி என்னமோ பேசிக்கொண்டிருந்தார்கள். எனக்கு மதிய வேளையில் நிகழ்ந்த கோவில் நுழைவு நிகழ்ச்சிக்கும் வந்திருப்பவர்களுக்கும் ஏதேனும் தொடர்பு இருக்குமோ என்று தோன்றியது. அவர்கள் எப்படியோ என் இருப்பிடத்தைத் தேடிக் கண்டுபிடித்து இங்கே வந்திருக்கக்கூடுமோ என்கிற ஐயம்

எழுந்தது. நான் ஜன்னல்பக்கமாக வெளியே பார்த்தபடியே பாடத்தைத் தொடர்ந்து நடத்தினேன். அவர்கள் இருட்டுக்குள் எனக்காகக் காத்திருக்கத் தொடங்கினார்கள். என் நண்பர்களாக இருந்திருப்பின், தைரியமாக வகுப்பறைக்கே நேரிடையாக வந்து என்னை அழைத்திருக்கக்கூடும். இவர்கள் என் நண்பர்கள் அல்லர், எதிரிகளின் அணியினராக இருக்கலாம் என நினைத்தேன். வகுப்பறையைவிட்டு வெளியேறிச் செல்வது பாதுகாப்பானது அல்ல என்று தோன்றியது. மீண்டும் சம்போளிநாகிதேவனைப் பற்றிய பாடத்தை முன்வைத்து மாணவர்களுக்கு எவ்விதச் சந்தேகமும் எழாதபடி விளக்கமளித்தவாறு நேரத்தைக் கடத்தினேன். ஆனால் அடுத்த பாடவேளைக்கு வரவேண்டிய ஆசிரியர் வகுப்பறையின் வாசலுக்கு வந்து நின்றுவிட்டார். ஜன்னல் பக்கமாகச் சிலருடைய நடமாட்டத்தைப் பார்த்ததால் பாடத்தை நிறுத்த எனக்கு மனம் வரவில்லை. மிகவும் எழுச்சியோடு பாடத்தை மேலும் தொடர்ந்தேன். வாசலில் நின்றிருந்த ஆசிரியர் விரைவாகப் பாடத்தை முடித்துக்கொள்ளும்படி கைச்சைகை காட்டத் தொடங்கினார். மாணவர்கள் கைக்கடிகாரங்களைப் பார்க்க ஆரம்பித்தார்கள். ஜன்னல் பக்கமாகக் காணப்பட்டவர்கள் இன்னும் நடமாடிக்கொண்டிருந்தார்கள். சங்கடத்தில் அகப்பட்டுக்கொண்டேன் நான்.

தாக்குதல் நிகழ்ந்த இடத்தைநோக்கி மீண்டும்

வருவது வரட்டும் என்று துணிச்சல்கொண்டு வெளியே வந்தேன். ஜன்னல் அருகில் நின்றிருந்தவர் என் அருகில் வந்தார். அவர் என்னை மதியவேளையில் கிராமத்தில் நடைபெற்ற விழாவுக்கு விருந்தினராக அழைத்துச் சென்ற செயலாளர். இங்கே எதற்காக வந்திருக்கிறீர்கள் என்று அவரிடம் கேட்டேன். கிராமத்தில் தலித்துகளுக்கும் தலித் அல்லாதவர்களுக்கும் இடையே மோதல் இன்னும் தொடர்ந்துகொண்டிருப்பதாகவும் அந்த இரவு வேளையில் அந்தக் கிராமத்துக்கு நான் வரவில்லையென்றால் பலர் உயிரிழக்க நேரிடும் என்றும் அதனால் உடனடியாக அவருடன் கிளம்பவேண்டும் என்றும் தெரியப்படுத்தினார். தாக்குதல் நடைபெற்ற கிராமத்திலிருந்து தப்பித்துக்கொண்டு ஓடிவந்திருந்த இரண்டு சிறுவர்களை எனக்குக் காட்டினார். இவர் சொன்னதைக் கேட்டு அவர்கள் ஆமாம் என்று தலையசைத்தார்கள். "மதிய நிகழ்ச்சிக்கு வந்திருந்த மூத்த தலைவரைத் தொடர்பு கொண்டீர்களா?" என்று கேட்டேன். 'போலீஸ் அதிகாரிகளுக்குத் தொலைபேசி செய்கிறேன், ஆனால் ஊருக்கெல்லாம் உங்களோடு வருவதற்கு இயலாது,' என அவர்

சொல்லிவிட்டார் என்றார்கள். நீங்கள் ஒருவரே எங்களுடைய நம்பிக்கைக்குரிய தலைவரென்றும் ஊருக்குக் கட்டாயமாக வந்தே தீரவேண்டும் என்றும் என்னை வற்புறுத்தினார்கள். எனக்குத் துணிச்சலில்லை என்றாலும் அவர்கள் சிறிது தொலைவிலேயே நிறுத்தியிருந்த டெம்போவில் ஏறினேன். டெம்போவில் ஏற்கெனவே சிலர் ஏறி உட்கார்ந்திருந்தார்கள்.

டெம்போ தலித்துகளின் சேரியொன்றுக்குச் சென்றது. அங்கிருந்த ஒரு வீட்டில் எங்களுக்கு உணவு ஏற்பாடு செய்யப் பட்டிருந்தது. நாங்கள் அனைவரும் அங்கே சாப்பிட்டோம். கிராமமொன்றில் தலித்துகளுக்கு ஏதோ பிரச்சினை உண்டாகி யிருக்கிறது என்றும் நாங்கள் அவர்களுடைய பாதுகாப்புக்காகச் செல்கிறோம் என்றும் ஏற்கெனவே செயலாளர் அந்த வீட்டில் இருப்பவர்களிடம் தெரிவித்திருந்ததால் அவர்கள் எங்களை நல்லவிதத்தில் உபசரித்தார்கள். என்னைத் தலைவன் என்று சொல்லியிருந்ததால் மிகவும் கௌரவத்துடன் நடந்துகொண் டார்கள். அந்த வீட்டிலிருந்து புறப்படும்போது பாட்டி யொருத்தி அருகில் வந்து என் தலைமீது கையை வைத்து ஆசீர்வாதம் செய்து வெற்றிலையில் ஒரு ரூபாய் நோட்டை வைத்துக் கொடுத்தார். நான் வேண்டாம் என மறுத்தபோதும் பாட்டி வற்புறுத்தியதால் அந்தப் பணத்தை வாங்கிக்கொண்டேன்.

கள வீரர்கள்

கிராமத்தை நோக்கித் தார்ச்சாலையில் டெம்போ ஓடிக்கொண் டிருந்தது. கிராமத்தில் உள்ள இரு தரப்பினரையும் உட்காரவைத்துப் பேச்சுவார்த்தை நடத்திச் சமாதானப்படுத்திவைக்கவேண்டும் என்று மனத்துக்குள் நினைத்துக்கொண்டிருந்தேன். அடிதடி என்று இறங்கினால், வலிமையற்றவர்களே தொல்லைகளில் அகப்பட்டுக்கொள்ள நேரும் என்பதால், அமைதியே பொருத்த மான வழிமுறை என நான் நினைத்தேன். இதை டெம்போவில் இருந்த செயலாளரிடம் சொன்னபோது, அவர் உறுதியாக மறுத்துவிட்டார். டெம்போவில் மறைத்துவைத்திருந்த விதவித மான ஆயுதங்களை அவர் காட்டினார். மோதலில் இறங்கிவிடக் கூடாது என எவ்வளவோ எடுத்துரைத்தபோதும் அவர் அதைக் காதுகொடுத்துக் கேட்கும் நிலையிலேயே இல்லை. டெம்போவில் செயலாளருடன் அமர்ந்திருந்தவர்களும் அடிதடியில் பழகியவர் களாகவே காணப்பட்டார்கள். மோதலைத் தவிர்ப்பது எப்படி என நான் யோசிக்கத் தொடங்கினேன். கிராமம் நெருங்கிக் கொண்டிருந்தது.

வாழ்வின் தடங்கள்

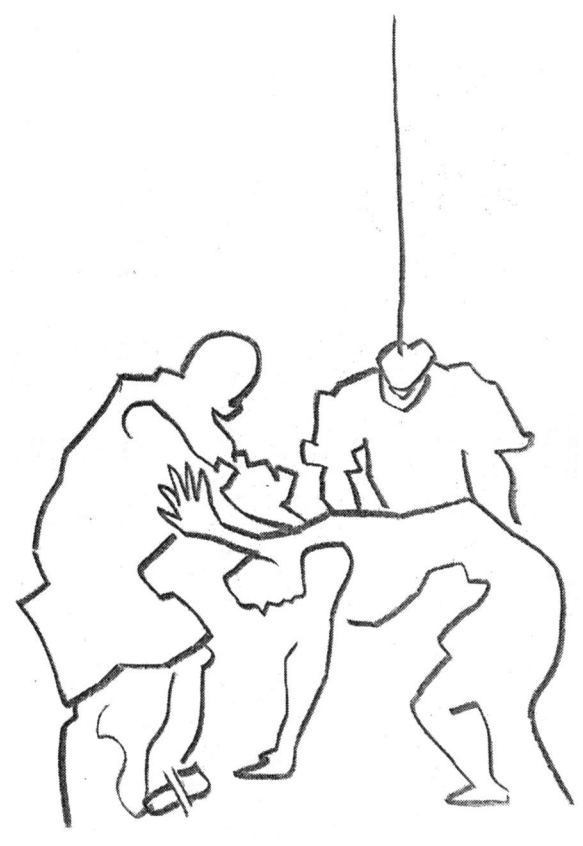

படுத்திருந்த படைகள்

திடீரென எனக்கொரு வழி தோன்றியது. ஊருக்கு அருகிலுள்ள பிரதான சாலையில் டெம்போவை நிறுத்திவிட வேண்டும். எல்லோரும் ஆயுதங்களுடன் சாலைக்கு அருகில் உள்ள நிலங்களில் படைவீரர்கள் படுத்திருப்பதுபோல ஆயுதங்களை பக்கத்தில் வைத்துக்கொண்டு தரையில் கவிழ்ந்து படுக்கவேண்டும். எங்களுடன் வந்த இரு இளைஞர்களை ஊருக்குள் அனுப்பி அங்குள்ள தலித்துகளிடம், பாதுகாப்பு வழங்குவதற்காக நாங்கள் வந்திருக்கும் செய்தியைத் தெரியப்படுத்த வேண்டும். அவர்கள் தம் பாதுகாப்புக்காக எங்களை வரச்சொன்னால்மட்டுமே கிளம்பிச் செல்லவேண்டும். இதுவே அந்த வழி. என் திட்டத்தை எல்லோரும் ஏற்றுக்கொண்டார்கள். டெம்போவை நிறுத்திவிட்டு, நாங்கள் அனைவரும் அருகில் இருந்த நிலங்களில் படுத்துக்கொண்டோம். தகவலைத் தெரிந்துகொண்டு வருவதற்காகச் சென்ற இளைஞர்கள்

வெகுநேரமாகியும் திரும்பிவரவில்லை. பொறுமையிழந்து ஊருக்குள் நுழைந்துவிடவேண்டும் என்று துடித்த இளைஞர்களை அமைதிப்படுத்தவேண்டியிருந்தது. எல்லோரும் அதை ஏற்றுக் கொண்டு, தகவலுக்காகக் காத்திருக்கத் தொடங்கினோம். சிலர் உறக்கத்தில் ஆழ்ந்தார்கள்.

நீண்ட நேரத்துக்குப் பிறகு, உயரமான நாலைந்து ஆட்கள் வருவது தெரிந்தது. அவர்கள் நம்முடைய ஆட்களே என அந்த இருட்டிலும் செயலாளர் அடையாளம் கண்டு சொன்னார். “உங்கள் பாதுகாப்புக்காக ஊருக்கு வரவேண்டுமா?” என படுத்திருந்தவர்கள் எல்லோரும் உற்சாகத்தோடு எழுந்தார்கள். ஊரிலிருந்து வந்த நாலைந்து பெரியவர்களும் ‘வேண்டாம்’ என்று சொல்லி, அவர்களுடைய உற்சாகத்தை அணைத்துவிட்டார்கள். ‘ஏன் வேண்டாம்?’ என்று கேட்டார் செயலாளர். “இத்தனை நாட்கள் ஊரில் நிம்மதியாக இருந்தோம். நீங்கள் வந்து கூட்டம் போட்டு, பிரச்சினைக்கு காரணமாகிவிட்டீர்கள். எங்கள் போக்கில் இருப்பதற்கு எங்களை விட்டுவிடுங்கள். நீங்கள் புறப்பட்டுச் செல்லலாம்“ என்று அவர்கள் கறாரான குரலில் சொன்னார்கள். வேறு வழியில்லாமல் நாங்கள் டெம்போவின் பக்கமாக நடந்தோம். என்னோடு வந்த வாகன ஓட்டி ஏதேனும் மோதல் நிகழக்கூடும் என நினைத்து அஞ்சி, நாங்கள் கீழே இறங்கி வந்துவிட்ட சமயத்திலேயே டெம்போவுடன் மாயமாக மறைந்துபோய் விட்டான்.

தலித் சங்கர்ஷ சமிதியில் கருத்து வேறுபாடு

பத்ராவதிக்கு அருகில் உள்ள காளனகட்டெ என்கிற இடத்தில் தலித் சங்கர்ஷ சமிதியின் மாநில அளவிலான மாநாடு ஒன்று நடந்தது. பெரும்பாலான தலைவர்கள் அந்த மாநாட்டில் கலந்துகொண்டார்கள். மார்க்ஸிஸ்டுகள் சாதிச்சார்புள்ளவர்கள் என்றும், அவர்களுடன் சேர்ந்து இனி ஒருபோதும் எவ்விதமான நிகழ்ச்சியும் நடத்தக்கூடாது என்றும் மாவட்ட அமைப்பாளர்கள் சிலர் மாநாட்டில் பேசினார்கள். இதைப்பற்றி அமைப்பின் சார்பாக ஒரு முடிவை எடுக்கவேண்டும் என்று அவர்கள் வற்புறுத்தினார்கள். நான் இதை எதிர்த்தேன். முற்போக்குச் சக்திகள் அனைத்தும் இணைந்தே போராட்டம நடத்தவேண்டும் என நான் எதிர்ப்பு தெரிவித்தேன். என் நண்பர்களுக்கு இது பிடிக்கவில்லை. ‘மார்க்ஸிஸ்டுகள் வர்க்கப் போராட்டத்துக்கு முக்கியத்துவம் கொடுப்பவர்கள், சாதியொழிப்புப் போராட்டத்துக்கு அவர்கள் முக்கியத்துவம் கொடுப்பதில்லை, தலித்துகள் போராட்டத்தைப் பற்றி அவர்களுக்கு எவ்விதமான ஈடுபாடும் இல்லை’ என

அத்தலைவர்கள் காரசாரமாக விவாதித்தார்கள். கம்யூனிஸத்தின் இலட்சியம் குழப்புவது மட்டுமே என்று ஒருவர் கேலி செய்தார். தலித்துகள் போராட்டம் நடைபெற்றே ஆகவேண்டும் என்பதே என் நிலைபாடு. அந்த விஷயத்துக்கே நான் அழுத்தம் கொடுத்துப் பேசினேன். என்னை மார்க்ஸியவாதிகளின் நெருக்க மான ஆதரவாளன் என நினைத்துத் தவிர்த்த நண்பர்கள், மார்க்ஸிஸ்டுகளுடன் இணைந்து இனி எவ்விதமான நிகழ்ச்சியை யும் நடத்தக்கூடாது எனத் தீர்மானிக்கும்படி பிடிவாதம் பிடித்தார்கள். அனைத்து முற்போக்குச் சக்திகளுடனும் தலித் சக்தியும் இணைந்து போராடவேண்டும் என் நான் மிகவும் தீவிரமாகப் பேசினேன். இந்த விவாதம் என்னைப் பழிதூற்றும் அளவுக்குப் போய்க்கொண்டிருந்த சமயத்தில் எஸ். கணேசனும் கெ. ராமய்யாவும் எனக்கு ஆதரவாக நின்றார்கள். இந்த விவாதத்தால் அமைப்பின் ஒற்றுமை சீர்குலைந்துவிடாதபடி அவர்கள் பார்த்துக்கொண்டார்கள். ஆனால் மறுநாளும் மார்க்ஸிஸ்டுகளைப்பற்றிய கேலிப்பேச்சும் மார்க்ஸிஸ்டு ஆதரவுக்காக என்னைப்பற்றிய விமர்சனப் பேச்சும் தொடர்ந்தன. ஆனால் விமர்சனம் செய்த என் நண்பர்களைப்பற்றி என் மனத்தில் எவ்விதமான கசப்புணர்வும் இல்லை.

எஸ். முனிஸ்வாமி அவர்களின் திருமணம்

இந்த ஊரிலேயே எஸ். முனிஸ்வாமி அவர்களுடைய திருமணம் எளியமுறையில் நடந்தது. இது மரபு எதிர்ப்புத் திருமணம். இவ்வகையான திருமணத்தை ஒருநாளும் பார்த்திராத கிராமத்தினர் ஏராளமானோர் கூடியிருந்தார்கள். திருமணம் இப்படியெல்லாம்கூட நடக்கக்கூடுமா என்பது அவர்கள் கேள்வி. இத்திருமணத்தில் வாத்தியங்களின் இசைமுழக்கம், புரோகிதரின் மந்திரங்கள், சாஸ்திர சம்பிரதாயங்கள் எதுவுமே இல்லை. கிராமத்தினர் இதை நம்புவதற்குத் தயாராக இல்லை. ஆயினும், ஆர்வத்துடன் இருந்தார்கள். அந்தத் திருமணத்தில் நான் பேசினேன். அந்தக் காலத்தில் திருமணம் நடைபெற வேண்டுமென்றால், பெரியவர்கள் பெண்ணைப் பார்ப்பதற்காகச் செல்வார்கள். பெண் தேடும் படலத்திலேயே அவர் காலில் அணிந்திருக்கும் காலணிகள் தேய்ந்துபோய்விடும். திருமணம் செய்துவைப்பதற்குள் பெரியவர்கள் படக்கூடாத கஷ்டங்களுக்கு ஆளானார்கள். இந்த எளிய திருமணத்தின் மூலம் பெரியவர்களின் சிரமங்களைக் குறைத்திருக்கிறோம். அவர்களுடைய காலணிகள் தேய்ந்துபோவதைத் தடுத்திருக்கிறோம் என்றெல்லாம் நகைச்சுவை யோடு பேசினேன். அங்கே கூடியிருந்த பெரியவர்கள் கோபம்

கொள்வதற்குப் பதிலாக விழுந்துவிழுந்து சிரித்தார்கள். இதனால் உத்வேகம் பெற்று, ஜோசியம் பார்த்து திருமணம் செய்துவைக்க வேண்டிய அவசியமில்லை என்றும் ஜோசியர்கள் பொய் சொல்கிறார்கள் அல்லது அஞ்ஞானிகளாக இருக்கிறார்கள் என்றும் சொன்னேன். இந்தக் கதை பெரியார் ராமசாமி அவர்கள் பெங்களூருக்கு வந்திருந்தபோது தம் சொற்பொழிவில் குறிப்பிட்ட ஒன்றாகும்.

சோதிடரின் மகள்

ஓர் ஆணும் ஒரு பெண்ணும் காதலித்தார்கள். இருவருமே காதல் பித்தேறியவர்கள். ஆனாலும் தம் பெற்றவர்களுக்கு இந்தக் காதல் விஷயம் தெரிந்துவிட்டால் தமக்கு என்ன நேருமோ என்கிற பயம் இருந்தது. அவர்களை இந்தப் பயம் எல்லாச் சமயங்களிலும் ஆக்கிரமித்தபடி இருந்தது. இதனால் அந்தக் காதலர்கள் அடிக்கடி சோகமயமானார்கள். ஒருமுறை அந்த இளைஞனுக்கு ஓர் எண்ணம் தோன்றியது. யாராவது நல்ல சோதிடரைப் பார்த்துப் பேசி விடை காணலாம் என்று சொன்னான். சோதிடரின் முடிவின்படி நடந்துகொள்ளலாம் என்று அவர்கள் தீர்மானித்துக்கொண்டார்கள். இளைஞன் சோதிடரைப் பார்ப்பதற்காகச் சென்றான். ஆரம்பத்திலேயே காணிக்கையை வாங்கிக்கொண்ட சோதிடர் பிரச்சினை என்னவென்று கேட்டார். ஒரு பெண்ணைக் காதலிப்பதாகவும் பெற்றவர்களுக்கு விஷயம் தெரிய வந்தால் பிரச்சினை உண்டாகி விடும் என்றும் சொல்லி, 'வழிதெரியாமல் தவிக்கும் எங்களுக்கு நீங்களே ஒரு வழிகாட்டவேண்டும்,' என்று பணிவுடன் கேட்டுக் கொண்டான். இளைஞனின் பேச்சைக் கேட்டு சோதிடர் கடகடவென்று சிரித்துவிட்டார். "இது மிகவும் எளிய பிரச்சினை, இதற்கான பரிகாரமும் மிகவும் எளிதானது" என்றும் சொன்னார். அந்தப் பரிகாரம் என்னவென்று ஆவலுடன் கேட்டான் இளைஞன். "எல்லோரும் செய்வதையே நீங்கள் இருவரும் செய்திருக்கிறீர்கள். இதற்கு மிகவும் விரைவான பரிகாரம் என்னவென்றால், இன்றைய தினமே பொழுது அடங்குவதற்குள் நீங்களிருவரும் ஊரை விட்டு வெகுதூரம் சென்றுவிடுவதுதான்" என்று ஆலோசனை வழங்கினார் சோதிடர். இளைஞனுக்கு உற்சாகம் பொங்கியது. அவன் அங்கிருந்து ஓடினான். பெண்ணை அழைத்துக்கொண்டு, ஊரைவிட்டு மனம்போன திசையில் புறப்பட்டுச் சென்றான். இன்னொரு பக்கத்தில், சாயங்காலம் ஆனதும் பணத்தை எண்ணியபடி வீட்டுக்கு வந்தார் சோதிடர். மகளைக் காணவில்லை. தேடினார். ஆட்களை அனுப்பித்

தேடும்படியும் செய்தார். அவளைக் கண்டுபிடிக்க முடியவில்லை. காலையில் தன்னிடம் சோதிடம் கேட்கவந்த இளைஞனே தன் மகளை அழைத்துச் சென்றிருக்கவேண்டும் என்கிற சந்தேகம் அவரை வாட்டியது. அந்தச் சந்தேகம் உண்மையானது. சோதிடம் அவருக்கே பதிலடி கொடுத்துவிட்டது. இந்தக் கதை, அங்கே அமர்ந்திருந்தவர்களிடையே நல்ல விளைவை உண்டாக்கியது. மூடநம்பிக்கைகளின் அடிப்படையில் நிகழும் திருமணங்களின் பொருளற்ற தன்மை அவருக்குப் புலப்படத் தொடங்கியது. அவர்கள் அனைவரும் இந்த எளிய திருமணத்துக்கு ஆதரவாக நின்று மணமக்களை வாழ்த்தினர்.

காளனகட்டெ மாநாட்டில் என்னை சன்னண்ணா வாலீகார் அவர்கள் சந்தித்தார். அவரும் சங்கர்ஷ சமிதி மாநாட்டில் பங்கு வகித்தார். மார்க்ஸிஸ்டுகளுக்கு ஆதரவாகவும் எதிராகவும் நிகழ்ந்த வாக்குவாதங்களுக்கு நடுவிலும் அவர் என்னோடு நாட்டுப்புறத் தெய்வங்களைப்பற்றி விவாதித்தபடி இருந்தார். அன்று இரவு நாங்கள் காளனகட்டெயிலிருந்து பத்ராவதிக்கு நடந்தே கிளம்பிச் சென்றோம். புரட்சிகரப் பாடல்களைப் பாடியபடி நடந்து சென்று இரவு பதினோரு மணிக்கு பத்ராவதி பேருந்து நிலையத்தை அடைந்தோம். தத்தம் ஊர்களுக்குச் சிலர் பேருந்து பிடித்தோ லாரி பிடித்தோ சென்றார்கள். நானும் கே. ராமையாவும் பெங்களூருக்குச் செல்லும் பேருந்துக்காக காத்திருக்கத் தொடங்கினோம்.

பேருந்து நிலையத்தில் உறக்கம்

நீண்ட நேரம் காத்திருந்தும்கூட பெங்களூருக்குச் செல்லும் பேருந்து வரவில்லை. லாரிகளும் கிடைக்கவில்லை. களைப்பில் கண்கள் உறங்க விழைந்தன. என் தோளில் தொங்கிக்கொண்டிருந்த பையில் செய்தித்தாள் இருந்தது. அதைப் பேருந்துநிலையத்தில் விரித்துப் பரப்பத் தொடங்கினேன். என் அருகில் இருந்த கே. ராமையா அவர்கள், நான் தரையில் செய்தித்தாளை விரித்துப் படுக்கவிருப்பதைப் புரிந்துகொண்டு வேண்டாம் என்று தடுத்தார். ஆனால் என் கண்களை உறக்கம் அழுத்தியது. நான் பேருந்துநிலையத்திலேயே படுத்துவிட்டேன். அதிகாலை வேளையில் சில்லிடவைத்துவிட்ட குளிரின் காரணமாக விழிப்பு வந்துவிட்டது. சிறிது தொலைவில் ராமையா அவர்களும் செய்தித்தாளை விரித்துப் படுத்திருப்பதைப் பார்த்தேன். நான் மீண்டும் உறங்கத் தொடங்கினேன். காலையில் கிடைத்த பேருந்தில் ஏறி பெங்களூருக்குத் திரும்பினோம்.

சித்தலிங்கையா

போலீஸ் வருகையினால் கவலை

கே.ஜி.எஃப்.பிலிருந்து ஐந்தாறு மைல்கள் தொலைவிலிருக்கும் ஒரு கிராமத்தில் தலித்துகள் கூட்டமொன்று ஏற்பாடு செய்யப் பட்டிருந்தது. பொழுது இருண்டதும் கூட்டம் தொடங்கியது. கூட்டம் நிகழ்ந்துகொண்டிருக்கும்போதே குசுகுசுவென்று எதையோ எல்லோரும் பேசிக்கொள்ளத் தொடங்கினார்கள். என்னவாக இருக்கக்கூடும் என நான் யோசித்துக்கொண்டிருக்கும்போது, சில தலித் தொழிலாளர்கள்மீது கிரிமினல் குற்றம் சுமத்தப் பட்டிருப்பதாகவும், அந்தத் தொழிலாளர்கள் இந்தக் கூட்டத்தில் இருப்பதாகவும், கூட்டத்தை நிறுத்தித் தொழிலாளர்களைக் கைது செய்துகொண்டு அழைத்துச் செல்ல போலீஸ்காரர்கள் வந்துகொண்டிருக்கிறார்கள் என்றும் தகவல் கிடைத்தது. இந்த அபாயத்திலிருந்து தப்பிக்கவேண்டுமென்றால் நிகழ்ச்சியை நிறுத்தவேண்டும் எனத் தலைவர்கள் கூறினார்கள். அச்சப்பட வேண்டிய அவசியமில்லை என்றும் குற்றம் புரிந்தவர்களுக்கு மட்டுமே தண்டனை கிடைக்கும் என்றும் சொல்லி நிகழ்ச்சியைத் தொடர்ந்து நடத்தலாம் என்றும் நான் ஆலோசனை சொன்னேன். நிகழ்ச்சி தொடர்ந்து நடைபெற்றது. நிகழ்ச்சியில் கலந்துகொண்டவர்கள் சொற்பொழிவாளர்களின் உரையைக் கேட்பதற்கு மாறாக போலீஸ்காரர்கள் வரும் திசையையே பார்த்துக்கொண்டிருந்தார்கள். அச்சத்திலேயே நிகழ்ச்சி நடந்து முடிந்தது. அந்த ஊரிலேயே இருந்த ஒரு வீட்டில் நான் தங்கினேன்.

தலித் உறவு

அதிகாலையிலேயே நண்பர்கள் என்னை எழுப்பிவிட்டார்கள். நான் கே.ஜி.எஃப்.க்கு நடந்தே செல்லவேண்டியிருந்தது. அங்கிருந்து பெங்களூருக்குப் பேருந்து பிடிக்கவேண்டியிருந்தது. இருள் பிரியாத சூழலில் பொறுமையாக கே.ஜி.எஃப். பக்கமாக நடக்கத் தொடங்கினேன். போலீஸ்காரர்கள் வருகையைப்பற்றிய கவலை மனத்தைவிட்டு நீங்கவில்லை. கே.ஜி.எஃப். சென்று சேர்ந்த சமயத்தில்தான் மக்கள் விழித்தெழுந்தார்கள். வீடுகளின் முன்னால் பெண்கள் கோலம் போட்டுக்கொண்டிருந்தார்கள். நான் தெருவில் நடந்துவந்துகொண்டிருப்பதைப் பார்த்த ஒருவன் என்னை நெருங்கி, "சார், நீங்க சித்தலிங்கையாதானே?" என்று கேட்டார். அவர் எனக்குப் பழக்கமானவர் அல்லர். சற்றுத் தயக்கமாகவே நான் "ஆமாம்" என்றேன். என் கசங்கிய சட்டையையும் தோளில் தொங்கிக்கொண்டிருந்த பையையும் பார்த்து அவர் ஆச்சரியத்தில் மூழ்கியதைப்போல தெரிந்தது. "காலை ஆறுமணிக்கு இந்தப்

பக்கம் எங்கே செல்கிறீர்கள்?" என்று கேட்டார். நிகழ்ச்சியை முடித்துக்கொண்டு, காலையில் எழுந்து பெங்களூருக்கு வண்டி பிடிப்பதற்காகச் சென்றுகொண்டிருப்பதாகச் சொன்னேன். அவர் மிகவும் உற்சாகத்துடன் தன் வீட்டுக்கு வருமாறு கேட்டுக் கொண்டார். அவர் ஒரு தலித் அதிகாரி. என்னைப் பல நிகழ்ச்சி களில் பார்த்திருக்கிறார். இன்னும் உறங்கிக்கொண்டிருந்த வீட்டு உறுப்பினர்களை எழுப்பி என்னை அறிமுகப்படுத்தினார். காலைநேரத்திலேயே சோர்வோடு தெருவில் நடந்துவந்த எனக்கு, தடுக்கி விழுந்த இடத்தில் புதையலைப் பார்த்தமாதிரி இருந்தது. குளிப்பதற்கு வெந்நீர் ஏற்பாடு செய்தார். சிற்றுண்டி ஏற்பாடுகளும் நடைபெற்றன. வழிச்செலவுக்குப் பணம் பெற்றுக்கொள்ளுமாறு வற்புறுத்தினார். பேருந்துநிலையத்தின் பக்கமாகச் சிறிது தொலைவு கூடவே வந்து விடைகொடுத்து அனுப்பினார். ஒருநாளும் நான் பார்த்தே இராத ஒரு மனிதர்

என்மீது காட்டிய அன்பும் கனிவும் இன்னும் என் நெஞ்சில் பசுமையாக நிறைந்துள்ளன.

செயல்வீரர்களின் ஓட்டம்

பெங்களூர் ஊரகப்பகுதியைச் சேர்ந்த ஒரு கிராமத்தில் தலித்துகளின் ஊர்வலமொன்றில் கலந்துகொண்டேன். இரவு பத்துமணிக்கு மேல் ஊர்வலம் தொடங்கியது. நூற்றுக்கணக்கான இளைஞர்கள் பங்கெடுத்துக்கொண்ட அந்த ஊர்வலத்தின் முன்வரிசையில் இருந்த மற்ற தலைவர்களுடன் நானும் சேர்ந்து நடந்தேன். கிராமத்துக் கோவில் வளாகத்தின் முன்பாக ஊர்வலம் போனது. அதற்கப்புறம் அங்கே கூட்டம் நிகழ்ந்தது. செயல்வீரர்கள் முழக்கம் எழுப்பியபடி வந்துகொண்டிருந்தார்கள். எதிர்பாராத விதமாக, எங்களுக்குப் பின்னால் வந்துகொண்டிருந்தவர்கள் சட்டென எங்களுக்கு முன்னால் ஓடத் தொடங்கினார்கள். "ஏன் இப்படி ஓடுகிறார்கள்?" என நான் கேட்டேன். அதன் காரணம் புரிந்தது.

வாழ்வின் தடங்கள்

ஊர்வலத்தில் வந்துகொண்டிருந்த உற்சாகமான இளைஞனொருவன் தலித் அல்லாத ஒருவருடைய வீட்டின் கூரைமீது கல்லை வீசியிருக்கிறான். ஏதேனும் கலவரம் மூளும் என முதலிலேயே ஊகித்திருந்த தலித் அல்லாத சிலர் ஆயுதங் களோடு மறைந்து உட்கார்ந்து ஊர்வலத்தைக் கவனித்தபடி இருந்திருக்கிறார்கள். ஒரு கல் விழுந்ததும் அவர்கள் ஓடிவந்து செயல்வீரர்களைத் தாக்க ஆரம்பித்துவிட்டார்கள். நாங்கள் உடனே ஊர்வலத்தை நிறுத்தி, தாக்குதல் நிகழ்த்த வந்தவர்களைப் பார்த்து, 'எங்களுடைய நோக்கம் கலவரம் செய்வதல்ல, எங்களை மன்னித்துக்கொள்ளுங்கள்,' என்று சொன்னோம். அவர்கள் அமைதியானார்கள். ஊர்வலமும் தொடர்ந்து நிகழ்ந்தது. கோவிலின் முன்னால் நிகழ்ச்சி தொடங்கியது.

முத்தினம்மா

தாக்குதல் நிகழ்த்த வந்தவர்கள் ஒருவிதமான சந்தேக மனநிலை யுடன் கூட்டத்துக்குள் வந்து உட்கார்ந்தார்கள். நான் பேசத் தொடங்கினேன். என்ன பேசுவதென்றே தெரியவில்லை. கூடியிருந்தவர்களைப் பார்த்து 'உங்கள் ஊரின் கடவுள் யார்?' என்று கேட்டேன். அவர்கள் 'முத்தினம்மா' என்றார்கள். நான் பேச்சைத் தொடர்ந்து, "இந்த முத்தினம்மா ஏழை, அவள் பூசாரியின் மீது பரவி, நகைகள், சாராயம், இறைச்சி, புடவை கேட்கிறாள். இது உண்மையல்லவா?" என்று கேட்டேன். அது உண்மையாகிவிட்டது. கூட்டத்தில் அமர்ந்திருந்தவர்கள் 'ஆமாம்' என்று பதில் சொன்னார்கள். "தனக்கே உணவில்லாத இந்தத் தாயால் நம்முடைய மீட்சி சாத்தியப்படுமா? இவள் பெயரளவில் மட்டுமே முத்தினம்மா" என்று சொன்னதுமே, கூட்டத்தில் இருந்தவர்கள் சிரிக்கத் தொடங்கினார்கள். தாக்குதல் நிகழ்த்த வந்தவர்களும் அவர்களுடன் சேர்ந்து சிரிக்கத் தொடங்கினார்கள்.

டித்லிங்டி

வடகன்னட மாவட்டத்தைச் சேர்ந்த தாலுகா நகரில் ஒரு நிகழ்ச்சி ஏற்பாடாகியிருந்தது. அந்தப் பகுதியைச் சேர்ந்த நண்பர்கள் நிகழ்ச்சிக்கு அவசியம் வரவேண்டும் என கேட்டுக்கொண்டார்கள். என்னை அழைத்தவர்கள் ரயில் பயணத்துக்குத் தேவையான பயணச்சீட்டுகளையும் பதிவு செய்து என்னிடம் கொடுத்தார்கள். அவர்களுடைய அன்புக்குக் கட்டுப்பட்டு, நான் அந்த அழைப்பை ஏற்றுக்கொண்டேன். முதல்நாள் இரவு புறப்படுவதற்குத் தயாரானேன். இரவு பத்துமணிக்குப் புறப்படும் ரயிலில் நான்

கிளம்பவேண்டும். ஒன்பது ஐம்பதுக்கு ரயில்நிலையத்தை அடைந்து, பதிவுசெய்யப்பட்டிருந்த பெட்டியின் முன்னால் நின்று, பட்டியலில் எனது பெயரைத் தேடினேன். எவ்வளவு தேடியும் என் பெயரைக் கண்டுபிடிக்க முடியவில்லை. அதே ரயில். அதே பெட்டி. ஆனால் என் பெயர் மட்டும் இல்லை.

எதற்கும் இருக்கட்டும் என என் பயணச்சீட்டிலிருந்த எண்ணை அந்தப் பட்டியலில் தேடினேன். அதிர்ஷ்டவசமாக அந்த எண் கிடைத்துவிட்டது. ஆனால் அந்த எண்ணுக்கு முன்னால் டித்லிங்டி என்ற பெயரிருந்தது. பெயர் எப்படி இருந்தால் என்ன, எண் சரியாக இருக்கிறதல்லவா என்று மனத்தைத் தைரியப்படுத்திக்கொண்டேன். அந்த எண்ணுக்குரிய இருக்கையில் உட்கார்ந்தேன். வேறொரு பெயரில் பிரயாணம் செய்கிறோம் என்கிற அச்சம் கவிந்திருந்தது. ஒருவேளை டித்லிங்டி என்கிற ஆள் வந்து இது தன்னுடைய இடம் என்று சொன்னால் என்ன செய்வது என்கிற அச்சமும் இருந்தது. ஆனால் அன்று இரவு நான் பிரயாணம் செய்தாகவேண்டியிருந்தது. ரயில் நகரத் தொடங்கியது. விரைவில் தூங்கிவிடுவது நல்லது என எண்ணித் தூங்கிவிட்டேன். தூக்கத்தில் யாரோ 'டித்லிங்டி டித்லிங்டி' என்று அழைப்பதுபோல தோன்றியது. நான் சட்டென்று விழித்துப் பார்த்தேன். பயணச்சீட்டு பரிசோதகர் பெயர்சொல்லி அழைத்தபடி நின்றிருந்தார். 'யாருங்க டித்லிங்டி ?" என்று கேட்டார். என் பயணச்சீட்டைப் பரிசோதிக்க அவர் எழுப்பியபோதும் நான் விழிக்கவில்லை. கடைசியில், அந்தப் பட்டியலில் இருந்த பெயரைப் பார்த்து அழைத்துவிட்டார். டித்லிங்டி என்கிற பெயரைக் கேட்டு எனக்கு ஆச்சரியமாக இருந்தது. பெட்டியில் இருந்த இரண்டுமூன்று பிரயாணிகள் என்னைவிட ஆச்சரியத்தோடு என்னைப் பார்த்தார்கள். அப்படி பார்த்துக்கொண்டிருந்தவர்களில் ஒருவனை இதற்கு முன்னால் பார்த்ததும் பேசியதும் நினைவுக்கு வந்தது. அவன் என்னைப் பார்த்துப் புன்னகைக்க முயற்சி செய்தான். நான் குழப்பத்துடன் காணப்பட்டதால், அவனும் குழம்பிவிட்டான். இவன் எப்போது பெயரை மாற்றிக்கொண்டான், ஏன் மாற்றிக்கொண்டான் என்றெல்லாம் அவன் யோசிப்பதுபோலத் தோன்றியது. நான் புத்த மதத்தைத் தழுவியிருக்கலாம் என்றும் அதனால் பெயரை மாற்றிக்கொண்டிருக்கலாம் என்றும் மனத்துக்குள்ளேயே யோசிப்பதுபோல அவன் முகம் காணப்பட்டது. இவனுக்கு இதைவிட நல்ல பெயர் கிடைக்கவில்லையோ என்றும் அவன் யோசித்திருக்கக்கூடும். படிப்படியாக அவன் குழப்பம் மெல்ல மெல்லத் தணியத் தொடங்கியது. பயணச்சீட்டை வாங்கிப் பரிசோதித்த டி.டி., போர்வையை இழுத்துப் போர்த்திக்கொண்டு

படுத்திருந்த என்னை யாரோ நாகாலாந்துக்காரன் அல்லது மணிப்புரிக்காரன் என்று நினைத்துக்கொண்டான் என்று தோன்றியது. என்னைப் பார்த்தபடி, இவன் ஏன் இந்தப் பெயரை வைத்துக்கொண்டிருக்கிறான் என்று அச்சத்தோடு பார்க்கத் தொடங்கினான். அறிமுகமான ஆளின் பார்வையையும் டி.டி.யின் பார்வையையும் எதிர்கொள்ளமுடியாமல் நான் உள்ளூரத் தடுமாறினேன். ஆயினும், எதுவும் நிகழாததுபோன்ற முகபாவனையோடு படுத்துவிட்டேன். காலையில் எழுந்ததும், அறிமுகமான ஆள் என்னுடன் பேசுவதற்கு முயற்சி செய்தபோதும் நான் அதற்கு வாய்ப்பு கொடாமல் தப்பித்துவிட்டேன்.

நாகண்ணாவுக்கு வணக்கம்

மற்றொரு நிகழ்ச்சியில் எனக்கு விசித்திரமான அனுபவமொன்று நேர்ந்தது. மிகவும் மிடுக்காக ஆடையணிந்திருந்த ஒருவர் வரவேற்புரையை நிகழ்த்தத் தொடங்கினார். முதலில் மேடையின் மீதிருந்த விருந்தினர்களை வரவேற்றார். பிறகு, "திரு. நாகண்ணா அவர்கள் இல்லையென்றால், இந்த நிகழ்ச்சியை நடத்துவது சாத்தியமாகியிருக்காது. திரு. நாகண்ணா அவர்களுக்கு நன்றி" என்று சொன்னார். நாகண்ணா என்னும் பெயரை அவர் சொன்னபோது கூட்டத்தில் இருந்த சில ஆர்வலர்கள் அலுத்துக்கொண்டார்கள். ஆயினும், தம் விருப்பமின்மையை எல்லோரும் பார்க்கும்வகையில் காட்டிக்கொள்ளவில்லை. வரவேற்பாளர் மீண்டும் நாகண்ணனின் பெயரைக் குறிப்பிட்டார். நாகண்ணாவின் வீட்டில் தேநீர் விருந்தோடு இந்த நிகழ்ச்சி நடைபெறவேண்டும் என்று தீர்மானமாயிற்று. வேறொரு நாள், சங்க உறுப்பினர்கள் எல்லோருக்கும் நாகண்ணாவின் வீட்டில் சிற்றுண்டிக்கு ஒழுங்கு செய்யப்பட்டிருந்தது. இதையொட்டி, "திருமதி நாகண்ணா அவர்களுக்கும் நாங்கள் நன்றிக்கடன் பட்டிருக்கிறோம்" என்றார். இச்சமயத்தில் சில ஆர்வலர்களுடைய சீற்றம் அதிகரித்தது. "நாகண்ணாவைப்பற்றி அதிகம் பேச வேண்டாம். எங்களுடைய பொறுமைக்கும் ஓர் எல்லை இருக்கிறது" என்று ஒருவர் சொன்னார். மேடையில் அமர்ந்திருந்த நான் இதையெல்லாம் கவனித்தேன். சீற்றமுற்ற ஓர் ஆர்வலரை அருகில் அழைத்து, "நாகண்ணா அவர்கள் இந்த நிகழ்ச்சிக்கு ஏதேனும் உதவி செய்திருந்தால், இரண்டு வார்த்தை பாராட்டிப் பேசிவிட்டுப் போகட்டுமே, விடுங்கள்" என்று சொன்னேன். நான் சொல்வதைக் கேட்ட ஆர்வலர் அமைதியடைவதற்கு மாறாக சீற்றம் கொண்டார். நாகண்ணாவைப்பற்றிய பேச்சை வரவேற்பாளர் மறுபடியும் தொடர்ந்தால், நிகழ்ச்சியையே நிறுத்திவிடுவதாகச் சொன்னார். ஆச்சரியத்துடன் நான்

அந்த ஆர்வலரிடம், "அப்படியென்றால் நாகண்ணா இந்த நிகழ்ச்சிக்கு எந்தவிதமான உதவியும் செய்யவில்லையா?" என்று கேட்டேன். அப்போது அந்த ஆர்வலர், "சார், அந்த நாகண்ணா வேறு யாருமில்லை. வரவேற்புரை ஆற்றுகிற ஆள்தான் நாகண்ணா. தன்னையும் தன் மனைவியையும் தானே புகழ்ந்துகொள்வது சரியா?" என்று கேட்டார். நான் ஆச்சரியத்தில் மூழ்கிவிட்டேன். வரவேற்புரையாற்றிய நாகண்ணாவின் பேச்சால், மற்ற ஆர்வலர்கள் கோபமுற்றார்கள். இந்தப் போக்கைப் புரிந்துகொண்ட நாகண்ணா தன் உரையைச் சட்டென நிறுத்திக்கொண்டார்.

நிகழ்ச்சி முடிந்ததும் நான் நாகண்ணாவை அழைத்து, "நீங்கள் ஏன் இப்படி செய்தீர்கள்?" என்று கொஞ்சம் தயக்கமாகவும் கொஞ்சம் கிண்டலாகவும் கேட்டேன். அதற்கு நாகண்ணா சொன்ன பதில் விசித்திரமாக இருந்தது. "சார், இந்த ஆட்களுக்கு நன்றியுணர்ச்சி என்றால் என்ன என்பது கொஞ்சம்கூட தெரியவில்லை. உதவி செய்தவர்களை நினைத்துக்கொள்வது என்பது இவர்களுடைய இயல்பிலேயே இல்லை. அதனால் என்னை நானே புகழ்ந்துகொண்டேன்" என்றார். அவருடைய வாதத்திறமை எனக்குப் பிடித்திருந்தாலும் நான் அமைதியாக இருந்தேன். இது மனிதன் தன் இருப்பை நிலைநாட்டிக்கொள்ளும் வழியாக இருக்கக்கூடுமோ என்று யோசிக்கத் தொடங்கினேன்.

என்னங்க மிஸ்டர்

இதேபோன்ற அனுபவம் வேறொரு ஊரிலும் நிகழ்ந்தது. ஆயிரக் கணக்கான மக்கள் திரண்டிருந்த அந்த நிகழ்ச்சியில் ஒரு நண்பர் வரவேற்புரை நிகழ்த்தினார். மேடையில் விருந்தினர்கள் அமர்ந்திருந்தார்கள். வரவேற்பாளர் விருந்தினர்களின் பெயர்களைக் குறிப்பிட்டு திருவாளர். இன்னாருக்கு மாலையணிவிக்கப்படும் என்று சொன்னார். அவர் குரலை அழுத்திப் பெயரை உச்சரிக்கும்போதே நிகழ்ச்சியமைப்பாளர்களில் ஒருவர் அந்த விருந்தினருக்கு மாலையணிவித்தார். பிறகு, வரவேற்பாளர் இப்போது எஞ்சினீயரான திரு. ராமண்ணா அவர்களுக்கு மாலையணிவிக்கப்படும் என்று சொன்னார். அமைப்பாளர்களில் ஒருவர் மாலையை எடுத்துச் சென்று மேடையில் அமர்ந்திருந்த ஒருவருக்கு மிகுந்த மரியாதையுடன் அணிவித்தார். ஆனால் மேடையின்மீது அமர்ந்திருந்த இன்னொரு பிரமுகர் எழுந்து எல்லோருக்கும் கேட்கும்படியான குரலில் அமைப்பாளரின் பக்கம் திரும்பி, "என்னங்க மிஸ்டர், நான்தான் ராமண்ணா. அதுகூட உங்களுக்குத் தெரியவில்லையா?" என்று கோபமாகக்

கேட்டார். அமைப்பாளர் அவரிடம் மன்னிப்பு கேட்டுக்கொண்டு, அவருக்கு மாலையை அணிவித்தார். வரவேற்புரை நிகழ்த்திய ஆள் இப்போது தாசில்தாரான ராஜண்ணாவுக்கு இன்னார் மாலையணிவிப்பார் என்று சொல்லிக்கொண்டிருக்கும்போதே, இதற்கு முன்பு ஒரு விருந்தினருக்கு நேர்ந்த நிலையைப் பார்த்த அனுபவத்தால் எச்சரிக்கை கொண்ட ராஜண்ணா அவர்கள் மாலையை எடுத்துவந்த அமைப்பாளரை நோக்கி, "ஐயா, நான் ராஜண்ணா. இங்கே இருக்கிறேன், வாங்க" என்று எவ்விதமான கூச்சமுமின்றி அழைத்துச் சொல்லி மாலையை ஏற்றுக்கொண்டார். மேடைமீது உட்கார்ந்திருந்த சில விருந்தினர்கள் ராஜண்ணா அவர்களின் புத்திசாலித்தனத்தைப் பாராட்டினர். வேறொரு விருந்தினர், தன் பெயரை அறிவித்தபோது அமைப்பாளரை அழைத்து தனக்கு மாலையணிவிக்கும்படி சொல்வது தன் கௌரவத்துக்கு இழுக்கு என்று எண்ணி, அமைப்பாளர் தன்னைத் தெரிந்துகொள்வதற்கு வசதியாக அவர் பக்கமாகக் கையைத் தூக்கி அசைக்கத் தொடங்கினார். டாட்டா காட்டுவதுபோல கையை அசைப்பதன் ரகசியத்தை அறிந்துகொண்ட அமைப்பாளர் அவருக்கு மாலையை அணிவித்தார்.

மக்கள் வெள்ளத்தில் ஒரு துளி

தொட்டபெல்லாப்பூரில் தலித் மாநாடொன்று நடைபெற்றது. வழக்கம்போல நானும் ஒரு சொற்பொழிவாளன். மாநாடு நடைபெறவிருந்த அரங்கத்துக்கு இரண்டு கிலோமீட்டர் தொலைவிலிருந்து ஊர்வலமாக நடந்துசெல்ல வேண்டியிருந்தது. ஊர்வலம் தொடங்கவிருக்கும் இடத்துக்கு நான் சென்றேன். சில தொண்டர்கள், வெயிலில் நீங்கள் ஊர்வலத்தில் வர வேண்டாமென்றும் மாநாடு நிகழவிருக்கும் அரங்கத்துக்கு நேராகவே சென்றுவிடலாம் என்றும் சொன்னார்கள். நான் அதற்கு ஒத்துக்கொள்ளவில்லை. ஊர்வலத்தில் கலந்து கொள்வதாகச் சொன்னேன். என் பிடிவாதத்தைப் பார்த்த தொண்டர்கள், முக்கிய விருந்தினர் என்பதால் ஊர்வலத்தின் முன்வரிசையில் இருக்கவேண்டும் என்றார்கள். நான் அதையும் ஏற்றுக்கொள்ளவில்லை. எல்லோரோடும் கூட்டத்தோடு கூட்டமாக முடிந்த அளவுக்குப் பின்னால் என் விருப்பம்போல வருவதாகச் சொன்னேன். என் பேச்சுமுறை சிலருக்குப் பிடித்துவிட்டதால், உங்களுடைய விருப்பம்போல வாருங்கள் என்று சொல்லி என் விருப்பம்போல நடந்துகொள்ள விட்டுவிட்டார்கள். மூன்று வரிசைகளில் வந்துகொண்டிருந்த ஆயிரக்கணக்கான மக்களிடையே சேர்ந்துகொண்டு ஊர்வலத்தில் நடந்தேன். ஆண்கள், பெண்கள், சிறுவர்கள் எல்லோரும் உற்சாகத்தோடு

நடந்துகொண்டிருந்தார்கள். முழக்கங்கள் மேகத்தைத் தொடும் அளவுக்கு எழுந்தன. 'அனைத்துச் சாதிகளின் ஏழைகளும் தலித்துகளே,' என்ற எண்ணம்கொண்ட எனக்குப் பிடித்தமான முழக்கங்கள் அங்கே முழங்கப்படுவதைக் கேட்டேன். மக்கள் பாடிக்கொண்டு வந்த பாடல்களைக் கேட்டு, இவை நான் எழுதிய பாடல்கள் என்னும் பெருமிதமான உணர்வை எனக்குள் உருவாக்கியது. மக்கள்கடலில் ஒரு துளியாக நான் தொடர்ந்து நடந்துகொண்டிருந்தேன். எனக்குப் பக்கத்து வரிசையில் சின்னஞ்சிறிய கைக்குழந்தை ஒன்றை இடுப்பில் ஏந்தியபடி ஒரு பெண் முழக்கமெழுப்பியபடி வந்துகொண்டிருந்தாள். அந்தக் குழந்தைக்கு ஒரு வயது இருக்கலாம். அந்தச் சகோதரியின் உற்சாகம் பாராட்டுக்குரியதாக இருந்தது. வீட்டில் குழந்தையைப் பார்த்துக்கொள்ள யாரும் இல்லை என்பதால் குழந்தையோடு இவள் ஊர்வலத்தில் கலந்துகொண்டிருக்கலாம் என நான் ஊகித்தேன். பிறந்து ஒரே ஆண்டுக்குள் போராட்டவழிக்கு வந்துவிட்ட இந்தக் குழந்தை புண்ணியம் செய்திருக்கிறது என்று தோன்றியது. நான் குழந்தையைக் கவனிப்பதை அந்தச் சகோதரியும் பார்த்தாள். குழந்தையைத் தூக்கிக்கொண்டு வந்ததில் அவள் கைகள் சோர்ந்திருக்கக்கூடும் என்று நினைத்தேன். 'இந்தக் குழந்தையைக் கொஞ்ச நேரம் வைத்திருங்கள்,' என்று சொன்னபடி அந்தச் சின்னஞ்சிறிய குழந்தையை என்னிடம் கொடுத்தாள். நான் அக்குழந்தையைத் தூக்கிக்கொண்டு வரிசையில் நடந்தேன். அந்தச் சகோதரி நிம்மதியாக உணர்ந்திருக்கவேண்டும். இன்னும் உரத்த குரலில் உறுதியோடு முழக்கமிட்டபடி அவள் நடந்தாள்.

உருவமும் உடைகளும்

ஊர்வலம் அரங்கத்தை அடைந்தபிறகு, அந்தத் தாய் தன் குழந்தையை வாங்கிக்கொண்டாள். நிகழ்ச்சி தொடங்கும் வேளையில் நான் மேடைக்குச் சென்றேன். எழுச்சிமிகுந்த வகையில் என் சொற்பொழிவு அமைந்தது. அரங்கத்தில் இருந்தவர்கள் என் உரையைக் கேட்டு உற்சாகமான வகையில் எதிர்வினை புரிந்தார்கள். மேடையில் என் அருகில் அமர்ந்திருந்த முனைவர். டி.ஆர். நாகராஜ் அவர்கள், "கவிஞரே, மிக அருமையாக பேசினீர்கள், நீங்கள் பேசும்போது அரங்கக் கட்டடமே நடுங்கியது. ஒல்லியான தோற்றத்துடன் காணப்படும் நீங்கள் சொற்பொழிவாற்றுவதை மக்களால் நம்பவே முடியவில்லை. அதனால், நீங்கள் சற்றே பருமனாகவேண்டும்" என்று கிண்டல் செய்தார். ஆனால் அவருக்கு அருகில் உட்கார்ந்திருந்த இன்னொரு விருந்தினர், "இல்லை, கவிஞர் இப்படித்தான் இருக்கவேண்டும். சாரு மஜூம்தார் மெலிந்தும் குள்ளமாகவும்தான் இருந்தார்"

என்று சொல்லி என்னை அமைதிப்படுத்த முயற்சி செய்தார். இப்படி சொன்ன விருந்தினர் நக்சல்பாரி போராட்டத்துக்கு ஆதரவான மனநிலையில் இருப்பதுபோலத் தோன்றினார். டி.ஆர். நாகராஜ் உள்ளார்ந்த அன்புடன் என் உருவத்தைப்பற்றிக் கிண்டல் செய்ததால், நக்சலைட்டுகளுக்கு ஆதரவான நிலைபாடுள்ள நண்பர் என் உருவத்துக்குத் தத்துவ வடிவத்தைக் கொடுத்தார். இந்த உரையாடல் மேடை மீதே அடங்கிய குரலில் தொடர்ந்தபடி இருந்தபோது, அரங்கத்தின் நடுவிலிருந்து ஒரு பெண்மணி குற்ற உணர்ச்சியோடு என் பக்கமாகப் பார்ப்பது தெரிந்தது. அந்தச் சகோதரி ஊர்வலத்தில் தன் குழந்தையை என் கையில் கொடுத்துவிட்டு, சற்றே களைப்பு தீர்ந்தபிறகு, முழக்கமிட்டபடி வந்தவள். மதிப்புக்குரிய ஒருவரிடம் குழந்தையை வைத்துக்கொள்ளுமாறு சொல்லிவிட்டதால் கூச்சமும் மதிப்புக் குரிய ஒருவர் தன் குழந்தையைத் தூக்கிக்கொண்டு வந்ததில் மகிழ்ச்சியும் அந்தக் கூலிக்கார சகோதரியின் முகத்தில் தெரிந்தன. அந்தத் தாய் குழந்தையை வைத்துக்கொள்ளுமாறு சொன்னதோ, நான் அந்தக் குழந்தையை வைத்துக்கொண்டபடி ஊர்வலத்தில் வந்ததோ, எதுவுமே தப்பு என்று தோன்றவில்லை. குழந்தையை வைத்துக்கொண்டு வெகுதொலைவு நடந்து பழக்கமில்லாத எனக்கு அவ்வப்போது கைவலி வந்தாலும், அது எனக்கு மகிழ்ச்சியையே கொடுத்தது. ஏனென்றால், நானும் ஒரு கூலிக்கார அம்மா அப்பாவுடைய பிள்ளை; தொழிலாளர் வர்க்கத்தி லிருந்து வந்தவன். அந்த உணர்வு எப்போதும் என் நெஞ்சுக்குள் நீங்காத இடம்பெற்றிருக்கிறது. இந்த மனநிலையால், போலிக் கௌரவத்தால் உருவாகக்கூடிய பல மனத்துயரங்களை அகற்றிக் கொண்டேன். ஆனால் மேடைமீது இருந்த இரண்டு விருந்தினர்கள் என் உருவத்தைப்பற்றிக் குறிப்பிட்டதையும் புறக்கணிக்க முடியாது. என்னுடைய உருவத்தோற்றமும் எளிய உடைகளும் தன் குழந்தையைத் தூக்கிவைத்துக்கொள்ளுமாறு அந்தச் சகோதரி சொல்வதற்குத் தூண்டுகோலாக இருந்திருக்குமோ, இருந்தாலும் இருக்கலாம். இந்த நாட்டில் ஏழைகளிடையேயும் எளிய சமூகத்தினரிடையேயும் என்னையும் ஒருவனாக வைத்து, உயர்சமூகத்திலிருந்து வேறுபடுத்திக் காட்டும் என்னுடைய உருவத்தைப்பற்றியும் உடைகளைப்பற்றியும் என் மனத்தில் மிகுந்த அளவில் மகிழ்ச்சி பொங்கியது.

ஏ.கே. ஏன்?

இவ்வாறெல்லாம் நான் யோசனைகளில் மூழ்கியிருக்கும் சமயத்தில் அங்கிருந்த தலித் தலைவி ஒருவர் மேடையில் ஏறி ஒலிவாங்கியின் முன்னால் நின்று சொற்பொழிவாற்றத்

தொடங்கினார். அங்கிருந்த ஏனைய தலைவர்களைவிடவும் அவர் மிகவும் இயல்பாக உரையாற்றினார். அன்றைய சொற்பொழிவில் அவர் சொன்ன கருத்து என் மனத்தில் எப்படியோ பதிந்துவிட்டது. அது மிகவும் எளியதாகவும் சிரிப்புக்குரியதாகவும் தோன்றலாம். அந்தக் காரணத்துக்காகவே அது இன்னும் என் மனத்தில் அழுத்தமாகப் பதிந்திருக்கிறது. அப்போது சிரிப்புக்குரியதாகத் தோன்றிய அந்த விஷயம் படிப்படியாக மிகமுக்கியமான ஒன்றாகத் தோன்றத் தொடங்கியது. அவர் பேசும்போது, "நம் மக்களை ஏனைய சாதிக்காரர்கள் எந்தக் காரணத்துக்காக ஏ.கே. என்று அழைக்கிறார்கள்?" என்று கேட்டார். 'ஆதி கர்நாடக' என்னும் சொல்லின் ஆங்கில வடிவத்துடைய சுருக்கமாக 'ஏ.கே.' என்று மாறிவிட்டது என்கிற விஷயம் எல்லோருக்கும் தெரிந்தே இருந்தது. ஆனால் அந்தப் பேச்சாளர் கொடுத்த விவரணை மிகவும் நன்றாக இருந்தது. "எவ்வளவு வற்புறுத்தினாலும் நம்

சமூகத்தினர் எந்தக் கருத்தையும் ஏற்றுக்கொண்டதில்லை. இப்போதும் ஏற்றுக்கொள்வதில்லை. கடவுள், சாதி, தீண்டாமை, அநியாயம், பலவீனம் என எப்படிப்பட்ட விஷயமாக வேண்டு மானாலும் இருக்கலாம். அவர்கள் எல்லாவற்றையும் 'ஏன் இப்படி செய்கிறீர்கள்?' என்று மேலே இருப்பவர்களைப் பார்த்துக் கேள்வி கேட்கிறார்கள். மேலே இருப்பவர்கள் இந்தக் கேள்விக்கு விடை கொடுக்காமல் குழப்பமடைகிறார்கள். அதனால் இவர்கள் ஏன் என்று கேட்பதைக் கேட்டுக்கேட்டு போதும்போதுமென்றாகி, (ஏன் என்பதற்கு இணையான கன்னடச்சொல் 'ஏகே' என்பதாகும்) இந்தச் சமூகத்தினருக்கே ஏ.கே. என்று பெயர் சூட்டிவிட்டார்கள்" என்று சொன்னார். அந்தப் பேச்சாளர் சொன்ன விஷயம் அந்தக் கணத்தில் நகைச்சுவையாகத் தோன்றினாலும் அதில் ஒரு தத்துவம் அடங்கியிருப்பதாகத் தோன்றியது. தலித் வகுப்பினர், சமூகத்தின் எல்லாவிதமான மதிப்பீடுகளையும் கேள்விக்குட்படுத்திய புரட்சிமனப்பான்மையினர். இந்த விஷயத்தை அந்தச் சகோதரி கள்ளங்கபடமில்லாமல் சொல்லிவிட்டார். ஆனால் பெரிய படிப்பாளிகள் எனத் தம்பட்டம் அடித்துக்கொள்ளும் சில தலித்துகள் அத்தகு மதிப்பீடுகளுக்குத் தானாகவே சரணடைவதைப் பார்க்கும்போது துயரமாக இருக்கிறது.

வாகன ஓட்டிக்கு அடி

வீடு சின்னதாக இருந்ததோடு மட்டுமில்லாமல் கோடைக் காலமாகவும் இருந்ததால், இரவு கவியத் தொடங்கியதும் மக்களெல்லோரும் ஒவ்வொருவராக தம் வீடுகளுக்கு முன்னால் தெருவோரமாக பாயை விரித்துப் படுக்கத் தொடங்கினார்கள். நள்ளிரவில் எழுந்து பார்த்தால், தெருமுழுதும் பெண்கள், ஆண்கள், குழந்தைகள் எல்லோரும் தாறுமாறான கோலங்களில் படுத்திருக்கும் காட்சியைப் பார்க்கமுடியும். இப்படி ஆட்கள் படுத்திருக்கும்போது, திசைமாறி வந்த ஒரு டெம்போ எங்கள் தெருவோரமாக வந்தது. வாகனத்துக்கு வழிகொடுக்கும் வகையில் உறங்கிக்கொண்டிருந்த மக்கள் விழித்தெழும்படி பாம்பாம் என்று நிறுத்தாமல் ஒலியெழுப்பத் தொடங்கினான். ஒன்றிரண்டு பேர் விழித்தெழுந்து வேறு பக்கமாகச் செல்லும்படி வாகன ஓட்டியிடம் சொன்னார்கள். இந்தத் தெருவில் செல்வது தன் உரிமை என்னும் வகையில் வாகன ஓட்டி பதில் சொன்னான். இவ்வளவு பேர் படுத்திருக்கும்போது, தூக்கத்திலிருந்து எழுப்புவது நல்லதல்ல என்று நயமான குரலிலேயே எடுத்துரைத்தார்கள். வாகன ஓட்டி மது அருந்தியிருந்தான். தோரணையோடு வாகனத்திலிருந்து இறங்கி வழியை மறித்துக்கொண்டு உறங்குவது சரியல்ல என்று கூச்சலிடத் தொடங்கினான். உறங்கிக்கொண்டிருந்த

இன்னும் சிலர் விழித்தெழுந்தார்கள். அவர்களில் சிலர் மது அருந்திவிட்டு உறங்கியவர்கள். தம் உறக்கத்தைக் கெடுத்த மனிதனின்மீது அவர்கள் புலியைப்போலப் பாய்ந்தார்கள். வாகன ஓட்டிக்கு அடிவிழத் தொடங்கியது. சின்னப் பிரச்சினை பெரிய மோதலாக மாறியது. இன்னும் பலர் விழித்தெழுந்தார்கள். வாகன ஓட்டியைத் தாக்கியதுமட்டுமில்லாமல், டெம்போவில் உட்கார்ந்திருந்த இன்னொருவனையும் பிடித்து அடித்தார்கள். சில பெரியவர்கள் இடையில் புகுந்ததால், ஒருவாறாக மோதல் தணிந்தது. வாகன ஓட்டி தன் டெம்போவைத் திருப்பிக்கொண்டு போனான். டெம்போ கலாட்டாவால் விழித்துவிட்ட மக்களுக்கு வெகுநேரம் வரைக்கும் உறக்கம் வரவில்லை. இந்தச் சம்பவம், அவர்களுடைய ஆற்றலைப்பற்றியும் ஒற்றுமையைப்பற்றியும் ஒருவித தன்னம்பிக்கையை அவர்களிடையே உருவாக்கியது. தாமாக யாருடைய வம்புக்கும் போவதில்லை. தம்மைச் சீண்டுவதற்கு வந்தவர்களைச் சும்மா விடுவதுமில்லை என்றெல்லாம் அவர்கள் பேசிக்கொண்டார்கள். ஒவ்வொருவரும் மற்றவர்களின் உடல்வலிமையைப் பாராட்டிப் புகழ்ந்து பேசிக் கொண்டார்கள்.

தெருவில் உறக்கம்

கோடைக் காலத்தில் இரவு வேளையில் நான் தெருவிலேயே படுப்பேன். கோடையில் தெருவில் வெட்டவெளியில் அல்லது மொட்டைமாடியில் உறங்குவதில் பல நன்மைகள் இருக்கின்றன. இரவு நேரத்தில் வெளியே உறங்குவதால் புழுக்கத்திலிருந்து தப்பித்துக்கொள்ள முடியும். குளிர்ந்த காற்று உடலைத் தீண்டும்போது, வாழ்க்கையே முழுமையடைந்ததுபோன்ற எண்ணம் மனத்தில் எழும். முழுநிலவு நாளாக இருந்தால், வெண்ணிலவை மனம்நிறைய பார்த்துக்கொண்டே இருக்கலாம். நம் உடல்மீது வெண்ணிலவின் ஒளி படியும்போது, நிலவின் வலையில் இருப்பதைப்போல உணரமுடியும். நீலவானில் நட்சத்திரக்கூட்டத்தைப் பார்த்தபடியும் அவற்றை அடையாளம் கண்டுபிடித்தபடியும் படுத்துக் கிடக்கலாம். நிலவைக் கண்ணாரப் பார்க்கலாம். கிராமத்தில் கோடை நாட்களில் நான் திண்ணையில் படுத்திருப்பேன். தூக்கம் வரும்வரைக்கும் என் பாட்டி கதைகளைச் சொல்வதுண்டு. நிலவில் இருக்கும் முயலைப்பற்றிய கதையைச் சொல்வாள். ஒவ்வொரு நட்சத்திரத்தைப்பற்றியும் ஒவ்வொரு விஷயம் என் பாட்டிக்குத் தெரிந்திருந்தது. வானத்தைப்பற்றிய கதைகளின் களஞ்சியமாக அவள் இருந்தாள். இவ்வாறு நட்சத்திரங்கள் நிறைந்த நீலவானத்தை மல்லாந்து பார்த்தபடிப் படுத்திருக்கும்போது, கற்பனைப்பறவைகள்

சிறகடித்துப் பறக்கத் தொடங்கிவிடும். அவர்கள் நிலவுக்கு நெருக்கமானவர்களாக மாறிவிடுவார்கள். தெருவில் நான் படுத்திருக்கும்போது, இத்தகு இன்பத்தை அனுபவித்திருக்கிறேன். மக்கள்கூட்டமே தெருவில் படுத்திருக்கும்போது, பாதுகாப்பு என்கிற கேள்விக்கே இடமில்லை. சூரியன் எழும் சமயத்தில் கொஞ்சம் குளிர ஆரம்பிக்கும். அப்போது சிலர் வீட்டுக்குள் சென்று படுத்துக்கொள்வார்கள். குளிர் பரவத் தொடங்கும் அந்நேரத்தில் நான் விழித்துக்கொள்வேன். ஆனால் என் சோம்பலாலோ வானத்தின்மீதான ஆசையினாலோ வீட்டுக்குள் செல்லாமல் தெருவிலேயே படுத்திருப்பேன்.

ஒருநாள் ஆழ்ந்த உறக்கத்தில் இருந்தேன். விடிந்திருப்பதைக்கூட நான் உணரவில்லை. இரவு வேளையில், தெருவில் படுத்திருந் தவர்கள் அனைவரும் எழுந்து போய்விட்டிருந்தார்கள். அன்று எனக்கு எந்த முக்கியமான வேலையும் இல்லை. அதனால் வீட்டில் இருப்பவர்களும் என்னை எழுப்பாமல் தம் வேலைகளைச் செய்தபடி வீட்டுக்குள் இருந்தார்கள். காலை ஏழுமணிக்குப் பிறகும்கூட நான் எழுந்திருக்கவில்லை. ஒரு நிகழ்ச்சிக்கு என்னை அழைக்கும்பொருட்டு, நாலைந்து பேர் எங்கள் வீட்டுக்கு வந்திருந்தார்கள். காலையில் எழுந்திருக்கும் சமயத்துக்குச் சென்றால் என்னைச் சந்திப்பது எளிது என்று நினைத்து, காலை ஏழுமணிக்கெல்லாம் அவர்கள் எங்கள் வீட்டுக்கு வந்து விட்டார்கள். என்னைப்பற்றி வீட்டில் விசாரித்தபோது, என் அம்மா நான் படுத்திருப்பதாக அவர்களிடம் தெரிவித்தாள். எங்கள் வீடு ஒரே ஒரு அறையைக் கொண்ட சின்ன வீடு. அவர்கள் வீட்டுக்குள் பார்த்தபோது, யாரும் படுத்திருக்கவில்லை. அவர்கள் என் அம்மாவிடம், "உங்கள் மகன் எங்கே படுத்திருக்கிறார்?" என்று மீண்டும் விசாரித்தார்கள். அப்போது என் அம்மா தெருவின் பக்கமாகச் சுட்டிக் காட்டியிருக்கிறாள். வந்தவர்கள் அஞ்சிவிட்டார்கள். அவர்கள் என்னை அடையாளம் கண்டு பிடிக்க முயற்சி செய்தார்கள். போர்வையைப் போர்த்திக் கொண்டு நான் தெருவோரமாகப் படுத்திருந்தேன். சரியாக ஆழ்ந்து கவனிக்கவில்லையென்றால், ஏதோ ஒரு துணி கீழே விழுந்திருப்பதைப்போலத் தோன்றும். நிகழ்ச்சியில் கலந்துகொள்வதற்காக என்னை விருந்தினராக அழைக்க வந்திருந்தவர்கள், ஆச்சரியத்தோடு என்னை நெருங்கிவந்து, தூக்கத்திலிருந்து எழுப்புவது சரியல்ல என நினைத்தார்களோ என்னமோ தெரியவில்லை. ஆனால் பொழுது விடிந்த பிறகும்கூட எழுந்திருக்காமல் தெருவில் தனியாகப் படுத்துக்கிடப்பதைப் பார்த்து, அவர்களுக்கு ஒரு மாதிரி கூச்சமாகிவிட்டது. அவர்கள் என்னை எழுப்ப முயற்சி செய்தார்கள். "சார், சார்" என யாரோ அழைத்த குரலைக் கேட்டு நான் விழித்தெழுந்தேன். என்னை அழைக்க வந்த பொறுப்பாளர்கள் கருணை ததும்பும் பார்வையுடன் எனக்குப் பக்கத்தில் நின்றிருந்தார்கள். தெருவில் படுத்தவாக்கிலேயே, அவர்கள் வந்த காரணம் என்னவென்று விசாரித்தேன். அவர்கள் நின்றுகொண்டே விடை ॥ளித்தார்கள். "இப்படி தெருவில் பேசவேண்டாம், உள்ளே வாருங்கள்" என்று பொறுப்பாளர்கள் என் வீட்டுக்குள் என்னை அழைத்தார்கள். நான் போர்வையோடு வீட்டுக்குள் சென்றேன். விழித்தெழுந்ததுமே நான் தெருவிலிருந்து வீட்டுக்கு ஓடிப் போய்விடுவேன் எனப் பொறுப்பாளர்கள் நினைத்தார்கள். நான் ஓடிச் செல்வதைப் பார்க்க அவர்கள் ஆவலோடு இருந்ததுபோலத் தோன்றியது.

ஆனால் அவர்கள் எதிர்பார்த்தபடி ஓடிச் செல்லாமல், தெருவில் உட்கார்ந்தபடியே தூக்கக்கலக்கத்தோடு பதில் சொன்னதைக் கண்டு ஏமாற்றமடைந்ததுபோலத் தெரிந்தது. இதை அவர்களில் ஒருவரே வாய் திறந்து சொன்னார். "நீங்கள் எங்களுக்கெல்லாம் தலைவர். நீங்கள் இப்படி தெருவில் விடிந்தபிறகும் படுத்திருப் பதைப் பார்க்க எங்களுக்குச் சங்கடமாக இருக்கிறது" என்று இன்னொருவர் சொன்னார். "தெருவில் உறங்குவது எனக்கு மகிழ்ச்சியை அளிக்கும் விஷயம். இன்றைக்கு எழுந்திருக்க சற்றே தாமதமாகிவிட்டது. நான் தெருவில் உறங்குகிறவன் என்றாலும் தெருவே கதியென்று கிடப்பவன் அல்ல. அதனால் நீங்கள் இதைப்பற்றிக் கவலைப்படவேண்டாம்" என்று சொன்னேன்.

தெருவில் கமகமக்கும் மணம்

இது நடந்து சில நாட்களுக்குப் பிறகு நான் பெல்காம் மாவட்டத்தைச் சேர்ந்த சவதத்தி என்னும் ஊருக்குச் சென்றேன். அங்கேயிருந்த தலித்துகளின் சேரிக்கு நண்பர்கள் என்னை அழைத்துக்கொண்டு சென்றார்கள். அப்போது இரவு மணி எட்டு. அந்தச் சேரிக்கு இன்னும் மின்சார வசதி வந்திருக்க வில்லை. ஆனாலும், அங்கிருந்த தெருக்களில் வெளிச்சம் படர்ந்து ஒளிமயமாகக் காணப்பட்டது. அந்த வெளிச்சம் வெகு தொலைவுவரைக்கும் பரவி நீண்டிருந்தது. நான் ஆர்வத்தோடு கவனித்துப் பார்த்தேன். அந்தச் சேரியைச் சேர்ந்த ஒவ்வொரு வீட்டினரும் தம் வீட்டின் முன்னால் பெரியபெரிய அடுப்புகளைப் பற்றவைத்திருந்தார்கள். எல்லா அடுப்புகளும் சுடர்விட்டு எரிந்துகொண்டிருந்தன. தெருவின் இரு பக்கங்களிலும் வைக்கப் பட்டிருந்த அடுப்புகளின் முன்னால் பெண்களும் சிறுவர்களும் உட்கார்ந்து பெரிய பெரிய பானைகளில் சமையல் செய்து கொண்டிருந்தார்கள். அந்தப் பானைகளிலிருந்து வெளிப்பட்ட கமகமவென்ற மணம், அந்தப் பகுதியெங்கும் பரவி நிறைந்தது. அந்த மணம் அப்பக்கமாகச் செல்பவர்களின் மூக்கில் நுழைந்து, கிளர்ச்சியூட்டியது. இந்த மணத்தை, இதற்கு முன்னால் பல முறை நுகர்ந்து அனுபவித்ததெல்லாம் நினைவுக்கு வந்தது. ஆனால் எதனுடைய மணம் என்பது புரியவில்லை. இது நான் முற்பிறவியில் நுகர்ந்த அபூர்வமான மணமோ என்று வேடிக்கையாக மனத்துக்குள்ளேயே கேட்டுக்கொண்டேன். சேரி முழுக்க பரவியிருந்த வெளிச்சம், பெண்களும் சிறுவர்களுமாக நிறைந்திருந்த கோலம், அந்த மணம் எல்லாம் என்னை வேறொரு உலகத்துக்கு அழைத்துச் சென்றன. தெருவில் அடுப்புகளை ஏன் பற்றவைத்திருக்கிறார்கள், அடுப்பின்மீது வைக்கப்பட்டிருக்கும் பானைகளிலிருந்து வெளிப்படுவது எதனுடைய மணம் என்று

என் நண்பர்களிடம் கேட்டேன். அவர்கள் சொன்ன பதில் வேடிக்கையாக இருந்தது. இந்தப் பகுதியைச் சேர்ந்த மக்கள் இறைச்சியுணவை வீட்டுக்குள் வைத்துச் செய்வதில்லை என்றும் வீட்டுக்கு முன்னால் தெருவில் அடுப்பை மூட்டிச் சமைத்து உண்பார்கள் என்றும் அவர்கள் சொன்னார்கள். அன்று அந்தச் சேரியில் இறைச்சியுணவு சமையல் நடந்தது. அங்கிருக்கும் ஒரு வீட்டுக்கு நாங்கள் விருந்தினர்கள். தெருவில் மிகச்சிறப்பான விருந்துணவை ஏற்றுக்கொள்ளும் பேறு எங்களுக்குக் கிடைத்தது.

வாழ்வின் தடங்கள்

கடனும் குழந்தையும்

எங்கள் தெருவில் ஒரு பெண்மணி காலையில் வேலைக்குச் சென்றால் சாயங்காலத்தில் திரும்பிவருவாள். போகும்போதும் வரும்போதும் அவள் இடுப்பில் அழகான குழந்தையொன்று இருக்கும். அவளுடைய கணவன், குழந்தை பிறந்த பிறகு, அவளைவிட்டுச் சென்றுவிட்டான். தெரிந்தவர்கள் வீடுகளில் வீட்டுவேலை செய்து அவள் பிழைத்துவந்தாள். எப்போதாவது ஒருமுறை புருஷன் ஊரிலிருந்து உறவினர்கள் அவளுடைய வீட்டுக்கு வந்து செல்வார்கள். அவர்களுக்கு இவள் தன்னால் முடிந்த உதவிகளைச் செய்வாள். அந்த உறவினர்களுக்கு இறைச்சி உணவு சமைத்துக் கொடுத்து, மதுவும் வாங்கிக் கொடுத்து உபசரிப்பாள். போதை மிகுதியானதும் உறவினர்கள் வீட்டுக்குள் ளிருந்து தெருவுக்கு வந்து வசைபாடத் தொடங்குவார்கள். மோதிக்கொள்ளும் அளவுக்கு அந்தச் சண்டை வளர்ந்துவிடும். வீட்டுவேலை செய்து சம்பாதித்த பணத்திலேயே அவள் அவர்களுக்கெல்லாம் செலவு செய்துவந்தாள்.

ஒருநாள், இந்தப் பெண்மணி தெருவில் நடந்துபோய்க் கொண்டிருந்தாள். ஆனால் இடுப்பில் குழந்தை இல்லை. குழந்தை எங்கே என்று அவளிடம் நான் கேட்டேன். அவள் சொன்ன பதில் திகைக்கவைத்துவிட்டது. அளவுக்கு அதிகமாக வட்டிக்குக் கடன் வாங்கிவிட்டதாக அவள் சொன்னாள். சில மாதங்களாக, கடன் கொடுத்தவர்களுக்கு வட்டிப்பணம் செலுத்த முடிய வில்லை. கடன் கொடுத்தவர்களில் ஒருவன் ஒருநாள் காலையில் அவளுடைய வீட்டுக்கு வந்து வட்டிப்பணம் முழுதையும் கொடுத்துவிட வேண்டும் என்று சண்டை போட்டான். அவள் தன் இயலாமையை விரிவாகச் சொன்னாள். அவன் அதை ஏற்றுக்கொள்ளவில்லை. வீட்டுக்குள் விளையாடிக்கொண்டிருந்த நாலு வயதுக் குழந்தைமீது அவன் பார்வை விழுந்தது. அவன் அக்குழந்தையைப் பலவந்தமாகத் தூக்கிக்கொண்டான். வட்டிப்பணத்தைக் கொடுக்கும்வரைக்கும் குழந்தையைத் தன் வீட்டில் அடகாக வைத்துக்கொள்வதாகச் சொல்லிவிட்டு, குழந்தையோடு புறப்பட்டுச் சென்றான். கண்ணீர் விட்டு அழுது புலம்பி, அவனுடைய கால்களைப் பிடித்துக் கெஞ்சிக்கெஞ்சிக் கேட்டும் பயன் கிடைக்கவில்லை. கண்களில் நீர் ததும்ப, அவள் தன் குழந்தையின் முகத்தை ஆழ்ந்த அன்புடனும் வேதனையுடனும் பார்த்துக்கொண்டிருக்கும்போதே குரூரமான அந்த வட்டி வியாபாரி, குழந்தையின் அழுகைய்யைக்கூட பொருட்படுத்தாமல் அதைத் தூக்கிக்கொண்டு போனான். இந்த விஷயங்கள் அனைத்தையும் ஆழ்ந்த துக்கத்துடன் அவள் என்னிடம் விரிவாகச் சொன்னாள். பல மாதங்கள் கழிந்துபோய்

விட்ட நிலையில்கூட அவளால் வட்டிப்பணத்தைக் கட்ட முடியாமல் போய்விட்டது. தன் அன்புக் குழந்தையின் முகத்தைப் பார்க்கவும் முடியாமல் போய்விட்டது.

வீட்டுக்குள் கூச்சல்

ஒருநாள் மாலையில் நான் எங்களுடைய பகுதிக்கு அருகில் இருந்த பிரகாஷ் நகரின் தெருவொன்றில் போய்க்கொண்டிருந்தேன். நான் பாடம் சொல்லிக்கொடுத்துக்கொண்டிருந்த இரவுப்பள்ளிக் கூடத்திற்குச் செல்லவேண்டுமென்றால், இந்தத் தெரு வழியாகவே செல்லவேண்டும். அப்போது மாலை ஆறுமணி. அந்தத் தெருவிலிருந்த ஒரு வீட்டில் சண்டை நடந்துகொண்டிருந்தது. ஒருவரைப்

வாழ்வின் தடங்கள்

பார்த்து இன்னொருவர் குரலுயர்த்திக் கூச்சலிட, சண்டை உச்சத்தை நோக்கிச் சென்றுகொண்டிருந்தது. ஆர்வத்தின் காரண மாக, வீட்டுக்கு வெளியே நின்றிருந்த ஒருவனிடம் எந்தக் காரணத்துக்காகச் சண்டை நடக்கிறது என்று நான் விசாரித்தேன். அந்த வீட்டில் வசித்தவன் யாரோ ஒருவனிடமிருந்து பெரிய தொகையொன்றைக் கடனாகப் பெற்றிருக்கிறான். ஆனால் அதைத் திருப்பிக்கொடுக்க அவனால் முடியவில்லை. கடன் கொடுத்த ஆள் அடியாட்களுடன் வீட்டுக்குள் புகுந்து, கடனை வசூல் செய்ய உட்கார்ந்திருக்கிறான். வீட்டின் உரிமையாளனுக்கும் கடன் கொடுத்தவனுக்கும் சண்டை நடக்கிறது என்று அவன் சொன்னான். அந்த வீடு மிக எளிய வீடு. அந்த வீட்டின் உரிமை யாளன் தன் மகளுடைய திருமணத்துக்காகவோ வேறு ஏதோ காரணத்துக்காகவோ கடன் வாங்கியிருக்கிறான். ஆனால் அவன் அந்தக் கடனை உரிய காலத்துக்குள் திருப்பித் தரவில்லை. தொகை கைவிட்டுப் போய்விடுமோ என்கிற அச்சத்தால் கடன் கொடுத்தவன் கடனை வசூல் செய்ய அடியாட்களை அழைத்து வந்திருக்கிறான். நான் இதையெல்லாம் விசாரித்துத் தெரிந்து கொண்டபடி, அந்த வீட்டின் வாசலிலேயே நின்றிருந்தேன். ஒரு அடியாள், கடன் வாங்கிய வீட்டின் உரிமையாளனுக்கு ஓர் அடி கொடுப்பதும் அந்த உரிமையாளன் ‘அடிக்காதிங்கய்யா’ என்று கெஞ்சுவதும் எனக்குக் கேட்டது. பிறகு அவர்களுக்கிடையே ஏதோ ஓர் உடன்படிக்கை உண்டானது. கடன் கொடுத்தவனும் அவனுடன் வந்திருந்த இரண்டு அடியாட்களும் வீட்டிலிருந்து வெளியே வந்தார்கள். அவர்களுக்குப் பின்னாலேயே வீட்டு உரிமையாளனும் வந்தான். நாளை சாயங்காலத்துக்குள் முழுத் தொகையையும் திருப்பிக் கொடுத்துவிடுவதாக அவர்களிடம் பணிவான குரலில் சொல்லிக்கொண்டிருந்தான். பயத்தில் மூழ்கியிருந்த அவன் மனைவியும் பிள்ளைகளும் வெளியே வந்து அவனுக்குப் பின்னால் நின்றிருந்தார்கள். “நாளைக்கு சாயங்காலத்துக்குள் பணம் வரவில்லைன்னா உனக்கு காத்திட் டிருக்கு” என்று எச்சரித்தபடி கடன் கொடுத்தவனும் அவனுடைய அடியாட்களும் புறப்பட்டுச் சென்றார்கள். வீட்டு உரிமையாளன் அதே கவலையில் ஆழ்ந்து வீட்டு வாசலிலேயே வானத்தைப் பார்த்தபடி சிறிதுநேரம் நின்றிருந்தான். சின்னஞ்சிறிய பிள்ளை களோடு அந்தச் சின்ன வயதுக்காரனின் நிலையைக் கண்டு என் இதயம் உறைந்ததுவிட்டது. என்னைப்போலவே அவன் வீட்டுக்கு முன்னால் நின்றிருந்த மக்கள் அவனுக்காக வருத்தப்பட்டார்கள். ஆயினும் யாரும் உதவி செய்யக்கூடிய நிலையில் இல்லை. கனத்த நெஞ்சுடன் இரவுப் பள்ளிக்கூடத்தில் பாடம் நடத்துவதற்காக நான் நடக்கத் தொடங்கினேன்.

தீக்குளித்தவன்

அன்று வகுப்பில் பாடம் நடத்தும்போதெல்லாம் கடனை அடைக்கமுடியாத அந்த மனிதனைப்பற்றிய நினைவுகள் என்னை வதைத்தன. பாடத்தை முடித்துவிட்டு அதே தெருவின் வழியாகவே நான் திரும்பி வந்தேன். அந்தத் தெருவில் மின்சார விளக்குகள் இல்லை. இருட்டிலேயே சென்று வருவது எனக்குப் பழகியிருந்தது. சிறிது தொலைவுதான் நடந்திருப்பேன், அதற்குள் திடீரென கொழுந்துவிட்டெரிந்த நெருப்பின் வெளிச்சம் எழுவதைக் கண்டேன். அது ஒருவகையான நெருப்புச் சுடர்களின் ஆட்டம். அந்த வெளிச்சத்தில் அந்தத் தெரு பகலைப்போல பளிச்சென்றிருந்தது. அக்கணத்தில் எதைப் பார்க்கமுடியாவிட்டாலும் ஒரு மனிதனின் உடலிலிருந்து நெருப்பு சுடர்விட்டு எழுந்து பரவுவதைப் பார்க்கமுடிந்தது. எரியும் நெருப்போடு தெருவில் எனக்கு எதிர்ப்பக்கத்திலிருந்து ஓடி வரும் மனிதனுடைய அலறல் சத்தம் கேட்டது. நெருப்பில் அந்த மனிதனுடைய உடல் பொசுங்கிக்கொண்டிருந்தது. அந்த வேதனையைத் தாங்கிக்கொள்ளமுடியாமல் அவன் வீட்டிலிருந்து தெருவுக்கு ஓடி வந்திருந்தான். தெருவில் கவிந்திருந்த இருளின்மீது துரதிருஷ்டவசமான வெளிச்சம் பரவியது. நெருப்பின் நடன மென ஓடிவந்த அவனுக்குப் பின்னால் அவனுடைய மனைவி யும் பிள்ளைகளும் ஓவென்று அலறியபடி ஓடிவந்தார்கள். வலிதாங்க முடியாமல் அங்குமிங்குமாக அவன் ஓடினான். நானே அவனைத் தெருவில் முதலில் பார்த்தேன். தீப்பற்றி எரிந்துகொண்டிருந்தவன்மீது ஒரு போர்வையைப் போர்த்த ஒருவன் முயற்சி செய்தான். எரியும் நெருப்பை அணைப்பதற்காக தண்ணீர்க்குடத்தை எடுத்துவந்த ஒருவனை, அங்கிருந்த கூட்டம் தடுத்தது. கம்பளிகளாலும் சாக்குப்பைகளாலும் எரியும் நெருப்பை அணைக்க நாலைந்து பேர் முயற்சி செய்தார்கள். அதற்குள் தீக்குளித்த ஆளின் உடல் பாதிக்கும் மேல் வெந்துவிட்டது.

சாயங்காலம் ஆறுமணியளவில் தெருவில் செல்லும்போது கடனை அடைக்காத காரணத்துக்காக அடியாட்களால் அடிபட்ட அந்த ஆள், வகுப்பை முடித்துக்கொண்டு திரும்பிவரும் நேரத்துக்குள் நெருப்புக்கு இரையாகிவிட்டான். தம் தந்தை தீக்குளித்த வகையை, அவனுடைய பிள்ளைகள் கண்ணீர் விட்டபடி அக்கம்பக்கத்தில் இருந்தவர்களிடம் விவரித்தார்கள். அடியாட்கள் சென்றபிறகு, அவமான உணர்ச்சியைத் தாங்கிக்கொள்ளமுடியாத வீட்டு உரிமையாளன், திகைப்பிலாழ்ந்து, வீட்டுக்குள்ளேயே வெகுநேரம் தலைமீது கைவைத்தபடி உட்கார்ந்துவிட்டான். மறுநாள் சாயங்காலத்துக்குள் மொத்த தொகையையும்

புரட்டுவது எப்படி என்னும் கேள்வி அவனை அரித்தது. அடியாட்களின் தாக்குதல்களிலிருந்து தப்பித்துக்கொள்வதற்காக அவன் நாளைக்குப் பணத்தைத் திருப்பிக் கொடுத்துவிடுவதாகச் சொன்னானே தவிர, பணத்தைப் புரட்டும் வழி எதுவும் அவனிடம் இல்லை. இதனால் அவன் கடுமையான குழப்பத்தில் மூழ்கினான். ஒரு சிறிய கூடமும் ஓர் அறையும் கொண்டது அவன் வீடு. கூடத்தில் மனைவியும் பிள்ளைகளும் உட்கார்ந்திருந்தார்கள். வீட்டு உரிமையாளன் சமையலறைக்கும் அறைக்கும் இடையே

ஒன்றிரண்டு முறை மாறிமாறிச் சென்று வந்திருக்கிறான். ஆனால் அதைக் கண்ட அவன் மனைவிக்கும் பிள்ளைகளுக்கும் எவ்விதமான சந்தேகமும் எழவில்லை. கடைசியில் அறையிலேயே படுத்துக்கொண்டான். மனச்சோர்வில் படுத்திருக்கிறான் என்றே வீட்டில் இருந்தவர்கள் எண்ணிக்கொண்டார்கள். அவன் உறங்கிய அறையின் கதவு மூடிக்கொண்டதை யாரும் கவனிக்கவில்லை. சமையலறையிலிருந்து மண்ணெண்ணெய்ப் புட்டியை அறைக்கு ஏற்கெனவே எடுத்துச் சென்றிருந்த வீட்டு உரிமையாளன் குளிப்பதுபோல புட்டியிலிருந்த எண்ணெயை உடல்மீது ஊற்றிக்கொண்டு நெருப்பிட்டுக் கொண்டான். தொடக்கத் தில் அவன் உதடுகளைக் கடித்துக்கொண்டு வேதனையைத் தாங்கிக்கொண்டிருந்திருக்க வேண்டும். வேதனை அதிகமானதும் அலறியபடி தானே கதவைத் திறந்துகொண்டு வெளியே ஓடி வந்துவிட்டான். மனைவியும் பிள்ளைகளும் அவனைப் பிடிக்க முயற்சி செய்தபோது, “நெருப்பு பிடிச்சிக்கும், என்னைத் தொடாதீங்க” என்று சத்தம் போட்டான். ஆயினும் அவர்கள் பிடிக்க முயற்சி செய்வதைப் பார்த்துவிட்டு, அவர்கள்மீது நெருப்பு பட்டுவிடக்கூடாது என வீட்டிலிருந்து வெளியே பாய்ந்து சென்று தெருவில் ஓடத் தொடங்கினான். கூடியிருந்தவர்கள் எப்படியோ அவனைப் பிடித்து மருத்துவமனையில் சேர்க்கச் சென்றார்கள். ஆனால் மருத்துவமனைக்குச் செல்லும் வழியிலேயே வேதனையே உருக்கொண்டு வந்ததுபோல காணப்பட்ட அந்த வீட்டு உரிமையாளனின் உயிர் பிரிந்துவிட்டது.

ரௌடிகளின் ஓட்டம்

ஒருநாள் சென்ட்ரல் கல்லூரி கேன்டீனில் தேநீர் அருந்திக் கொண்டிருந்தேன். எனக்கு எதிரில் இருந்த மேசையைச் சுற்றி அந்தக் காலத்தில் பரவலாக அறியப்பட்டிருந்த ரௌடிகள் உட்கார்ந்திருந்தார்கள். இளைஞர்களாக இருந்த அந்த ரௌடிகள் ஏதோ ஒரு விஷயத்தை ஒட்டிச் சத்தத்துடன் விவாதித்துக் கொண்டிருந்தார்கள். ஏழெட்டுப் பேர் அடங்கிய அந்தக் கும்பலில் யார் என்ன பேசுகிறார்கள் என்பது புரியாதவகையில் ஆரவாரமாகப் பேசிக்கொண்டிருந்தார்கள். அந்தச் சமயத்தில் கேன்டீனுக்கு ஈரான் இளைஞனொருவன் வந்தான். அப்போது பல்கலைக்கழகத்தில் ஈரானைச் சேர்ந்த பல மாணவர்கள் படித்து வந்தார்கள். ஈரான் இளைஞர்கள் சிவப்பாக கட்டுடலுடன் உயரமாக இருந்தார்கள். அவர்கள் எப்போதும் கூட்டமாகவே இருப்பார்கள். அன்றைய தினம் கூட்டத்தைவிட்டு விலகிவந்த யானையைப்போல தனி ஆளாக, அந்த ஈரான் இளைஞன்

வந்தான். கேன்டீனில் டோக்கன் வாங்கிக்கொண்டு சிற்றுண்டி உண்ணுவதற்காகச் சென்றுகொண்டிருந்தான். அவன் கேன்டீனில் உட்கார்ந்திருந்த ரௌடிகள் பக்கமாகப் பார்வையைத் திருப்பினான். மிகவும் இயல்பான வகையிலேயே அவன் பார்வை இருந்தது. ஆயினும் ரௌடிக்கும்பலில் இருந்த ஒருவன் அவனைச் சீண்டினான். இதனால் கோபமுற்ற ஈரான் இளைஞன் தன்னைச் சீண்டியவனைத் திட்டினான். அவன் திட்டியது, அந்த ரௌடிகளை அவமானப்படுத்தியதுபோல இருந்தது. அவர்கள் கைகலப்பில் இறங்கினார்கள். ஒரு ரௌடி ஈரான் இளைஞனுக்கு ஓங்கி ஒரு அடி கொடுத்தான். ரௌடிகள் கூட்டமாக இருப்பதைப் பார்த்துவிட்ட ஈரான் இளைஞன் திருப்பித் தாக்கத் துணியவில்லை. தம் கூட்டத்தினரை அழைத்து வருவதாகச் சொல்லிவிட்டு கேன்டீனிலிருந்து வெளியே ஓடினான்.

உடல்வலிமை மிகுந்த ஈரான் இளைஞர்களுக்கும் கேன்டீனிலிருந்த ரௌடிகளுக்கும் இடையே நிகழப் போகும் மோதலை நினைத்துப் பீதியுடன் சில மாணவர்கள் கேன்டீனிலிருந்து வெளியேறினார்கள். ஈரான் இளைஞனைச் சீண்டி அடித்த ரௌடிக்கும்பல், "அவன் யார அழச்சிட்டு வரானோ வரட்டும், நாமும் ஒரு கை பார்த்துடலாம்" என்று சொன்னது. மோதலைப் பற்றிய செய்தி பரவி ஏராளமான ரௌடிகள் கேன்டீனுக்கு வந்து, ஏற்கனவே இருந்த ரௌடிகளுடன் சேர்ந்துகொண்டார்கள். பாதி பயத்துடனும் பாதி ஆர்வத்துடனும் நான் கேன்டீனுக்கு முன்னால் வந்து நின்றுகொண்டேன். என்னைப்போலவே ஆர்வம் கொண்டவர்கள் நிகழ இருக்கிற மோதலை நேருக்குநேர் பார்க்கக் காத்துக்கொண்டிருந்தார்கள். அடிவாங்கிக்கொண்டு ஓடியவன் தன் குழுவைச் சேர்ந்த சில ஈரான் மாணவர்களை ஒரு கூட்டமாகச் சேர்த்தான். அவர்கள் நூலகத்துக்கு எதிரில் குழுமினார்கள். இதைத் தெரிந்துகொண்டதும், கேன்டீனிலிருந்த ரௌடிகள் கூட்டம் வெளியே வந்து நின்றது. ஈரான் மாணவர்கள் பத்து பேர் இருந்தால் ரௌடிகள் அணியில் இருபதுக்கும் மேற்பட்டவர்கள் இருந்தார்கள். ஈரான் இளைஞர்கள் அடிவாங்கப் போகிறார்கள் என்று சிலர் பேசிக்கொண்டார்கள். ரௌடிகள் விசித்திரமான ஆயுதங்களை வைத்திருந்தார்கள். அதுமட்டுமில்லாமல், கண்ணில் எது படுகிறதோ, அதையே ஆயுதமாக எடுத்துக்கொண்டு எதிராளியைத் தாக்குவது அவர்களுக்குப் பழக்கமாக இருந்தது. அளவு கடந்த தன்னம்பிக்கையுடன் ரௌடிகள் ஈரான் இளைஞர்களை எதிர்கொள்ளத் தயாராக இருந்தார்கள். ரௌடிகள் ஈரான் இளைஞர்களையும் ஈரான் இளைஞர்கள் கும்பல் ரௌடிகளையும் உக்கிரமாகப் பார்த்துக்

கொண்டார்கள். அது ஒருவகையில் பார்வையாலேயே யுத்தம் புரிவதுபோல இருந்தது. சட்டென்று ஈரான் இளைஞர்கள் சென்ட்ரல் கல்லூரி முதல்வருடைய அறையின் பக்கமாகச் சென்றார்கள். பயம்கொண்டு தப்பித்தோடுகிறார்கள் என்று அவர்களைப் பழித்துக் கேலி செய்து சிரித்தது ரௌடிக்கும்பல். ரௌடிக் கும்பலிடையே ஒருவித வெற்றிக்களை பரவியது. முதல்வருடைய அறைவாசல் வரைக்கும் சென்ற ஈரான் இளைஞர்கள் அங்கேயே நின்றார்கள். அவர்கள் அனைவரும் மூன்று வரிசைகளில் நின்றிருந்தார்கள். கேன்டீனுக்கு முன்னால் நின்றிருந்த ரௌடிகளைப் பார்த்தபடி அவர்கள் நின்றிருந்தார்கள். படைவீரர்களைப்போல அவர்கள் சின்ன வரிசையில் நின்றிருந்

தார்கள். இரண்டு நிமிடங்கள் அவர்கள் அசையாமல் சிலைபோல நின்றிருந்தார்கள். எதிர்பாராத ஒரு கணத்தில் அவர்கள் அனைவரும் ஓங்கிய குரலில் சத்தமெழுப்பினார்கள். அவர்கள் சத்தம் சிங்கங்களின் கர்ஜனைபோல இருந்தது. அந்தச் சத்தம் சென்ட்ரல் கல்லூரியின் வளாகம் முழுதும் பரவியது. ஈரான் இளைஞர்களுடைய நடவடிக்கைகளைப் புரிந்துகொள்ளாத ரௌடிக்கும்பல் அவர்களையே பார்த்துக்கொண்டிருந்தது. ஈரான் இளைஞர்கள் மேகத்தை எட்டும் அளவுக்கு மீண்டுமொருமுறை கர்ஜித்தார்கள். பிறகு கர்ஜனை புரிந்தவாறே ரௌடிக் கும்பலை நோக்கி ஓடி வரத் தொடங்கினார்கள். தாக்கவருவதுபோல அவர்கள் ஓடிவந்த விதமும் எழுப்பிய கர்ஜனையும் எப்படிப்பட்டவனுடைய இதயத்தையும் நடுங்கவைக்கும் வகையில் இருந்தன. இதை எதிர்பார்க்காத ரௌடிக்கும்பலில் சட்டென்று பீதி பரவியது. அவர்கள் முகங்கள் இருண்டன. பீதியில் மனம் கலங்கிய ரௌடிகள் தப்பியோடினார்கள். ஈரான் இளைஞர்கள் இவர்களை நோக்கி ஓடிவந்த வேகத்தைவிட அதிக வேகத்துடன் பல்வேறு திசையில் அவர்கள் சிதறி ஓடினார்கள். ஓடி வந்த ஈரான் இளைஞர்கள் ரௌடிக்கும்பல் நின்ற இடத்தில் சிறிது நேரம் நின்று ஓய்வெடுத்தார்கள். அதற்குப் பிறகு கேன்டீனுக்குள் சென்று சிற்றுண்டி சாப்பிட்டார்கள். இந்தச் சம்பவத்துக்குப் பிறகு, ரௌடிக்கும்பல் கேன்டீன் பக்கம் வரவே இல்லை. சில நாட்களுக்குப் பிறகு ஒவ்வொருவராக வரத் தொடங்கினார்கள்.

இந்தச் சம்பவம் நடைபெற்றதற்குப் பிறகு கொஞ்ச காலம் கழித்து ஈரான் இளைஞர்கள் பெங்களூரில் அன்றைய ஈரான் அதிபராக இருந்த ஷாவுக்கு எதிராகப் போராட்டம் நடத்தினார்கள். ஈரானில் இடதுசாரி சக்திகள்மீதும் ஜனநாயக சக்திகள்மீதும் ஷா நிகழ்த்திய அடக்குமுறைகளுக்கு எதிராக அவர்கள் குரலெழுப்பினார்கள். எதிர்ப்பு ஊர்வலத்தில் இந்த மாணவர்கள் கொள்ளைக்காரர்கள்போல முகத்தில் கருப்பு முகமூடி அணிந்துகொண்டு சென்றார்கள். தம் உருவப்படங்கள் வெளியாகி, தமக்கும் ஈரானிலிருக்கக்கூடிய தம் உறவுக்காரர் களுக்கும் தொல்லை நேரலாம் என்கிற அச்சத்தால் அவர்கள் அந்த ஊர்வலத்தில் முகங்களை மூடிக்கொண்டு நடந்தார்கள். நானும் என் நண்பர்களும் போராடும் ஈரான் மாணவர்களுக்கு ஆதரவு வழங்கினோம். அப்போது ஈரான் சிறையிலிருந்த புரட்சிக்கவிஞரான சுல்தான்பருடைய கவிதையொன்றை நான், 'இந்தத் தேசத்தின் சிறை' என்கிற தலைப்பில் கன்னடத்தில் மொழிபெயர்த்து ஷாவுக்கு எதிரான ஆர்ப்பாட்டத்தில் படித்தேன். அந்த மொழிபெயர்ப்புக் கவிதையை மாணவர்கள் ஆயிரக்கணக்கில் அச்சிட்டு விநியோகித்தனர்.

ஈரான் மாணவர்களிடையே இன்னொரு குழு இருந்தது. அந்தக் குழுவைச் சேர்ந்தவர்கள் ஷாவின் நடவடிக்கைகளை ஆதரித்தார்கள். இந்த இரு குழுக்களுக்குமிடையே அவ்வப்போது மோதல் நடந்தது. ஷா ஆதரவுடைய குழுவினருக்கு தத்துவப் புரிதலோ நேர்மையோ அறவே இல்லை. அவர்கள் பெங்களூரின் போகவாழ்க்கைக்குப் பழகிப்போனவர்கள். ஆனால் ஷா எதிர்ப்புடைய மாணவர்கள் பலவிதமான அரசியல் தத்துவங்களை நன்றாகப் படித்துத் தெரிந்துகொண்டிருந்தார்கள். தம் நாட்டில் நடக்கக்கூடிய சம்பங்களை அறிந்து வேதனைப்பட்டார்கள்.

மாணவர்கள் நன்றாகப் படித்து அறிவுத்தேடல் உடையவர் களாக இருக்கவேண்டும். இது மிகவும் முக்கியம். இத்துடன் மாணவர்கள் தாம் வாழும் சமூகத்தில் நிகழும் அக்கிரமங்களையும் அநியாயங்களையும் பற்றிய விஷயங்களைப்பற்றித் தெரிந்து கொள்ள வேண்டும். மாணவர்கள் சமூகத்தின் பிரித்தெடுக்க முடியாத பகுதியாக இருப்பவர்கள். அதனால் சமூகப்பிரக்ஞையும் அரசியல் பிரக்ஞையும் உடையவர்களாக இருக்கவேண்டும். நியாயத்துக்காகப் போராடுகிற, சுரண்டப்படுகிற வர்க்கங்கள், விவசாயிகள், தொழிலாளர்கள் ஆகியோரின் பிரச்சினைகளைத் தெரிந்துகொண்டு ஆய்வு செய்யவேண்டும். அவர்கள் போராட்டத் துக்கு ஆதரவை வழங்குவதன்மூலம் மாணவர்களுடைய மன உறுதி அதிகரிக்கும். இதனால் மாணவர்கள் பயனடைவார்கள்.

திருமணத்துக்குத் தடை – பெற்றோர்களுக்கு அடி

மாகடி தாலுகாவைச் சேர்ந்த காட்டுப் பிரதேசத்தில் வீடுகளைக் கட்டிக்கொண்டு எங்கள் உறவினர்கள் வசித்துவந்தார்கள். அவர்களுடைய வீட்டைச் சுற்றி குன்றுகள் சூழ்ந்திருந்தன. முன்புறத்தில் ஒரு பள்ளத்தாக்கு இருந்தது. சமீபத்தில் வீட்டு உரிமையாளனை ஒரு கரடி பிடித்துக்கொண்டது. அவன் அலறினான். கரடி அவனை அடித்து தலையைத் துண்டிக்க முயற்சி செய்தது. அவன் தலையிலிருந்து ரத்தம் வழிந்தது. கரடியின் பிடியில் அகப்பட்டு துன்பப்பட்டுக்கொண்டிருந்த அவன் முன் ஒரு புலி தோன்றியது. அதனுடைய உறுமலைக் கேட்டு கரடி ஓட்டமெடுத்தது. கரடியை அங்கே எதிர்பார்க்காத புலியும் ஓடிவிட்டது. புலியும் தன் வேலையைக் காட்டத் தொடங்கியிருந்தால், அவன் உயிர் நிலைத்திருக்காது. அவனுடைய நல்ல காலம். புலியைப் பார்த்து கரடியும் கரடியைப் பார்த்துப் புலியும் ஓடிவிட்டன. பெங்களூரில் ஒரு மருத்துவமனையில் சேர்த்து பல மாதங்கள் தொடர்ச்சியாக மருத்துவம் பார்த்த பிறகு அவன் பிழைத்துக்கொண்டான். பல ஆண்டுகளுக்கு முன்பாக,

அங்கே ஓர் அழகான பெண்ணைப் பார்த்தேன். ஒரு வன தேவதையைப்போல இருந்த அவள் எப்போதும் வாட்டமுற்ற முகக்களையுடனேயே இருந்தாள். யாரோடும் பேசுவதில்லை. கால்நடைகளுடன் மட்டுமே அவள் பழகி வந்தாள். மனிதர்களைப் பார்த்தாலே அவள் முகம் வெளுத்துவிடும். திருமணம் செய்து கொள்ள வேண்டும் என அவள் நினைப்பதாகவும் பொருத்தமான மாப்பிள்ளை கிடைக்கவில்லை என்றும் அவளுடைய பெற்றோர்கள் சொன்னார்கள். இவள் இப்படியே தன் பிடிவாதத்தைத் தொடர்ந்தால், புலியையோ சிங்கத்தையோதான் கொண்டுவந்து திருமணம் செய்துவைக்கவேண்டும் என்று நகைச்சுவையாகச் சொன்னார்கள். திருமணத்துக்காக, அந்தக் காட்டின் பேரழகியுடைய மௌனப் போராட்டம் தொடர்ந்தது.

நான் ஒருமுறை பெங்களூர் ரயில்வே ஸ்டேஷனிலிருந்து சிறிது தொலைவில் இருக்கக்கூடிய கிருஷ்ணா அரவை மில்லுக்குப் பக்கமாக நடந்தே ஸ்ரீராமபுரத்தை நோக்கிச் சென்றுகொண்டிருந்தேன். பாதையோரமாகப் பல குடிசைகள் முளைத்து, ஒரு சின்ன குடியிருப்பே உருவாகியிருந்தது. அந்தக் குடியிருப்பிலிருந்து திடீரென கூச்சல் கேட்டது. இரவு பத்துமணியளவில் இந்தக் கூச்சல் எழுவதற்கு என்ன காரணமாக இருக்கக்கூடும் என்று அறிந்துகொள்ள எனக்கு ஆர்வமாக இருந்தது. நான் அந்தக் குடியிருப்பின் பக்கமாகச் சென்றேன். நாய்கள் ஊளையிட்டன. சண்டைச் சத்தம் உச்சத்தில்

இருந்தது. ஹோவென சத்தமெழுப்பியபடி இரண்டுமூன்று ஆண்கள் அங்கே ஓடிக்கொண்டிருந்தார்கள். ஓர் இளம்பெண் அவர்களை அடிக்க மத்துடன் அவர்கள் பின்னாலேயே துரத்திக்கொண்டிருந்தாள். அவள் அடியிலிருந்து தப்பிக்க ஆண்கள் பலவிதங்களில் முயற்சி செய்தார்கள். அடிப்பதற்குத் துரத்திவந்த இளம்பெண்ணைப் பிடித்துக் கட்டுப்படுத்த சில பெண்கள் முயற்சி செய்தார்கள். அவர்கள் அனைவரைவிடவும் உறுதியுள்ளவளாக அந்த இளம்பெண் இருந்ததால், அவளைப் பிடிக்கமுடியவில்லை. அவள் ஒரு படைவீராங்கனையைப்போல தொடர்ந்து ஓடினாள். இதற்கிடையே அவள் உடுத்தியிருந்த ஆடை அவிழ்ந்து அலங்கோலமானது. நான் ஆர்வத்தோடு அந்தச் சம்பவத்தைக் கவனித்தேன். மத்து வைத்திருந்த இளம்பெண் ஒரு கிழவனை அடித்து வீழ்த்தி, அவனைக் கொல்லும் முனைப்போடு இயங்கினாள். அவன் வாயிலிருந்து மதுவின் வாடை வீசுவதை என்னால் உணரமுடிந்தது. குடித்துவிட்டு வீட்டுக்கு வந்திருந்ததால் ஆத்திரம் கொண்ட இந்த இளம்பெண் அவனுக்குப் பாடம் கற்பிக்க முடிவெடுத்திருக்க வேண்டுமென எனக்குத் தோன்றியது. அக்கணத்தில் அவள்மீது ஒருவித பாராட்டுணர்வு எழுந்தது. ஆனால் அதே சமயத்தில் இளம்பெண்ணின் அடிகளிலிருந்து தப்பித்து உயிரைக் காப்பாற்றிக்கொள்வதற்காக அலைபாய்ந்து கொண்டிருந்தவர்கள்மீது இரக்கமாகவும் இருந்தது. அந்தப் பெண்ணுக்கு ஆவேசத்தைத் தூண்டும் அளவுக்கு அவர்கள் குடித்திருக்கவில்லை. உருவத்திலும் அவர்கள் மெலிந்திருந்தார்கள். அவர்கள் வேறு யாருமல்ல, அவளுடைய தந்தை, அண்ணன்கள் ஆவார்கள். அவளைப் பிடிக்க முயற்சி செய்தவர்கள் அவளுடைய அம்மாவும் நாத்தனார்களுமாவர்கள். அங்கிருந்த சிலரிடம் அந்தக் கலவரத்துக்குக் காரணம் என்னவென்று விசாரித்தேன். அந்தப் பெண்ணின் அப்பாவும் அண்ணன்களும் குடித்திருந்தது கலவரத்துக்குக் காரணமல்ல என்று தெரிந்தது. ஏறத்தாழ இரண்டு ஆண்டுகளாக அவள் தன் திருமணத்துக்காக அப்பாவையும் அண்ணன்களையும் வற்புறுத்தி வந்திருக்கிறாள். அவர்கள் அதை அந்த அளவுக்குப் பொருட்படுத்தவில்லை. இது அவளுடைய சீற்றத்துக்குக் காரணமாகிவிட்டது. அப்பாவும் அண்ணன்களும் பாதை செப்பனிடும் வேலை செய்யும் கூலித் தொழிலாளர்கள். இவளும் அவர்களோடு கூலி வேலை செய்துவந்தாள். பல ஆண்டுகளாக அந்த இடத்தில் குடிசை கட்டிக்கொண்டு வசித்து வந்தார்கள். கொஞ்சமாக மது அருந்திய பிறகு, வீட்டுக்குள் சாப்பிட்டுக்கொண்டிருந்த அவர்களை உலக்கையால் அவள் தாக்கத் தொடங்கிவிட்டாள். அவர்களோடு ஒப்பிடும்போது, அவர்களைவிட அவள் உடல்வலிமை மிகுந்தவளாக இருந்தாள். அவளை எதிர்த்து நிற்கும் துணிச்சல் அவர்களிடம் இல்லை;

உடலில் சக்தியும் இல்லை. அவளுடைய பொறுமையின் எல்லையும் உடைந்துவிட்டது. இதன் விளைவாக, அவளிடம் அடிவாங்கும் துரதிருஷ்டசாலிகளாக அவர்கள் இருந்தார்கள். இந்தக் குடியிருப்பில், இவளைத் திருமணம் செய்துகொள்ளும் வயதுள்ள இளைஞர்கள் யாரும் இல்லையா என்று கேட்டேன். சண்டைக்கு இறங்கும் இவளுடைய குணத்தைக் கண்டு பயந்து, எந்த இளைஞனும் முன்வரவில்லை என்று அங்கிருந்தவர்கள் சொன்னார்கள். இவளைத் திருமணம் செய்துகொள்ளக்கூடிய ஆண் பெங்களூரிலேயே இல்லை என்று ஒரு பெண் சொன்னாள். பலர் ஒன்றிணைந்து அவளைத் தடுத்து நிறுத்தினார்கள். அவளுடைய திருமணத்துக்குத் தன்னால் ஆன உதவிகளைச் செய்வதாக அவர்கள் சொன்னபிறகுதான் அவள் அமைதியடைந்தாள். நான் அவளுடைய அப்பாவை அமைதிப்படுத்தினேன். தன் மகளுடைய திருமணத்துக்காக, தன்னால் முடிந்த அளவு பல முயற்சிகளை எடுத்துத் தோல்வியடைந்துவிட்டதாக அவன் சொன்னான். ஒரு ஆண்டுக்கு முன்னால் அவளைப் பிடித்திருப்பதாகச் சொன்ன மாப்பிள்ளை ஒருவன் மகளிடம் அடிவாங்கிக்கொண்டு ஓடிவிட்ட சம்பவத்தை அவன் சொன்னான். திருமணம் செய்துவைக்காத காரணத்துக்காக மௌனமான வகையில் எதிர்ப்பைத் தெரிவித்த வனசுந்தரியைக் கண்ட எனக்கு, திருமணத்துக்காக கலவரம் செய்யும் நகரத்துப் பெண்ணைக் கண்டு ஆச்சரியமாக இருந்தது. இந்தப் பெண் தனக்குரிய இயற்கையான உரிமைக்காகக் குரல் கொடுக்கிறாள் என்று எனக்குத் தோன்றியது. முரட்டுச் சுபாவமுடைய, நேரான நடையையுடைய இந்தப் பெண்ணைத் திருமணம் செய்துகொள்ளும் ஆண் வெகுவிரைவில் இந்த வீட்டுக்கு வரட்டும் என்று வாழ்த்துவது ஒன்றே என்னால் செய்ய முடிந்த செயலாக இருந்தது. நான் மெதுவாக வீட்டைநோக்கி நடக்கத் தொடங்கினேன்.

    மதிய வெயிலில் பெங்களூரைச் சேர்ந்த சேரியொன்றில் நான் நடந்துகொண்டிருந்தேன். ஆயிரக்கணக்கான குடிசைகளால் அந்தச் சேரி நிரம்பியிருந்தது. பணம் வைத்திருந்த சிலர் தம் குடிசைகளை ஓட்டுவீடுகளாக மாற்றிக் கட்டிக்கொண்டார்கள். நல்ல நிலையிலிருந்த இன்னும் சிலர் கூரைக்குத் தகடுகளைப் பதித்திருந்தார்கள். இந்த வீடுகளில் ஒரே ஒரு அறை மட்டுமே இருந்தது. அந்த அறையே சமையலறை, கூடம், படுக்கையறை என எல்லாமாக இருந்தது. தனிமையைப் பற்றிய கற்பனையே இவர்களிடம் இல்லை என்றபோதும் வாழ்க்கை எப்படியோ நடக்கிறது. இரவு நேரத்தில் திருமணமான மணமக்களை வீட்டில் இருக்கவைத்துவிட்டு, வீட்டில் இருப்பவர்கள் எல்லோரும் வீட்டுக்கு வெளியே படுத்துக்கொள்வது இவர்களுடைய

வழக்கம். மழைக்காலம் என்றால், புதிய தம்பதிகளுக்காக வீட்டை ஒதுக்கிக்கொடுத்துவிட்டு, வேறொருவர் வீட்டுக்குச் சென்று எல்லோரும் படுத்துக்கொள்வார்கள். உறவினர்கள் வந்துவிட்டால், இருப்பதிலேயே பெரிய வீட்டினரைச் சந்தித்து, விருந்தினருக்காக இடம் கேட்டு வேண்டி அனுமதி பெற்று படுக்கவைப்பது வழக்கம்.

பறந்துபோன பறவைகள்

இப்படிப்பட்ட சேரியில் நடுப்பகலில் நான் நடந்துகொண்டிருந்த போது ஒரு வீட்டின் முன்னால் பத்துப்பதினைந்து பேர்கள் மௌனமாக நின்றிருந்தார்கள். இந்தக் கூட்டத்தில் பெண்கள், சிறுவர்கள், வயதானவர்கள் எல்லோரும் காணப்பட்டார்கள். இந்த வீட்டின் முன்னால் இவர்கள் அனைவரும் இப்படி ஏன் நின்றிருக்கிறார்கள் என அறிந்துகொள்ளும் ஆர்வத்தால் அவர்களுக்கு அருகில் சென்றேன். வீட்டின் கதவு மூடியிருந்தது. உள்ளிருந்து தாழ்ப்பாள் போட்டுக்கொண்டிருந்ததால் உள்ளே யாராவது தூக்கு போட்டுக்கொண்டிருக்கலாம் என நான் ஊகித்தேன். ஆனால் கூட்டத்தில் இருந்தவர்களுடைய முகங்களில் கோபம் பொங்கி வழிந்தது. சிலருடைய முகங்களில் குறுநகை படர்ந்திருந்தது. எஞ்சியவர்களுடைய முகங்களில் ஏதோ சாகசம் புரியப்போகும் ஆர்வம் படர்ந்திருந்தது. அப்படி யென்றால், வீட்டுக்குள் நடைபெறுவது என்ன? அங்கிருந்த பாட்டியொருத்தியிடம் கேட்டபோது, "சும்மா பார்த்துட்டே இரு. உனக்கு தானாவே புரியும்" என்றார். என் ஆர்வம் அதிகரித்தது. கதவை உடைக்க ஒருவன் முன்வந்தபோது, கூடியிருந்த மற்றவர்கள் தடுத்தார்கள். வீட்டின் கூரைமேல் வேயப்பட்டிருந்த ஓடுகளை எடுத்துவிட்டு உள்ளே இறங்கிவிடுவோம் எனச் சிலர் உரைத்தபோது மற்றவர்கள் அதையும் தடுத்தார்கள். ஓர் இளம்பெண்ணும் இளைஞனும் இந்த வீட்டுக்குள் புகுந்து கொண்டு தாழ்ப்பாள் போட்டுக்கொண்டார்கள். அவர்கள் இருவரும் இந்த வீட்டுக்குள் நுழைந்து வெகுநேரமாகிவிட்டது. காலையில் உள்ளே போனவர்கள் நடுப்பகல் வரைக்கும் வெளியே வரவே இல்லை என்று அவர்கள் சொன்னார்கள். அவர்கள் இருவரும் உள்ளே சென்றதை ஒரு சின்னப் பையன் முதன்முதலாகப் பார்த்தான் என்றும், அவனே வீடுவீடாகச் சென்று விஷயத்தை வெளிப்படுத்தினான் என்றும் அதற்குப் பிறகே ஆட்கள் அனைவரும் சேர்ந்தார்கள் என்றும் வேறொருவன் சொன்னான். அந்தச் சின்னப் பையனும் அங்கேயே இருந்தான். அவனே இந்தச் சம்பவத்துக்கு முக்கியமான சாட்சி என்பதால்,

அன்று அவன் பள்ளிக்கும் செல்லாமல் தேர்வு முடிவுக்காகக் காத்திருப்பவனைப்போல அந்தக் கும்பலில் காத்துக்கொண்டிருந் தான். இப்படிப்பட்ட சம்பவங்களால் இப்போது வீட்டுக்குள் மறைந்திருக்கும் இருவருக்கும் தக்க பாடம் கற்பிக்கவேண்டும் என எல்லோரும் தீர்மானித்தார்கள். வீட்டுக்குள் மறைந்திருந்த காதலர்கள் உணவில்லாமலும் பசியைத் தாங்கிக்கொள்ள முடியாமலும் வெளியே வந்துவிடுவார்கள் என சிலர் எதிர்பார்த் திருந்தார்கள். உள்ளே இருந்தவர்கள் எவ்வளவு நேரமானாலும் வெளியே வரவேயில்லை. கோபத்தோடு காத்திருந்தவர்களின் பொறுமை எல்லை மீறியது. அவர்கள் வெளியே வரும்வகையில் சத்தம் போடத் தொடங்கினார்கள். ஒருவன், " நீ மட்டும் உண்மை யான ஆம்பளைன்னா, வெளியே வா" என்று கூச்சலிட்டான். வெளியே இருப்பவர்களின் பேச்சு உள்ளே இருந்தவர்களின் தன்மானத்தைச் சீண்டியது. சட்டென ஒரு கணத்தில் வீட்டின் கதவு திறந்தது. இதுவரைக்கும் தமதேயான ஓர் உலகத்தில் திளைத்திருந்த ஆணும் பெண்ணும் கதவுக்குப் பக்கத்தில் வந்து நின்றார்கள். வேர்வையில் திளைத்திருந்த அவர்கள், அச்சம் கொண்ட மான்களைப்போல தமக்கு முன்னால் உள்ள மக்கள் கூட்டத்தை அச்சத்துடன் பார்த்தார்கள். மக்கள் அவர்களை வாய்பிளந்து பார்த்துக் கொண்டிருந்தபோதே, அவர்கள் சட்டென எதிர்ப்புறத்தில் இருந்த ஒரு சந்தில் ஓடி மறைந்தார்கள். எதிரிலிருந்த கூட்டத்தை வேகமாகக் கடக்க முயற்சி செய்தபோது, வழியில் நின்றிருந்த கிழவனொருவன் கீழே விழுந்து துடித்தான். வேறு வழியில்லாமல் மற்றவர்கள் அக்கிழவனைத் தூக்கி நிறுத்தினார்கள்.

எம்.என். கல்லண்ணா

அப்போது சீரிய சிந்தனையாளரான எம்.என். கல்லண்ணா அவர்கள் மாநிலத்தின் மேலவையில் உறுப்பினராக இருந்தார். தேவராஜ் அரஸ் அவர்களுக்கு நெருக்கமானவர்களின் ஒருவர் அவர். அவரைச் சுற்றி எப்போதும் சமூக ஆர்வலர்கள் நிறைந்திருப் பார்கள். காளேகௌட நாகவார அவர்கள் கல்லண்ணாவோடு மிகவும் நெருக்கமாக இருந்தார். டி.ஆர். நாகராஜ், சூத்ர ஸ்ரீனிவாஸ், மாயிகௌட, அக்ரஹார, கரீகௌட பீச்சினஹள்ளி, கே.எம். ஷங்கரப்பா ஆகியோர் அரசு விடுதியில் இருந்த கல்லண்ணாவுடைய அறைக்கு அடிக்கடி வந்துபோவார்கள். கல்லண்ணா மிகச்சிறந்த பேச்சாளர். மிகவும் நகைச்சுவை உணர்வோடு பேசக்கூடியவர். தேவராஜ் அரஸுவை யாராவது பழித்துப் பேசினால், அவர் மிகவும் அலுத்துக்கொள்வார்.

கல்லண்ணா மேலவையில் ஏழைகள் சார்பில் குரலெழுப்புபவராக இருந்தார். ஒருநாள் மாலையில் கல்லண்ணாவுடைய அறைக்கு நான் சென்றேன். அவர் படுக்கையில் தலையணையின் மீது சாய்ந்தபடி உட்கார்ந்துகொண்டு என்னுடைய 'ஹொலெமாதிகர ஹாடு' தொகுதியைச் சத்தமாக வாய்விட்டுப் படித்தார். அவரைச் சுற்றிப் பலர் உட்கார்ந்திருந்தார்கள். காளேகௌட நாகவாரும் டி.ஆர். நாகராஜும் அங்கே இருந்தார்கள். கவிதைகளைப் படித்துக்கொண்டிருந்த கல்லண்ணாவின் கண்களிலிருந்து கண்ணீர் வழிந்தபடி இருந்ததைப் பார்க்க ஆச்சரியமாக இருந்தது. சிற்சில சமயங்களில் அவர் துக்கத்தில் உறைந்துவிட்டார். அவரைச் சுற்றியிருந்தவர்கள் கண்ணீர் சிந்தவில்லை என்றாலும் அவர்களுடைய முகபாவனையில் ஒருவித துக்கக்களை காணப்பட்டது. என் கவிதைக்கு ஒரு பெருமை கிடைத்திருப்பதை எண்ணி மனத்துக்குள் மகிழ்ச்சி பெருகினாலும் நான் அதை வெளிக்காட்டிக்கொள்ளாமல் அங்கே உட்கார்ந்துகொண்டேன். கல்லண்ணா என்னைப் பார்த்ததும் இன்னும் சத்தமாகப் படிக்கத் தொடங்கினார். அவர் கலக்கம் அதிகரித்தது. கூடியிருந்தவர்களின் மனம் கரைவதும் அதிகமானது. அந்தத் துன்ப உணர்வு, "ஐயோ பாவம்" என்கிற எல்லையை அடைந்துவிட்டது. அப்போது நான் எனக்குள்ளேயே யோசிக்கத் தொடங்கினேன். இந்தப் பரிவு கவிதையைப் படிக்கிற கல்லண்ணாவுக்காகவா, கவிதை எழுதிய எனக்காகவா அல்லது சமூகத்தில் சுரண்டப்படும் வர்க்கத்தினருக்காகவா என்று என்னை நானே கேட்டுக்கொண்டு விடைக்காகத் தேடலில் ஈடுபட்டேன். கவிதை வாசிக்கப்பட்டபோது உட்கார்ந்திருந்த சிலர் எழுந்து வெளியே சென்றார்கள். மேலும் சிலர் அவரைப் பின்தொடர்ந்தார்கள். இதை கல்லண்ணாவும் கவனித்தார். கவிதை வாசிப்பு முடிந்தபிறகு டி.ஆர்.நாகராஜ் என்னிடம், "கவிஞரே, கவிதை வாசிக்கிற சமயத்திலே கல்லண்ணாவிடம் உருவான மாற்றத்தைக் கவனித்தீர்களா?" என்று கேட்டார். நான் "இல்லை சார்" என்றேன். பார்வையாளர்கள் குறையக்குறைய கல்லண்ணாவின் உற்சாகமும் குறைந்துவிட்டது என்றும் அவர் கண்ணீர் வற்றிவிட்டது என்றும் குரலில் படிந்திருந்த ஏற்றம் குறைந்துவிட்டது என்றும் அவர் சொன்னார். அது உண்மையாக இருக்கலாம். ஆனால் கல்லண்ணாவின் சமூகச் செயல்பாடுகளைப்பற்றி டி.ஆர். நாகராஜுக்கு ஒருநாளும் ஐயம் எழுந்ததில்லை. அவருடைய நேர்மையைப் பற்றி யாரும் சந்தேகப்பட்டதில்லை. இதற்கு முன்னால், பிண்ணாக்கு போராட்டத்தில் கல்லண்ணாவோடு நான், காளேகௌட நாகவார, டி.ஆர். நாகராஜ், சூத்ர ஸ்ரீநிவாஸ், கங்கண்ணா, அக்ரகார

கிருஷ்ணமூர்த்தி, கரீகௌட பீச்சினஹள்ளி, கல்லூரு மேகராஜ, பக்தவத்ஸலம் உள்ளிட்டு ஏராளமானவர்கள் துணையாக இருந்தோம். நள்ளிரவுவரைக்கும் நாங்கள் சங்கச்செயல்பாடுகளில் மூழ்கியிருந்ததால் சாப்பாடு கிடைக்காமல் மெஜஸ்டிக் பக்கமாக வந்தோம். நள்ளிரவுவரைக்கும் திறந்திருக்கும் ஒரு காக்கா ஓட்டலில் சாப்பிட்டோம். கல்லண்ணா ஏழைகளின் சார்பாகப் பேசக்கூடிய மேலவை உறுப்பினராக இருந்தார். அவர் பின்தங்கிய குருப சமூகத்தில் பிறந்து வளர்ந்தவர். சுரண்டப்படும் எல்லாச் சாதிகளின் முன்னேற்றத்தையும் எல்லாச் சாதிகளிலுமுள்ள ஏழைகளின் முன்னேற்றத்தையும் அவர் கருத்தில் கொண்டிருந்தார். சாந்தவேரி கோபாலகௌட போன்றவர் அவர்.

கோணந்தூரு லிங்கப்பா

கோணந்தூரு லிங்கப்பா அப்போது சட்டசபையில் உறுப்பினராக இருந்தார். அவரும் 'ஹொலெமாதிகர ஹாடு' தொகுதியைப் பாராட்டினார். லிங்கப்பா, லோகியா சார்புள்ளவர்; நான் மார்க்ஸியவாதி! இதையொட்டி அவருக்கு வருத்தமிருந்தது. என் கவிதைகளைப்பற்றி அவருக்கு பாராட்டுணர்வு இருப்பினும் அவருக்கு என்னுடைய மார்க்ஸியச் சார்பு பிடிக்க வில்லை. இதைப்பற்றி எனக்கு அவர் கவிதை வடிவில் ஒரு கடிதத்தை எழுதினார். அவருடைய அந்தச் சிறிய கவிதை, “மார்க்சுக்கு அடிமையாக ஏன் இருக்கவேண்டும் சித்தலிங்கு?” என்று தொடங்கியது. நான் ஆலமரமாகவேண்டுமென்றும் தொட்டியில் வைக்கப்பட்ட செடியாகிவிடக்கூடாதென்றும் அவர் குறிப்பிட்டிருந்தார். கவிதை வடிவிலான இக்கடிதத்தைக் கண்டு எனக்கு வருத்தமுமில்லை. “கோணந்தூரு லிங்கப்பா சொல்வதில் என்ன தப்பு இருக்கிறது?” என்று எனக்குள் யோசிக்கத் தொடங்கினேன். அவருடைய வார்த்தைகளை நான் புறந்தள்ளவில்லை. 'ஹொலெமாதிகர ஹாடு' கவிதைத்தொகுதி மறுபதிப்பாக வெளிவந்தபோது நூலின் இறுதிப்பக்கங்களில் லிங்கப்பாவின் பெயரோடு அந்த விமர்சனபூர்வமான, ஆரோக்கியமான உணர்வுகளை வெளிப்படுத்தும் வரிகளையும் வெளியிட்டேன். அந்த மறுபதிப்புக்கு முன்பாகவே கோணந்தூரு லிங்கப்பா சட்டசபையில், “எங்க ஜனங்க” பாட்டை மிகுந்த உணர்ச்சிவேகத்தோடு பாடியிருந்தார். அவர் பாட்டைப் படிக்கும் முன்னால், “நான் இப்போது கவிஞர் சித்தலிங்கையாவின் கவிதையைப் படிக்கப்போகிறேன்” என்று அவையிலிருந்தவர் களுக்குத் தெரியப்படுத்தினார். அவர் வாசிப்பைக் கேட்டு, அவையில் இருந்தவர்கள் மட்டுமல்லாமல் அவைத்தலைவரும்

கேட்டு உணர்ச்சிவேகம் கொண்டார். அவர் கோணந்தூராரிடம், “கவிஞர் சித்தலிங்கையா யார்?” என்று கேட்டாராம். அப்போது லிங்கப்பா அவரிடம், “தலித் கவிஞர் சித்தலிங்கையா” என்று பதில் சொன்னாராம். உடனே பசவலிங்கப்பா, “நம்ம சித்தலிங்கையா எவ்வளவு அழகா எழுதியிருக்காரு” என்று மிகவும் மகிழ்ச்சியடைந்தாராம். இதை கோணந்தூரு லிங்கப்பாவே என்னிடம் சொன்னார்.

பி. பசவலிங்கப்பாவின் சீர்திருத்த முயற்சி

நான் மாணவனாக இருந்த காலத்திலிருந்தே பி. பசவலிங்கப்பா அவர்கள் அறிமுகமாகியிருந்தார். ஒரு காலத்தில் நான் அவருடைய நெருக்கமான சீடனாக இருந்தேன். அவர் அமைச்சராக இருந்தாலும் மாணவனாக இருந்த என்னை ஒருநாளும் வித்தியாசமாக நடத்தியதில்லை. தம் அருகிலேயே அமரச் செய்து உபசரித்தார். நல்ல ஆடைகளை அணியும்படி உண்மையான அன்போடு வற்புறுத்துவது வழக்கம். அவர் வற்புறுத்தலுக்கு இன்றைக்கும் நான் கட்டுப்பட்டவனாக இல்லை. இந்த விஷயத்தில் அவருக்கு என்மீது மிகவும் சலிப்பு இருந்தது. “உங்களுக்கு சஃபாரி சூட் தச்சி கொடுக்கறேன், வாங்க” என்று அவரே அழைத்தாலும் கூச்சத்தின் காரணமாக நான் செல்லவில்லை. இந்த விஷயத்தில் அவர் தன் முயற்சியைக் கைவிட்டுத் தம் ஊழியர் ஒருவரிடம், “எப்படியாவது சித்தலிங்கையாவுக்கு ஒரு சஃபாரி சூட் தச்சிட்டு வாங்க. அவன் ஏதாவது பின்வாங்கினால் கட்டாயப்படுத்தி துணிக்கடைக்கு அழைச்சிட்டு போங்க” என்று சொன்னார். தலைவராக இருந்த பசவலிங்கப்பாவின் வார்த்தைகளையே கேட்டு நடக்காத நான், அவருக்கு நெருக்கமான ஊழியரின் வேண்டுகோளை மிக எளிதாகப் புறக்கணித்தேன். தேவராஜ் அரஸின் அமைச்சரவையில் மிகவும் ஆற்றல் வாய்ந்த அமைச்சராக இருந்தார் பசவலிங்கப்பா. அப்போது இன்னும் மாணவனாக இருந்த நான் அவரோடு சேர்ந்துகொண்டு பல நிகழ்ச்சிகளில் சொற்பொழிவாற்றியிருக்கிறேன். அது என்னுடைய நற்பேறு என்றே எனக்குத் தோன்றியது. நான் மாணவர்களின் தலைவன் என்கிற எண்ணம் மட்டுமே அவருக்கு இருந்ததே தவிர, நான் கவிதை எழுதக்கூடிய ஆள் என்பது அவருக்குத் தெரியாது. சட்டசபையில் கோணந்தூரார் கவிதை படித்த பிறகு, அவர் ‘ஹொலெமாதிகர ஹாடு’ தொகுதியை வாங்கிவரச் செய்து படித்துவிட்டு மிகவும் மகிழ்ச்சியடைந்தார். நான் அவரைச் சந்திக்கச் சென்றிருந்தபோது, என் கவிதைகளைப்பற்றி மிகவும் அக்கறையோடு விமர்சனம் செய்தார். நான் அவருடைய சீடனாக

இருந்ததால், அவர் அந்தச் சுதந்திரத்தில் சில விஷயங்களை நேரிடையாகவே சொன்னார். "கவிதைத்தொகுப்புக்கு ஹொலெமாதிகர ஹாடு என்று தலைப்பிட்டிருப்பதே தப்பு" என்று சொன்னார். அவர்களுடைய இறந்தகாலத்தை மீண்டும் மீண்டும் நினைவூட்டினால், அவர்களிடம் இருக்கும் கொஞ்ச நஞ்சம் உற்சாகமும் வடிந்து வறண்டுபோய்விடுவார்கள்" என்று பசவலிங்கப்பா சொன்னார். அவருடைய விவாதத்தை ஒருவகையில் சரியென்றே சொல்லவேண்டும். ஆப்பிரிக்காவிலும் அமெரிக்காவிலுமுள்ள கருப்பினத்தைச் சேர்ந்த தலைவர்கள் தம்முடைய இறந்தகாலத்தை வெறுப்பதாகச் சொன்னது நினைவுக்கு வந்தது. பசவலிங்கப்பாவின் சிந்தனை அத்தகையது. ஆனால் இலக்கிய ஆக்கத்துக்குச் சமூகத்தின் நினைவுகளே ஆதாரம். *சூத்ர* இதழில் நான் ஒரு கட்டுரையை எழுதினேன். அதில் பசவலிங்கப்பாவின் சில கருத்துகளை ஏற்றுக்கொள்வது கஷ்டம் என்று குறிப்பிட்டிருந்தேன். சுரண்டலுக்கு ஆளாகும் வர்க்கத்தினருடைய தலைவர் அவர் என அவரை விவரித்தபடியே, அவரை விமர்சித்தும் எழுதியிருந்தேன். சில நாட்களுக்குப் பிறகு, நான் அவரைச் சந்தித்தபோது அமைச்சரவைக்குச் செல்லும் அவசரத்தில் இருந்தபோதும், அங்கிருந்தவர்களிடம், "நம்ம சித்தலிங்கையாவிடம் நல்லவிதமா சட்டை போடுப்பான்னு சொன்னதுக்கு, அதை தப்புன்னு சொல்லி கட்டுரை எழுதி யிருக்காரு" என்று அன்போடு கேலி செய்தார்.

பக்தவத்சலத்தின் திருமணம்

நண்பர் பக்தவத்சலத்தின் திருமண நாள் முடிவுசெய்யப்பட்ட பிறகு, அவருக்கு அலைச்சல் அதிகமாக இருந்தது. எங்களுடைய கருத்துலகப் போராட்டத்துக்கு முதுகெலும்பாகத் திகழ்ந்தவர் பக்தவத்சலம். எங்கள் கருத்துகளுக்கு எதிராகவும் நாங்கள் பசவலிங்கப்பாவுக்கு ஆதரவு அளிக்கிற காரணத்துக்காகவும் பிண்ணாக்குப் போராட்டம் நிகழ்ந்த காலத்தில் எங்கள் மீது அடிக்கடி தாக்குதல்கள் நிகழத்தொடங்கின. இந்தப் போராட்டத்தில் மக்களிடையே பிரபலமாகவிருந்த என்னுடைய கதை முடிந்தே போய்விட்டது என்று சிலர் நினைத்திருந்தார்கள். இப்படிப்பட்ட ஆபத்துகள் வந்தபோதெல்லாம் எங்களுக்கு பக்தவத்சலத்தின் வீடே அடைக்கலமாக இருந்தது. ஒருவகையில் எங்கள் மறைவிடமாக இருந்தது என்றும் சொல்லலாம். தன்னுடைய திருமணத்துக்குப் பெரிய மனிதர்கள் எல்லாம் வரவேண்டும் என்று பக்தவத்சலம் விரும்பினார். அரசியல்வாதிகளும் தொழிலதிபர்களும் திரையுலகத்தைச் சேர்ந்தவர்களும் வந்தால்

திருமண நிகழ்ச்சி சிறப்பாக இருக்குமென்று அவர் நினைத்தார். வருகிறாரோ இல்லையோ, முதலமைச்சரான தேவராஜ் அரஸ் அவர்களைத் திருமணத்துக்குக் கண்டிப்பாக அழைக்கவேண்டும் என்று பக்தவத்சலம் விரும்பினார். ஆனால் தேவராஜ் அரஸ் அவர்களைச் சந்திப்பது எப்படி? அதற்கு ஒரு வழி இருந்தது. பக்தவத்சலத்துக்கு நெருக்கமாக இருந்த ஒரு நண்பரின் பெயர் சோஷலிசம் ஸ்ரீதர். அவர் வயதில் பெரியவர்; போராட்டக்காரர்; இப்போது இருப்பதைப்போலவே அப்போதும் கடுமையான வறுமைச் சூழலில் இருந்தார். அவர் தேவராஜ் அரஸ் அவர்களுக்கு நெருக்கமாக இருந்தார். அவருடைய வீட்டுக்கு நானும் பக்தவத்சலமும் புறப்பட்டுச் சென்றோம். அவருடைய வீடும் என் வீட்டைப் போலவே ஏழ்மை நிறைந்த வீடு. எல்லாச் சமயத்திலும் சமூகம் தொடர்பான உரையாடலிலேயே மூழ்கியிருந்ததாலோ அல்லது ஒரு காலத்தில் *சோஷலிஸ்ட்* என்கிற பத்திரிகையை நடத்தி வந்ததாலோ அவருக்கு 'சோஷலிசம் ஸ்ரீதர்' என்னும் பட்டப்பெயர் வந்திருந்தது. சோஷலிசம் ஸ்ரீதர் என்று எனக்குப் பட்டப்பெயர் வைத்தவர் தேவராஜ் அரஸ் என்று மிகவும் பெருமையோடு சொல்லிக்கொள்வார். நானும் பக்தவத்சலமும் வந்த நோக்கத்தை ஸ்ரீதரிடம் சொன்னபோது, தேவராஜ் அரஸ் அவர்களுடைய வீட்டுக்கு எங்களை அழைத்துச் செல்ல அவர் மகிழ்ச்சியோடு ஒப்புக்கொண்டார். "நாளைக் காலையில் எங்களுடைய வீட்டுக்கு வந்துவிடுங்கள்; முதலமைச்சர் தன் வீட்டுத் தோட்டத்தில் நடைப்பயிற்சி செய்துகொண்டிருப்பார்; அந்தச் சமயத்தில் சந்தித்துவிடலாம்" என்று சொன்னார். மறுநாள் நாங்களிருவரும் ஸ்ரீதர் சொன்ன நேரத்துக்குச் சரியாக அவருடைய வீட்டுக்குச் சென்றோம். அவர் முதலமைச்சருடைய வீட்டுக்கு அழைத்துச்சென்றார்.

தேவராஜ் அரஸ் அவர்களுடைய கவிதையார்வம்

ஸ்ரீதர் சொன்னதுபோலவே, முதலமைச்சர் தன் வீட்டுக்கு முற்பகுதியில் இருந்த தோட்டத்தில் நடந்துகொண்டிருந்தார். ஸ்ரீதரைப் பார்த்ததுமே, "வாங்க ஸ்ரீதர்" என்று வரவேற்றார். எங்கள் இருவரையும் முதலமைச்சருக்கு அறிமுகப்படுத்தினார் ஸ்ரீதர். அரஸ் அவர்களை இதற்கு முன்னால் சில முறைகள் சந்தித்திருக்கிறேன். அதெல்லாம் அவருக்கு நினைவில்லை. ஸ்ரீதரும் பக்தவத்சலமும் அவரை முதுகை வளைத்து வணங்கினார்கள். அது முதலமைச்சரின் கால்களைத் தொட்டு வணங்குவதைப்போல இருந்தது. இயல்பான வகையில் நான் நின்றவாக்கிலேயே அவருக்கு வணக்கம் சொன்னேன். முதலமைச்சரின் முன்னால் முதுகை

வளைத்து வணங்கும்படி யாரோ என்னைப் பின்னாலிருந்து தள்ளியதுபோல இருந்தது. இது ஸ்ரீதருடைய வேலையாகத்தான் இருக்கவேண்டும் என நினைத்தேன். வளைந்துவிடாமல் உறுதியாக நிற்பதற்கு நான் முயற்சி செய்தேன். நான் படும் பாட்டை முதலமைச்சர் பார்த்தபடி இருந்தார். அவர் முகத்தில் ஒரு குறுஞ்சிரிப்பு படர்ந்தது. தன்மானத்தைக் காத்துக்கொள்ள விழையும் என்னுடைய போராட்டத்தை அவர் கனிவோடு கவனித்தார். இதனால் உற்சாகமுற்ற நான் என்னுடைய தோளில் தொங்கிக்கொண்டிருந்த பையிலிருந்து 'ஹொலெமாதிர ஹாடு' தொகுதியை வெளியே எடுத்து, "மதிப்புக்குரிய முதலமைச்சர் அவர்களுக்கு" என்று எழுதி அவரிடம் கொடுத்தேன். அவர் அதைப் புரட்டிக் கவிதைகளைப் பார்த்தார். அவருக்கு ஆர்வம் பிறந்துவிட்டது. மூவரையும் பங்களாவுக்குள் அழைத்துச் சென்றார். அவர் நின்றுகொண்டே கவிதைகளைப் படித்தார். சில வரிகளை எங்களுக்குக் கேட்கும் வகையில் முணுமுணுத்தார். நாங்கள் எதிரிலேயே நின்றிருந்தோம். அவர் அத்தொகுதியில் இருந்த எல்லாக் கவிதைகளையும் படித்து முடித்தார். அவர் மிகவும் மகிழ்ச்சியடைந்தார். "கவிதைகள் ரொம்ப நல்லா இருக்குது" என்றபடி என் முதுகில் தட்டிக்கொடுத்தார். காப்பி வரவழைத்தார். நாங்கள் புறப்படும் சமயத்தில் முதலமைச்சர் மீண்டும் என்னை அழைத்து, "இத்தனை நாள் ஏன் என்னை வந்து பார்க்கவில்லை? நீங்கள் அடிக்கடி வரவேண்டும்" என்று கைகுலுக்கி விடைகொடுத்தார். வெகுகாலத்துக்குப் பிறகு சந்தித்த உறவினர் ஒருவரை நடத்தும் விதத்திலேயே தேவராஜ் அரஸ் அவர்கள் என்னிடம் பழகினார்.

பக்தவத்சலத்தின் திருமணம் மிகவும் கோலாகலமாக நடைபெற்றது. முதலமைச்சர் வரவில்லை. இது எதிர்பார்த்த செய்திதான். ஆனால் திருமணத்துக்குப் பல பெரிய மனிதர்கள் வந்திருந்தார்கள். தமிழ்த் திரையுலகத்தின் புகழ்பெற்ற நடிகரான ஜெமினி கணேசன் அவர்களில் ஒருவர். ஜெமினி கணேசனின் வருகையால் பக்தவத்சலம் மிகவும் மகிழ்ச்சியடைந்தார்.

பசவராஜ் கல்குடி

பசவராஜ் கல்குடி அவர்கள் நல்ல ஆய்வாளர்; பெரிய படிப்பாளி. முதுகலையில் நான் முதலாண்டு படித்துக்கொண்டிருந்தபோது, கல்குடி இரண்டாவது ஆண்டில் படித்துக்கொண்டிருந்தார். மறைந்துவிட்ட டி.ஆர். நாகராஜ் கல்குடியின் வகுப்புத் தோழர். நானும் கல்குடியும் டி.ஆர். நாகராஜும் ஏறத்தாழ ஒரே தலைமுறையைச் சேர்ந்தவர்கள். முதுகலைப்படிப்பை

முடித்ததும் மூவருமே ஆய்வு உதவியாளராக ஆய்வு மையத்தில் வேலைக்குச் சேர்ந்தோம். மாணவப் பருவத்திலிருந்தே பசவராஜ் கல்குடியும் நானும் நல்ல நண்பர்களாக இருந்தோம். அந்த நட்புக்குக் காரணமாக இருந்தது பெங்களூர் பல்கலைக்கழகப் பேருந்து. பல்கலைக்கழகத்துக்கு நாங்கள் இருவரும் ஒரே பேருந்திலேயே சென்று வந்துகொண்டிருந்தோம். ஸ்ரீராமபுரத்துக்கு அருகிலுள்ள தேவையா பூங்கா நிறுத்தத்தில் நான் பேருந்தைப் பிடிப்பேன். நவரங் டாக்கீஸ் நிறுத்தத்தில் கல்குடி பிடிப்பார். திரும்பும்போது அவர் நவரங் டாக்கீஸ் நிறுத்தத்தில் இறங்கிக் கொள்ள, நான் தேவையா பூங்கா நிறுத்தத்தில் இறங்கிக் கொள்வேன். திரும்பும்போது நாங்கள் இருவரும் ஒரே இருக்கையில் உட்கார்ந்து வரும் வாய்ப்பிருந்ததால், நாங்கள் பேருந்திலேயே இலக்கியத்தையும் சமூகக்கருத்துகளையும் பற்றிப் பேசிக்கொண்டே வருவோம். பசவராஜ் கல்குடி பார்ப்பதற்கு மௌனத்துடன் காணப்பட்டாலும் பெரிய அறிவாளி என்று என்னால் அப்போதே புரிந்துகொள்ளமுடிந்தது. என்னிடம் கல்குடியும் மிகுந்த அன்போடும் ஈடுபாட்டோடும் பழகி வந்தார்.

நெல்லிக்காய் திருட்டு

பேருந்துப் பிரயாண நட்பின் விளைவாக ஒருமுறை கல்குடி என்னைத் தன் வீட்டுக்கு வரும்படி கேட்டுக்கொண்டார். அவருடைய வீடு நவரங் மதுச்சாலையிலிருந்து ஷிவனஹள்ளிக்குப் போகிற வழியில் இருந்தது. மிகவும் அன்போடு அழைத்ததால் நானும் அவருடன் சென்றேன். நாங்கள் சென்ற வழியில் இடதுபக்கத்தில் ஒரு வீடு காணப்பட்டது. அந்த வீட்டைப் பார்த்ததும் எனக்குப் பழைய நினைவுகளெல்லாம் புரண்டெழுந்தன. அந்த வீட்டின் பின்பக்கமாகச் செல்லும் வழியில் சென்றால் பிரகாஷ் நகர். அங்கிருந்து கொஞ்ச தொலைவு முன்னால் ஸ்ரீராமபுரம் போகும் வழியில் சென்றால் பழைய பாலமொன்று வரும். அந்தப் பாலத்துக்குப் பக்கத்திலேயே எங்கள் வீடு. நான் சிறியவனாக இருந்தபோது பெரிய பாலத்துக்கு அக்கம்பக்கத்தில் இருந்த வீடுகளில் வசித்துவந்த சிறுவர்களோடு சேர்ந்திருப்பேன். நாங்கள் நவரங் திரையரங்கத்தைக் கடந்து ராஜாஜி நகருக்கு வருவோம். நான் கல்குடியோடு போகும்போது பார்த்த வீட்டின் வளாகத்துக்குள் நெல்லி மரம் இருந்தது. நாங்கள் அந்த வீட்டின் சுற்றுச்சுவரைத் தாண்டி உள்ளே சென்று கொத்துக்கொத்தாக நெல்லிக்காய்களைப் பறித்துக்கொண்டு மாயமாய் மறைந்துவிடுவோம். அந்த வீட்டினர் எங்களைப் பிடிப்பதற்கு வந்தால் மிகவும் தந்திரமாகத் தப்பித்துவிடுவோம். எங்கள் திருட்டை அந்த வீட்டினரால் சகித்துக்கொள்ளவே

முடியாத அளவுக்குப் போய், எங்களைப் பிடிப்பதற்காக அவர்கள் போலீஸ்காரர்கள் மூலம் முயற்சி செய்தார்கள். நாங்கள் மிகவும் எச்சரிக்கையோடு தப்பித்துச் செல்லத் தொடங்கினோம். அந்த வீட்டைப் பார்த்தபடியே நான் கல்குடியிடம், "சார், இந்த வீட்டுல சுவரேறிக் குதிச்சி நிறைய தரம் திருடியிருக்கோம்" என்று சொன்னேன். "கவிஞரே, நீங்கள் திருடராகவும் இருந்திருப்பது தெரியாமல் போய்விட்டது. இருக்கட்டும் விடுங்க. அந்தக் காலத்துல நீங்க திருடிய வீடு எங்களுடைய வீடுதான். வாங்க, உள்ளே போகலாம்" என்று அதே வீட்டுக்குள் அழைத்துச் சென்றார் அவர். தம் தோட்டத்தில் திருட்டு நடந்த சம்பவங்கள் இன்னும் அவருக்கும் நினைவில் இருந்தது. அப்போது, அந்த விஷயங்களெல்லாம் அவருக்குக் கோபமூட்டியிருக்கிறது. திருட்டுக்கும்பலைச் சேர்ந்த ஒருவன் அவருடைய வீட்டுக்கே மதிப்புக்குரிய விருந்தாளியாக வருவான் என அவர் எதிர்பார்த்திருக்கவில்லை. திருட்டுச்சம்பவம் இப்போது அவருக்கு நகைச்சுவைக்குரிய விஷயமாக இருந்தது. நான் இளமையில் பார்த்த சில மரங்கள் இப்போதும் அவர் வீட்டுக்குப் பின்னால் தோட்டத்தில் இருக்கின்றன.

திரு. முகளி

பல்கலைக்கழகப் பேருந்தில் பயணம் செய்த சமயத்தில் அப்போது கன்னட ஆய்வுமையத்தில் யு.ஜி.சி. பேராசிரியராக இருந்த திரு. முகளி அவர்களுக்குப் பக்கத்தில் இருந்த இருக்கையில் உட்காரும் வாய்ப்பு கிடைத்தது. முகளி எழுதிய, 'கன்னட இலக்கிய வரலாறு' என்னும் நூலை நான் பலமுறை படித்திருக்கிறேன். பி.ஏ.(ஆனர்ஸ்) மாணவனாக இருந்தபோது அந்த நூலை மனப்பாடமாக படித்துவைத்திருந்தேன் என்று சொன்னாலும் பிழையொன்றுமில்லை. அது மிக முக்கியமான புத்தகம் என்றே இன்றும் நான் நினைக்கிறேன். அழகான மொழியில் செறிவான முறையில் எழுதியிருப்பதால் முகளி எழுதிய, 'கன்னட இலக்கிய வரலாறு' புத்தகம் இலக்கியம் படிக்கும் மாணவர்களுக்கும் கற்பிக்கும் ஆசிரியர்களுக்கும் மிகவும் முக்கியமான புத்தகமாக இருக்கிறது. முகளி மிகவும் அன்பான மனிதர். அவர் எப்போதும் சிரித்த முகத்தோடு காணப்படுவார். பேருந்தில் முகளியின் பக்கத்தில் இருக்கை கிடைத்தால், அவருடன் உரையாடும் வாய்ப்பை நான் நல்லமுறையில் பயன்படுத்திக்கொள்வேன். அவருடைய 'சோறு' என்னும் நாவலின் கதைத்தலைவன் மிகவும் இலட்சியவாதியாக இருப்பான். ஆனால் அந்தப் பாத்திரம் அந்த அளவுக்கு வலிமையுள்ளதாகத் தோன்றவில்லை என

ஒருமுறை நான் முகளியிடம் மிகவும் பணிவான முறையில் சொன்னேன். அதையொட்டி முகளி வருத்தப்படவில்லை. அந்தப் பாத்திரத்தின் குறைகளை ஏற்றுக்கொண்டே, அப்பாத்திரத்தின் நேர்மறையான அம்சங்களை எடுத்துரைத்தார். அந்தப் புத்தகத்தை எழுதி முடிக்கவேண்டிய தருணத்தையும் சூழலையும் விவரித்தார். அவர் சொன்ன சில விஷயங்கள் எனக்கு மிகவும் புதுமையாக இருந்தன. 'சோறு' நாவலின் கதைத்தலைவன் பாத்திரத்தில் முகளி தன்னைத்தானே கண்டுகொண்டிருப்பதைப் பார்த்து எனக்கு ஆச்சரியமாக இருந்தது. அவருடைய 'சோறு' நாவலைப் படித்துவிட்டு, அந்த வாசிப்பனுபவத்தை அவருடன் பகிர்ந்துகொண்டதற்காக, முகளி என்னை மிகவும் பாராட்டினார். "இந்த நாவல் பி.ஏ. வகுப்புக்கு பாடமாக இருந்ததே, அப்போது படிச்சீங்களா?" என்று கேட்டார். நான் 'இல்லை'யென்று சொன்னேன். "அப்படின்னா, இந்த நாவலை எப்ப எதுக்காக படிச்சீங்க?" என்று அவர் கேட்டார். அவருடைய நாவலைப் படித்துவிட்டு, விவரங்களை ஞாபகத்தில் வைத்திருக்கும் மனிதன் ஒருவனைச் சந்தித்ததில் அவர் மிகவும் மகிழ்ச்சியடைந்தார். நான் "விடுதியில் இருந்தபோது, பி.ஏ. மாணவர்கள் 'சோறு' நாவலைப் படித்துவிட்டு விளக்கிச் சொல்லவேண்டும் என என்னிடம் வருவார்கள். அவர்கள் என்னோடு கூடப் படிக்கிற மாணவர்களே ஆயினும் என்னிடம் கன்னடப் புத்தகத்தைப் படித்துவிட்டு விளக்கிச் சொல்லுமாறு கேட்டுக்கொள்வார்கள். அப்போது நான் 'சோறு' நாவலைப் படித்தேன்" என்று முகளியிடம் தெரிவித்தேன். "எப்படியோ, என் நாவலைப் படிச்சிருக்கிங்களே, அதுவே சந்தோஷம்" என்று முகளி சொன்னார். "நீங்க விமர்சிக்கிற முறை வித்தியாசமா இருக்குது" என்று அவர் மிகவும் புகழ்ந்தார். பல்கலைக்கழகத்துக்குச் செல்லும் இந்தப் பேருந்திலேயே நான் அவருடைய கவிதைகளைப் பற்றியும் சொன்னேன். 'ரசிக ரங்க' என்னும் புனைபெயரில் அவர் கவிதைகளை எழுதிவந்தார். அவருடைய பல கவிதைகளை அவ்வளவு எளிதாகப் படித்துவிடமுடியாது. "சலிப்பாக இருக்கும்" என்று நான் சொன்னபோது, அவர் அதைக் கேட்டு எவ்விதமான வருத்தமும் படவில்லை. அவர் மீண்டும் அதே பொறுமையான குரலில், அக்கவிதைகளில் உள்ள நல்ல அம்சங்கள் எவை, அவற்றை எழுதுவதற்கான பின்னணி என்ன என்றெல்லாம் விவரித்தார். தான் எழுதியவை அனைத்தும் மிகவும் உயர்வானவை என்கிற எண்ணம் சில எழுத்தாளர்களிடம் இருக்கிறது. அவர்களுடைய படைப்புகளைப் பாராட்டுபவன் மிகச்சிறந்த திறனாய்வாளன் என்றும் கறாராக திறனாய்வு செய்பவன் எதிரி என்றும் கருதுவார்கள். முகளி

இவ்வகையான எழுத்தாளரல்ல. தன் படைப்புகளைப்பற்றி நேர்மையான முறையில் உரையாடுபவர்கள்மீது முகளி மிகவும் மதிப்பு வைத்திருந்தார்.

எஸ்.ஆர். மளகி

கன்னட ஆய்வு மையத்தில் மூத்த ஆசிரியரான மளகி அவர்கள் அப்போது யு.ஜி.சி. பேராசிரியராக இருந்தார். நான் சென்றுவந்து கொண்டிருந்த பேருந்திலேயே அவரும் பயணம் செய்துவந்தார். பேருந்தில் மளகி அவர்கள் எப்போதும் ஏதோ யோசனைகளில் மூழ்கிய நிலையிலேயே இருப்பார். அவருடைய அமைதிக்கும் யோசனைக்கும் நான் பலமுறை ஊறு விளைவித்திருக்கிறேன். அவர் தத்துவங்களில் பயிற்சி உள்ளவர், யாராவது நெருங்கி உரையாடத் தொடங்கினால், அவரும் உற்சாகத்தோடு பேசுவார். அவருடன் நான் நிகழ்த்திய உரையாடல்கள் எனக்கு மிகவும் பயனை அளித்தன. இந்த உரையாடல்கள் எல்லாமே பேருந்துப் பயணத்திலேயே நடைபெற்றன என்பது குறிப்பிடத் தக்க விசேஷமாகும். ஆய்வு மையத்தில் அவருடன் நான் உரையாடியது மிகவும் குறைவு. பழைய கன்னட இலக்கியத்திலும் மரபிலக்கணங்களிலும் அவருக்கு ஆழ்ந்த பயிற்சி இருந்தது. இன்னும் துடிப்புடன் இயங்கிவரக்கூடிய மளகி அவர்கள் தம் ஆராய்ச்சியையும் சொற்பொழிவுகளையும் நிறுத்தவில்லை. பேராசிரியரின் அறைக்குள் சென்றால், அதற்குள் இன்னொரு உள்ளறையும் இருக்கும். பெரிய அறையில் இரண்டு மூன்று பேராசிரியர்கள் உட்கார்ந்திருப்பார்கள். உள்ளறையில் ஒருவர் அமரமுடியும். ஆனால் அந்த அறையில் காற்று வருவதற்கோ வெளிச்சம் வருவதற்கோ சரியான ஏற்பாடில்லை. அங்கே பழைய மரத்துண்டுகள், இரும்புச்சாமான்கள் போல அவசியமற்ற பல பொருட்களை ஒரு மூலையில் குவித்துவைத்திருந்தார்கள். எதுவும் தெரியாதவனாக யாராவது உள்ளறைக்குள் சென்றுவிட்டால், பழைய சாமான்கள் கொட்டிக்கிடக்கும் கடையைப் பார்த்தது போல இருக்கும். அதனால் உள்ளறையில் உட்கார யாரும் விரும்புவதில்லை. ஆனால் உள்ளறையில் மூத்த பேராசிரியரான மளகி உட்கார்வார். அறைக்குள் மற்ற பேராசிரியர்களுடைய உரையாடல்களால் தம் ஆய்வுக்கு இடையூறு நேரும் என எண்ணி அவர் உள்ளறையையே வாடிக்கையாக உட்காரும் இடமாக மாற்றிக்கொண்டார். ஒருநாள் நான் அறையில் இருந்தேன். அப்போது மளகி உள்ளறையில் இருந்தார். எதிர்பாராத ஒரு தருணத்தில் உள்ளறையிலிருந்து விசித்திரமான சத்தமொன்று கேட்டது. உள்ளறையில் வைக்கப்பட்டிருந்த பழைய சாமான்கள்

உருண்டிருக்குமோ என நான் நினைத்தேன். அதற்குள் டி.ஆர். நாகராஜ் அங்கே வந்துவிட்டார். உள்ளறையிலிருந்து சத்தம் வருவதைப்பற்றி நான் அவரிடம் சொன்னேன். "பயப்பட வேண்டிய அவசியமில்லை, ப்ரொபஸருக்கு ஒன்றும் நேரவில்லை. அவர் நன்றாகவே இருக்கிறார்" என்று சொன்னார். நான் ஆச்சரியத்தோடு, "உள்ளறையில என்ன நடக்குதுன்னு பார்க்காம லேயே, எப்படி சொல்லமுடியும்?" என்று கேட்டேன். அதற்கு நாகராஜ், "ப்ரொபஸர் மளகி மரபிலக்கணம்பற்றி அடுத்த பாட வேளையில் பாடம் எடுக்கப் போறாரு. முன்தயாரிப்பின் ஒரு பகுதியாக தாளம் போட்டுப் பார்க்கிறார்" என்றார். நான், "தாளம் இந்த மாதிரி இருக்காது" என்றேன். அதற்கு டி.ஆர். நாகராஜ், "மளகி அவர்கள் பக்கத்தில் கொட்டியிருக்கும் மரத்துண்டையோ இரும்புத் துண்டையோ எடுத்து மேசைமீது தட்டித் தாளம் எழுப்புகிறார்போல ..." என்று சொன்னார். இதையெல்லாம் அவர் எப்படி தெரிந்துகொண்டார் என எனக்கு ஆச்சரியமாக இருந்தது. பேராசிரியர் மளகி அவர்களுக்கு மரபிலக்கணம்பற்றிப் பாடம் எடுக்கிற பாடவேளைதான் அடுத்து வர இருந்தது என எனக்கும் தெரிந்திருந்தது. ஆனால் இந்தச் சத்தம் எப்படி வந்தது, பார்க்கலாம் என்று தோன்றியது. டி.ஆர். நாகராஜ் சொன்ன விஷயத்தின் உண்மைத்தன்மையைப்பற்றி பார்த்தே தெரிந்துகொள்ளலாம் என நினைத்துக்கொண்டேன். "சார், உள்ள போயி பார்க்கலாம்" என்று சொன்னேன். நாங்கள் இருவரும் உள்ளறைக்குள் சென்று பார்த்தோம். டி.ஆர். நாகராஜ் சொன்னதைப்போலவே பேராசிரியர் மளகி அவர்கள் சிறிய ஒரு மரத்துண்டை மேசையில் தட்டித்தட்டித் தாளமெழுப்பி, அடங்கிய குரலில் பாடிப் பயிற்சி செய்துகொண்டிருந்தார். டி.ஆர். நாகராஜ் சொன்னது உண்மையாகிவிட்டது. தன்னுடைய அனுபவத்தின் அடிப்படையில் மளகி தானாகவே ஒரு தாளத்தை உருவாக்கிக்கொண்டிருந்தார். தாளத்தில் மூழ்கிப்போயிருந்த மளகி அவர்கள் நாங்கள் இருவரும் வந்ததைக் கவனிக்கவில்லை. அவருக்கு சங்கடம் உண்டாக்கக்கூடாது என நினைத்து நாங்களும் வெளியே வந்துவிட்டோம்.

காதலே நம் வாழ்க்கை

பல்கலைக்கழகப் பேருந்தில் ஒருநாள் பயணம் செய்துகொண் டிருந்தேன். உட்காரவோ நிற்கவோ இடமே இல்லை. அந்தக் கூட்டத்தில் எப்படியோ உள்ளே நுழைந்து நின்றபடி பயணம் செய்தேன். கீழே விழாதவண்ணம் பேருந்தின் மேல்கம்பியைப் பிடித்தபடி பயணம் செய்தேன். தடுமாற்றத்தில் யார்மீதாவது

மோதி விழுந்துவிட்டால் என்ன செய்வதென்ற பயமும் மனத்தில் இருந்தது. கையில் ஒரு புத்தகத்தையும் வைத்திருந்தேன்.

மிகவும் சிரமத்துடன் இப்படி பேருந்தில் பயணம் செய்து கொண்டிருந்தபோது இளம்பெண்ணொருத்தி இருக்கையில் உட்கார்ந்திருந்தாள். அவள் என் கையிலிருந்த புத்தகத்தைக் கொடுக்குமாறு கேட்டுக்கொண்டாள். நான் படும் சிரமங்களைப் பார்த்து, என் கையிலிருந்த புத்தகத்தை வாங்கிவைத்துக் கொண்டால் எனக்கு உதவியாக இருக்கக்கூடும் என அவள் நினைத்திருந்தாள். நான், "பரவாயில்லை" என்றேன். அவள், "கொடுங்க, எனக்கு ஒன்னும் பிரச்சினை இல்ல" என்றாள். இந்த அளவுக்குச் சொல்லும்போது, புத்தகத்தைப் பிடித்துக்கொண்டு பிரயாணம் செய்யும் பிடிவாதத்தோடு இருப்பது சரியல்ல என்று தோன்றியது. நான் அவளிடம் என்னுடைய புத்தகத்தைக் கொடுத்தேன். அந்தப் புத்தகத்தை நன்றாக பைண்ட் செய்து வைத்திருந்தேன். அவள் புத்தகத்தை வாங்கிக்கொண்டதும் என் சுமை குறைந்ததுபோல இருந்தது. நான் நின்றுகொண்டே வந்தேன். ஒன்றிரண்டு நிமிடங்கள் கழித்து, அவள் புத்தகத்தைத் திறந்தாள். புத்தகத்தின் பெயரைக் கண்டதுமே அவள் கோபம் கொண்டாள். "வேண்டுமென்றே நீங்கள் இந்தப் புத்தகத்தை என்னிடம் கொடுத்திருக்கிறீர்கள்" என்று சத்தம் போட்டாள். அந்தப் புத்தகத்தின் பெயர் 'காதலே நம் வாழ்க்கை'. த.ரா. பேந்த்ரே எழுதிய காதல் பாடல்களின் தொகுதி. அதில் பல முக்கியமான காதல் பாடல்கள் தொகுக்கப்பட்டிருந்தன. கே.கே. ஹெப்பார் அற்புதமான கோட்டோவியங்களை வரைந்திருந்தார். 'காதலே நம் வாழ்க்கை' எனக்கு மிகவும் பிடித்த புத்தகம். பேந்த்ரே எனக்கு மிகவும் பிடித்த கவிஞர். அன்று அந்தப் புத்தகத்தோடு பயணம் செய்தேன். எனக்கு உதவும் நோக்கத்தோடு கேட்டதாலேயே நான் அந்தப் புத்தகத்தை அவளிடம் கொடுத்தேன். கெட்ட நோக்கத்தோடு நான் அந்தப் புத்தகத்தை அவளிடம் கொடுத்ததாக அவள் சொன்னதைக் கேட்டு மனத்துக்கு வேதனையாக இருந்தது. 'காதலே நம் வாழ்க்கை' என்னும் வரியை பேந்த்ரே ஏன் எழுதினாரோ என்று தோன்றியது. இந்த ஒரே ஒரு வரி, இந்தப் பெண்ணிடம் இப்படி விசித்திரமான ஓர் உணர்வை எழுப்புமெனில், பேந்த்ரேவுடைய கவிதை வாசகர்களின் நெஞ்சில் எப்படிப்பட்ட அலைகளை எழுப்பியிருக்கக்கூடும் என்கிற எண்ணம் என் நெஞ்சில் உதித்து மறைந்தது. பார்ப்பதற்கு ஏறுமாறான தோற்றத்தோடு காணப்படுகிற, அப்போது இன்னும் திருமணம் ஆகாதவனாக இருந்த என்னை அந்த இளம்பெண் ஒரு போக்கிரிப்பையன் என்றே நினைத்திருக்கக்கூடும் என்று நினைத்தேன். பல்கலைக்கழகத்தில் ஆய்வு உதவியாளன் என்று

சொன்னால், அவள் நம்பமாட்டாள் என்றே தோன்றியது. 'என்னிடம் ஏன் நீங்கள் இந்தப் புத்தகத்தைக் கொடுத்தீங்க?" என்று கேட்டுச் சத்தமெழுப்பினாள். 'நான் வேணாம்ன்னு சொல்லச்சொல்ல நீங்கதான் கொடுங்கன்னு கேட்டிங்க. அதனாலதான் கொடுத்தேன்" என்று நான் பதில் சொன்னேன். "இந்த புத்தகத்தை ஏன் கொடுத்திங்க?" என்று அவள் கடுமையான குரலில் கேட்டாள். "வேறு புத்தகம் இல்லை. அதனால் இந்தப் புத்தகத்தைக் கொடுத்தேன்" என்று பதில் சொன்னேன். அவள் என் சொற்களை நம்பத் தயாரில்லை. நான் கடைசியாக, "அது பேந்த்ரே எழுதிய புத்தகம்" என்று சொன்னேன். அவள் பேந்த்ரேயின் பெயரை ஒருநாளும் கேட்டதே இல்லை. "அவர் யாரு, உங்களுடைய குருவா?" என்று கேட்டாள். இதைக் கேட்டு உள்ளூர என் மனம் பூரித்தது. ஆயினும் ஆவேசத்தோடு, "கன்னட மொழியின் வரகவியை இப்படியெல்லாம் அவமானப்படுத்த வேண்டாம்" என்று சொன்னேன். இவ்வளவு நேரம் இந்த உரையாடலைப் பொறுமையாகக் கேட்டபடி அக்கம்பக்கத்தில் இருந்த பிரயாணிகள் எனக்கு ஆதரவாகக் குரலெழுப்பினார்கள். வரகவியைப் பற்றித் தாழ்வாக எதுவும் பேசவேண்டாம் என்று அவளுக்குப் புத்தி சொன்னார்கள். அவள் அமைதியாக இருந்தாள். வெகுநாட்களுக்குப் பிறகு, அவளுக்கு அறிமுகமான ஒருவர் என்னை நிறுத்தி எனக்கு வணக்கம் சொன்னார். பேருந்தில் சண்டை போட்ட இளம்பெண் இலக்கிய அறிமுகம் இல்லாதவள் என்றும் அந்தச் சம்பவத்துக்குப் பிறகு பேந்த்ரே, நரசிம்மசாமி ஆகியோரின் கவிதைகளைப் படித்துக்கொண்டு வருகிறாள் என்றும் சொன்னார். எனக்கு மிகவும் மகிழ்ச்சியாக இருந்தது.

ஜன்னல் வழியாக வந்தவர்கள்

பேருந்தில் நின்றுகொண்டு பயணம் செய்பவர்கள் படாதபாடு படும்போது, உட்கார்ந்து பயணம் செய்பவர்கள் எந்தக் கவலையும் இல்லாமல் இருப்பார்கள். ஒன்றிரண்டு நிமிடங்கள் தாமதமாக வந்திருப்பின் நாமும்கூட இப்படித்தான் நின்றபடி பயணம் செய்யவேண்டியதாக இருந்திருக்கும் என்பது அவர்களுக்குத் தோன்றுவதில்லை. நின்றுகொண்டிருப்பவர்கள் சரியாக நிற்க வேண்டுமென்றும் மேலே சாய்ந்துவிழக் கூடாது என்றும் அவர்கள் அடிக்கடி சொல்லிக்கொண்டே இருப்பார்கள். பேருந்தின் உச்சியில் ஏறிப் பயணம் செய்பவர்களைக்கூட நான் பார்த்திருக்கிறேன். பல ஆண்டுகளுக்கு முன்பாக எனக்கு நேர்ந்த அனுபவமொன்றை இங்கே குறிப்பிடுவதில் பிழை ஒன்றுமில்லை. கிராமங்களில் பேருந்துப் பயணங்களில் உள்ள கஷ்டங்களை

இந்த அனுபவம் எடுத்துக் காட்டும். ஒருமுறை ராமநகர் பேருந்து நிலையத்தில் நான் பேருந்துக்காகக் காத்திருந்தேன். ஒரு கிராமத்தில் நடக்கவிருந்த எங்கள் உறவுக்காரர் ஒருவருடைய திருமணத்துக்கு நான் செல்லவேண்டி இருந்தது. பேருந்து வந்து நின்றதுமே, எப்படியாவது வாசல் வழியாகப் புகுந்து சென்றுவிட வேண்டுமென்று நினைத்தபடி நின்றிருந்தேன். நான் அந்த அளவுக்கு உயரமானவன் அல்ல. பேருந்துக்குள் செல்ல இது எனக்கு மிகவும் பயன்படுகிற விஷயம். பேருந்தின் கதவுக்கருகே முட்டிமோதுகிற ஆட்களின் இடையில் நின்றுவிட்டால், எவ்வித மான முயற்சியும் இல்லாமல் அந்தக் கும்பலோடு கும்பலாக உள்ளே சென்றுவிடுவேன். கும்பலிடையே அவஸ்தைப்பட்டு நின்றிருந்தாலும், ஒருவரையொருவர் தள்ளிக்கொண்டு ஆட்கள் பேருந்துக்குள் நுழையும்போது, இடையில் நின்றிருக்கும் நானும் அப்படியே தள்ளப்பட்டு உள்ளே சென்றுவிடுவேன். எப்படியோ நான் பேருந்துக்குள் போய்விடுவேன். ராமநகரில் பேருந்துக்காக காத்துக்கொண்டிருந்தபோது, இதுபோலவே வசதியாக உள்ளே சென்றுவிடலாம் என நினைத்திருந்தேன். பேருந்து வந்து சேர்ந்ததும் ஆட்கள் கூடிவிட்டார்கள். வேகவேகமாக நான் பேருந்தின் கதவுக்கருகில் சென்றேன். எனது கணக்கு பிசகாகிவிடும்போல இருந்தது. கதவு வழியாக உள்ளே செல்ல நான் படாத பாடு பட்டுக்கொண்டிருக்கும்போது, பத்துப்பதினைந்து பேர் பேருந்தின் ஜன்னல்கள் வழியே உள்ளே நுழைந்துவிட்டார்கள். அவர்கள் அனைவரும் இடம்பிடித்து உள்ளே அமர்ந்துவிட்டார்கள். ஜன்னல் வழியாகவும் பேருந்துக்குள் நுழையலாம் என்பது எனக்குத் தெரிந்திருக்கவில்லை. எப்படியோ, கதவு வழியாகவே பேருந்துக்குள் சென்று நின்றவாக்கிலேயே பயணம் செய்தேன்.

நிராசையுற்ற பேராசிரியர்

பல்கலைக்கழகப் பேருந்தில் ஒருமுறை வந்துகொண்டிருந்தபோது, பல்கலைக்கழகத்தை நெருங்கிவிட்டோம் என்கிற கட்டத்தில் யாரோ கோபத்தோடு பேசுவதைக் கேட்டேன். கோபம் கொண்டவரின் பேச்சு மிகுந்த சத்தத்துடன் இருந்ததால் எல்லோரும் அவர் பக்கமாகவே பார்க்கத் தொடங்கினார்கள். பேசிக்கொண்டிருந்தவர் பல்கலைக்கழகத்தின் மூத்த பேராசிரியர். அவருடைய கோபத்துக்கான காரணம் மிகவும் விசித்திரமாக இருந்தது. அதன் பின்னணி: பேராசிரியர் பேருந்துக்குள் வந்தபோது கூட்டம் நிரம்பி வழிந்தது. முதல் இருக்கையில் அவருடைய மாணவனொருவன் உட்கார்ந்திருந்தான். அவன் இவரைப் பார்த்தான். அதைப் பேராசிரியரும் உணர்ந்துகொண்டார்.

அவருடைய மனம் ஏதோ ஒருவகையான நிம்மதியுணர்வில் மூழ்கியது. மாணவன் தன் இடத்தைவிட்டு எழுந்து தன்னை அழைத்து தனக்கு உட்கார்வதற்கு இடம் கொடுக்கக்கூடும் என அவர் எதிர்பார்த்தார். அந்த எதிர்பார்ப்பிலேயே, இதோ அவன் எழுந்துவிடுவான், இதோ அவன் நின்றுகொள்வான் என்றெல்லாம் எண்ணி அவர் காத்திருந்தார். மாணவனுக்குப் பேராசிரியர்மீது மதிப்பிருந்தாலும், எழுந்து அவருக்கு இடம் கொடுக்கும் அளவுக்கு மனம் ஒப்பவில்லை. அவர் பேருந்தில் நின்றிருப்பதே தெரியாதவன்போல நடந்துகொள்ளத் தொடங்கினான். பேராசிரியர் இதை நுட்பமாகக் கவனித்துவிட்டார். ஆயினும் அவருடைய எதிர்பார்ப்பு வற்றிவிடவில்லை. மாணவனுக்கோ எழுந்திருக்க விருப்பமில்லை. இப்படியே அரைமணி நேரம் ஓடிவிட்டது. இந்தக் குழப்பம் இப்படி நீடித்திருக்கும்போதே, பல்கலைக்கழகம் நெருங்கிவிட்டது. ஒரு கிலோமீட்டர் தொலைவு இருக்கும்போது, அப்போதுதான் அவரைப் பார்ப்பதுபோல நடித்தபடி திடீரென எழுந்து நின்றான். “சார், நீங்க நின்று கொண்டு வரீங்களா? எப்ப பஸ்ல ஏறினீங்க?” என்று பரிவோடு கேட்டான். “உட்காருங்க சார்” என்று இடம் கொடுக்க முன்வந்தான். ஏற்கெனவே கோபம் முற்றியிருந்த பேராசிரியர் சீற்றம் கொண்டார். “குருபக்தி திடீர்னு எப்படி வந்தது?” என்று மாணவனைப் பார்த்துக் கேலியோடு கேட்டார். “அரை மணி நேரமா நீ இடம் கொடுப்பேன்னு காத்திட்டிருந்தேன். நான் வந்ததைப் பார்த்தும்கூட நீ கவலைப்படவே இல்லை” என்று தன் மனத்தில் இருந்த வேதனையை வெளிப்படுத்தினார். “தப்பு உன்னுடையதல்ல, இளம் தலைமுறையே கெட்டுப் போய்விட்டது. ஆசிரியர்கள்மீதான கௌரவமெல்லாம் என்னைக்கோ பறந்து போயிட்டுது” என்று பொங்கினார். ”உட்காருங்க சார்” என்று மாணவன் வேண்டிக்கொண்டான். “உன் நாடகத்தைப் பார்த்து நான் மயங்கிவிடமாட்டேன்” என்று பேராசிரியர் சொன்னார். மாணவனும் பேராசிரியரும் நின்றுகொண்டே இருந்தார்கள். பேராசிரியரின் கடுமை பெருகியபடியே இருந்தது. யாரும் உட்காராமல் இருந்த இருக்கையில் உட்கார்வதற்கு ஒரு மாணவன் திட்டம் போட்டான். ஆனால் அதற்குள் பேருந்து கடைசி நிறுத்தத்தை அடைந்தது .

கே.எம். கோடியும் டாக்டர் முடபியும்

ஒரு நாள் விஜயநகரிலிருந்து நகரப் பேருந்தில் ஏறி மெஜஸ்டிக்குக்குப் போய்க்கொண்டிருந்தேன். உட்கார்வதற்கு இடம் கிடைக்காததால், நின்றுகொண்டே பிரயாணம் செய்தேன். பேருந்துக்குள் கூட்டம்

நெரிசலாக இருந்ததால் மூச்சுவிடுவதுகூட கஷ்டமாக இருந்தது. ஒருவரையொருவர் தள்ளிக்கொண்டிருந்தனர். எப்படியோ சிரமத்துடன் நான் பயணம் செய்துகொண்டிருந்தேன். இந்த நெருக்கடிகளுக்கு இடையிலும் யாரோ இருவர் மிக ஆழமான ஒரு விஷயத்தைப்பற்றி உரையாடிக்கொண்டிருந்தார்கள். அந்தக் கூட்டத்தில் தலையைத் திருப்பிப் பேசிக்கொண்டிருப்பவர்களின் முகங்களைப் பார்ப்பது முடியாத செயலாக இருந்தது. அவர்கள் பேசுவதைக் கேட்கும் வாய்ப்பை நழுவவிடக் கூடாதென என் காதுகள் கூர்மையடைந்தன. குரலை வைத்து ஒருவர் பெரியவர் என்றும் இன்னொருவர் இளையவர் என்றும் நினைத்துக்கொண்டேன். அவ்விருவரும் தேசத்தின் நிலைமை மாறவேண்டுமென்றால், புரட்சியே வரவேண்டும் என்று உரையாடிக்கொண்டிருந்தார்கள். சாதியம் நாட்டை மிகவும் மோசமான நிலைக்குத் தள்ளிவிட்டதைப் பற்றி அவர்கள் மிகுந்த கோபத்தோடு பேசிக்கொண்டிருந்தார்கள். வயதில் பெரியவர் பேச்சில் காந்தியவாதியைப் போலத் தோன்றினாலும் அவருடைய குரலில் அமைதியான கோபம் நிறைந்திருந்தது. புரட்சிகரமான வார்த்தைகளைப் பேசிய இளையவர் பல கருத்துகளைப் புரிந்து வைத்தவர்போலத் தோன்றினார். அவர்களுடைய உரையாடல் எனக்குள் ஒருவித உற்சாகத்தை ஊட்டியது. நகரப் பேருந்துக்குள் யாரோ விஷயம் தெரிந்த பெரிய மனிதர்கள் பிரயாணம் செய்கிறார்கள் என நினைத்து மகிழ்ச்சியடைந்தேன். மிகுந்த சிரமத்தோடு நான் அவர்கள் பக்கம் திரும்பிப் பார்த்தேன். அவர்களைப் பார்த்து மிகவும் ஆச்சரியம் எழுந்தது. பேருந்தில் பேசிக்கொண்டிருந்த பெரியவர் கே.எம். கோடி, அவரோடு உரையாடிக்கொண்டிருந்தவர் முனைவர் பாபுராவ் முடபி. கே.எம். கோடி ஓய்வுபெற்ற ஐ.ஏ.எஸ். அதிகாரி. தம் சேவைக்காலம் முழுக்க நேர்மைக்குப் பேர்போனவராக இருந்தார். லட்சக்கணக்கான வறிய தலித்துகளுடைய வாழ்க்கையில் விளக்கேற்றி வைத்த, மக்கள்மீது உண்மையான பரிவுகொண்ட அதிகாரி. அவர் கர்நாடக மேலவையில் நியமன உறுப்பினராக இருப்பினும் நகரப் பேருந்தில் பயணம் செய்ததைப் பார்க்க எனக்கு அவர் மீது இருந்த மதிப்பு இருமடங்காகப் பெருகியது. அவரோடு நின்றுகொண்டு பயணம் செய்த மற்றொருவர் கர்நாடகத்தைச் சேர்ந்த, சமூகச்சிந்தனை மிக்க அதிகாரிகளில் ஒருவர். பாபுராவ் முடபி. அப்போது அவர் மாவட்டச் சிறப்பு அதிகாரியாக இருந்தார். இப்போது மூத்த ஐ.ஏ.எஸ். அதிகாரியாக இருக்கிறார். டாக்டர் அம்பேத்கருடைய சிந்தனைகளில் ஆய்வு செய்து மைசூர் பல்கலைக்கழகத்திலிருந்து டாக்டர் பட்டம் பெற்றவர். நான் அவ்விருவருக்கும் வணக்கம் சொன்னேன். "மாநிலத்தில்

உங்களைப்போன்ற நேர்மையான அதிகாரிகள் இருப்பது, மக்கள் செய்த புண்ணியம்' என மனப்பூர்வமாகச் சொன்னேன். பேருந்து நெரிசலுக்கு இடையிலேயே அவர்களைப் பாராட்டும்படியாக சூழல் அமைந்துவிட்டது. மூத்தவரான கே.எம்.கோடியும் டாக்டர் முடபியும் மிக இயல்பாகவே பழகினார்கள். தாம் பேருந்தில் பயணம் செய்வதற்குச் சிறப்பான காரணமெதுவும் இல்லை என்றும் சொன்னார்கள். தொடக்கத்திலிருந்தே தாம் மக்கள் சார்புடைய தத்துவத்தில் ஈடுபாடு கொண்டவர்கள் என்று சொன்னார்கள். மெஜஸ்டிக் நிறுத்தத்தில் அவர்களோடு நானும் இறங்கினேன். அவர்களுக்கு மீண்டுமொரு முறை வணக்கம் சொல்லிவிட்டு விடைகொடுத்தேன்.

கண்டக்டர்

எதிர்ப்பைத் தெரிவிக்கும் நிகழ்ச்சியொன்றில் கலந்துகொள்வதற்காக மைசூரிலிருந்து ஹுன்சூருக்கு பேருந்தில் கிளம்பினேன். உட்கார இடம்கிடைக்காமல் நின்றபடியே பயணம் செய்தேன். ஒரு ஊரின் நிறுத்தத்தில் பேருந்து நின்று மீண்டும் கிளம்பியது. வேகவேகமாக உள்ளே வந்த கூட்டத்தில் சிலர் என்னிடம் பணம் கொடுத்தார்கள். நான் 'வேண்டாம் வேண்டாம்' என மறுத்தபோதும் வற்புறுத்தி அவர்கள் பணத்தை என் கையில் வைத்து அழுத்தினார்கள். நான் பயந்துவிட்டேன். கிராமத்துப் பேருந்துகளில் பாடுகிற பாடகர்களுக்குப் பணம் கொடுப்பதுண்டு. என்னையும் அப்படி நினைத்துக்கொண்டு பணம் கொடுக்கிறார்களோ என ஒரு சந்தேகம் எழுந்தது. அந்த இடத்தில் நானோ அல்லது வேறு யாருமோ பாடவில்லை என்பதால் எனக்கு அது குழப்பத்தைக் கொடுத்தது. இப்படி குழப்பத்தில் மூழ்கியிருக்கும்போது வேறொரு ஆள் வந்து என்னிடம் பணம் கொடுத்தான். பணத்தைத் திருப்பிக் கொடுக்க முயற்சி செய்துகொண்டிருக்கும்போதே இன்னொருவனும் வந்து என்னிடம் பணம் கொடுத்ததைக் கண்டு, எனக்குக் கூச்சமாக இருந்தது. அவனிடம் கறாராகப் பணத்தைத் திருப்பிக் கொடுத்துவிட்டு, எஞ்சியவர்களுக்கும் பணத்தைத் திருப்பிக் கொடுத்தபோது, அவர்கள் தம் ஊர்களின் பெயர்களைச் சொன்னார்கள். ஊர்ப்பெயர்களைக் கேட்கும்போதுதான் இவர்கள் அனைவரும் என்னைப் பேருந்தின் கண்டக்டர் என்று எண்ணிவிட்டார்கள் என்பது புரிந்தது. நான் கண்டக்டர் அல்லவென்று சொன்னேன். பேருந்தின் ஓட்டுநரிடம் கண்டக்டர் பேசிக்கொண்டிருந்தான். மங்கிய பழுப்பு நிறத்தில் ஒரு பையை நான் தோளில் மாட்டிக்கொண்டிருந்தேன். பார்ப்பதற்கு அது

கண்டக்டர் பையைப்போல இருந்தது. நான் தோளில் தொங்க விட்டிருந்த பையே இந்தக் குழப்பத்துக்குக் காரணமாகிவிட்டது. நான் அனைவருக்கும் பணத்தைத் திருப்பிக்கொடுத்தேன். அதற்குப் பிறகு கண்டக்டரிடம் சீட்டு வாங்கிக்கொண்டு பயணம் செய்தேன்.

'பையிலிருந்து கையை எடு'

நான் எம்.ஏ. படிக்கும் மாணவனாக இருந்தபோது, எனக்கு வரவேண்டிய உதவித்தொகையான ஆயிரம் ரூபாய் கிடைப்பதில் தாமதமானது. அதற்குத் தொடர்புடைய அதிகாரியை நேரில் சந்தித்துக் கேட்பதற்காகச் சென்றிருந்தேன். மிகவும் செருக்கோடு அந்த அதிகாரி நாற்காலியில் உட்கார்ந்திருந்தார். அவருக்கு எதிரே மூன்று மனிதர்கள் உட்கார்ந்திருந்தார்கள். அதிகாரியின் அலுவலகம் அவரைப் பொறுத்தவரையில் ஒரு சின்ன அரண்மனைபோல இருந்தது. அந்த அதிகாரியால் நடைபெற வேண்டிய வேலைகள் நடக்காமல் தாமதமானதால், அதை முடித்துக்கொண்டு செல்வதற்காக வந்தவர்களே, அவருக்கு எதிரில் உட்கார்ந்திருந்தார்கள். அதனால் அவர்களுடைய முகங்களில் பணிவு பொருந்திய களை படர்ந்திருந்தது. அந்தப் பணிவு சிற்சில சமயங்களில் பலவீனத்தின் எல்லைக்கும் செல்லக்கூடியதாக இருந்தது. நான் இவையனைத்தையும் நுட்பமாகக் கவனித்தேன். எனக்கு வந்திருக்கவேண்டிய மாணவர் உதவித்தொகையான ஆயிரம் ரூபாய் ஆறு மாதங்களுக்குப் பிறகும் வந்து சேரவில்லை. இந்தத் தாமதத்துக்குக் காரணம் அந்த அலுவலகத்தில் பணிபுரிந்த ஓர் ஊழியர். அதிகாரியின் ஆர்வமின்மையும் ஒரு காரணம். எதிரில் அமர்ந்திருந்தவர்களிடம் எதைப்பற்றியோ பேசிக்கொண்டிருந்த அதிகாரி, அவருக்கு எதிரிலேயே சற்றே தொலைவில் மிகுந்த பணிவோடு நின்றிருந்த என்னைச் சிறிது நேரத்துக்குப் பிறகுதான் கவனித்தார். நான் இரண்டு கைகளையும் குவித்து வணக்கம் செலுத்தினேன். அவர் பதில்வணக்கம் எதுவும் சொல்லவில்லை. அந்தப் பழக்கமே அவருக்கு இல்லையென்று தோன்றியது. நான் அதைப்பற்றி மனவருத்தம் எதுவும் கொள்ளாமல் வந்த விஷயத்தைப்பற்றி எடுத்துரைத்தேன். அந்த அதிகாரி என் பேச்சைப் பாதியிலேயே இடைமறித்து, 'பையிலிருந்து கையை எடு,' என்று சத்தமாகச் சொன்னார். நான் பயந்துவிட்டேன். யாருடைய பையிலிருந்து கையை எடுப்பது என்று யோசித்தேன். அதிகாரியின் பையை நான் தொடவே இல்லை. சட்டென அக்கணத்தில் நான் எனது பேண்ட் பாக்கெட்டில் இடதுகையை

நுழைத்துவைத்துக்கொண்டிருந்தது நினைவுக்கு வந்தது. நான் இடதுகையை பேண்ட் பையிலிருந்து எடுத்துவிட்டு, வலதுகையை அசைத்து என் பிரச்சினையை அதிகாரிக்கு விவரித்தேன். அதிகாரியின் சத்தத்தைக் கேட்டு முதலில் பயந்தாலும், வெகுவிரைவிலேயே அதிலிருந்து விடுபட்டேன். பேண்ட் பையில் கையை வைத்துக்கொண்டிருந்தாலும், அநாகரிகமாக நான் எவ்வகையிலும் நடக்கவில்லை. அதிகாரியின் மதிப்பு குறைந்துபோகும் அளவுக்கு எதுவும் பேசவுமில்லை. ஆனால் அதிகாரியின் பதிலைக் கேட்டு எனக்கு வருத்தம் மிகுந்தது. அவர் நடவடிக்கைகள் நிலப்பிரபுத்துவ அமைப்பைச் சேர்ந்த பண்ணையாருடைய நடவடிக்கைகளைப்போல இருந்தன. நான் என்றென்றும் பணிவைச் சார்ந்து இருப்பவன்; அகங்காரத்தை எதிர்ப்பவன். ஒரு பழக்கத்தின் காரணமாக பேண்ட் பையில் கையை வைத்துக்கொண்டிருந்தேனே தவிர, அதிகாரியை அவமானப்படுத்துவது என்னுடைய நோக்கமில்லை. அவருடைய நடவடிக்கைகள் ஜனநாயக அமைப்பைச் சேர்ந்த ஒருவனுடைய நடவடிக்கைகள் போல இல்லை என்று தோன்றியது. அதிகாரிகள், ஆட்சியாளர்கள், அமைச்சர்கள் அனைவரும் மக்களுக்காகப் பணியாற்றும் ஊழியர்கள் என்னும் கருத்து என் நெஞ்சில் பதிந்திருந்தது. நான் இடதுகையை பேண்ட் பையில் இன்னும் வைத்துக்கொண்டிருந்தேன். என்னை மீறி என்னுடைய வலதுகையும் பேண்டின் இன்னொரு பைக்குள் சென்றது. இப்போது என் இரண்டு கைகளும் இரண்டு பக்கங்களிலும் இருந்த பைகளில் இருந்தன. அதிகாரியின் முன்னால், அவரால் ஒரு வேலையும் நடக்கவேண்டிய அவசியமில்லை என்பதுபோலவும் அவருக்குச் சமம் என்பதுபோலவும் நின்றிருந்தேன். அப்படி இரண்டு கைகளையும் பேண்ட் பைகளுக்குள் வைத்துக்கொண்டு நின்றிருப்பதைக் கண்டு அதிகாரி அலறினார். 'ரெண்டு பையிலயும் கை வச்சிகிட்டு நிக்கிறான்,' என்று சத்தம் போட்டார். அவருக்கு எதிரில் உட்கார்ந்திருந்த மூவரும் என் நடவடிக்கையைக் கண்டு அஞ்சி நடுங்கினர். என்ன செய்வது எனப் புரியாமல் அவர்கள் குழப்பத்தில் ஆழ்ந்தனர். அதிகாரி, 'பையிலேருந்து ரெண்டு கையையும் எடு. இல்லைன்னா போலீச கூப்பிடவேண்டியதா இருக்கும்' என்று மீண்டும் சத்தம் போட்டார். போலீஸ் என்று சொன்னதும் அஞ்சிவிடக்கூடும் என அவர் நினைத்துவிட்டார். அவர் சொன்னதற்குக் கேலியான புன்னகையொன்றே என் பதிலாக இருந்தது. என் சிரிப்பு அதிகாரியின் மனத்தில் விசித்திரமான ஒருவித பயத்தை எழுப்பியது. அவர் பட்ட தவிப்பைச் சொல்லிமுடியாத அளவு இருந்தது. அதிகாரியின்

சத்தத்தைக் கேட்டு, அவருடைய அறைக்குள் ஓடிவந்த ஊழியர் நடுக்கத்தோடு அவரைப் பார்த்தபடி நின்றார். அந்த ஊழியரைப் பார்த்து எரிந்துவிழுந்த அதிகாரி, 'எங்க இவன் ஃபார்ம்?' என்று கேட்டார். என்னுடைய விண்ணப்பத்தின்மீது நடவடிக்கை எடுக்கும்படிக் குறிப்பை எழுதினார். 'பையிலிருந்து ஒரு கையை எடு,' என்ற அதிகாரியின் சத்தத்துக்கு இரண்டு கைகளையும் பைக்குள் வைத்துக்கொண்டு நின்றிருந்ததன் மூலமாக நான் பதில் அளித்தேன். ஒன்றிரண்டு நாட்களுக்குள்ளேயே ஆயிரம் ரூபாய் என் கைக்குக் கிடைத்தது.

கவிதை லஞ்சம்

அரசு அலுவலகம் ஒன்றிலிருந்து எனக்கு ஒரு காசோலை வரவேண்டி இருந்தது. அந்தக் காசோலையின் மதிப்பு நூற்றியைம்பது ரூபாய் என்று நினைக்கிறேன். அந்தக் காசோலையை வாங்குவதற்காக அலுவலகத்துக்கும் வீட்டுக்குமாகப் பலமுறை நடந்துவிட்டேன். அந்தக் காசோலையைக் கொடுக்கவேண்டிய குமாஸ்தா மனம் வைத்திருந்தால் ஒரே நாளில் என் கைக்குக் கிடைக்கும்படி செய்திருக்கமுடியும். ஆனால் அந்தக் குமாஸ்தா மிகவும் அலையவைத்தான். நினைவுக்கு வரும்போதெல்லாம் அலுவலகத்துக்குச் செல்வதும் காசோலை தயாராகிவிட்டதா என்று கேட்பதும் பழக்கமாகிவிட்டது. நாளைக்கு வா என்று சொல்வது அவனுக்கும் பழக்கமாகிவிட்டது. அவனுடைய மேசையில் வைத்துக்கொள்வதற்காக, 'நாளைக்கு வா,' என்றொரு வாசகம் எழுதிய அட்டையை எழுதிக்கொண்டுவந்து வைக்க வேண்டும் என்று நினைத்துக்கொண்டேன். குமாஸ்தா ஏன் தாமதம் செய்கிறான் என்பது முதலில் எனக்குப் புரியவே இல்லை. பார்ப்பதற்கு நல்லவன்போலக் காணப்படுகிற அவன் லஞ்சத்துக்கு ஆசைப்பட்டு அலையவைக்கிறான் என்பதைப் புரிந்துகொண்டபோது வருத்தமாக இருந்தது. குறைந்த பட்சமாக இருபது ரூபாயாவது அவன் என்னிடமிருந்து எதிர்பார்த்தான். லஞ்சம் கொடுக்க எனக்கு விருப்பமில்லை. இருபது ரூபாய் கொடுக்கிற சக்தியும் இல்லை. நான் அவனுக்கு லஞ்சம் தரக்கூடாது என்று தீர்மானித்துவிட்டேன். ஆனால் அவ்வப்போது சென்று அவனிடம் காசோலையைப் பற்றிக் கேட்பதை நிறுத்தவில்லை. ஒரு கட்டத்தில் குமாஸ்தாவுக்கு என்மீது கருணை சுரக்கத் தொடங்கியது. ஆனால் கொஞ்சமாவது லஞ்சம் பெற்றுக்கொள்ள வேண்டும் என்கிற அவனுடைய ஆசை போகவில்லை. அடுத்தமுறை செல்வதற்குள் அவன்

என்னைப்பற்றிய தகவலைக் கேட்டுவைத்துக்கொண்டிருந்தான். நான் ஏழை என்பது அவனுக்குத் தெரிந்துவிட்டது. என்ன செய்தாலும் இவனால் லஞ்சம் கொடுக்கமுடியாது என்பது அவனுக்குப் புரிந்துவிட்டது. அடுத்தமுறை சென்றபோது அவன் ஒரு திட்டத்தை முன்வைத்தான். 'நீங்கள் ஒரு கவிஞரென்பது எனக்குத் தெரியாது,' என்று ஆர்வத்தோடு சொன்னான். 'உங்களைப்போன்ற கவிஞர்களிடமிருந்து நாங்கள் லஞ்சம் வாங்கக்கூடாது. அதனால நீங்க நாளைக்கு ஒரு கவிதையை எழுதி எடுத்து வாங்க. செக் கொடுத்திடறேன்,' என்றான். 'நான் எதற்காகக் கவிதை எழுதிவரவேண்டும்?' என்று ஆச்சரியத்தோடு கேட்டேன். 'நான் ஈவனிங் காலேஜ்ல படிக்கறேன். எங்க காலேஜ் மேகசின்ல ஒங்க கவிதைய என் பேருல போட்டுக்குவேன்,' என்று மிகவும் இயல்பான தொனியில் சொன்னான். எனக்குக் கோபம் மூண்டது. ஆயினும் காட்டிக்கொள்ளவில்லை. லஞ்சம் வாங்கிக்கொள்ளாமல் கவிதை கேட்டு எனக்காக உதவி செய்வது போன்ற எண்ணம் குமாஸ்தாவிடம் காணப்பட்டது. 'ஐயோ பாவம், கவிஞர்,' என்கிற பாவனை அவனுடைய முகத்தில் தெரிந்தது. 'பணம் வாங்காமல் இப்படி ஒரு வேலையை முடித்துக்கொடுப்பது, என் வாழ்க்கையிலேயே இது முதல்முறை,' என்று அவன் சொன்னான். என்ன செய்வதென்றே எனக்குப் புரியவில்லை. ஆயினும் கவிதைக்கும் ஒரு மதிப்பு இருக்கிறது என்பது முதல்முறையாகப் புரிந்தது. பண்டமாற்று முறையில் கவிதைக்கும் ஒரு பயன் இருக்கிறது என்பது புரிந்தது. கவிதையை எழுதிக் கொடுத்துத் துணிமணிகளை வாங்கிக்கொள்ளலாம் என்றால் எவ்வளவு நன்றாக இருக்கும், கவிதையைக் கொடுத்துவிட்டு விஸ்கி பாட்டில் வாங்கிக்கொள்வது எவ்வளவு நன்றாக இருக்கும் என்பதுபோன்ற பைத்தியக்காரத்தனமான எண்ணங்கள் நெஞ்சில் ஓடின. நான் அந்த ரெக்கார்ட் குமாஸ்தாவிடம் நாளைக்கு வருவதாகச் சொல்லிவிட்டு அலுவலகத்திலிருந்து வெளியேறினேன். வீட்டுக்கு வந்ததுமே ஒரு கவிதையை எழுதினேன். 'லஞ்சமென்னும் கிணற்றிலே விழுந்திருக்கும் தேசத்தைக் காப்பாற்றி முன்னேற்றும் வீரன் யார்?' என்று தொடங்கும் அந்தப் பாட்டில், நாட்டிலே தாண்டவமாடும் லஞ்சத்தைக் கண்டு துயரம்கொள்ளும் விதமாக எழுதியிருந்தேன். லஞ்சத்தில் மூழ்கியிருக்கும் அரசியல்வாதிகளையும் அதிகாரி களையும் அடியோடு அழிக்கவேண்டும் என்கிற எண்ணம் இருந்தது. பழைய கன்னட நடை, புதிய கன்னட நடை இரண்டை யும் கலந்து எழுதிய அந்தக் கவிதையை மறுநாளே அந்த ரெக்கார்ட் குமாஸ்தாவிடம் கொடுத்தேன். நூற்றியைம்பது ரூபாய்க்கான காசோலையை அவன் என்னிடம் கொடுத்தான்.

கே.எம். ஷங்கரப்பா

கே.எம். ஷங்கரப்பா நேர்மையான வழியில் ஒரு நடக்கும் மனிதர். தப்பான வழிகளில் செல்பவரைத் திருத்துவதில் அவருக்கு மிகுந்த ஆர்வம் உண்டு. இளைஞர்களுக்கு அறிவுரை சொல்வது அவருக்கு மிகவும் பிடித்தமான வேலையாகும். திருமண வயதைக் கடந்துவிட்டவர் அவர். இன்னமும் திருமணம் ஆகாமல் இருந்தது. காதலர்களுக்கு ஊக்கம் கொடுக்கும் வகையில் அவர் பேசியதால் இளைஞர்கள் அவரை ஒரு பெரிய குருவாக மதித்துவந்தார்கள். தாடியெல்லாம் வளர்த்துக்கொண்டு, பார்ப்பதற்கு அவர் முனிவரைப்போல இருந்தார். சிறுமை புலப்படும்படியாக அவர் ஒருபோதும் நடந்துகொண்டதில்லை. மதிப்புக்குறைவான சொற்களைப் பேசுபவர்களை அவர் சகித்துக்கொள்ளவே மாட்டார். அவர் திருமணம் செய்துகொள்ளமாட்டார் என நாங்கள் அனைவரும் நினைத்திருந்தோம். ஒருநாள் அவருக்குத் திருமணம் நிகழவிருக்கிறது என்கிற செய்தியைக் கேள்விப் பட்டதும் நாங்கள் ஆச்சரியமும் மகிழ்ச்சியும் அடைந்தோம். இந்த முனிவருக்கு ஒருவழியாக திருமணம் நடைபெறப் போகிறதல்லவா என்னும் செய்தி ஆச்சரியத்தைக் கொடுத்தது. இந்தக் காரணத்துக்காக ஒரு விருந்து கொடுக்கும்படி கேட்கலாம் என்பதால் மகிழ்ச்சி ஏற்பட்டது. நாங்கள் வாழ்த்து சொன்னபிறகு, விருந்து கொடுக்கும்படிக் கேட்டதும் மிகுந்த கூச்சத்தோடு அவர் விருந்தளித்தார். என்னைவிட வயதில் பெரிய காளேகௌட நாகவார, டி.ஆர்., அக்ரஹார, கரீகௌடருடன் நானும் அவ்விருந்தில் கலந்துகொண்டேன். நல்ல விஷயங்களை மீண்டும்மீண்டும் அசைபோடுவது பொருத்தமானது என்று கருதி, ஷங்கரப்பாவிடம் விருந்து கொடுக்கும்படிப் பலமுறை கேட்டு, அவருடைய விருந்தாளிகளானோம். கொஞ்சம்கூட அலுப்பே இல்லாமல் ஷங்கரப்பா எங்களுக்கு விருந்தளித்துவந்தார். நான் அப்போது தீவிர மார்க்ஸியவாதியாக இருந்தேன். ஷங்கரப்பாவும் காளேகௌடரும் தீவிர சமாஜவாதிகள். நான் மது அருந்தும் சமயத்தில் அவர்கள் என்னை சமாஜவாதியாக மாற்றிவிட முயற்சி செய்தார்கள். நான் ஒரே ஒரு பெக் விஸ்கி அருந்தியதுமே, அவர்கள் மார்க்ஸியத்தைப் பழித்தும் சமாஜவாதத் தத்துவத்தைப் புகழ்ந்தும் பேசத் தொடங்கிவிடுவார்கள். அச்சமயத்தில் என் கவனம் விஸ்கிமீது படிந்திருக்குமே தவிர, வாதங்கள்மீது படிந்திருக்காது. ஷங்கரப்பாவின் போதனைகள் என்னை ஒருவகையில் நிலைகுலையவைத்துவிடும். இப்படிப்பட்ட தருணங்களில் காளேகௌட பார்வையாளராகவே இருப்பார். என் இயலாமையைக் கவனித்த ஷங்கரப்பா 'நீ மார்க்ஸியவாதியாக

இருப்பதற்கு என்ன காரணம்?' என்று ஒருமுறை கேட்டார். மோகன் கொண்டஜ்ஜி, எம்.கே.பட், ஜி.ராமகிருஷ்ணன் ஆகியோரின் பெயர்களை நான் குறிப்பிட்டேன். நான் சொன்னதைக் கேட்டதுமே ஷங்கரப்பாவின் கோபம் எல்லை மீறியது. அவருடைய கோபம் விருந்து கொடுத்த அவருடைய உபசரிக்கும் குணத்துக்கே எதிராக அமைந்துவிடுமோ என்று அச்சம்கொண்டேன். ஷங்கரப்பா அந்த அளவுக்குச் செல்பவர் அல்லர். மனித உறவுகள்பற்றி அவருக்குத் தெளிவான அக்கறைகள் இருந்ததால், மாற்றுக்கருத்துகளைப்பற்றி பெரிதாக நினைத்துக் கொள்வதில்லை.

ஷங்கரப்பாவுக்கும் சீதாலட்சுமி அம்மையார் அவர்களுக்கும் குருபர்களின் சங்கத்துக்குச் சொந்தமான வளாகத்தில் திருமணம் நடைபெற்றது. எவ்விதமான சடங்குகளும் இல்லாமல், புரோகிதர்களும் இல்லாமல், சாஸ்திர சம்பிரதாயங்களுக்கும் இடம்தராமல் புரட்சிகரமான முறையில் அத்திருமணம் நடந்தது. ஷங்கரப்பா தன் தத்துவச் சார்புகளை அத்திருமணத்திலும் வெளிப்படுத்திக்கொண்டார். அவருடைய இளைய நண்பனான நான், அத்திருமணத்தில் மிகவும் உற்சாகத்துடன் பங்கெடுத்துக் கொண்டு உதவினேன். காளேகௌட நாகவார அவர்களும் இதுபோலவே எளியமுறையில் திருமணம் செய்துகொண்டார். இப்படிப்பட்ட திருமணங்கள் நிகழ காளேகௌட அவர்களின் திருமணமே தொடக்கப்புள்ளியாக அமைந்தது என்று குறிப்பிடுவதில் பிசகொன்றுமில்லை. அவருடைய திருமணத்தை, குவெம்பு முன்வைத்த சடங்குகளற்ற எளிய முறையில் நடத்தி வைத்தவர் கர்நாடக அரசின் மூத்த அமைச்சராக இருந்த கே.எச். ரங்கநாத் ஆவார். அதற்குப் பிறகு, இவ்வகையான திருமணத்தை ஆதரித்தும் எதிர்த்தும் பலவகையான விவாதங்கள் பத்திரிகை களில் வெகுகாலம் நடைபெற்றன. அப்போது இப்படிப்பட்ட சீர்திருத்த திருமணங்களுக்குப் பூரணசந்திர தேஜஸ்வி அவர்கள் அழுத்தமாக ஆதரவு கொடுத்தார். இந்த விவாதத்தில் தேஜஸ்வி பங்கேற்றதையொட்டி ஏராளமான இளைஞர்கள் எழுச்சியுற்றனர். கே.எம். ஷங்கரப்பாவின் திருமணத்தில் காளேகௌட அவர்கள் முன்னால் நின்று விருந்தினர்களை வரவேற்றார்.

ஷங்கரப்பாவின் அதிகாலை விருந்தினர்கள்

லட்சுமிநாராயணபுரத்தில் ஒரு மாடிவீட்டில் ஷங்கரப்பா அவர்கள் தம் திருமண வாழ்க்கையைத் தொடங்கினார். அவருடைய வீட்டிலிருந்து ஏறத்தாழ ஒரு கி.மீ. தொலைவில் என்னுடைய வீடு

இருந்தது. ஒருநாள் காலையில் தூக்கமயக்கத்திலேயே படுத்துக் கிடந்தேன். வெளியே யாரோ என் பெயரைச் சொல்லும் குரல் கேட்டது. நான் ஆர்வத்தோடு எழுந்து வெளியே வந்தேன். கே.எம். ஷங்கரப்பா அவர்கள் என் வீட்டைத் தேடிக்கொண்டிருந்தார். இவருக்கு என் வீடு எப்படித் தெரிந்தது என்னும் கேள்வி சட்டென என் மனத்தில் எழுந்தது. வெகுநாட்களுக்கு முன்பாக, எங்கள் சேரியில் நாங்கள் ஏற்பாடு செய்திருந்த ஒரு நிகழ்ச்சியில் கலந்துகொள்வதற்காக விருந்தினராக ஷங்கரப்பா அவர்கள் வந்திருந்தார்கள். அப்போது வந்த நினைவின் அடிப்படையிலேயே குத்துமதிப்பாக அந்த இடத்துக்கு வந்து சேர்ந்த ஷங்கரப்பா அவர்கள் என் வீட்டைக் கண்டுபிடிப்பதில் வெற்றியடைந்து, என் வீட்டுமுன்னாலேயே நின்றுகொண்டு என் வீடு எங்கே இருக்கிறது என்று கேட்டுக்கொண்டிருந்தார். நான் பீதியுடன், "சார், இன்னும் ஏழுமணிகூட ஆகலையே, என்ன விஷயம்? எதுக்கு வந்தீங்க?" என்று கேட்டேன். அவ்வளவு காலையில் அவர் வந்திருந்தது எதிர்பாராத விஷயமாக இருந்தது. அவர் "பயப்படறமாதிரி ஒன்னுமில்ல" என்று சொல்லி என் பயத்தைப் போக்கினார். நான் 'என்ன விஷயம் சார்?' என்று கேட்டேன். "அப்படிப்பட்ட பெரிய விஷயம் ஒன்னுமில்லப்பா. நேத்து ராத்திரி எங்க வீட்டுல கறிக்கொழம்பு வச்சாங்க. நெறய கறி எடுத்து வந்ததால, சமையல் அப்படியே மிச்சமாயிட்டுது. அத யாருக்காவது கொடுக்கணும்" என்றார். என் மனம் லேசானது. "சார், முகத்தை கழுவிக்கொண்டு வருகிறேன். இந்த விஷயத்தைப் பற்றி நீங்க ஒன்னும் கவலைப்படவேணாம். நான் உங்களுக்கு உதவி செய்ய தயாரா இருக்கேன்" என்று மிகவும் உற்சாகத்தோடு பதில் சொன்னேன். அவர், "கறி நெறயா இருக்குது. ஒரு ஆளால அத சாப்பிட்டு முடிக்கமுடியாது. உன் தலித் சேனையையும் அழைத்துக்கொண்டு வா" என்றார். நான் யோசனையில் மூழ்கினேன். என் நண்பர்கள் அனைவரும் ஏற்கெனவே உறக்கத்தில் மூழ்கியிருந்தார்கள். அவர்களை எழுப்ப வீடுவீடாகச் செல்வது கஷ்டமான வேலை என்று தோன்றியது. நான் தயங்கியதற்கான காரணம் அவருக்குப் புரிந்திருக்க வேண்டும். "இங்க பாருங்க கவிஞரே, நான் வீட்டுக்குப் போய் சாப்பாட்டை எல்லாம் சூடு பண்றேன். நீங்க உங்க ஆளுங்களோடு வீட்டுக்கு வந்துவிடுங்க" என்று சொல்லிவிட்டுச் சென்றார் அவர். நான் என்னுடைய நண்பர்களுடைய வீடுகளுக்குச் சென்றேன். அவர்களில் பலர் இன்னும் தூங்கிக்கொண்டிருந்தார்கள். நான் அவர்களைச் சத்தம்போட்டுத் தட்டி எழுப்பியபோது, ஏதோ போராட்டத்துக்கு அழைக்கவந்துவிட்டான் என நினைத்து சோம்பல் முறித்தபடி எழுந்துநின்றார்கள். சீக்கிரமாக தயாராகும்

படி நான் அவர்களிடம் சொன்னேன். அவர்களும் சில கணங்களுக்குள்ளேயே தயாராகி வந்தார்கள். நான் விஷயத்தைச் சொன்னதும் ஒருசிலர், 'இது என்ன புரட்சி?' என்று என்னிடம் கேட்டார்கள். "நல்லா சாப்புட்டு தெம்பா இருந்தாத்தானே புரட்சி செய்யமுடியும்" என்று நான் அவர்களை முடுக்கிவிட்டேன். ஷங்கரப்பாவும் அவருடைய மனைவியும் கறிச்சோற்றைச் சூடுபடுத்தி வைத்துக்கொண்டு எங்களுக்காகக் காத்திருந்தார்கள். காலைநேரத்து விருந்தாளிகளாக நாங்கள் அங்கே சென்றோம். நாங்கள் எதிர்பார்த்திருந்த அளவைக் காட்டிலும் அதிகமாக கறி இருந்தது. பாத்திரங்களில் நிரம்பியிருந்த கறியும் அதன் கமகம வாசனையும் எங்களைப் புளகாங்கிதம் கொள்ளவைத்தன. இரவு விருந்துக்கு அதிக எண்ணிக்கையில் விருந்தாளிகளுக்கு அழைப்பு விடுத்துவிட்டு, அவர்களுக்குத் தேவையான அளவு சமையலும் செய்துவைத்துவிட்ட பிறகு, அவர்கள் வராததால் கறியும் சோறும் எஞ்சிவிட்டது என்று நினைத்து நான் பரவசத்தில் ஆழ்ந்துவிட்டேன். நின்றுகொண்டிருந்த எங்களைக் கண்டு மகிழ்ச்சியில் ஆழ்ந்த ஷங்கரப்பா, எங்களுக்கெல்லாம் பரிமாறியதோடு மட்டுமல்லாமல், எங்களோடு சேர்ந்து உட்கார்ந்து அவரும் உணவருந்தினார். எங்கள் வருகையால் அவருடைய மனைவியான சீதாலட்சுமி அம்மையாரும் மகிழ்ச்சியடைந்தார்.

திரைப்பட இயக்குநர்

எங்கள் சேரியில் மாலைகளில் இயங்கும் பள்ளியொன்றை நடத்திவந்தோம். நான் எங்கே சென்றிருந்தாலும் மாலை வேளைகளில் இந்தப் பள்ளிக்கு வந்துவிடுவேன். ஒருநாள் குழந்தைகளுக்குப் பாடம் எடுத்துக்கொண்டிருந்தேன். ஒரு சின்ன மூலைதான் எங்கள் பள்ளிக்கூடம். சமையலறையாகப் பயன்படுத்துவதற்காக, அந்த வீட்டில் இன்னொரு மூலை இருந்தது. சமையலறை மூலையில் பல மாணவர்களும் அடுத்த மூலையில் பல மாணவர்களும் உட்கார்ந்திருந்தார்கள். மாணவர்களின் எண்ணிக்கை நூற்றைத் தாண்டிவிட்டது. இதனால் இடநெருக்கடி ஏற்பட்டது. வீட்டு உரிமையாளரின் தாராளமனத்தால், முற்றத்திலும் மாணவர்கள் உட்கார்ந்தார்கள். சினனச்சின்ன பிள்ளைகளுக்குச் சொல்லித்தருவது மிகவும் சந்தோஷத்தைக் கொடுத்தது. ஒருநாள் நான் பள்ளியில் பாடம் நடத்திக்கொண்டிருந்தபோது யாரோ ஒருவர் வெளியே நின்றபடி என்னை அழைத்தார். பாடத்தைப் பாதியிலேயே நிறுத்திவிட்டு வெளியே சென்றேன். மூன்று பேர் வெளியே காத்திருந்தார்கள். அவர்களில் ஒருவர் என் நண்பரான கே. சிவருத்ரய்யா

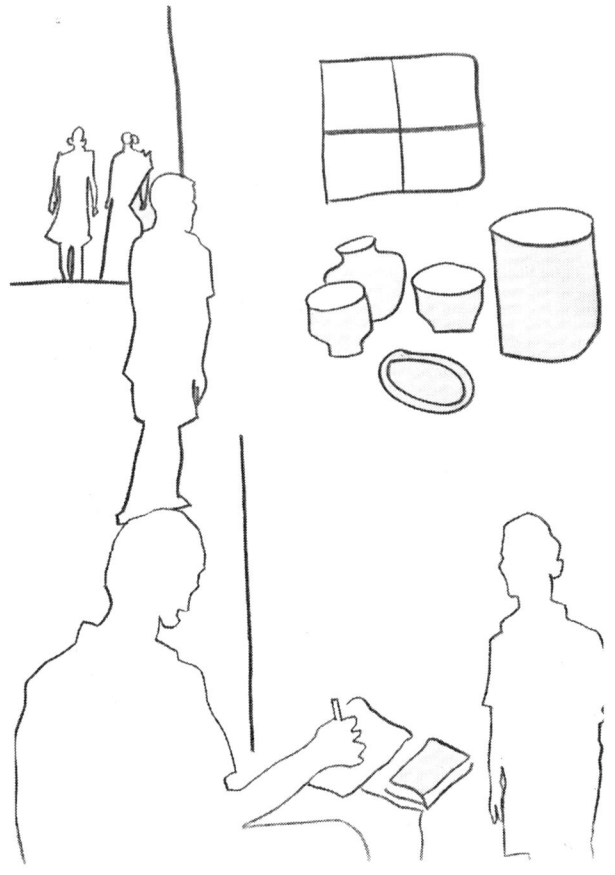

அவர்கள். மற்றொருவர் திரைப்பட இயக்குநர். இன்னொருவர் இயக்குநரின் உதவியாளர். அவர்கள் இருவரையும் சிவருத்ரய்யா அறிமுகப்படுத்தினார். இயக்குநர் அதிக அளவில் பேசவில்லை. தேவைப்படும்போது மட்டுமே பேசினார். இயக்குநர் சொன்ன விஷயத்தை அவருடைய உதவியாளர் எங்களுக்கு ஆங்கிலத்தில் மொழிபெயர்த்தார். இயக்குநருக்குக் கன்னடத்தில் சரியாகாப் பேசவராது என்று நினைத்துக்கொண்டு எனக்குத் தெரிந்த வகையில் நான் ஆங்கிலத்தில் பேசினேன். உதவியாளர் அதைக் கன்னடத்தில் மொழிபெயர்த்து இயக்குநருக்குத் தெரிவித்தார். இயக்குநருக்கு கன்னடம் தெரியும் என்பதைப் புரிந்துகொண்டதும் நான் கன்னடத்திலேயே பேசத் தொடங்கினேன். உதவியாளர், “டோண்ட் ஒரி. ஸ்பீக் இன் இங்கிலீஷ்” என்று சொன்னார். நான் சிவருத்ரய்யாவைப் பார்த்தேன். அவர் “கன்னடத்திலேயே

பேசுங்கள்" என்றார். அவர்கள் வந்த நோக்கத்தை அறிந்துகொள்ள அதிக நேரம் தேவைப்பட்டது. இயக்குநரிடம் பணமிருந்தது. சிவருத்ரய்யாவிடம் திரைப்படம் ஒன்றை இயக்கித் தரும்படி அவர்கள் கேட்டுக்கொண்டார்கள். தேவனூரு மகாதேவரின் கதையொன்றைத் திரைப்படமாக எடுப்பதாக இருந்தால், தான் அதை இயக்குவதாக சிவருத்ரய்யா இயக்குநரிடம் நிபந்தனை விதித்துள்ளார். அதற்குப் பிறகு, என்னுடைய ஆலோசனையைக் கேட்பதற்காக மூன்று பேரும் வந்திருந்தார்கள். பள்ளிக்கூட வேலை பாதித்துவிடக்கூடாது என்பதால் இரவு பத்துமணிக்கு மேல் ஓய்வு கிடைக்குமென்றும் அப்போது வந்து பேசலாம் என்றும் சொல்லி அனுப்பிவைத்துவிட்டேன். இரவு பத்துமணிக்கு மேல் இந்த மூன்று பேருடன் வேறு சில நண்பர்களும் வந்தார்கள். நாங்கள் வெகுநேரம் பேசினோம். அந்தத் திரைப்படத்தை இயக்குவதற்கு கே.எம். ஷங்கரப்பாவைத் தேர்ந்தெடுப்பது பொருத்தமாக இருக்குமென்று சொன்னேன். அதை மகிழ்ச்சியுடன் சிவருத்ரய்யா ஒப்புக்கொண்டார். கே.எம். ஷங்கரப்பாவுடைய 'மாடி மடிதவரு' திரைப்படத்தைப் பார்த்திருப்பதாக அவர்கள் சொன்னார்கள். ஷங்கரப்பாவுடன் உதவி இயக்குநராகப் பணியாற்றுவதில் தனக்கு எவ்விதமான சங்கடமும் இல்லையென்று சொன்னார் ருத்ரய்யா. மறுநாள் காலையில் நாங்கள் ஷங்கரப்பாவுடைய வீட்டுக்குச் சென்றோம். அவர் இந்தத் திரைப்படத்தை இயக்குவதற்கு ஒத்துக்கொண்டார். மற்ற விவரங்களை இரவில் மெஜஸ்டிக்குக்கு அருகிலுள்ள ஏதேனும் ஒரு ஓட்டலில் சாப்பிட்டபடி பேசலாம் என்று தீர்மானித்தோம். இயக்குநர் சொன்ன ஓட்டலுக்கு இரவு கவிந்தபிறகு நானும் ஷங்கரப்பாவும் சிவருத்ரய்யாவும் மற்றுமுள்ள நண்பர்களும் சென்றோம். சாப்பிட்டு முடித்தபிறகு, உட்கார்ந்து பேசும்வகையில் அதே ஓட்டலில் ஓர் அறையை வாடகைக்குப் பதிவுசெய்து வைத்திருந்தார். சாப்பிட்டு முடித்த பிறகு, நாங்கள் ஓட்டல் அறையில் நீண்ட நேரம் பேசியிருந்துவிட்டுப் படுத்துக் கொண்டோம். இயக்குநரும் அவருடைய உதவியாளரும் அதே அறையில் படுத்துக்கொண்டார்கள்.

நள்ளிரவில் எங்களில் ஒருவர் தூக்கம் கலைந்து அறையின் கதவைத் திறக்கச் சென்றபோது, கதவு வெளிப்பக்கத்திலிருந்து பூட்டப்பட்டிருப்பது தெரிந்தது. பயந்துபோய் அவர் எங்களையெல்லாம் எழுப்பி விஷயத்தைச் சொன்னார். ஷங்கரப்பாவும் எழுந்து உட்கார்ந்துவிட்டார். அவர் அமைதியாக எல்லாவற்றையும் கவனித்தார். எனக்குக் கவலையாக இருந்தது. எங்களோடு படுத்திருந்த இயக்குநரும் அவருடைய உதவியாளரும் இல்லையென்பதை அப்போதுதான் கண்டுபிடித்துச் சொன்னார் சிவருத்ரய்யா. இவர்கள் இருவரும் எங்கே போய்விட்டார்கள்

என்று யோசிக்கும் வேளையில், கட்டுக்கட்டாக ஆயிரக்கணக்கில் ரூபாய்த்தாள்களைக் கொண்ட பை படுக்கைக்கு அடியில் கிடப்பதைப் பார்த்து எங்கள் கவலை இன்னும் அதிகமானது. நாங்கள் உறங்கிக்கொண்டிருந்த அறையை யார் பூட்டியிருப்பார்கள் என்பது புரிந்துகொள்ளமுடியாத புதிராக இருந்தது. என்ன செய்யலாம் என்று பேசியபடி அன்றைய இரவுப்பொழுது முழுக்க கழிந்தது.

விடியும் வேளையில் அறைக்கு வெளியே யாரோ கதவைத் திறக்கும் சத்தம் கேட்டது. யாராக இருக்கக்கூடும் என்று யோசித்துக்கொண்டிருக்கும்போதே இயக்குநரும் அவருடைய உதவியாளரும் உள்ளே நுழைந்தார்கள். "ஏன் இப்படிச் செய்தீர்கள்?" என்று நாங்கள் அவர்களை கேட்டோம். ஏதோ பொழுதுபோக்குக்காக இரவில் வெளியே சென்றதாக இருவரும் சொன்னார்கள். "பணப்பையை ஏன் விட்டுவிட்டுப் போனீர்கள்?" என்று கேட்டோம். "பெரிய தொகையுள்ள பையை வெளியே எடுத்துச் செல்ல பயமாக இருந்தது. நீங்கள் அனைவருமே மிகவும் நல்லவர்கள். உங்களிடம் இருப்பதே பணத்துக்கு பாதுகாப்பு என்று நினைத்து பணப்பையை இங்கேயே விட்டுவிட்டுச் சென்றோம்" என்றார்கள். "நாங்கள் நல்லவர்கள் என்பதற்கு என்ன அடையாளம்?" என்று கேட்டோம். "ஒருவேளை எங்கள் நம்பிக்கை பொய்யாகிவிட்டால் என்ன செய்வது என்கிற யோசனையில் முன்னெச்சரிக்கையாக அறையின் கதவை பூட்டிக்கொண்டு சென்றோம்" என்றார்கள். இந்தச் சம்பவத்தையே படமாக ஏன் எடுக்கக்கூடாது என்று எனக்குத் தோன்றியது. ஏதோ காரணத்தால் அதைப்பற்றி தொடர்ந்து யோசிக்கவில்லை. கே.எம். ஷங்கரப்பா இன்று கனிவும் முதுமையும் கூடிய ஒரு பெரிய ஆளுமை. சிவருத்ரய்யா விருதுபெற்ற இயக்குநர். கே.எம். ஷங்கரப்பாவுடைய மனைவி சீத்தாலட்சுமி அம்மையார் புற்றுநோயால் பாதிக்கப்பட்டு இயற்கையெய்திவிட்டார் என்று குறிப்பிட வேதனையாக இருக்கிறது.

பானந்தூரு கெம்பய்யா

பானந்தூரு கெம்பய்யா எனக்குப் பல ஆண்டுகளாகத் தெரிந்தவர். நான் ஸ்ரீராமபுரத்தில் ஆர். கோபாலஸ்வாமி ஐயர் பள்ளியில் படித்துக்கொண்டிருந்தபோது, அவரும் அங்கே படித்துக்கொண்டிருந்தார். அப்போது நான் ஏழாவது வகுப்பில் படித்துக்கொண்டிருந்தேன். அவர் எட்டாவது வகுப்பில் இருந்தார். கெம்பய்யா அவர்கள் எதிர்காலத்தில் மிகச்சிறந்த ஒரு பாடகராவார் என யாரும் எதிர்பார்த்திருக்கவில்லை. அவர்

அப்போது பாடகராகவும் இல்லை. அவரும் எங்களைப்போல சாதாரண மாணவராகவே இருந்தார். என்னை எப்போதாவது எதிரில் பார்க்கும்போது 'டேய், பையா' என்று அழைத்துப் பேசுவார். ஆர். கோபாலஸ்வாமி ஐயர் பள்ளி வளாகம் மிகவும் அகன்றிருந்தது. பெரிய கட்டடம். கட்டடத்துக்குள் போய்வரும் வழியும் அகலமாக இருந்தது. அப்படிப்பட்ட ஒரு வழியில் நான் சென்றுகொண்டிருந்தபோது, ஓர் அறையிலிருந்து யாரோ குழலூதும் சத்தம் கேட்டது. அந்தக் குழலோசை மிகவும் இனிமையாக இருந்தது. நான் மாடியறையில் தங்கியிருந்ததால், கீழ்த்தளத்தில் உள்ள அறைகளில் யார் யார் இருக்கிறார்கள் என்கிற விவரமெல்லாம் எனக்கு அந்த அளவுக்குத் தெளிவாகத் தெரியாது. ஆனால் குழலோசையின் இனிமையால் ஈர்க்கப்பட்டு, இசை பொங்கிவந்த அறையின் கதவைத் திறந்து ஆவலோடு பார்த்தேன். தம்முடைய டிரங்க் பெட்டியின்மீது உட்கார்ந்தபடி கெம்பய்யா ஆழ்ந்த ஈடுபாட்டோடு குழல் வாசித்துக்கொண்டிருந்தார். கெம்பய்யா எனக்கு ஏற்கெனவே பழக்கமுள்ளவர் என்பதால், அறைக்குள் நுழைந்து அவருக்கு முன்னால் தரையில் உட்கார்ந்து கொண்டேன். என் வருகையால் உத்வேகம் கொண்ட கெம்பய்யா மிக நீண்ட நேரம் குழலிசைத்தபடியே இருந்தார்.

பள்ளிக்கூட ஆண்டுவிழாவுக்காக ஒரு நாடகத்துக்கு ஏற்பாடு செய்திருப்பதாகவும் அதில் நகைச்சுவைப்பாத்திரத்தை ஏற்று நான் நடிக்கவேண்டுமென்றும் கெம்பய்யா கேட்டுக்கொண்டார். அவரே எனக்கு வேஷமெல்லாம் போட்டு, முகத்துக்கு வண்ணம் பூசி நடிக்க தயார்ப்படுத்தினார். மதிய வேளையிலேயே ஒப்பனை செய்துகொண்டு எல்லோருடைய முன்னிலையிலும் நான் நடமாடிக்கொண்டிருந்ததால், அதைப் பார்ப்பவர்களுக்கு நாடகம் தொடங்கும் முன்பேயே மனமகிழ்ச்சி அளிக்கக்கூடிய விஷயமாக அது இருந்தது.

'அதோ பாரடா நிலவின் பிம்பம்'

பெங்களூரு மகாத்மா காந்தி சாலையின் விளிம்பில் இருந்த அரசு கல்லூரியில் பி.யு.சி. படிப்பதற்காகச் சேர்ந்தபோது கெம்பய்யா ஆங்கிலமொழியில் பி.ஏ. ஆனர்ஸ் படிப்பதற்காகச் சேர்ந்திருந்தார். அவர் நவீன கவிதைகளால் ஈர்க்கப்பட்டு, கவிதைகளை எழுதத் தொடங்கினார். தன்னோடு படிக்கும் மாணவர்களை அழைத்து உட்காரவைத்துக்கொண்டு தாம் எழுதிய கவிதைகளைப் படித்துக் காட்டுவார். அதே சமயத்தில் நானும் கவிதைகளை எழுதிவந்தேன். கெம்பய்யா மரபுக்கவிதைகளைப் பழித்துப் பேசுகிறார் என்று என்னிடம் யாரோ வந்து சொன்னார்கள். அவரும் கவிதைகளில்

ஆர்வமுள்ள மனிதர். அவருக்கு குவெம்பு, கே.எஸ். நரசிம்ம ஸ்வாமி ஆகியோர்மீது மிகுந்த பக்தி இருந்தது. கெம்பய்யா நவோதய காலகட்டத்துக் கவிஞர்களைப் பழித்துப் பேசுவதைக் கேட்டு, அந்தக் கவிதை ஆர்வலர் மிகவும் மனவேதனைப்பட்டார். கெம்பய்யா அப்படி பழித்துப் பேச என்ன காரணம் என்று நான் அவரைக் கேட்டேன். "நவோதய கவிஞர்களின் எதுகை மோனைகளை கெம்பய்யா ஏற்றுக்கொள்ளவில்லை. மிகவும் கிண்டல் செய்கிறார்" என்றார். ஓர் ஆர்வத்தில் நான் "என்ன சொல்லி கிண்டல் செய்கிறார்?" என்று கேட்டேன். "அதோ பாரடா நிலவின் பிம்பம், எடுத்துக்கொண்டு வாடா பித்தளைக் கும்பம்" என்று சொன்னதாகச் சொன்னார். அப்போதும் சரி, இப்போதும் சரி, நான் இலக்கணத்துக்கு எதிரியல்ல, இலக்கணம் பொருத்தமில்லாமல் போகும்போது இப்படி நேர்ந்துவிடும் என்று அமைதியடைந்தேன்.

ரவீந்திர கலாக்ஷேத்திரத்தில் இளைஞர் விழாவொன்று நடைபெற்றது. நான் கலைநிகழ்ச்சிகளைப் பார்ப்பதற்காக ஆசையோடு அங்கே சென்றேன். அங்கே மேடையில் பானந்தூரு கெம்பய்யா பாடிக்கொண்டிருந்தார். கெம்பய்யா பாடுவதை அங்குதான் முதல்முறையாகக் கேட்டேன். அவர் எஸ்.வி. பரமேஸ்வர பட் அவர்களுடைய 'வெண்மேகத் தொட்டிலிலே படுத்துறங்கும் சந்திரனைத் தாலாட்டுப் பாட்டிசைத்து ஊஞ்சலாட்டுகிறது காற்று,' என்னும் கவிதையை அருமையாகப் பாடினார். அவர் சிறந்த பாடகர் என்பதை அன்று தெளிவாகப் புரிந்துகொண்டேன். கெம்பய்யாவுடைய குரல்வளம் மிக அருமையானது. நவோதய காலத்துக் கவிதையின் குணங்களை ஏற்றுக்கொள்ளாத பானந்தூரு கெம்பய்யா எஸ்.வி. பரமேஸ்வர பட் அவர்களுடைய மரபுக்கவிதையை மிக அழகாகப் பாடியது, எனக்குள் ஆச்சரியத்தையும் ஆனந்தத்தையும் அளித்தது.

பல ஆண்டுகளுக்கு முன்பு ஸ்ரீராமபுரத்தில் சாலையில் நடந்துகொண்டிருந்தபோது கெம்பய்யாவைப் பார்த்தேன். பிரதான சாலையில் இருந்த ஒரு கட்டடத்தில் வாடகை அறையில் இருப்பதாகச் சொன்னார். அவருக்கு அரசு வேலை கிடைத்தது. தங்குமிடம் எனக்கு அப்போது மிகப்பெரிய பிரச்சினையாக இருந்தது. "உங்க அறையில் தங்கிக்கொள்ள என்னை அனுமதிக்கவேண்டும். வாடகையில் பாதித்தொகையை நான் கொடுத்துவிடுகிறேன்" என்று அவரிடம் கேட்டுக்கொண்டேன். அவர் மகிழ்ச்சியோடு

ஒப்புக்கொண்டார். அவர் அறையில் சமைத்துக்கொள்வார். சாப்பிடுவதற்காக நான் எங்கள் வீட்டுக்குச் சென்றுவிடுவேன். வீட்டில் படுத்துக்கொள்ள வசதி இல்லாத காரணத்தால், நான் வேறொரு ஏற்பாட்டைச் செய்துகொள்ளவேண்டியதாக இருந்தது. இரவுப்பள்ளிக்கூடத்தில் நான் சொல்லிக்கொடுத்துக் கொண்டிருந்ததால், வகுப்பு முடிந்தபிறகு நான் கெம்பய்யாவின் அறைக்குச் செல்வேன். இரவுப் பள்ளிக்கூடத்தில் படிக்கும் சில மாணவர்கள் சாப்பிடுவதற்காகச் சிற்சில சமயங்களில் தம் வீடுகளுக்கு அழைத்துச் செல்வார்கள். தம் வீடுகளில் கறிக்குழம்பு வைக்கும் சமயங்களில் சில மாணவர்கள் என்னைச் சாப்பிட அழைத்துச் செல்வது வழக்கமாகவே இருந்தது.

பானந்தூரு கெம்பய்யாவுக்கு விருது

கன்னட சாகித்ய பரீஷத் அமைப்பு சார்பாக ஒரு விழாவை ஏற்பாடு செய்து, நாட்டுப்புறவியல் வல்லுநரான எச்.எல். நாகேகௌட அவர்கள் பானந்தூரு கெம்பய்யாவுக்கு விருது வழங்கினார். நான் அவருடைய அறைநண்பன் என்பதால் கெம்பய்யா என்னையும் விழாவுக்கு வருமாறு அழைத்தார். விழா பார்வையாளர்களில் நானும் ஒருவனாக அமர்ந்திருந்தேன். கெம்பய்யாவைப்பற்றி எச்.எல். நாகேகௌட அவர்கள் மனம்திறந்து பாராட்டிப் பேசினார். சால்வை போர்த்தி மாலை சூட்டினார்கள். அந்த விழாவில் கெம்பய்யா சில நாட்டுப்புறப் பாடல்களின் மூலவடிவங்களைப் பாடிக் காட்டினார். 'சரஸதி சண்ணோள் நகெமுகத கடுச்சிலுவெ கலிஸி கல்யாணத பதகோள்,' என்னும் பாடலை அதனுடைய மூலவடிவத்தின் பாட்டுமுறையில் மிக அழகாகப் பாடினார். கிராமத்தில் இருந்தபோது அவர் நாட்டுப்புறப்பாடல்களைப் பாடும் பெண்களிடமிருந்து கற்றிருந்தார். தன் அக்காவிடமிருந்து கற்றுக்கொண்டதாக அன்றைய விழாவில் அவர் சொன்னார். விழா முடிவடைந்த பிறகு மூலவடிவத்திலேயே நாட்டுப்புறப் பாடல்களை அவரைப் பாடும்படி செய்து கேட்கவேண்டும் என்ற ஆசையோடு உட்கார்ந்திருந்தேன். ஆனால் கெம்பய்யாவும் அவருடைய அண்ணனும் விருது பெறும் தருணத்தில் கண்ணீர் சொரிந்தனர். அது ஆனந்தககண்ணீர் என்பதை என்னால் புரிந்துகொள்ள முடிந்தது. இப்படிப்பட்ட சமயத்தில் தம்முடைய தந்தை இருந்திருக்க வேண்டும் என பிள்ளைகள் இருவரும் கண்ணீர் விட்ட காட்சியைப் பார்த்து என் மனமும் கரைந்துவிட்டது. அவர்களுடைய துயரத்தைப் பார்த்தபிறகு, பாட்டு கேட்கிற என் ஆசை அமிழ்ந்துவிட்டது.

திருட்டுக்கொக்கு

தூங்குவதில் எனக்கு நிகராக யாரையும் சொல்லமுடியாது. காலை நேரத்தில் ஒரு லட்ச ரூபாய் வேண்டுமா அல்லது தூக்கம் வேண்டுமா என்று யாராவது என்னைக் கேட்டால், நிச்சயமாக நான் தூக்கமே வேண்டும் என்று கேட்பேன். நான் மூடநம்பிக்கைகளின் எதிர்ப்பாளன். ஆனால் அடுத்தவர் உறக்கத்தைக் கெடுப்பவன் மறுபிறப்பில் மூட்டைப்பூச்சியாகப் பிறப்பான் என்னும் நாட்டுப்புறவியல் நம்பிக்கையைச் சார்ந்து நிற்கவே விரும்புவேன். பானந்தூரு கெம்பய்யாவின் அறையில் நான் தங்கியிருந்தாலும் அவர் ஒருநாளும் என் உறக்கத்தைக் கெடுத்ததில்லை. உணர்ச்சிகரமான அவர் தம் பாட்டுக்கு எதையோ செய்துகொண்டிருப்பார். ஒருநாள் காலையில் திடுமென எனக்கு விழிப்பு வந்தது. காலை வேளையில் விழிப்பு வருவது அப்போதுதான் முதல்முறை. அப்போது ஏறத்தாழ ஐந்துமணி இருக்கக்கூடும். நான் ஏழுமணிக்கு எழுந்துகொள்ளும் ஆள். ஐந்து மணிக்கு எழுந்துவிட்டதால், எனக்குத் தூக்கக்கலக்கமாக இருந்தது. விழித்துவிட்டாலும் போர்த்தியிருந்த போர்வையை விலக்காமல் காதுகளில் வந்து விழுந்த சத்தங்களை உற்றுக் கேட்டேன். சற்றே துணிச்சலாகப் போர்வையை முகத்திலிருந்து விலக்கிச் சத்தம் வந்த பக்கமாகப் பார்த்தேன். கெம்பய்யாவின் மண்ணெண்ணெய் ஸ்டவ் எரிந்துகொண்டிருந்தது. அதிலிருந்து தான் சத்தம் வந்துகொண்டிருந்தது. அறையில் கெம்பய்யாவைக் காணவில்லை. ஒருவேளை, வாளியை எடுத்துக்கொண்டு தண்ணீர் எடுத்துவரச் சென்றிருக்கலாம். விளக்கு போடாமல் ஸ்டவ்வைப் பற்றவைத்திருப்பதைக் கண்டு எனக்கு ஆச்சரியமாக இருந்தது. ஸ்டவ் மீது ஒரு ஸ்டீல் பாத்திரத்தை வைத்திருந்தார். நான் விளக்கைப் போடும் முன்பாக ஸ்டவ்மீது என்ன வைக்கப் பட்டிருக்கிறது என்று தெரிந்துகொள்வதற்காகப் பார்த்தேன். அதில் பால் கொதித்துக்கொண்டிருந்தது. விளையாட்டுக்காக, பால் பாத்திரத்திலிருந்த பாலையெல்லாம் வேறொரு பாத்திரத்தில் ஊற்றி ஆற்றி, அதன் சூடு குறைந்தபிறகு எல்லாவற்றையும் நான் பருகிவிட்டேன். பாத்திரத்தில் வெறும் தண்ணீரை நிரப்பிவைத்துவிட்டேன். தண்ணீர் எடுத்துக் கொண்டு அறைக்குத் திரும்பிய கெம்பய்யா, அதை மிகவும் கவனத்துடன் அறைமூலையில் வைத்தார். திடீரென பால் வைத்திருந்த ஸ்டீல் பாத்திரத்தின் நினைவு வந்தவராக, பாத்திரத்தைப் பார்த்தார். சந்தேகப்படுவதற்கு வழியில்லாதபடி நான் தூங்குவதுபோல நடித்தேன். பாத்திரத்தில் பாலுக்குப் பதிலாக தண்ணீர் இருப்பதைக் கண்டு அவர் அலறினார். ஒருமுறை என் பக்கமாகப் பார்த்தார். அவருக்கு என்னைப்பற்றி

சித்தலிங்கையா

எந்தச் சந்தேகமும் எழவில்லை. கதவைத் திறந்து பார்த்தார். எதிரில் இருந்த அறையின் கதவு திறந்திருந்தது. அந்த அறையில் வசித்து வந்தவன் வாளியில் நீர் சுமந்துபோய் வைத்துவிட்டு, அப்போதுதான் அறையில் ஓய்வெடுத்துக்கொண்டிருந்தான். கெம்பய்யா நேராக அவனுடைய அறைக்குள் சென்று, அந்த அப்பாவி இளைஞனிடம் சண்டைக்குப் போனார். "ஏன்டா, கேட்டிருந்தா ஒரு தம்ளரு பால் குடுத்திருக்கமாட்டேனா? ஏன் இப்படிப்பட்ட வேலையை செய்தாய்?" என்று சத்தம் போட்டார். எதிர் அறை மனிதன் பயந்துபோய் என்ன நடந்தது என்று கேட்டான். "எங்கிட்ட ஒன் நாடகம் செல்லாது" என்று சத்தமிட்டபடியே கெம்பய்யா ஸ்டீல் பாத்திரத்தில் இருந்த பால் காணாமல் போய் வெறும் தண்ணீர் இருக்கும் கோலத்தைப்பற்றிச் சொன்னார். எதிர் அறை மனிதன் சொல்வதைக் கேட்கத் தயாராக இல்லாத கெம்பய்யா, அவனே பாலைத் திருடியவன் என்று தீர்மானமாக நம்பினார். மறுநாள் காலையில் ஐந்து மணிக்கு எனக்கு விழிப்பு வந்துவிட்டது. ஸ்டீல் பாத்திரத்தில் பால் கொதித்துக்கொண்டிருந்தது. கெம்பய்யா அவர்கள் வாளியில் தண்ணீர் கொண்டுவரச் சென்றிருந்தார். பாத்திரத்தில் இருந்த பாலையெல்லாம் குடித்துவிட்டு, தண்ணீரை நிரப்பிய பாத்திரத்தை ஸ்டவ் மீது வைத்தேன். சந்தேகம் ஏற்பட்டுவிடாதபடி படுத்துக்கொண்டேன். திரும்பி வந்த கெம்பய்யா, பால் மறைந்து தண்ணீர் நிறைந்திருப்பதைக் கண்டு திடுமென எதிர் அறைக்குள் சென்றார். இருவரும் மோதிக்கொள்ளும் சூழல் உருவானது. யாரோ வந்து கெம்பய்யாவைத் தடுத்துவிட்டார். எதிர் அறை மனிதன் என் மீது சந்தேகம் இருப்பதாகச் சொன்னான். இதனால் கெம்பய்யாவின் கோபம் இன்னும் பல மடங்கு அதிகமானது. "சித்தலிங்கையாவைப்பற்றி இப்படியெல்லாம் தப்பாகப் பேசாதே" என்று அவனை எச்சரித்தார். ஆனாலும் எதிர் அறை மனிதனுக்கு என் மீது சந்தேகம் விழுந்துவிட்டது. மூன்றாவது நாளும் எனக்கு அதே நேரத்தில் விழிப்பு வந்தது. மெதுவாகப் போர்வையை விலக்கி நான் அக்கம்பக்கம் பார்த்தேன். ஸ்டவ் எரிந்துகொண்டிருந்தது. பால் கொதித்துக்கொண்டிருந்தது. பாலின் வாசனை மூக்கைத் துளைத்தது. கெம்பய்யா தண்ணீர் கொண்டுவர வாளியோடு வெளியே சென்றார். பால் அருந்துவதற்கு அதுவே பொருத்தமான நேரம் என எண்ணி நான் எழுந்திருக்கும் சமயத்தில் அறையின் மூலையில் யாரோ உட்கார்ந்திருப்பதை உணர்ந்துகொண்டேன். இருட்டில் உட்கார்ந்திருக்கும் மனிதன் யாராக இருக்கக்கூடும் என ஸ்டவ் எரியும் வெளிச்சத்தில் கண்டறிந்துவிட நான் முயற்சி செய்தேன். அவன் எதிர் அறையில் வசிக்கும் மனிதன். தன் மீது விழுந்திருக்கும் பால் திருடன் என்னும் பழியை அகற்ற அவன்

முடிவுகட்டியிருந்தான். இதனால் திருடனைக் கண்டிப்பாக கண்டுபிடித்துவிடவேண்டும் என பால் கொதிப்பதையே பார்த்தபடி உட்கார்ந்திருந்தான். நான் மீண்டும் உறக்கத்தில் ஆழ்ந்துவிட்டேன். கடைசிவரைக்கும் கெம்பய்யாவுக்குத் தன்னுடைய அறைநண்பனே திருட்டுக்கொக்கு என்பது புரியவே இல்லை.

'எலுமிச்சம் பழம்போல'

பானந்தூரு கெம்பய்யா தன்னுடை மனைவியை விரும்பித் திருமணம் செய்துகொண்டார். சாமராஜபேட்டையில் இருந்த திருமண மண்டபத்தில் நடைபெற்ற அவர்களுடைய திருமண வரவேற்புக்காக ஓர் இசைக்குழுவை ஏற்பாடு செய்திருந்தார். அந்த இசைக்குழுவில் நல்ல திறமையுள்ள பாடகர்கள் இருந்தார்கள். அவர்கள் பாடல்கள் பாடி எல்லோரையும் ஆனந்தப்படுத்திக்கொண்டிருந்தார்கள். மேடைமீது சூட்டும் டையும் அணிந்துகொண்டிருந்த கெம்பய்யா தன் மனைவியோடு அமர்ந்துகொண்டிருந்தார். புதிய மணமக்கள் இருவரும் பாடல்களைக் கேட்டு மகிழ்ச்சியில் திளைத்திருந்தார்கள். எதிர்பாராத தருணமொன்றில், கெம்பய்யாவின் நண்பனொருவன் மேடையில் ஏறி, இசைக்குழுவிடமிருந்து மைக்கை வாங்கி, "நல்ல பாடகரான கெம்பய்யா அவர்கள் ஒரு பாட்டைப் பாடவேண்டும்" என்று வேண்டிக்கொண்டான். கூடியிருந்த உறவினர்களும் நண்பர் களும் கைத்தட்டல்கள்மூலம், அவனுடைய கோரிக்கைக்கு ஆதரவு தெரிவித்தார்கள். மணமகளோடு உட்கார்ந்திருந்த கெம்பய்யா எழுந்து வந்து மைக்கை வாங்கிக்கொண்டார். 'எலுமிச்சம் பழம்போல தளதளத்த மேனியுள்ளவள்,' என அவர் பாடத்தொடங்கியதும் கைத்தட்டல்கள் மழையென பொழியத் தொடங்கின. கூடியிருந்த கூட்டம் கெம்பய்யாவுடைய பாட்டில் மெய்மறந்து திளைக்கத் தொடங்கியது.

முனைவர் பானந்தூரு கெம்பய்யா இன்று நாடறிந்த பெருமைக்குரிய நாட்டுப்புறப்பாடகர். கன்னடப் பல்கலைக் கழகத்தில் டி.லிட். பட்டம் பெற்றவர். பெங்களூரு தொலைக் காட்சியில் உயர்பதவியில் உள்ள அதிகாரி.

பிண்ணாக்குப் போராட்டம்

காளே கௌட நாகவார அவர்களுடைய பெயரை நான் பத்திரிகைகளில் படித்தேன். சீர்திருத்தத் திருமண முறையைத் தொடக்கிவைத்து மாநிலம் முழுக்கப் பெயர் பெற்றவராக

விளங்கினார். அவரை நான் நேருக்குநேர் சந்தித்ததில்லை. ஆனால் நான் பி.யு.சி. மாணவனாகப் படித்துக்கொண்டிருந்த காலத்திலிருந்தே தெரிந்துவைத்திருந்தேன். அப்போதைய கர்நாடக அரசில் பொதுப்பணித்துறை அமைச்சராக இருந்த பி. பசவலிங்கப்பா அவர்களுக்கு எதிராக தீவிரமான போராட்டம் நிகழ்ந்தபோது, நாங்கள் பசவலிங்கப்பா அவர்களுக்கு ஆதரவாக போராட்டத்தைத் தொடங்கினோம். இந்தப் போராட்டத்தை வலுப்படுத்த நான் தலித் மாணவர்களைத் திரட்டி, அமைப்புகளை உருவாக்கி, ஆவேசம் மிகுந்த சொற்பொழிவுகளை நிகழ்த்தினேன். ரத்தம் சூடேறிய இளைஞர்களை நான் போராட்டத்துக்குத் தயார்ப்படுத்தினேன் என்றும் சொல்லலாம். மாணவர் விடுதியில் ஒருமுறை இப்படிப்பட்ட ஆவேசமான சொற்பொழிவை நான் நிகழ்த்தியபோது, அந்த நிகழ்ச்சிக்கு காளேகௌட வந்திருந்தார். இரவு வேளையாதலால் சுற்றியும் இருள் சூழ்ந்திருந்தது. எங்கள் பாதுகாப்புக்காகச் சில நண்பர்கள் கூட்டம் நடைபெறும் இடத்தைச் சுற்றியும் காவல் காத்து நின்றார்கள். கூட்டம் நடைபெற்ற சாப்பாட்டுக்கூடத்தில் மட்டும் விளக்கு எரிந்து கொண்டிருந்தது. காளேகௌட இருளைக் கடந்துவந்து, காவல் காத்து நிற்பவர்களிடம் அறிமுகப்படுத்திக்கொண்டு சாப்பாட்டுக் கூடத்துக்கு வந்துவிட்டார். அப்போது காளேகௌட அவர்கள் கனகபுர என்னும் ஊரில் கல்லூரியில் கன்னட ஆசிரியராகப் பணிபுரிந்து வந்தார். நான் பெங்களூரில் அரசு கலைக்கல்லூரியில் பி.ஏ. (ஆனர்ஸ்) படித்துக்கொண்டிருந்தேன். காளேகௌட அவர்களுக்கு என்னைப்பற்றிய அறிமுகம் எதுவும் இல்லை. ஆனால் அவர் அப்போதே பிரபலமான மனிதராக இருந்தார். அவர் அமைச்சர் பி. பசவலிங்கப்பா அவர்களைச் சந்தித்த சமயத்தில் “நீங்க சித்தலிங்கையாவைப் போய் பாருங்க, அவருக்கு உதவி செய்யுங்க” என்று சொல்லியிருக்கிறார். அதனால் அந்த இரவு வேளையில் காளேகௌட எங்கள் விடுதிக்கு எங்களுக்கு உதவும் பொருட்டு வந்திருந்தார். அவர் இப்போது இருப்பதைப் போலவே அப்போதும் வசீகரமான மனிதராகவே இருந்தார்; அதே புன்னகை; அதே பை. மனிதாபிமானம் மிகுந்த அதே பண்பு. அதே ஆர்வம். என்னுடைய ஆவேசமான பேச்சைக் கேட்டு, என்ன தோன்றியதோ தெரியவில்லை. ஆனால் அவர் அந்தக் கூட்டத்தில் பேசிய பேச்சு மிகவும் பயனுடையதாக இருந்தது. ‘வேத புராண சாஸ்திரங்கள் எல்லாம் தவிடு,’ என்று அக்கமகாதேவி சொல்லியிருப்பதைத் தன்னுடைய பேச்சில் அவர் குறிப்பிட்டார். பசவலிங்கப்பா அவர்கள் கன்னட இலக்கியங்களில் பெரும்பகுதி படைப்புகள் பிண்ணாக்குபோல சக்கையான்வை என்று சொல்லியிருந்தார். உடனே மேல்தட்டைச் சேர்ந்தவர்கள் அவரை அதிகாரத்திலிருந்து

கீழிறக்குவதற்காக ஒரு போராட்டத்தைத் தொடங்கிவிட்டார்கள். கருத்தின் அடிப்படையில் நாங்கள் அவருக்கு ஆதரவாகப் போராட்டத்தில் இறங்கினோம். அவருடைய கருத்துக்கு ஆதரவாக, காளேகௌட நாகவார அவர்கள் எங்களுக்கு நல்லதொரு விஷயத்தைச் சுட்டிக்காட்டி உதவினார். 'வேத சாஸ்திர புராணங்களை அக்கமகாதேவியே தவிடு என்று சொல்லியிருக்கும்போது, பசவலிங்கப்பா அவர்கள் கன்னட இலக்கியத்தில் பெரும்பாலானவை சக்கையான பிண்ணாக்கு என்று சொல்வதில் என்ன தப்பு இருக்கிறது,' என்று விவாதிக்க எங்களுக்கு ஒரு நல்ல பிடி கிடைத்ததுபோல இருந்தது.

சட்டமன்ற வாசலில் வெடிகுண்டு

பெங்களூரு பல்கலைக்கழகத்தில் கன்னட ஆய்வு மையத்தில் காளேகௌட பணியாற்றியபோது, நான் கன்னடம் எம்.ஏ. படிக்கும் மாணவனாக இருந்தேன். அப்போதெல்லாம் டி.ஆர். நாகராஜ், அக்ரஹார கிருஷ்ணமூர்த்தி, கரீகௌட பீச்சனஹள்ளி, கங்கண்ணா, கல்லூர மேகராஜ் ஆகியோருடன் நானும் காளேகௌட அவர்களுடன் நெருக்கமாகப் பழகிவந்தோம். அப்போது காளேகௌட எங்களுக்கெல்லாம் தலைவராக இருந்தார். மக்கள் சார்புள்ள எதிர்ப்பு நிகழ்ச்சிகளிலும் போராட்டங்களிலும் நாங்கள் பங்கெடுத்துக்கொண்டோம். காளேகௌட அவர் களுக்குத் துணிச்சல் மிகுதி. திரைப்படமொன்றை இயக்கிய அவருடைய நண்பரொருவர் அப்போது ஏங்களோடு வந்து சேர்ந்துகொண்டார். அமைச்சரொருவரைச் சந்திக்க ஏற்பாடு செய்யும்படித் திரைப்பட இயக்குநர் காளேகௌட அவர்களைக் கேட்டுக்கொண்டார். அதனால் இயக்குநரை அழைத்துக் கொண்டு காளேகௌட சட்டசபைக்குப் புறப்பட்டார். சட்டசபையின் வாசலருகில் இவ்விருவரையும் போலீஸ்காரர் தடுத்து நிறுத்தினார். அப்போதெல்லாம் மாலை நான்கு மணிக்குப் பிறகு பொதுமக்களைச் சட்டசபைக்குள் செல்ல போலீஸ்காரர்கள் எந்தத் தடையுமில்லாமல் அனுமதிப்பது பழக்கம். அதனால் தடுக்கப்பட்டதும் காளேகௌட அவர்களுக்கு கோபம் வந்துவிட்டது. தம் தோளில் போட்டுக்கொண்டிருந்த பைக்குள் ஆபத்து விளைவிக்கக்கூடிய பொருள் ஏதேனும் இருக்கக்கூடும் என போலீஸ்காரர் சந்தேகப்படுகிறார் என்று காளேகௌட அவர்களுக்குப் புரிந்துவிட்டது. அவருக்கு கோபம் பொங்கிவிட்டது. போலீஸ்காரரைப் பார்த்து, "என் பையில் வெடிகுண்டு இருக்குதுன்னு நெனச்சிட்டிங்களா? இதுல என்ன இருக்குதுன்னு பார்த்துக்குங்க" என்று சொன்னபடி

பைக்குள் இருந்த டிபன் பாக்ஸை எடுத்து போலீஸ்காரர் முகத்துக்கு நேராகத் திறந்து காட்டினார். போலீஸ்காரர் சட்டென பின்வாங்கினார். டிபன் பாக்ஸால் போலீஸ்காரரைத் தாக்கும் நோக்கம் எதுவும் அவருக்கு இல்லை. ஆனால் தோளில் தொங்கிக்கொண்டிருந்த பையிலிருந்து பாக்ஸை எடுத்துத் திறந்து காட்டிய வேகம் அப்படித் தோன்றவைத்துவிட்டது. வாசலில் நின்றிருந்த போலீஸ்காரருக்கும் காளேகௌட அவர்களை அவமானப்படுத்தும் நோக்கம் இல்லை. இப்படி கம்பீரமாக தாடி வளர்த்துக்கொண்டுள்ள ஒருவர் தோளில் பையைத் தொங்கவிட்டுக்கொண்டு வந்ததை அந்தப் போலீஸ்காரர் இதற்கு முன்பாகப் பார்த்ததில்லை போலும். சட்டசபையின் பாதுகாப்புக் காரணத்துக்காக மிகுந்த கடமையுணர்வோடு காளேகௌட அவர்களுடைய பையில் என்ன இருக்கிறது என்று தெரிந்துகொள்ள முயற்சி செய்திருக்கிறார்கள். காளேகௌட டிபன் பாக்ஸை எடுத்துக் காட்டிய வேகத்தைப் பார்த்து அஞ்சி தம்முடைய பாதுகாப்புக்காக பின்னால் நகர்ந்தான். காளேகௌட அவர்கள் போலீஸை வெறுப்பவரல்லர். அந்தத் தருணத்தில் உண்டான கடுகடுப்பை, ஒரு வேகத்தில் டிபன் பாக்ஸை எடுத்துத் திறந்து காட்டுவதன்மூலம் புலப்படுத்தினார். இப்படிப்பட்ட மன உறுதியையும் துணிச்சலையும் அந்தப் போலீஸ்காரர் பார்த்தது அதுவே முதல்முறை. காளேகௌட அவர்களுடைய கோபம், அவர்மீது போலீஸ்காரருக்கு கௌரவம் உருவாகும்வண்ணம் அமைந்துவிட்டது. அவர் கைகுவித்து வணங்கி, அவரையும் திரைப்பட இயக்குநரையும் உள்ளே அனுமதித்தார். சமூக சேவகரான காளேகௌட அவர்கள் அதிகாரிகளையும் அமைச்சர் களையும் மக்களுக்காக உழைக்கும்பொருட்டு நியமிக்கப்பட்ட ஆட்கள் என்ற எண்ணம் உடையவராக இருந்தார். அவரைப் பொறுத்தவரையில், சட்டசபை என்பது பொதுமக்களுக்குரிய ஒரு பெரிய வீடு. இவ்வகையில், அவருடைய ஜனநாயக நம்பிக்கை ஆழமானது.

காளேகௌடரின் நண்பர்கள்

காளேகௌடரின நடபுவட்டம் பெரியது. எல்லாச் சாதி களிலும் மதங்களிலும் அவருக்கு நண்பர்கள் இருந்தார்கள். எல்லோருடைய மதிப்புக்கும் உரிய, அபூர்வ அரசியல்வாதியான வை.கே. ராமையா அவர்கள் காளேகௌடருக்கு மிகவும் நெருக்கமானவர். அமைச்சர்கள், அரசியல்வாதிகள், அதிகாரிகள் அனைவரும் அவருடைய நட்புவட்டத்தில் இருந்தார்கள். எல்லாருக்கும் மேலாக ஏழைஎளியவர்கள் காளேகௌடருக்கு

நெருக்கமாக இருந்தார்கள். தோட்டவேலை செய்பவர்கள், ஓட்டல் தொழிலாளிகள், விவசாயிகள், கூலிக்காரர்கள் அனைவரும் அவருடைய நண்பர்கள். காளேகௌடருடைய நட்புவட்டத்தில் பெண்கள் எண்ணிக்கையும் அதிகம். சிற்சில சமயங்களில் தப்பாகப் புரிந்துகொள்ளப்படும் அளவுக்கும் அது வழியமைத்திருக்கிறது. அந்தத் தப்பான பொருள், பொறாமையால் விளைந்தது என்பது என் நம்பிக்கை. காளேகௌடருடைய மனிதாபிமானமும் வசீகரமான ஆளுமையும்தான் அவருடைய நட்புவட்டம் இத்தனை பெரிதாக வளர்வதற்குக் காரணம். சமீபத்தில் நான் சென்ட்ரல் கல்லூரிப் புல்வெளியின் ஓரமாக போய்க்கொண்டிருந்தேன். அங்கே வேலை செய்துகொண்டிருந்த ஒரு வேலைக்காரன் என்னைப் பார்த்து 'சார்' என்று அழைத்தான். அவனைப் பார்த்த ஞாபகமே இல்லை. ஆர்வத்தோடு அவனிடம் என்ன என்று கேட்டேன். 'காளேகௌடரு எப்படி இருக்கிறார்?' என்று அவன் கேட்டான். தொடக்கத்தில் நான் சற்றே குழம்பினாலும், காளேகௌட நாகவாரருடைய நலனைப் பற்றித்தான் விசாரிக்கிறான் என்று புரிந்துகொண்டேன். அவன் காளேகௌடருடைய குணநலன்களைப் புகழ்ந்து பேசத் தொடங்கினான். நானும் அவனோடு சேர்ந்து புகழ்ந்து சொன்னேன். இவ்வாறாக, காளேகௌடருடைய அபிமானிகளை கர்நாடகம் முழுதும் பார்க்கமுடியும்.

நாவிதனின் மரணம்

மைசூரில் ஒரு சலூனுக்கு காளேகௌட சென்றிருந்தார். நாவிதனின் தொழில்மீது இவருக்கு மிகுந்த ஈடுபாடு இருந்தது. அரசியல் செய்திகளையும் சமூகக் கருத்துகளையும் பேசுவதில் நாவிதனை மிஞ்சுவது கடினம். இவ்வகையில் சலூன்கள் அரசியலின் அரிச்சுவடியைக் கற்றுக்கொள்ளும் கல்விநிலையங்களாக விளங்குகின்றன. தலைமுடியை வெட்டிக்கொள்கிறார்களோ இல்லையோ, செய்தித்தாள்களைப் படிப்பதற்காகவே சலூன் களுக்குச் செல்பவர்கள் இருக்கிறார்கள். சலூன்கள் மக்களுக்கு மிகவும் பிடித்தமான இடம். பேச்சில் வல்லவர்களான நாவிதர்களே இந்த சலூன் ஈர்ப்பின் மையம். இது மட்டுமல்ல, குரங்குத்தோற்றம் உள்ளவர்களைக்கூட மிக அழகான தோற்றம் உள்ளவர்களாக மாற்றும் மந்திர சக்தியும் அவர்களிடம் இருந்தது. இந்த சலூன் நாவிதனும் நல்ல உரையாடல் திறமை உள்ளவன். நல்ல வேலைத்திறமையும் உள்ளவன். அவனுடைய பேச்சாற்றலாலும் வேலைத்திறமையாலும் கவரப்பட்ட காளேகௌட அவனிடம், “இந்த சலூன் உனக்குச் சொந்தமானதா?” என்று கேட்டார்.

தான் கடைக்கு முதலாளியல்ல என்றும் கடையில் வேலை செய்யும் தொழிலாளி என்றும் சொன்னான் அவன். இதைக் கேட்டதும் காளேகௌட அவனிடம் "நீயே ஏன் சொந்தமாக ஒரு கடை நடத்தக்கூடாது?" என்று கேட்டார். அதற்கு அவன், "அதுக்கெல்லாம் முதல் வேணுமே சார்" என்று தன்னுடைய பிரச்சினையைச் சொன்னான். தனக்கு ஒரு வங்கி அதிகாரி தெரியும் என்றும் கடன் உதவி செய்ய ஏற்பாடு செய்யமுடியும் என்று காளேகௌட சொன்னார். சொன்னதுபோலவே, தானே முன்னின்று உத்தரவாதக் கையெழுத்து போட்டுக் கடன் வாங்கிக் கொடுத்தார். அந்த நாவிதன் சொந்தமாக ஒரு சலூனை உடனே ஆரம்பித்தான். காளேகௌடருக்கு மிகவும் மகிழ்ச்சி உண்டானது. சலூன் நன்றாகவே நடந்துவந்தது. எதிர்பாராத விதமாக நாவிதன் அகால மரணமடைந்துவிட்டான். அவன் கடன் பெற்ற விஷயத்தை காளேகௌட மறந்தே போய்விட்டார். சில ஆண்டுகளுக்குப் பிறகு, கடன் வாங்கிய தொகையை வங்கியில் செலுத்தவேண்டும் என காளேகௌடருக்கு நோட்டீஸ் வந்திருந்தது. கௌட மிகவும் அஞ்சிவிட்டார். முதன்முதலில் இது என்ன பணம் என்று அவருக்குப் புரியவில்லை. கடன் வசூலில் வங்கிகள் எவ்விதமான கருணையும் காட்டுவதில்லை. நிர்தாட்சண்யமாக வசூல் செய்யக்கூடியவர்கள். சலூன் இருந்த இடத்தை நினைவுபடுத்திகொண்டு அங்கே சென்று பார்த்தால், அங்கே கடை எதுவும் இல்லை. முழுத் தொகையையும் காளேகௌடரே கட்டும்படி நேர்ந்தது. அவ்வளவு பெரிய தொகை அவரிடம் இல்லை. சலூனின் கடனை அடைக்க, அவர் வேறொரு கடனை வாங்கும்படி ஆனது. அப்போதும் கூட, இந்த விஷயத்தில் தான் தப்பு செய்துவிட்டோம் என காளேகௌட வருந்தியதை நான் ஒருநாள் கூட கண்டதில்லை. தனக்கு நேர்ந்த இப்படிப்பட்ட அனுபவம், சமூகம் இயங்கும் விதத்தில் ஒரு பகுதி என்று அவர் நினைத்தார்.

காளே கௌடரின் சாப்பாட்டு ருசி

கெங்கேரி புறநகரில் காளேகௌட அவர்கள் வசித்துவந்தபோது, அவருடைய வீட்டில் பல பேர் சாப்பிடுவதைப் பார்த்திருக்கிறேன். அவருடைய மனைவியார் கெம்பம்மா, வீட்டுக்கு வந்த விருந்தாளிகளுக்கு எவ்விதமான அலுப்பும் இல்லாமல் சிற்றுண்டியும் சாப்பாடும் வழங்குவார். காளேகௌடருடைய வீட்டு இட்லியின் சுவையே தனி. சட்னியின் சுவை இன்னும் சிறப்பாக இருக்கும். பலமுறை கௌடருடைய விருந்தாளியாகச் செல்லும் நற்பேறு கிடைத்தவர்களில் நானும் ஒருவன். மைசூரில் இருக்கும்

கவிஞர் கோவிந்தையா அவர்கள் பெங்களூரில் சில காலம் வேலை செய்துவந்தார். பெங்களூரில் இருந்த காலத்தில் அவர் கௌடருடைய விருந்தாளியாக இருந்தார். தலித்துகளுக்கும் பிற்பட்ட வகுப்பினருக்கும் ஆதரவாக செயல்பட்டு, தம் வீட்டில் வசிப்பவர்களைப்போலவே அவர்களையும் நினைத்துப் பழகுகிறவர்களில் காளேகௌடரு முதன்மையானவர்.

பெங்களூராக இருந்தாலும் சரி, கர்நாடகத்தைச் சேர்ந்த எந்த ஊராக இருந்தாலும் சரி, அங்குள்ள சாப்பாடு – சிற்றுண்டி விவரங்களையெல்லாம் காளேகௌட நன்றாகத் தெரிந்துவைத்திருப்பார். எந்த ஊரில், எந்த ஓட்டலில் கறி சாப்பாடு நன்றாகச் சமைத்திருப்பார்கள் என்னும் விவரமெல்லாம் அவருக்குத் தெரிந்திருக்கும். கர்நாடகத்தில் எந்தப் பகுதியில் காலைச் சிற்றுண்டி நன்றாக இருக்கும் என்னும் செய்தியும் கௌடருக்கு மட்டுமே நன்றாகத் தெரிந்திருக்கும். இறைச்சியில் தலைக்கறி, தொடைக்கறி, ஈரல் ஆகியவற்றைச் சமைத்துக்கொடுக்கும் ஓட்டல்களைப்பற்றிய விவரங்களெல்லாம் அவருக்கு நன்றாகத் தெரியும். நவீன இலக்கியவாதிகளில், காளேகௌட அவர்களிடம் மட்டுமே சிற்றுண்டி, சாப்பாடு ஆகிய விஷயங்களில் ஈடுபாடும் ருசியுணர்வும் இருப்பதைப் பார்த்திருக்கிறேன். சில ஆண்டுகள் காந்தி நகரைச் சேர்ந்த சரஸ்வதி லாட்ஜுக்கு மசால் தோசை சாப்பிடுவதற்காக அவர் சென்றுகொண்டிருந்தார். அதற்குப் பிறகு, பலேபேட்டில் அரசமரத்துக்குப் பக்கத்தில் இருக்கும் ஓர் ஓட்டலுக்கு செட் தோசை சாப்பிடுவதற்காகச் செல்வார். இந்த ஓட்டலுக்கு அவர் செல்லும்போது நானும் அவரோடு செல்வதுண்டு. பணத்தை அவரே கொடுத்துவிடுவார். தன்னோடு சேர்ந்து சாப்பிடுவதற்காக அழைத்துச் செல்லும் நண்பர்களின் எண்ணிக்கை மிகவும் அதிகம்.

ஞானபாரதியில் ஒரு சின்ன குடிசையில் ஒருவர் குறைந்த எண்ணிக்கையிலான வாடிக்கையாளர்களுக்காக டீயும் காப்பியும் தயாரித்து வழங்குவார். அந்த ஓட்டலுக்கு காளேகௌட ஒருமுறை சென்று வந்தபிறகு, ஓட்டல்காரனுக்கு அதிர்ஷ்டம் அடித்தது. அந்த இடத்தின் சுற்றுப்புறம் தூய்மை பெற்றது. விதவிதமான சுவைமிகுந்த சிற்றுண்டிகள் தயாராகின. மாணவர்களும் ஆசிரியர்களும் அதிகமான எண்ணிக்கையில் அங்கே வரத் தொடங்கினார்கள். ஓட்டல் முதலாளிக்கு நல்ல லாபம் கிடைத்தது. அப்போது என்னிடம் செலவுக்குப் பணம் இருந்ததில்லை. அப்போது நான் எம்.ஏ. கன்னடம் படித்துக்கொண்டிருந்த மாணவன். அந்த ஓட்டலில் பணம் கொடுக்காமல் நான் என்ன

வேண்டுமானாலும் சாப்பிடலாம் என்று சொல்லப்பட்டிருந்த சலுகையைப் பயன்படுத்திக்கொண்டேன். வாரத்துக்கு இருமுறையாகிலும் கோழிக்கறிக் குழம்புடன் சாப்பாடு சமைக்கவேண்டும் என்று கௌடரு அந்த ஓட்டல்காரனிடம் சொல்லிவைத்திருந்தார். இதைக் கேட்டு உற்சாகம் கொண்ட அந்த ஓட்டல்காரன் நல்ல ருசியுடன் கோழிக்கறிக் குழம்பு வைத்தான். காளேகௌடருடன் வரும் நண்பர்கள் கூட்டம் அதிகரித்தது. அந்தக் கூட்டத்தில் நான் ஒரு நிரந்தர உறுப்பினன். கோழிக்கறிக் குழம்பைப் பார்த்து பொறாமைப்பட்டவர்களும் உண்டு. மல்லேஸ்வரத்தில் ஒரு கடையில் கோழி வறுவல் நன்றாகச் சமைப்பதை காளேகௌடரு ஒருநாள் கண்டுபிடித்தார். அங்கே நாங்களும் அவரோடு சென்றோம். கலாசிபாளையம் அருணா ஓட்டலை எங்களுக்கு அறிமுகப்படுத்தியவர் அவரே. ஓட்டலுக்குச் சென்றால் பரிமாறுகிற ஆளிலிருந்து சமையல்கட்டில் இருக்கும் ஆள்வரைக்கும் அவருக்குத் தெரிந்தவர்களாகவே இருப்பார்கள். இவர்களெல்லாரும் கௌடருக்கு எப்படி அறிமுகமாகியிருக்கக்கூடும் என்பது எங்களுக்கெல்லாம் மிகவும் ஆச்சரியமாக இருக்கும். கெங்கேரி புறநகரில் வேலை எதுவுமில்லாமல் அரசியல்வாதிகள் பின்னால் அலைந்துகொண்டிருந்த தலித் நண்பரொருவரிடம் ஒரு இட்லிக்கடையை ஆரம்பிக்கும்படி கௌடரு ஆலோசனை சொன்னார். அதற்குத் தேவையான உதவிகளையும் செய்தார். சில ஆண்டு காலம் ஓட்டல் நல்லவிதமாகவே நடைபெற்றுக்கொண்டு வந்தது. நான் அந்த ஓட்டலின் நிரந்தர வாடிக்கையாளனாக இருந்தேன். அந்தக் கடையின் முதலாளி மூர்த்தி என்பவர். அவர் ஓட்டலில் வழங்கப்படும் 'தட்டெ இட்லி'யை நினைத்துக் கொண்டால் நாவில் இப்போதும் நீர் ஊறுகிறது. எந்தப் பகுதியில் மீன்குழம்பு நன்றாக இருக்கும் என்பது கௌடருக்கு நன்றாகத் தெரியும். ஒரு ஓட்டலுக்கு கௌட அவர்கள் சென்றால், சம்பந்தப்பட்டவர்களை அழைத்து தான் ஆர்டர் கொடுக்க நினைத்திருக்கும் உணவு வகைகளை எப்படிச் செய்யவேண்டும் என்று விவரித்துச் சொல்வதும் உண்டு. கர்நாடகத்தைச் சுற்றி வரும்போது கௌட அவர்கள் பயணியர் விடுதிகளில் தங்குவது பழக்கம். அவர் வந்துவிட்டால் சமையல்காரர்களுக்குக் கொண்டாட்டமாகிவிடும். தம் சமையல் திறமைகளைக் காட்டுவதற்குப் பொன்னான வாய்ப்பு கிடைத்துவிட்டது எனக் கருதி அவர்கள் மகிழ்ச்சியடைவார்கள். சமையல்காரர்களின் திறமையை காளேகௌட அவர்கள் மனம் திறந்து பாராட்டி உற்சாகப்படுத்துவார். கௌட அவர்கள் சாப்பிடும்போது, சமையல்காரர்கள் ஏதேனும் காரணம் சொல்லிக்கொண்டு, அந்தச்

சாப்பாட்டுக் கூடத்திலேயே வளையவருவார்கள். அப்போது காளேகௌட அவர்கள் சமையல்காரர்களின் திறமையைப் புகழ்ந்து பேசுவார். சமையல்காரர்களின் முகங்களில் மகிழ்ச்சியும் நன்றியுணர்வும் பரவும்.

ச. லிங்கையாவின் உபசரிப்பு

ஒருமுறை காளேகௌட அவர்களும் நானும் தும்கூரில் நடைபெற்ற மாவட்ட அளவிலான போராட்டமொன்றில் கலந்துகொண்ட பிறகு பெங்களூரு திரும்பும்பொருட்டு பேருந்துக்காகக் காத்துக்கொண்டிருந்தோம். நீண்ட நேரத்துக்குப் பிறகும் பேருந்து வரவில்லை. ஒன்றிரண்டு மைல் தொலைவு நடந்தால் ஒரு இடம் வரும், அங்கே பெங்களூருக்குச் செல்லும் பேருந்தைப் பிடித்துக்கொள்ளலாம் என்று யாரோ சொன்னார்கள். நாங்கள் நடந்தே அந்த இடத்துக்குச் சென்றோம். எங்களுக்கு மிகவும் பசித்தது. எல்லாமே பேருந்து கிடைக்காததால் வந்த பிரச்சினை. காளேகௌட அவர்களுக்கு என்னமோ சட்டென்று நினைவுக்கு வந்தது. 'இன்னும் கொஞ்ச தூரம் நடந்துபோனால் ஒரு நண்பருடைய வீட்டுக்கே சென்றுவிடலாம். அவர் நமக்குச் சாப்பாட்டுக்குத் தேவையான ஏற்பாடு செய்வார்' என்று சொன்னார். அதிர்ஷ்டவசமாக, காளேகௌடருடைய நண்பர் ஊரில் இருந்தார். அவர் அந்தப் பிரதேசத்தின் பிரபலமான தலைவரான ச. லிங்கையா. எம்.ஏ. படிக்கும்போது காளேகௌடருடன் படித்தவர். அழகான உடற்கட்டும் உயரமும் உள்ளவர். அவரிடமிருந்து மனப்பூர்வமான அன்பு தோய்ந்த சொற்கள் வெளிப்பட்டன. அவரும் ஒரு போராட்டக்காரர். அறிஞர். எங்கள் இருவரையும் பார்த்து லிங்கையா அவர்கள் மிகவும் மகிழ்ச்சியடைந்தார். எங்களைத் தம்முடைய தென்னந்தோப்புக்கு அழைத்துச் சென்றார். போதும் போதும் என்கிற அளவுக்கு இளநீர் குடித்தோம். வீட்டுக்குத் திரும்புவதற்குள் நாட்டுக்கோழிக் குழம்பும் கேழ்வரகுக்களியுருண்டையும் சூடான ரொட்டிகளும் தயாராக இருந்தன. பசித்திருந்த எனக்கு லிங்கையா அவர்களுடைய வீட்டுச்சாப்பாடு அமுதமாக இருந்தது. அவருடைய உபசரிப்பும் அவர் எங்களை நடத்திய விதமும் அவர்மீது மிகுந்த கௌரவம் கொள்ளவைத்தன. காளேகௌடரும் லிங்கையா அவர்களும் அரசியல், சமூகச் செய்திகளைப்பற்றி ஆழமாக விவாதித்துக்கொண்டார்கள். லிங்கையா எங்களிருவருக்கும் அன்புடன் விடைகொடுத்து அனுப்பினார். அன்று உண்ட நாட்டுக்கோழிக் குழம்பை நான் இன்னும் மறக்கவில்லை.

மரபுவாதிகளின் எதிர்வினை

கெங்கேரி புறநகரில் நடைபெற்ற ஒரு சம்பவத்தை காளேகௌட அப்போது மிக அழகாக வர்ணித்துச் சொல்வதுண்டு. அவருடைய வர்ணனைக்குப் பின்னால் ஆழமான துயரமும் அடங்கியிருந்தது. அந்தப் புறநகரில் முன்னாள் எம்.எல்.ஏ. ஒருவர் குடியிருந்தார். அவர் தென்கன்னட மாவட்டத்தைச் சேர்ந்தவர். அந்தப் புறநகரில் எப்படியோ வீட்டைக் கட்டிக்கொண்டு வாழ்ந்துவந்தார். அவர் தலித் பிரிவைச் சேர்ந்தவர். அவருடைய ஆடை அணிகலன்களையும் தோரணையையும் பார்ப்பவர்கள், அவர் மேல்சாதிப் பிரிவைச் சேர்ந்தவர் என நினைத்துக்கொள்வார்கள். முன்னாள் எம்.எல்.ஏ.வுக்குத் தம் வீட்டில் சத்யநாராயண பூசை செய்யும் ஆசை ஏற்பட்டது. இப்படிப்பட்ட விஷயங்களில் அவருக்கு ஆழமான நம்பிக்கை இருந்தது. ஆயிரக்கணக்கில் பணம் செலவழித்து, அவர் சத்யநாராயண பூசையைச் செய்துமுடித்தார். பலரையும் வரவழைத்து, நல்ல விருந்து கொடுத்தார். காணிக்கையும் கொடுத்தார். இந்தப் பூசையில் கலந்துகொள்ள காளேகௌட அவர்களையும் அழைத்திருந்தார். தமக்கு இதில் நம்பிக்கை இல்லையென்றும் தன்னால் வரமுடியாது என்றும் காளேகௌட அவருக்குத் தெரிவித்தார். அன்றிரவு பத்து மணியளவில் காளேகௌட முன்னாள் எம்.எல்.ஏ. வீட்டின் வாசல் வழியாக நடைப்பயிற்சிக்காகச் சென்றிருந்தார். ‘ஓ... ஓ...’ என்ற சத்தம் எங்கிருந்தோ கேட்டது. பல பேர் கூட்டமாகச் சேர்ந்து ‘ஓ... ஓ...’ என்று சத்தம் போடுவதாக அவர் நினைத்துக்கொண்டார். அதே சமயத்தில் பயமாகவும் இருந்திருக்கிறது. முன்னாள் எம்.எல்.ஏ.வின் வீட்டிலிருந்து சிறிது தொலைவில் இருந்த ஒரு பாலத்தின் அருகில் நின்றுகொண்டு பலர் வாந்தியெடுத்துக்கொண்டிருக்கும் காட்சியையும் அவர் பார்த்தார்; சிலர் மிகவும் சிரமப்பட்டார்கள்; சிலர் வாய்க்குள் விரலைவிட்டு வலுக்கட்டாயமாக வாந்தியெடுத்தார்கள்; சிலர் யாரையோ திட்டிக்கொண்டிருந்தார்கள். நடந்தது என்ன என்று தெரிந்துகொள்வதற்காக வாந்தியெடுத்துக்கொண்டிருந்தவர்கள் அருகில் கௌட சென்றார். வாந்தியெடுத்தவர்கள் அனைவரும் முன்னாள் எம்.எல்.ஏ.வின் வீட்டில் நடைபெற்ற சத்யநாராயண பூசையில் கலந்துகொண்டு விருந்து சாப்பிட்டவர்கள். உணவில் ஏதேனும் பிரச்சினையாக இருந்திருக்குமோ என்று நினைத்தார் கௌட. பிறகு வாந்தியெடுத்தவர்கள் சொன்ன விவரங்கள் மூலம் வாந்திக்கான காரணம் புரிந்தது. பூசை விருந்துக்குச் சென்றிருந்தவர்களுக்கு முன்னாள் எம்.எல்.ஏ. ஒரு தலித் என்னும் விஷயம் தெரியாது. எல்லோருமே தடபுடலாக விருந்துண்டு விட்டு, காணிக்கையையும் பெற்றுக்கொண்டார்கள். விருந்துக்குப்

பிறகு, வயிற்றை நீவிக்கொண்டு அசைந்து அசைந்து வீட்டுக்குச் சென்றுகொண்டிருக்கும்போது, யாரோ ஒரு போக்கிரி அவர்களைப் பார்த்தான். பார்த்ததுமே, "தலித் வீட்டுச் சாப்பாடு எப்படி இருந்தது?" என்று நக்கலாகக் கேட்டான். அவர்களில் பெரும்பாலோர் சாதி வழக்கங்களிலும் சாதி வேறுபாடுகளிலும் நம்பிக்கை கொண்டவர்கள். அவர்களுக்கு மிகவும் சங்கடமாகி விட்டது. சாப்பிட்டவவர்கள் பாலத்துக்கு அருகில் வந்து வாந்தியெடுக்க ஆரம்பித்தார்கள். மேல்சாதிக்காரர்களாக இருப்பினும் சாதி வேறுபாடுகளைப் பொருட்படுத்தாத சிலர் அந்தப் போக்கிரியின் பேச்சைப் பொருட்படுத்தாமல் வீட்டுக்குச் சென்றுவிட்டார்கள். ஆனால் சாதி வேறுபாடுகளில் நம்பிக்கை வைத்திருந்தவர்கள் பிரச்சினையில் அகப்பட்டுக்கொண்டார்கள். உட்கொண்டது அனைத்தையும் வாந்தியெடுத்து காலியாக்கி விட்டு, காணிக்கையை மட்டும் வீட்டுக்கு எடுத்துக்கொண்டு சென்றார்கள்.

ஏரிக்குள் குதித்த தலித்துகள்

மண்டியா மாவட்டத்தைச் சேர்ந்த காடுகொத்தனஹள்ளியில் வசிக்கும் தலித்துகள்மீது காவல்துறையினர் தாக்குதல் நிகழ்த்தினர். தலித்துகளின் சேரிக்குள் காவல்துறையினர் நுழைந்ததுமே அச்சமுற்ற ஆண்கள் வீடுகளிலிருந்து தலைமறைவாகி ஓடி விட்டார்கள். போலீஸ்காரர்கள் அவர்களைத் துரத்திக்கொண்டு சென்றபோது, தலித்துகள் ஊர்க்கடைசியில் இருந்த ஏரிக்குள் குதித்தார்கள். போலீஸ்காரர்கள் ஏரியைச் சுற்றிலும் காவலுக்கு நின்றார்கள். ஏரியில் குதித்தவர்கள் வெளியே வந்துதானே தீரவேண்டும் என்பது போலீஸ்காரர்களின் நம்பிக்கை. நீண்ட நேரத்துக்குப் பிறகும் தலித்துகள் ஏரியிலிருந்து வெளியே வரவே இல்லை. காத்திருந்து காத்திருந்து போலீஸ்காரர்கள் ஏமாற்றமடைந்தார்கள். தண்ணீருக்குள் மூழ்கி மறைந்திருக்கும் கலையை தலித்துகள் எப்படிக் கற்றார்கள் என்று போலீஸ்காரர்கள் தமக்குள் பேசிக்கொண்டார்கள். தண்ணீருக்குள் இருந்த தலித்துகள் மூச்சுவிட திணறலாக இருக்கும்போது, தலையை சற்றே தூக்கி, மெதுவாக மூச்சை இழுத்துக்கொண்டு மீண்டும் தண்ணீருக்குள் மூழ்கி மறைந்துபோகத் தொடங்கினார்கள். இதைப் பார்ப்பதற்கு, ஏரியில் பத்துப்பதினைந்து வாத்துகள் இருக்கிறதோ என்னமோ என்று நினைக்கத் தூண்டும்படி இருந்தது. போலீஸ்காரர்கள் கவனிக்காதபடி அவர்கள் எச்சரிக்கையாக இருந்தார்கள். போலீஸ்காரர்கள் ஏரிக்குள்

இறங்க நினைத்தார்கள். ஆனால் யாருக்கும் மனம்வரவில்லை. தண்ணீருக்குள் இறங்கவேண்டுமென்றால், சீருடையைக் கழற்ற வேண்டும். யாராவது வந்து சீருடையை எடுத்துக்கொண்டு ஓடிவிட்டால் என்ன ஆவது என்கிற அச்சம் அவர்களை ஆட்டிப்படைத்தது. இதனால் அவர்கள் ஊருக்குத் திரும்பும்படி நேர்ந்தது. அக்கணத்தில் தலித்துகள் போலீஸ்காரர்களிடமிருந்து தப்பித்துவிட்டார்கள். தலித்துகள் எப்படியாவது ஊருக்கு திரும்பிவந்துதான் ஆகவேண்டுமென்றும் வரும்போது அவர்களுக்கு பாடம் கற்பிக்கவேண்டும் என்றும் நினைத்த போலீஸ்காரர்கள் ஊரிலேயே தங்கிவிட்டார்கள். போலீஸ் தாக்குதலிலிருந்து தலித்துகளை எப்படியாவது காப்பாற்ற வேண்டுமென்று நினைத்த தலித் தலைவர்கள் முயற்சி செய்தார்கள். மல்லாஜம்மா இன்னும் எம்.எல்.ஏவாக வெற்றிபெறாத சமயம் அது. அவரும் தலித் தலைவர் நாராயண் அவர்களும் பெங்களூரில் என்னைச் சந்தித்து இதைப்பற்றிப் பேசினார்கள். தலித்துகள் சார்பாகவும் முற்போக்கு எண்ணம் கொண்டவர்கள் சார்பாகவும் பெரிய ஊர்வலம் செல்லவேண்டுமென்றும் போலீஸ் தாக்குதலைக் கண்டித்து மாவட்ட போலீஸ் சூப்பிரண்டெண்ட் அலுவலகத்தின் முன்னால் மறியல் செய்யவேண்டுமென்றும் நான் அவர்களுக்கு ஆலோசனை வழங்கினேன். அப்போது எங்களருகில் இருந்த மூத்த வழக்கறிஞரான ஓ. ஸ்ரீதரன் அவர்களும் அந்த ஆலோசனையை ஏற்றுக்கொண்டார். இந்த மறியலிலும் ஊர்வலத்திலும் நானும் கலந்துகொள்வதாகச் சொல்லி நாராயண் அவர்களுக்கும் மல்லாஜம்மாவுக்கும் நம்பிக்கையூட்டினேன்.

மண்டியா மாவட்டத்தைச் சேர்ந்த கிராமமொன்றுக்கு நானும் காளேகௌட அவர்களும் நண்பரொருவரின் தங்கையுடைய திருமணத்துக்குச் சென்றிருந்தோம். காளேகௌட அவர்கள் தன்னுடைய மகளுடன் வந்திருந்தார். திருமணத்தில் கலந்துகொண்டு பெங்களூருக்குத் திரும்பும்போது, மண்டியாவில் போலீஸ் தாக்குதலைக் கண்டித்து நடைபெறும் மறியலைப் பற்றிய நினைவு வந்தது. நான் அங்கே அவசியமாகச் செல்ல வேண்டியிருந்தது. நான் காளேகௌட அவர்களுக்கு அந்த விஷயத்தைப் பற்றிச் சொல்லி, அவரும் அந்த மறியலுக்கு வரவேண்டும் என்று சொன்னேன். காளேகௌட அவர்கள் உடனே ஒப்புக்கொண்டார். தொடக்கப்பள்ளியில் படிக்கும் சிறுமியாக இருந்த தன் மகளோடு மண்டியாவுக்கு என்னுடன் அவரும் வந்தார். தலித்துகள் பேரணியில் கலந்துகொண்ட பிறகு போலீஸ் நிலையத்தின் முன்னால் நடைபெற்ற மறியல் போராட்டத்திலும் கலந்துகொண்டார்.

முறுக்கு சாப்பிட்ட கதை

காளேகௌட பயணங்களில் ஈடுபாடுள்ளவர். அவரோடு பயணம் செல்வதே சிறப்பான அனுபவம். நாட்டுப்புறவியல் துறையில் உள்ள மாணவர்களையும் மாணவிகளையும் ஒரு பயணத்துக்காக அவர் அழைத்துச் சென்றபோது அவரோடு சேர்ந்து பல இடங்களுக்குச் சென்றிருக்கிறேன். காளேகௌட அவர்கள் எல்லா விஷயங்களிலும் முன்னேற்பாடுகளைக் கச்சிதமாகச் செய்துகொள்வார். செல்லவேண்டிய ஊர்களில் இருக்கும் நண்பர்களுக்கு முன்கூட்டியே கடிதம் எழுதிவிடுவதால், அங்கே சென்றபிறகு எவ்விதமான குறைபாடும் நேர்வதில்லை. கோகர்ணத்தில் இரவுச் சாப்பாட்டைச் சாப்பிட்ட பிறகு, நாங்கள் தங்கியிருந்த வீட்டு முற்றத்தில் சாதாரணமாக உலக நடப்புகளைப் பற்றிப் பேசியபடி உட்கார்ந்திருந்தோம். நான் சொன்ன ஏதோ ஒரு நகைச்சுவையைக் கேட்டு கௌட அவர்கள் சிரிக்கலானார். சிரித்துக்கொண்டே இருந்தவர் சட்டென 'ஹா ஹா' என்று பெருமூச்சுவிடத் தொடங்கினார். சொல்ல முடியாத பெரிய வேதனையை அவர் அனுபவிப்பதுபோலத் தோன்றியதால், பயமாக இருந்தது. மாணவிகள் தம் வீடுகளிலிருந்து முறுக்கு, எள்ளடை போன்றவற்றைச் செய்து எடுத்துவந்திருந்தார்கள். ஒரு மாணவி காளேகௌட அவர்களுக்கு முறுக்கு கொடுத்தாள். அதைத் தின்னும்போது கௌட அவர்கள் மிகவும் சங்கடப்பட்டார். மாணவர்கள் முறுக்கு சாப்பிட்டுமுடிக்கும் வரைக்கும் காத்திருந்த கௌட தன் நெற்றி, கழுத்து, மார்புப்பகுதியைத் தொட்டுத் தடவி நீவிக்கொண்டார். மாணவிகள் அழத் தொடங்கினர். யாரோ செம்பில் தண்ணீர் கொண்டுவந்து, பருகும்பொருட்டு அவருடைய வாயில் ஊற்றினார்கள். ஆனாலும் அந்த முறுக்கு கரையவில்லை. நாங்களும் தண்ணீர் ஊற்றுவதை நிறுத்தவில்லை. நான் நகைச்சுவை சொன்னதே இதற்கெல்லாம் மூலகாரணம் என்ற எண்ணம் எழுந்து என்னைக் குற்ற உணர்வு அரிக்கத் தொடங்கியது. எனக்குத் தண்டனை கிடைக்கும் என்று அஞ்சினேன். நாளை செய்தித்தாளில், 'சிரித்தபடியே மறைந்த மனிதர்' என்னும் செய்தி வரக்கூடும். அதற்குக் கீழே 'நகைச்சுவையின் காரணமாக சிறைக்குச் சென்ற தலித் கவிஞர்' என்னும் செய்தியும் வரக்கூடும் என்று எண்ணிக்கொண்டேன். எங்களுடைய அதிர்ஷ்டமோ கன்னட நாட்டுப்புறத்துறையின் அதிர்ஷ்டமோ என்னமோ, தண்ணீரை ஊற்றிக்கொண்டே இருந்ததில் காளேகௌட அவர்களுடைய தொண்டையில் அகப்பட்டுக்கொண்ட முறுக்கு கரைந்து உள்ளே சென்றுவிட்டது. எல்லோரும் நிம்மதியாகப் பெருமூச்சு விட்டார்கள். சாப்பிடும்போதும்

சிற்றுண்டி உண்ணும்போதும் எக்காரணத்தை முன்னிட்டும் நகைச்சுவைத்துணுக்கு எதையும் சொல்லக்கூடாது என்று கௌடெ அவர்கள் அன்றுமுதல் என்னிடம் கேட்டுக்கொண்டார். மாணவமாணவிகளும் பேராசிரியர் சொன்ன சொல்லை வழிமொழிந்தார்கள். காளெகௌட சொன்ன வார்த்தையை நான் பயணம் முழுக்க கடைபிடித்தேன்.

ஜானகெரெ

இத்தருணத்தில்தான் ஜானகெரெ வெங்கடராமையாவின் அறிமுகம் கிடைத்தது. பல்கலைக்கழகப் பேருந்தைப் பிடிப்பதற்காக நான் தேவையா பூங்காவுக்கு எதிர்ப்புறத்தில் இருக்கும் பேருந்து நிறுத்தத்தில் தினமும் காலை பத்துமணிக்கு நின்றிருப்பேன். காயத்ரி நகரிலிருந்து லட்சுமிநாராயணபுர செல்வதற்காக வெங்கடராமையாவும் அதே நேரத்தில் நிறுத்தத்தைக் கடந்து செல்வார். நான் தொடக்கத்திலிருந்தே எந்த வரைமுறைக்கும் அடங்காதவன். துணிமணி விஷயத்தில் நான் ஒருபோதும் கவனமாக இருந்ததே இல்லை. சில புரட்சிகர இளைஞர்கள் துணிமணி விஷயத்தில் அவ்வளவாக கவனம் காட்டியதே இல்லை. புதிய சட்டையை எடுத்தாலும்கூட, அதைப் புழுதியில் நன்றாகப் புரட்டி, கசக்கி, அது பழைய சட்டையைப்போல தோன்றும்படி செய்து, அதற்குப் பிறகு அணிந்துகொள்வார்கள். இஸ்திரி போட்ட சட்டை இருந்தால், அதை விசித்திரமாக மடித்துக் கசக்கி, அந்த இஸ்திரி மடிப்புகளையெல்லாம் கலைத்துவிட்டு பிறகு அணிந்துகொள்வார்கள். சிலருக்குத் தலைமுடியைக் கலைத்துவிட்டிருப்பதே புரட்சி. நான் புரட்சிக்காரன் என்று அழைக்கப்படுவதற்காக, வரைமுறைக்கு அடங்காதவனாக நடந்துகொள்ளவில்லை. இயற்கையாகவே, நான் வரைமுறைகளை வைத்துக்கொள்ளாத ஒருவன் என்று எண்ணுகிறேன். யாரும் வருத்தம் அடைந்துவிடக்கூடாது என்பதற்காக, சிற்சில சமயங்களில் நான் சில வரைமுறைகளைப் பின்பற்றுவதும் உண்டு. ஆனால் ஜானகெரெ வெங்கடராமையாவின் வழிமுறைகளே வேறு. அவர் இயற்கையாகவே கட்டுப்பாடுள்ள மனிதர். இஸ்திரி போட்ட பேண்ட் சட்டையை அணிந்துகொண்டு பாலீஷ் போட்ட பூட்சுகளையும் போட்டுக்கொண்டு சாலையில் மிடுக்காக நடந்துசெல்வார்; மிகவும் மென்மையாகப் பேசுவார். ஒருமுறை, காயத்ரி நகரில் அவர் தங்கியிருந்த வீட்டுக்கு நான் சென்றிருந்தேன். சின்ன வீடாக இருந்தாலும் மிகவும் கச்சிதமாக இருந்தது. ஸ்டவ், பாத்திரங்கள் எல்லாவற்றிலும் ஒருவகையான ஒழுங்கு இருந்தது.

கதையில் இடம்பிடித்த பாத்திரங்கள்

ஒருநாள் நான் வெங்கடராமையாவின் வீட்டில் உட்கார்ந்திருந்தேன். அவருடைய உறவினர்கள் ஜானகெரெயிலிருந்து அவரைப் பார்க்க வந்திருந்தார்கள். வெங்கடராமையா ஒன்று சொல்ல, உறவுக்காரர்கள் ஒன்று சொல்ல, பேச்சு வளர்ந்தது. உறவினர்களே வெங்கடராமையாவிடம் பேசி வம்புக்கிழுத்தார்கள் என்றுதான் சொல்லவேண்டும். ஏதோ ஒரு சம்பவத்தையொட்டி வெங்கட ராமையாவிடம் உறவினர்கள் விளக்கம் கேட்டார்கள். தம் ஊரில் நடந்த சம்பவத்தைப் பற்றிப் பேச வெங்கடராமையா விரும்பவில்லை. அந்தச் சம்பவத்தைப் பற்றி பேசியே தீர வேண்டுமென்று உறவினர்கள் அவரைக் கட்டாயப்படுத்தி னார்கள். வெங்கடராமையா வளைந்துகொடுக்கவில்லை. உறவினர்களும் வற்புறுத்துவதை நிறுத்தவில்லை. கடைசியில் வெங்கடராமையா, "அந்த விஷயத்தைப்பற்றி நான் கண்டிப்பாக உங்களுக்குச் சொல்லியே ஆகவேண்டுமா?" என்று கேட்டார். உறவினர்கள் "ஆமாம்" என்றார்கள். வெங்கடராமையா என்ன சொல்லப்போகிறார் என்பதை அறிந்துகொள்ளும் ஆர்வத்தோடு நான் கேட்கத் தொடங்கினேன். "*துஷாரா* என்கிற பத்திரிகையை நீங்கள் கேள்விப்பட்டிருக்கிறீர்களா?" என்று உறவினர்களிடம் கேட்டார் வெங்கடராமையா. உறவினர்கள் ஒரே குரலில் "இல்லை" என்று பதில் சொன்னார்கள். தன் ஏமாற்றத்தை வெளிக்காட்டிக்கொள்ளாமல் வெங்கடராமையா, "அது ஒரு கன்னடப் பத்திரிகை" என்றார். விஷயம் எங்கிருந்தோ தொடங்கி, எங்கோ செல்கிறதே என்று நினைத்துக்கொண்டேன் நான். குணிகல் தாலுகாவைச் சேர்ந்த ஜானகெரெயில் நடைபெற்ற சம்பவத்துக்கும் மணிபாலிலிருந்து வெளிவரக்கூடிய *துஷாரா* பத்திரிகைக்கும் எப்படிப்பட்ட தொடர்பு இருக்கக்கூடும் என்று ஆச்சரியமாக இருந்தது. என் மனத்தில் தோன்றிய விஷயத்தை, உறவினர்களில் ஒருவர் கேட்டே விட்டார். "அதற்கும் இதற்கும் என்னப்பா தொடர்பு?" என்று அவர் கேட்டபோது, வெங்கட ராமையா அமைதியாகவே பதில் சொன்னார். "வரும் மாதத்தில் துஷாரா இதழில் என்னுடைய கதையொன்று வெளிவர உள்ளது. அந்தக் கதையைப் படித்துப் பார்த்துவிட்டு என்ன விஷயம் என்று நீங்களே தெரிந்துகொள்ளுங்கள்" என்றார். அந்தச் சமயத்திலேயே சிறுகதை எழுத்தாளராக இருந்த வெங்கடராமையா ஜானகெரெயில் நடைபெற்ற சம்பவத்தையொட்டிச் சிறுகதை எழுதி *துஷாரா* மாத இதழுக்கு அனுப்பிவைத்தார். அந்த இதழாசிரியர் அக்கதையைப் பிரசுரத்துக்குத் தேர்ந்தெடுத்து, வரும் மாதத்தில் வெளிவரப் போகிறது என்று தெரியப்படுத்தியிருந்தார். அந்தக் கதையின் கரு ஜானகெரெயில் நடைபெற்ற சம்பவம்.

அவர் வீட்டில் அன்று கூடியிருந்த உறவினர்கள் எல்லோரும் அச்சிறுகதையில் பாத்திரங்களாக இருந்தார்கள். "அந்தக் கதையில் எல்லாவற்றையும் எழுதியிருக்கிறேன். யாருடையது தப்பு, யாருடையது சரி, இதைப்பற்றி என் நிலைபாடு என்ன என்பதைப்பற்றி எல்லாம் சொல்லியிருக்கிறேன். இப்போது நான் எதையும் வாய்திறந்து சொல்லப் போவதில்லை. எல்லாமே அந்தக் கதையில் இருக்கிறது" என்று வெங்கடராமையா உறவினர்களிடம் சொன்னார். இதழ் வரக்கூடிய நாள், தேதி, கிழமைபற்றிய விவரங்களையெல்லாம் சொன்னார். குணிகல் பேருந்து நிலையத்தில் ஏதோ ஒரு கடையில் அந்த இதழ் கிடைக்கும் என்னும் விவரத்தையும் அவர் சொன்னார். உறவினர்கள் அதை ஏற்று ஊருக்குத் திரும்பினார்கள். வெங்கடராமையா சொன்னவிதமாகவே அடுத்த மாதத்தில் *துஷாரா* இதழில் அவருடைய சிறுகதை வெளிவந்திருந்தது. சில நாட்களுக்கு முன்பாக, ஜானகெரெகாரர்கள் தம் ஊருக்குச் சென்றிருந்தார்கள். ஊருக்குப் போனால் இரண்டு மூன்று நாட்கள் இருந்து பெங்களூருக்குத் திரும்புவது அவர்களுடைய வழக்கம். அன்று வீட்டில் எல்லோரும் ஒன்றாக உட்காந்து பேசிக்கொண்டிருக்கும்போது யாரோ தற்செயலாகப் பேசிய பேச்சு ஜானகெரெகாரர்களின் மனத்தைப் புண்படுத்திவிட்டது. அதைக் கேட்டதுமே ஜானகெரெகாரர்கள் கோபித்துக்கொண்டு வீட்டைவிட்டுப் புறப்பட்டு பெங்களூருக்குப் புறப்பட்டு விட்டார்கள். வெங்கடராமையா இப்படி திடீரென புறப்பட்டுச் சென்ற காரணம் என்னவென்று யாருக்குமே தெரியாது என்பதால், எல்லோருமே குழப்பத்தில் ஆழ்ந்தார்கள். இதற்குத் தீர்வு என்ன என்கிற விஷயம் அரிக்கத் தொடங்கியது. இப்படிப்பட்ட எல்லாக் கேள்விகளுக்கும் அவர் தன் கதையில் பதில் சொல்லியிருந்தார். கதையைப் படித்துப் புரிந்துகொண்ட உறவினர்கள் இவருக்கு இதுதான் பிரச்சினையா என நினைத்து பெங்களூருக்கு வந்தார்கள். தம்மையெல்லாம் கதையின் பாத்திரங்களாக மாற்றியதைப்பற்றி பாராட்டுணர்வையும் கோபத்தையும் பகிர்ந்துகொண்டார்கள். இக்கதையில் தம்முடைய பாத்திரம் என்ன என்பதை அவருடைய அம்மா, சித்தப்பா, மாமா தொடங்கி எல்லோருடைய பாத்திரங்களும் எது எது என்று தெளிவுபடுத்திய பிறகே அவர் பேசத் தொடங்கினார். அந்தச் சிறுகதையில் வெங்கடராமையா அவர்களும் ஒரு பாத்திரம் என்பதால், அவருடைய நிலைபாட்டைப்பற்றியும் ஒருவர் விசாரித்தார். தம் பிரச்சினையை ஒரு கதையின் வழியாக தெரியப்படுத்தி, கதைப் பாத்திரங்களைப் பார்க்கும்படி செய்த வெங்கடராமையாவைப்பற்றி மேலும் அறிந்துகொள்ள எனக்கு ஆர்வம் பிறந்தது.

ஆசிரியரின் முன்னெச்சரிக்கை

எனக்கும் ஜானெகெரே அவர்களுக்கும் இடையே நெருக்கம் வளர்ந்தது. பொழுது சாய்ந்ததுமே நாங்கள் இருவரும் ஒரு பாருக்குச் செல்வோம். ஜானெகெரெ அவர்கள் மது அருந்துவதற்கு அப்போதுதான் ஆரம்பித்திருந்தார் என்று நினைக்கிறேன். இந்த விஷயத்தில் எனக்கு நல்ல அனுபவம் உண்டு. ஆனால் நான் மிகவும் பொறுமையாக மது அருந்தும் பழக்கம் உள்ளவன். மது அருந்துவதை விடும்வரைக்கும் இந்தப் பழக்கத்தை நான் மேற்கொண்டிருந்தேன். ஒரு கிளாஸ் விஸ்கி அருந்த ஏறத்தாழ ஒரு மணிநேரம் எடுத்துக்கொள்வேன். இதனால் மது அருந்துவதற்காக நான் செலவழிக்கும் நேரம் அதிகமாக இருந்தாலும், மதுவின் விளைவாக உருவாகக்கூடிய மோசமான விளைவுகளிலிருந்து விலகியிருப்பதற்கு உதவியாக இருந்தது. நாங்கள் உட்கார்ந்திருந்த பாரில் ஒருமுறை என்னுடைய ஆசிரியர் ஒருவரைப் பார்த்தேன். அவர் மிகப்பெரிய படிப்பாளி. அவருக்கு மது அருந்தும் பழக்கம் உண்டு என்னும் விஷயம் எனக்குத் தெரியும். ஆனால் அவர் மது அருந்துவதை நேருக்கு நேர் பார்த்ததில்லை. பாரின் ஒரு மூலையில் தனியாக உட்கார்ந்து மது அருந்திக்கொண்டிருந்தார். அந்தச் சமயத்தில் நான் ஏற்கெனவே இரண்டு பெக் விஸ்கி அருந்தி முடித்திருந்தேன். அவரைப் பார்த்ததுமே எனக்குள் இருந்த குருபக்தி விழித்துக்கொண்டது. ஜானெகெரெ அவர்களிடம் தெரிவித்துவிட்டு, ஆசிரியரிடம் உரையாடுவதற்காக அவர் அமர்ந்திருந்த மேசையின் அருகில் சென்றேன். வணக்கம் சொன்னேன். என்னைப் பார்த்ததும் அவருக்கு மகிழ்ச்சி ஏற்பட்டது. அவர் ஒரு கிளாஸில் விஸ்கி அருந்திக்கொண்டிருந்தார். அவருடைய மேசையின்மீது விஸ்கி நிரப்பப்பட்ட ஐந்து கிளாஸ்கள் இருந்தன. அவை ஆசிரியரின் நண்பர்களுக்கான கிளாஸ்களாக இருக்கக்கூடும் என நினைத்தேன். அவர்கள் அனைவரும் வருவதற்கு முன்பாகவே ஆர்டர் கொடுத்து வாங்கி வைத்திருக்கிறார் என நினைத்துக்கொண்டேன். “உங்க நண்பர்கள் இன்னும் வரலையா சார்?” என்று ஆர்வத்துடன் கேட்டேன். “எந்த நண்பரும் வரமாட்டாங்க. நான் தனியாதான் வந்திருக்கேன்” என்றார் அவர். “அப்புறம் எதுக்கு சார் ஐந்து கிளாஸ் விஸ்கி இங்க இருக்குது?” என்று கேட்டேன். “அதையெல்லாம் நான்தான் ஆர்டர் பண்ணேன்” என்றார் அவர். நான் ஆச்சரியத்துடன், “பொறுமையா ஆர்டர் பண்ணியிருக்கலாமே சார்” என்று கேட்டேன். அவர் எப்போதுமே ஆரம்பத்திலேயே ஐந்தாறு பெக் விஸ்கிக்கு ஆர்டர் கொடுத்து, கிளாஸ்கள் மேசையின்மீது வைக்கப்பட்ட பிறகு, மது அருந்த ஆரம்பிப்பதுதான் தன் பழக்கம் என்று சொன்னார்.

என்ன காரணம் என்று கேட்டதற்கு, அவர் சொன்ன பதில் பொருத்தமாக இருந்தது. இரண்டு பெக் மது அருந்திய பிறகு, பாரில் வேலை செய்பவர்கள் வாடிக்கையாளர்களுக்கு எதுவும் தெரியப்போவதில்லை என நினைத்துக்கொண்டு கலப்பட விஸ்கியைக் கொண்டு வந்து கொடுக்க ஆரம்பித்துவிடுவார்கள். இதைத் தவிர்ப்பதற்காக தன்னால் அருந்த முடிந்த அளவுக்குத் தேவையான விஸ்கிக்கு ஆரம்பத்திலேயே ஆர்டர் கொடுத்து வாங்கி மேசையில் வைத்துக்கொண்டுவிடுவதாகச் சொன்னார். "உங்களிடமிருந்து கத்துக்கறதுக்கு இன்னும் ஏராளமா இருக்குது சார்" என்று சொல்லி அவருடைய புத்திசாலித்தனத்தைப் பாராட்டினேன். ஆசிரியர் சொன்னபடி, எல்லா பார்களிலும் சப்ளையர்கள் மோசடிவேலையில் இறங்கவில்லை என்றாலும், அவர் முன்னெச்சரிக்கையாக இருந்த விதம் எனக்கு மிகவும் பிடித்திருந்தது. இதை ஜானெகெரெ அவர்களிடம் சொன்னபோது அவர் ஆச்சரியப்பட்டதோடு அல்லாமல், வாழ்க்கையில் கற்றுக்கொள்ளவேண்டிய விஷயங்கள் ஏராளமாக உள்ளன என்று அவரும் சொன்னார். எங்கள் ஆசிரியர் வகுப்பறையில் மட்டுமல்ல, பாரிலும் வழிகாட்டியாக இருந்ததை நினைத்து எங்களுக்குப் பெருமையாக இருந்தது.

பாரில் பாட்டுக்கச்சேரி

ஒருநாள் நானும் ஜானெகெரெ அவர்களும் பாரில் உட்கார்ந் திருந்தபோது என்னமோ சத்தம் கேட்டது. அச்சத்துடன் திரும்பிப் பார்த்தபோது, பாட்டுக்கச்சேரிக்காக பாரின் ஒரு மூலையில் ஒரு சின்ன மேடையை அமைக்க ஏற்பாடுகள் நடந்துகொண்டிருந்தன. கலைஞர்கள் வாத்தியக்கருவிகளைச் சோதிக்கும்போது எழுந்த சத்தத்தைக் கேட்டுத்தான் நாங்கள் அதிர்ந்தோம். நான் திகைப்போடு கவனித்துக்கொண்டிருந்தேன். பாட்டுக்கச்சேரி தொடங்கியது. கடூரமாகப் பாடும் பாடகரின் குரலும் காதை அடைப்பதுபோல எழுந்த வாத்தியங்களின் சத்தமும் சேர்ந்து பாரின் அமைதியான சூழலையே துயர்மயமானதாக்கிவிட்டன. மங்கலான வெளிச்சத்தில் பாடகர்களின் முகங்களைப் பார்க்க முடியவில்லை என்றாலும் அவர்களுடைய பாட்டின் சத்தம் எங்களைச் சங்கடத்தில் ஆழ்த்தியது. ஆனால் அந்த இசையைப் பாராட்டி, மகிழ்ச்சியடைபவர்களும் அந்தக் கூட்டத்தில் இருந்தார்கள். நாங்கள் சப்ளையரை அழைத்து, அதிகச் சத்தமின்றிப் பாடச் சொல்லும்படி கேட்டுக்கொண்டோம். நாங்கள் சொன்னதைக் கேட்டு சப்ளையர் சிரித்துவிட்டான். சத்தமெழுப்பாமல் பாடுவது சாத்தியமில்லை என்று அவன்

சொன்னான். எங்கள் எரிச்சலுக்கிடையிலும் சிலர் கைதட்டிக் கலைஞர்களை உற்சாகப்படுத்தினார்கள். நாங்கள் ரசிக்கத் தெரியாதவர்கள் என்கிற எண்ணம் மற்றவர்கள் மனத்தில் உருவாகிவிடக் கூடாது என்பதற்காக நாங்கள் அமைதியாக இருந்தோம். தினமும் இதுபோலவே ஆரவாரமாகப் பாட்டுக்கச்சேரி நடக்கத் தொடங்கியது. அவர்களுடைய பாடல்கள் எங்களைக் கவரவில்லை. இதற்குமுன்பாக, பாரில் சின்னச்சின்ன ஸ்பீக்கர்கள் மூலமாக பரவிவந்த முகேஷ், லதா மங்கேஷ்கர் ஆகியோரின் பாடல்களின் இனிமையை அசைபோடத் தொடங்கினோம். தினசரி வாடிக்கைக்காரர்களாகிய எங்களுக்கு ஒவ்வொரு நாளும் இந்தப் பாட்டுக்கசேரிகளைச் சகித்துக்கொள்வது சாத்தியமற்றுப் போனது. நாங்கள் வேறொரு பாருக்குச் செல்லத் தொடங்கினோம். பழைய பாரையும் அந்தப் பாட்டுக்கச்சேரிக்காரர்களையும் மெல்லமெல்ல மறக்கத் தொடங்கினேன். ஒருநாள் காலையில் சாலையில் சென்றுகொண்டிருந்தபோது, ஒரு ஆள் எனக்கு வணக்கம் சொன்னான். இவனை இதற்குமுன்பாக எங்கே பார்த்திருப்போம் என யோசிக்கத் தொடங்கினேன். அவனே தன்னை அறிமுகப்படுத்திக்கொண்டான். அவன் இதற்குமுன்பாக நாங்கள் சென்றுகொண்டிருந்த பழைய பாரின் மேனேஜர். பாட்டுக்கச்சேரியால் பாருக்குத் தொடர்ந்து வரக்கூடிய வாடிக்கைக் காரர்களின் எண்ணிக்கை நாளுக்குநாள் குறைந்து விட்டதாகவும் கடைசியில் பாரையே மூடிவிடும் நிலைமை உருவாகிவிட்டதாகவும் இதை அறிந்த முதலாளி பாட்டுக் கச்சேரியை நிறுத்திவிட்டாரென்றும் இனிமேல் நீங்கள் பாருக்கு வரலாம் என்றும் வேண்டிக் கேட்டுக்கொண்டான். அதைப்பற்றி நான் யோசிக்கிறேன் என்று பதில் சொல்லிவிட்டு, தொடர்ந்து நடக்கத் தொடங்கினேன்.

ஜானெகெரெயின் மீது தாக்குதல்

ஜானெகெரெ ஒரு நல்ல கதையாசிரியர் என்று பெயர் வாங்கியவர். பெங்களூரு பல்கலைக்கழகத்தில் பட்டப்படிப்பு படிக்கும் மாணவமாணவிகளுக்கு அவருடைய சிறுகதைத் தொகுதியொன்று சில ஆண்டு காலம் பாடமாக வைக்கப் பட்டிருந்தது. பிறகு அவர் கன்னடமொழிப் போராளி என்று புகழ்பெற்றுவிட்டார். அவருடைய ஆதரவாளர்களின் எண்ணிக்கையும் அதிகமானது. ஒருநாள் அவரை ஆதரிக்கும் ஆட்டோ ஓட்டுநர் ஒருவர் தனக்கு போலீஸ்காரர்கள் மிகவும் தொல்லை தருகிறார்கள் என்றும், அத்தொல்லைகளிலிருந்து தன்னைக் காப்பாற்றவேண்டுமென்றும் ஜானெகெரெயிடம்

கேட்டுக்கொண்டான். அந்த ஆட்டோக்காரரோடு ஜானெகெரே போலீஸ் ஸ்டேஷனுக்குச் சென்று சப் இன்ஸ்பெக்டரைப் பார்த்து இந்த விஷயத்தைப் பற்றிச் சொன்னார். ஆட்டோக்காரருக்கு தனக்குப் பாதுகாப்பு கிடைக்கும் என்கிற நம்பிக்கை உருவானது. பிறகு அவரும் ஜானெகெரெயும் அமைதியாக போலீஸ் ஸ்டேஷனிலிருந்து வெளியே வந்தார்கள். ஸ்டேஷனுக்கு எதிரில் நின்றிருந்த லாரியிலிருந்து போலீஸ்காரர்கள் ஏதோ எடைமிகுந்த பொருளைக் கீழே இறக்கிக்கொண்டிருந்தார்கள். அந்தப் போலீஸ்காரர்கள் ஜானெகெரெயைப் பார்த்ததும் என்ன நினைத்தார்களோ தெரியவில்லை, அந்தப் பொருளை இறக்கிவைக்க தோள்கொடுக்கும்படி கேட்டுக்கொண்டார்கள். ஜானெகெரெ அதற்கு எதிர்ப்புத் தெரிவித்தார். போலீஸ்காரர்கள் கொஞ்சம்கூட யோசிக்காமல், ஜானெகெரெயைத் தாக்கினார்கள். இந்தத் தகவல் பரவி, போலீஸ்துறையின் தாக்குதலைக் கண்டித்து மாநிலம் தழுவிய போராட்டம் நடைபெற்றது. மக்கள் தலைவராக ஜானெகெரெ ஏற்கெனவே புகழ்பெற்றவர் என்கிற செய்தி போலீஸ்காரர்களுக்குத் தெரிந்திருந்தால், அவர்கள் இப்படிப்பட்ட செயலைச் செய்திருக்கமாட்டார்கள். ஒரு மனிதன் தலைவனாக இருந்தாலும் சரி, சாதாரணமானவனாக இருந்தாலும் சரி, போலீஸ்காரர்கள் இப்படி நடந்துகொள்வது நியாயமல்ல. இந்தத் தாக்குதல் நடைபெற்ற சமயத்தில் நான் சட்டமேலவையில் உறுப்பினராக இருந்தேன். எழுத்தாளரும் போராளியுமான ஜானெகெரெயின்மீது நடந்த தாக்குதலைக் கண்டித்து மேலவையில் பேசினேன். என் உரை அரசைச் சங்கடத்தில் ஆழ்த்தியது. தவறு செய்தவர்கள்மீது நடவடிக்கை எடுப்பதாக அரசு வாக்குறுதி அளித்தது. பத்திரிகைத்துறையிலும் கன்னட மொழிப் போராட்டங்களிலும் சிரத்தையோடு உண்மையாக உழைத்துப் பெயர்பெற்று மக்கள் மனத்தில் இடம்பிடித்த ஜானெகெரெ வெங்கடராமையா என்னுடைய அன்புக்குரிய நண்பர்களில் ஒருவராக இருப்பது எனக்கு மிகவும் மகிழ்ச்சியைத் தரக்கூடிய விஷயமாகும்.

ஆய்வுச்சுற்றுலா

ஆய்வுக்காக மாணவமாணவிகளை வெளியூர்களுக்கு சுற்றுலா அழைத்துச் செல்வது எங்களுக்கு ஆண்டுதோறும் செய்ய வேண்டிய ஒரு செயலாகும். சுற்றுலா செல்வது மாணவ மாணவிகளுக்கு மகிழ்ச்சியான விஷயமாகும். ஆசிரியர்கள் மாணவமாணவிகளுடன் கலந்து உறவாடுவதால் அவர்களிடையே ஒருவகையான உற்சாகம் பிறக்கும். ஆனாலும், ஆசிரியர்களின் வேலை பொறுப்புமிக்க

வேலை என்றே சொல்லவேண்டும். சுற்றுலாவின்போது சின்னச்சின்ன காரணத்துக்காக இரு வெவ்வேறு குழுக்களைச் சேர்ந்த மாணவர்களிடையே மோதல் உருவாவதுண்டு. இப்படிப்பட்ட தருணத்தில் ஆசிரியர்கள் மிகவும் சாதுர்யமாக நடந்து, சகோதர மனப்பான்மை நிலவும்படிப் பார்த்துக்கொள்ள வேண்டும். அற்பமான சின்னச் செய்தியைக்கூடப் பெரிதாக்கி கலாட்டாவை உருவாக்கக்கூடிய மாணவர்களும் இருப்பார்கள். இப்படிப்பட்ட தருணத்தில் ஆசிரியர்களின் மனிதாபிமானமே முக்கியமாகச் செயல்படக்கூடியது. ஆசிரியர் பெரிய மனிதராக இருப்பின், மாணவர்களும் அதே அளவுக்கு நல்லவிதமாக நடந்துகொள்வார்கள்.

பல ஆண்டுகளுக்கு முன்பாக நான் மாணவமாணவிகளை அழைத்துக்கொண்டு கோவாவுக்குச் சென்றிருந்தேன். எங்கள் குழுவில் ஏறத்தாழ இருபதுபேர் இருந்தார்கள். அதில் ஐந்தாறு மாணவிகளும் இருந்தார்கள். பயணம் முழுதும் மாணவர்கள் மிகவும் கட்டுப்பாட்டோடு நடந்துகொண்டார்கள். மாணவர்களை நெருங்கி வந்து யாராவது உங்கள் ஆசிரியர் யார் என்று கேட்டதுமே அவர்கள் என் பக்கமாகச் சுட்டிக் காட்டுவார்கள். நான் மாணவர்களைவிட உயரத்தில் மிகவும் சிறியவனாக இருந்தேன். அதனால் பார்ப்பவர்களுக்கு நான் ஆசிரியர் என்கிற நம்பிக்கை வராது. மாணவர்கள் எல்லோரும் ஒரே குரலில் இவரே எங்கள் ஆசிரியர் என்று சொன்ன பிறகுதான் அவர்கள் நம்பிக்கை கொள்வார்கள். ஆசிரியர் என எளிதாக அடையாளம் கண்டுபிடிக்க வேண்டுமென்றால், கோட்டு சூட்டு அணிந்துகொண்டு வரவேண்டும் என எனக்கு ஆலோசனை வழங்கினார்கள். குறைந்தபட்சமாக டை கட்டிக்கொண்டு வரவேண்டுமென்று சொன்னார்கள். நான் அதையும் ஏற்றுக் கொள்ளவில்லை. இவனுக்குப் புத்தி வராது என்று அவர்கள் அமைதியாகிவிட்டார்கள். முதல்முறையாக சந்திக்க வருபவர்கள் என்னைப்பற்றி கேள்விப்பட்டிருந்தாலும் நானே சித்தலிங்கையா என்று கண்டுபிடிப்பதில் தோல்வியடைந்துவிடுவார்கள். அவர்கள் என் உருவத்தை மிகவும் பெரிய அளவில் கற்பனை செய்து வைத்திருப்பார்கள் என்பதே காரணமாகும்.

டி.எஸ். நாகபூஷணம்

நான் ஒருமுறை தில்லிக்குச் சென்றிருந்தேன். ஏறத்தாழ இருபத்தேழு ஆண்டுகளுக்கு முன்பாக தில்லியில் எனக்குத் தெரிந்த முகமாக ஒருவர் மட்டுமே இருந்தார். அவர் டி.எஸ். நாகபூஷணம். நான் அவருடைய சிறுகதைகளைப் படித்திருக்கிறேன். நாகபூஷணம்

சமூகப்பற்று மிகுந்தவர். அவர் எனக்கு கடிதங்கள் வழியாக அறிமுகமானவர். தில்லி ஆகாஷவாணி வழியாக அவர் மிக அழகாகச் செய்திகள் வாசிப்பார். அவர் குரல் வழியாகக்கூட எனக்கு நல்ல அறிமுகமானவர். நான் தில்லிக்குச் செல்லும் முன்பாக அவருக்குக் கடிதம் எழுதித் தெரிவித்திருந்தேன். தம் வீட்டில் தங்கிக்கொள்ளலாம் என்று அவர் எனக்குத் தெரிவித்திருந்தார். நான் தில்லியில் இறங்கி ரயில்நிலையத்தி லிருந்து அவர் வேலைசெய்து வந்த வானொலி நிலையத்துக்குச் சென்றேன். நாகபூஷணத்தைப்பற்றி விசாரித்தேன். “இங்குதான் இருக்கிறார், இதோ வந்துவிடுவார்” என்று ஒருவர் சொன்னார். வெகுநேரம் கழித்துக்கூட அவர் வரவில்லை. நான் அதுவரைக்கும் நாகபூஷணத்தை நேரில் பார்த்தது கிடையாது. பொழுது ஏறஏற எனக்கு அச்சம் பிறந்தது. தில்லிக்கு நான் முதல்முறையாகச் சென்றிருந்தேன். நாகபூஷணத்தைச் சந்திக்க முடியாமல் போய் விட்டால் என்ன செய்வது என்று யோசித்தேன். எதிரில் வந்த ஒருவர் என்னிடம் “உங்கள் பெயர் என்ன?” என்று கன்னடத்தில் கேட்டார். நான் என்னைப்பற்றிச் சொன்னேன். அவர்தான் நாகபூஷணம். “நான் இரண்டுமூன்று முறை இந்தப் பக்கமாக வந்துவந்து போனேன். உங்களையும் பார்த்தேன். ஆனால் நீங்கள்தான் சித்தலிங்கையா என்று தெரியவில்லை. நீங்கள் இவ்வளவு சின்னவராக இருப்பீர்கள் என்று நான் எதிர்பார்க்க வில்லை” என்றார். “என் உருவம்பற்றிய விஷயம் ஒருபக்கம் இருக்கட்டும், நீங்கள் கிடைத்தீர்களே அதுவே சந்தோஷம்” என்று சொல்லி அவருடைய வீட்டுக்குச் சென்றேன். இப்படிப்பட்ட அனுபவங்கள் எனக்கு வெவ்வேறு தருணங்களிலும் நேர்ந்திருக் கின்றன.

மாணவர்களைச் சுற்றுலாவுக்கு அழைத்துச் செல்லும் போதெல்லாம் எனக்கு அப்படிப்பட்ட அனுபவங்கள் கிடைப்பதுண்டு. இந்த அனுபவத்தினால், எங்கள் குழுவிலேயே உயரமான மாணவன் ஒருவனை அறை பதிவு செய்யவும் பணச்செலவைக் கண்காணித்துக்கொள்ளவும் தேர்ந்தெடுத் திருந்தேன். அப்போதெல்லாம் அந்த மாணவனுக்கு நான் ஜி.எஸ்.வி. (ஜெனரல் பவர் ஆஃப் அட்டர்னி) எழுதிக் கொடுத்து விட்டதுபோல இருக்கும்.

ஃபென்னி பிரியர்கள்

வாஸ்கோவில் அறைகள் கிடைத்தன. ஆனால் மாணவர்கள் புதிய பிரச்சினையொன்றைக் கிளப்பினார்கள். தலைவர் என்று தன்னை நினைத்துக்கொண்ட மாணவனொருவன் என்னிடம்

வந்து "சார், சில மாணவர்கள் டிரிங்க்ஸ் சாப்பிடணும்ன்னு விரும்பறாங்க" என்று தெரியப்படுத்தினான். நான் அச்சத்தோடு, "அதுக்கு நான் என்ன செய்யணும்?" என்று கேட்டேன். "உங்க அனுமதி வேணுமாம்" என்று அவன் சொன்னான். "மாணவர்களில் டிரிங்க்ஸ் சாப்பிடணும்ன்னு நெனைக்கிறவங்க எத்தனை பேர்?" என்று கேட்டேன். "மூணு நாலு பேர்" என்று தலைவன் சொன்னான். "இந்த மூணு நாலு பேருக்கும் ஏற்கனவே குடிச்சி பழக்கம் இருக்குதா?" என்று நான் கேட்டேன். 'இல்ல சார், கோவாவிலிருந்து ஆரம்பிக்கணும்ன்னு அவங்க திட்டமிட்டிருக்காங்க' என்றான் அவன். "எந்த மாதிரியான மதுவை அவர்கள் குடிக்கணும்ன்னு நினைச்சிருக்காங்க?" என்று கேட்டேன். அவன் "ஃபென்னி" என்று சொன்னான். குடித்தே பழகாதவர்கள் ஃபென்னி குடித்துவிட்டு கோவாவில் எங்காவது சாக்கடையோரம் விழுந்துகிடக்க நேர்ந்தால் என்ன செய்வது என்று யோசித்தேன். துறவிகளுக்குக் காசி, திருப்பதி ஆகியவற்றைப் புண்ணியத்தலங்கள் என்று சொன்னால், குடித்துப் பழகியவர்களுக்குக் கோவா ஒரு புனிதமான இடமென்று சொல்லலாம் என்று நினைத்துக்கொண்டிருந்தேன். ஃபென்னி பிரியர்களைக் கட்டுப்பாட்டில் வைத்திருப்பது எப்படி என்பது எனக்குப் புரியாத விஷயமாக இருந்தது. தலைவன் என்னுடைய அனுமதியை எதிர்பார்த்தபடி என் எதிரிலேயே நின்றிருந்தான். நான் மௌனமாக இருந்ததைப் பார்த்து அவன் சலித்துக்கொண்டான். அவனுக்குப் பின்னால் மூன்று மாணவர்கள் காணப்பட்டார்கள். அவர்களே ஃபென்னி பிரியர்கள் என்று புரிந்துகொள்வதில் எனக்கு எந்தச் சிரமமும் இல்லை. தலைவனின் பின்னால் ஃபென்னி பிரியர்கள் என் அனுமதிக்காகக் காத்திருந்தார்கள். அவர்களுடைய முகங்களில் ஆவல் தெரிந்தது. என்னுடைய மௌனம் அவர்களால் தாங்கிக் கொள்ள முடியாததாக இருந்தது. நான் அவர்களிடம், "நீங்கள் உங்களுடைய அறையில் இருங்கள். பத்து நிமிஷத்தில் என்னுடைய தீர்மானத்தைச் சொல்கிறேன்" என்று சொன்னேன். அவர்கள் தம் அறைக்குத் திரும்பிச் சென்றனர்.

கன்னடியர்களின் உயிருக்கு ஆபத்து

புதிதாக மது அருந்த ஆரம்பிக்கவிருந்த மாணவர்களை எப்படிக் கட்டுப்படுத்துவது என்று நான் தீவிரமாக யோசிக்கத் தொடங்கினேன். ஆனால் மாணவர்கள் கோவாவில் வைத்து இந்தப் பழக்கத்தைத் தொடங்க நினைத்தது எனக்குச் சரியாகப் படவில்லை. இதை, எதையாவது செய்து தவிர்க்கவேண்டும் என

நான் முடிவெடுத்தேன். தனிமையில் சிறிதுநேரம் வாஸ்கோவின் சாலைகளில் நான் அலைந்தேன். சட்டென என் மனத்தில் தீர்வு கிடைத்தது. பொய்யாக இருந்தாலும், அதுவே அந்த இக்கட்டிலிருந்து விடுபடச் சரியான வழியென்று நினைத்துக் கொண்டேன். நாங்கள் தங்கியிருந்த ஓட்டலுக்குத் திரும்பிவந்து எல்லா மாணவர்களையும் ஒரு பெரிய அறையில் ஒன்று சேருமாறு சொன்னேன். எல்லோரும் வந்து உட்கார்ந்த பிறகு, நான் பயந்துவிட்டவனைப்போல நடிக்கத்தொடங்கி, “நாம இப்ப பெரிய ஆபத்துல மாட்டிட்டு இருக்கோம்” என்று சொன்னேன். மாணவர்கள் “என்னாச்சி சார்?” என்று கேட்டார்கள். “நான் கொஞ்ச நேரத்துக்கு முன்னால வெளியே நடந்துட்டு வரலாம்னு போயிருந்தேன், உங்களுக்கு தெரியுமில்லையா?” என்று கேட்டேன். மாணவர்களும் “ஆமாம்” என்றார்கள். வெளியே கன்னடியர்கள்மீது தாக்குதல் நிகழ்கிறது என்றும் மிகவும் கஷ்டப்பட்டு நான் அந்த ஆபத்திலிருந்து தப்பி வந்ததாகவும் சொன்னேன். சிலர் “நீங்க வெளியே போயிருக்கவே கூடாது சார்” என்றார்கள். “எப்படியோ அங்கிருந்து தப்பிச்சி வந்துட்டேனே, அத சொல்லு” என்று சொல்லி நிம்மதியடைந்தேன். மாணவர்கள் “சார், இப்ப நாம என்ன செய்யறது? தாக்குதல் நடக்குதுன்னா, நாம பெங்களூருக்குப் போயிடலாம்” என்று சொன்னார்கள். “பயப்படவேணாம். ஓட்டலிலிருந்து வெளியே போகாம, சாப்பிட்டதுமே படுத்துக்குங்க. நாளைக்கு ஒரு மெட்டாடர் வச்சிகிட்டு பார்க்கவேண்டிய இடங்கள பார்த்துட்டு, பெங்களூருக்கு திரும்பி போயிடலாம்” என்றேன். எல்லோரும் ஏற்றுக்கொண்டார்கள். கும்பலில் உட்கார்ந்திருந்த ஃபென்னி பிரியர்களின் முகம் சோர்ந்துவிட்டது. தலைவன் என்னருகில் வந்து அடங்கிய குரலில் “சார், ஃபென்னி?” என்று கேட்டான். நான் முகத்தில் வெறுப்பைப் படரவிட்டுக் கொண்டு கோபமுற்றவன்போல “உங்களுக்கெல்லாம் ஃபென்னி முக்கியமா, உயிர் முக்கியமா?” என்று கேட்டேன். தலைவன் மிகுந்த வேதனையுடன் “உயிர்தான் சார்” என்றான். “அப்படின்னா, அறைக்குப் போய் பாதுகாப்பா இரு” என்று அவனை அனுப்பி வைத்தேன். எல்லா மாணவர்களும் தத்தம் அறைகளை நோக்கிச் சென்ற பிறகு, என்னுடன் மிகவும் நெருக்கமாக இருந்த தொட்டஹுல்லூரு ருக்கோஜிராவையும் எச்.எல். ஸ்வாமியையும் வெளியே வரும்படி அழைத்தேன். ருக்கோஜிராவ் மாணவப்பருவத்திலிருந்தே பத்திரிகைகளில் பணியாற்றிப் பெயர் வாங்கியவர். எச்.ஆர். ஸ்வாமி போராட்டங்களில் தம்மை இணைத்துக்கொண்டவர். நாங்கள் மூவரும் மடகாவ் என்னுமிடத்தில் இருந்த தத்தாத்ரேயின் வீட்டைக் கண்டுபிடிக்கக்

கிளம்பினோம். கோவாவின் கலாச்சார நடவடிக்கைகளிலெல்லாம் உதவியாக இருந்த தத்தாத்ரே 'கோவா தத்து' என்று பெயர் வாங்கியவர். மாநிலம் போற்றும் பெரிய நாடகக்காரர் அவர். மூத்த குடிமகனான ஏ.எஸ். மூர்த்தியின் மருமகன். மூர்த்தியின் மகளான கௌரி, தத்துவின் மனைவி. தத்து தம்பதியினர் கர்நாடகத்திலிருந்து வந்த எங்களைப் பார்த்து மிகவும் மகிழ்ந்தார். அவருடைய வீட்டிலேயே சாப்பிட்டுவிட்டு, நாங்கள் மூவரும் தங்கியிருந்த ஓட்டலுக்குத் திரும்பினோம். வெளியே போயிருந்த எங்கள் நிலை என்ன ஆனதோ என்ற குழப்பத்தில் மாணவர்கள் தூங்கச் செல்லாமல் கவலையுடன் காத்திருந்தார்கள். எங்களைப் பார்த்த பிறகுதான் அவர்களுக்குப் போன உயிர் திரும்பி வந்தது. எல்லோரும் எங்களிடம் அக்கறையோடு விசாரித்தார்கள். நான் மாணவர்களிடம் பேசி அமைதிப்படுத்தினேன்.

ஆசிரியருக்கு இறுதிவணக்கம்

ஒருமுறை மாணவர்களை நந்திபெட்டாவுக்கு அழைத்துச் சென்றோம். எல்லாம் நல்லபடியாக போய்க்கொண்டிருந்தது. நாங்கள் எதைப்பற்றியோ விவாதித்துக்கொண்டிருந்தபோது, ஒரு மாணவன் மூச்சுவாங்கியபடி எங்களிடம் ஓடி வந்தான். எதுவோ நடக்கக்கூடாதது நடந்துவிட்டதென்று நினைத்து, அச்சத்தோடு "என்னாச்சி?" என்று கேட்டோம். "ரங்கநாத் திப்பு ட்ராப்ஸ் விளிம்புல நின்னுட்டிருக்கான். கீழ விழுந்து செத்துடுவான்போல இருக்குது" என்று ஓடிவந்த மாணவன் பயத்துடன் சொன்னான். நாங்களும் அங்கே ஓடினோம். திப்பு ட்ராப்ஸ் விளிம்பிலிருந்து தாவிக் குதிக்க ரங்கநாத் தயாராக நின்றிருந்தான். அவன் முகத்தில் ஒரு சலனமும் இல்லை. தனது முடிவில் உறுதியாக இருப்பவனைப்போல காணப்பட்டான். பார்ப்பதற்கு என்னமோ திரைப்படக் காட்சியைப்போல காணப்பட்டாலும், என் இதயம் வேகவேகமாக துடிக்கத் தொடங்கியது. "ரங்கநாத், உன் பிரச்சினை எதுவா இருந்தாலும் தீர்த்து வைக்கிறோம். கீழ இறங்கி வா" என்று அவனிடம் கேட்டுக்கொண்டோம். ரங்கநாத் அதற்குச் சம்மதிக்கவில்லை. "யாருடைய மனசையாவது புண்படுத்துகிறபடி நான் நடந்திருந்தா, என்னை மன்னிச்சிடுங்க. ஆசிரியர்களுக்கு என் இறுதி வணக்கம். நண்பர்களுக்கும் தோழிகளுக்கும் வணக்கம்" என்றபடி டாட்டா காட்டுபவனைப்போல கையை அசைத்தபடி கண்ணீர் விட்டான். ரங்கநாத்தின் நண்பர்களுடைய விழிகளில் அருவிபோல கண்ணீர் பொங்கி வழிந்தது. "ரங்கநாத், அவசரப்பட வேணாம். கீழ இறங்கி வா" என்று மீண்டும்மீண்டும் அவனிடம் கேட்டுக்கொண்டோம். எங்கள் வேண்டுகோளைக் கேட்டு மனம்

மாறியவனைப்போல ரங்கநாத் "ஆசிரியர்கள் மாணவர்களிடம் இப்படியெல்லாம் கெஞ்சிக் கேட்கக் கூடாது. திருமணத்துக்கு அவளைச் சம்மதிக்கும்படிச் சொல்லுங்கள். நான் கீழே இறங்கி வருகிறேன்" என்று சொன்னான். ரங்கநாத் தன்னோடு படித்துக் கொண்டிருந்த ஒருத்தியைத் திருமணம் செய்துகொள்ள விரும்பினான். அவள் அதை ஏற்றுக்கொள்ளவில்லை. இதனால் மனவேதனைக்கு ஆளான ரங்கநாத் தன் வாழ்க்கையை முடித்துக் கொள்ள விரும்பி திப்பு டிராப்ஸ் உச்சிக்கு ஏறி விளிம்பில் நின்றுவிட்டான். ரங்கநாத் சொன்னதைக் கேட்டதும் அவனுடன் படிக்கும் பெண், "அவன் செத்தாலும் கவலையில்லை, நான் அவனைத் திருமணம் செய்துக்கமாட்டேன்" என்று உறுதியாகத் தெரிவித்துவிட்டாள். ரங்கநாத் மரணமடைவது உறுதி என்பதைப் புரிந்துகொண்ட அவனுடைய நண்பர்கள் புலம்பத்தொடங்கினார்கள். கடைசியில் நாங்கள், "ரங்கநாத், உன் உயிரைப்பற்றிக் கொஞ்சம்கூட கவலைப்படாத இவளுக்காக நீ உயிரை விடுவது நியாயம்தானா?" என்று கேட்டோம். நாங்கள் சொன்ன வார்த்தை அவனை அசைத்தது. அவன் மனம் மாறியது. எங்கள் சுற்றுலா நல்லபடியாக முடிவடைந்தது.

மற்றொரு இளமைக்காலம்

மீண்டும் இளமைக்காலத்துக்குத் திரும்பி வருகிறேன். வாசகர்கள் பொறுத்தருளவேண்டும். ஒருநாள் நான் எங்கள் வீடு இருந்த தெருவிலிருந்து நாலைந்து தெரு தள்ளியிருந்த மற்றொரு புறநகருக்குச் சென்றிருந்தேன். அங்கே செல்ல எவ்விதமான பெரிய நோக்கமும் எனக்கு இல்லை. கீழே கிடக்கிற வத்திப்பெட்டிகளைச் சேகரிப்பது என் நோக்கமாக இருந்தது. வத்திப்பெட்டியில் படம் ஒட்டப்பட்டிருக்கும் பகுதியை மட்டும் தனியாக கிழித்துச் சேகரிப்பது அந்தக் காலத்தில் எனக்குப் பழக்கமாக இருந்தது. இப்படியாக நூற்றுக்கணக்கான படங்களைச் சேகரித்து வைத்திருந்தேன். வத்திப்பெட்டியின் மேல் ஒட்டப்பட்டிருக்கும் படங்கள் பலவித வண்ணங்களோடு காணப்படும். இவற்றைத் தேடிக்கொண்டு பல இடங்களுக்குச் செல்லச்செல்ல புதியபுதிய பெட்டிகள் கிடைத்தன. பழக்கமில்லாத புறநகரொன்றில் ஒருநாள் இப்படி வத்திப்பெட்டிகளைத் தேடிச் சேகரித்துக்கொண்டிருந்தேன். தெருவோரங்களிலும் பாலங்களுக்கு அடியிலும் பாதைகளின் நடுவிலும் எங்குவேண்டுமானாலும் அவை விழுந்துகிடக்கும். நான் இந்தச் சேகரிப்பைத் தொடங்கியபோது என்னைவிட வலிமைமிக்க ஒரு பையன் என்னைப் பிடித்துக்கொண்டான்.

நான் அச்சத்தோடு எதற்காக என்று கேட்பதற்குள் இரண்டு கைகளாலும் என் கழுத்தைப் பிடித்து இறுக்கத் தொடங்கினான். மரணத்தின் விளிம்பில் இருப்பதைப்போல எனக்குத் தோன்றியது. அவன் எனக்கு அறிமுகமானவன் இல்லை. அவனுக்கும் எனக்கும் இடையே எந்தச் சண்டையுமில்லை. என்மீது அவன் செலுத்திய வன்முறை எனக்கு வேதனையைக் கொடுத்தது. மனத்துக்குள் குழப்பம் உருவாகியது. அவனிடமிருந்து விடுவித்துக்கொள்ள என்னால் முடிந்த அளவு முயற்சி செய்தேன். முற்பிறவியின் பழைய பகைவனைப்போல அவன் என்னைத் தாக்கத் தொடங்கினான். எதிர்பாராத விதமாக ஆச்சரியப்படும் வகையில் அவன் சட்டென்று கீழே விழுந்துவிட்டான். அவனுடைய தலை என் பாதங்கள்மீது இருந்தது. தரையில் விழுந்து வணங்குவதுபோல அவன் என் முன் விழுந்து கிடந்தான். இது ஏதாவது தெய்வத்தின் திருவிளையாட்டாக இருக்குமோ என்று சந்தேகமாக இருந்தது. நிம்மதியாகவும் சந்தோஷமாகவும் இருந்தது. என்னுடைய இந்தப் புதிய எதிரிக்கு இந்த நிலை நேர்வதற்கு என்ன காரணம் என்று புரிந்துகொள்ள நீண்ட நேரம் தேவையில்லை. எதிரி என் கழுத்தைப் பிடித்து நெரிப்பதைத் தொலைவிலிருந்த என் நண்பனொருவன் பார்த்துவிட்டான். பார்த்ததுமே என்னைக் காப்பாற்ற ஓடோடி வந்தான். என் கழுத்தை நெரித்தவனின் பின்னால், அவனுக்குத் தெரிந்துவிடாதபடி வந்து, அவனுடைய இரண்டு கால்களையும் கைகளால் பற்றி வேகமாகப் பின்னுக்கு இழுத்துவிட்டான். இதனால் எதிரி என் முன்னால் தலைகுனிந்தபடி விழும்படி நேர்ந்துவிட்டது. இவ்வாறாக, ஒரு அதிசயம்போல என்னைக் காப்பாற்றிய நண்பனின் பெயர் ஜனார்த்தன (ஜன்னி). ஜன்னியும் நானும் இளம்பருவத்திலிருந்தே நண்பர்களாக இருந்தோம். நான் கிராமத்திலிருந்து பெங்களூருக்கு வந்தபோது, எனக்குக் கிடைத்த மிகநெருங்கிய நண்பன் ஜனார்த்தன. ஜனார்த்தனனின் அண்ணனான புட்டஸ்வாமியுடன் அதிக அளவில் சுற்றியலைந்து கொண்டிருந்தேன். படிப்படியாக எனக்கு நெருக்கமாக மாறியவர் களில் என்னைவிட வயதில் சற்றே சிறியவரான ஜன்னி. ஜன்னியின் அண்ணனான புட்டஸ்வாமி அப்போது திரைப்படப் பாடல்களை மிக அருமையாகப் பாடுவார்.

மாகடி, மஞ்சனபெலெ ஆகிய இடங்களில் தொடக்கப் பள்ளியில் நான் படித்தேன். பெங்களூருக்கு வந்த பிறகு, நான் ஏதோ ஒரு காரணத்தை முன்னிட்டுப் பள்ளியில் சேரமுடியாமல் இருந்தது. பகல்வேளையில் என்ன செய்வது என்று எனக்கும் புரியவில்லை. தீப்பெட்டி அட்டைகளையும் சிகரெட் பாக்கெட் அட்டைகளையும் சேகரித்துக்கொண்டிருந்தேன். ஏற்கனவே சொன்னதுபோல எங்களுடைய வீட்டுக்குப் பக்கத்தில் இருந்த

பாலத்துக்கு அருகில் செயல்பட்ட தொழிற்சாலையினர் மலைபோல குவித்துவைத்திருந்த கரிய மண்ணில் பித்தளைத்துண்டுகளையும், தாமிரத்துகள்களையும் சேகரித்துக்கொண்டிருந்தேன். இதே காரணத்துக்காக புறநகரின் வேறு பகுதிகளுக்கும் செல்வதுண்டு. தனக்கு உரிமையுள்ள பகுதிகளுக்குள் நுழைந்துவிட்டதாக நினைத்த அந்தப் பகுதியினர் எங்களைத் தாக்குவதுண்டு. இப்படியாக, அவர்களிடமிருந்து நான் அடிவாங்குவதோடு மட்டுமில்லாமல் தேடித்தேடிச் சேர்த்துவைத்திருந்த பித்தளைத்துண்டுகளையும் தாமிரத்துண்டுகளையும் அவர்களிடமே ஒப்படைத்துவிட்டுத் திரும்பியதுண்டு. இந்த முறை தீப்பெட்டி அட்டைகளைச் சேகரிக்க வந்துவிட்டு, உயிரையே இழந்துவிடும் சூழல் உருவாகிவிட்டது. ஆபத்பாந்தவனாக ஜன்னி என்னைக் காப்பாற்றி உதவினார். பொருளாதார அளவில் ஜன்னியின் குடும்பம் எங்களைவிட நல்ல நிலையில் இருந்தது. சாப்பிட ஒன்றும் இல்லாத தருணத்தில் எல்லாம் ஜன்னி தன் வீட்டில் சாப்பாட்டுக்கு ஏற்பாடு செய்தார். அந்தக் காலத்திலேயே நான் கவிதைகள் எழுதி வந்தேன். அந்தக் கவிதைகளையெல்லாம் ஜன்னி படித்து மகிழ்ச்சியடைந்தார்.

ஒயிட்ஃபீல்டுக்கு அருகிலிருந்த பள்ளியில் ஜன்னி சேர்ந்தார். ஒருமுறை அவருடைய அண்ணன் புட்டஸ்வாமி ஜன்னியைப் பார்ப்பதற்குச் செல்லவிருப்பதாகவும் துணையாக நானும் வரவேண்டுமென்றும் சொன்னார். நாங்கள் டிரெயின் பிடித்து ஜன்னியைப் பார்ப்பதற்காகப் புறப்பட்டோம். அந்தச் சமயத்திலேயே நான் கவிஞன் என்னும் உணர்வு திடமாக விழுந்து விட்டதால், ரயில் கிளம்பியபிறகு, ஜன்னல் வழியாகத் தெரிந்த மரங்களையும் மேகங்களையும் பார்த்தபடி உட்கார்ந்திருந்தேன். இயற்கையை ரசிக்கும் மயக்கத்திலிருந்ததால் ஒயிட்ஃபீல்ட் ஸ்டேஷன் கடந்துபோனதைக் கவனிக்கவில்லை. இப்படியாக, ரயில் பங்காரப்பேட்டையையும் கடந்து குப்பம் ஸ்டேஷனை அடைந்தது. குப்பம் சென்று சேர்ந்தபிறகுகூட, நான் சுய உணர்வில்லாதவனாக இருந்தேன். ஏதோ ஒரு சந்தேகத்தில் பக்கத்தில் இருந்த பயணியிடம், "ஒயிட்ஃபீல்ட் இன்னும் எவ்வளவு தொலைவில் இருக்கிறது?" என்று விசாரித்தேன். அவர் "ஏன்?" என்று கேட்டார். "நாங்க அங்க எறங்கணும்" என்று சொன்னேன். "ஒயிட்ஃபீல்ட் கடந்துபோய் ரொம்ப நேரமாகிவிட்டது நீங்க இந்த ஸ்டேஷன்லயே எறங்கி ஒயிட்ஃபீல்டுக்கு வேறொரு ரயிலைப் பிடித்து திரும்பிப் போவணும்" என்றும் சொன்னார்கள். நாங்கள் கவலையுடன் ரயிலைவிட்டு இறங்கினோம். எங்களைப் பார்த்த டி.சி.யிடம் விஷயத்தைச் சொன்னோம். குப்பம் வரைக்குமான பயணச்சீட்டு வாங்குவதற்குப் பணமில்லாமல் ஒயிட்ஃபீல்ட் வரைக்கும் பயணச்சீட்டு வாங்கிவைத்துக்கொண்டு

நாடகமாடுகிறோம் என்று அவருக்குச் சந்தேகம் வந்துவிட்டது. எங்களை ரயில்வே போலீஸிடம் ஒப்படைப்பதற்காக அவர் நினைத்தார். எங்களை முதல்கட்ட விசாரணைக்கு உட்படுத்துபவரைப்போல கேள்விகள் கேட்கத் தொடங்கினார். போலீஸின் பிடியில் அகப்பட்டுக்கொள்வோம் என்பது தெரிந்த உடனேயே மூளை சுறுசுறுப்பாகச் செயல்படத் தொடங்கியது. நாங்கள் மாணவர்கள் என்றும் எங்கள் இருவரிடமும் போதுமான பணமிருப்பதால், பயணச்சீட்டு இல்லாமல் பயணம் செய்ய வேண்டிய அவசியம் எங்களுக்கு இல்லை என்றும் சொன்னோம். எங்களிடமிருந்த தொகையில் ஒரு பகுதியை அபராதமாக வாங்கிவிட அவர் முயற்சி செய்தார். “சின்ன வயசிலேயே இவ்வளவு பொய் சொல்லக்கூடாது. உங்களை நான் போலீஸ்ல புடிச்சிக் குடுத்துடுவேன். அபராதத்தொகையில கொஞ்சம் பணத்தை என்னிடம் கொடுத்துட்டு குப்பத்துல இருக்கிற உங்க வீட்டுக்குப் போங்க” என்று ஆலோசனை வழங்கினார். இயற்கையழகை ரசிப்பதில் மூழ்கி ஒயிட்ஃபீல்டில் இறங்க மறந்து குப்பத்துக்கு வந்துவிட்டோம் என்று சொன்னதை அவர் நம்பவில்லை. நாங்கள் பொய்சொல்கிறோம் என அவர் நினைத்துவிட்டார். நாங்கள் பேசப்பேச அவருக்குக் கோபம் அதிகரித்தது. அவர் கோபம் அதிகரிக்க அதிகரிக்க, நாங்களும் மிகவும் பணிந்து கெஞ்சுவதும் அதிகமானது. கடைசியில், அடுத்த ரயில் வரும்போது, பயணச்சீட்டு வாங்கிக்கொண்டு ஒயிட்ஃபீல்டுக்குச் செல்வதாக இருந்தால் நீங்கள் சொல்வதை நம்புவேன் என்று சொன்னார். நாங்கள் அத்திட்டத்துக்கு உடன்பட்டோம். சென்னையிலிருந்து வந்த ரயிலில் ஏறி, ஒயிட்ஃபீல்ட் வந்தடைந்தோம். ஜன்னி இருந்த மாணவர் விடுதியை அவருடைய அண்ணனும் பார்த்ததில்லை. கையில் முகவரி இருந்ததால் எப்படியோ தேடிக் கண்டுபிடித்துவிட்டோம். அந்த மாணவர் விடுதி ஒரு தோட்டத்தின் நடுவில் இருந்தது. சிறிய கட்டடம். பெரிய தோட்டம். மாணவர்களே வளர்த்த அந்தத் தோட்டத்தில் பலவிதமான பூக்களும் காய்கறிகளும் வளர்ந்திருந்தன. எங்களைப் பார்த்ததில் ஜன்னி பெரும் மகிழ்ச்சியடைந்தார். அங்கே இருந்தவர்கள் அனைவரும் கிராமப் புறத்தைச் சேர்ந்தவர்கள். எல்லோரும் நடுநிலைப்பள்ளியில் படித்துவந்தார்கள். ஆண்பிள்ளைகள் எல்லோரும் சுறுசுறுப்பாகக் காணப்பட்டார்கள். நாங்கள் ஜன்னியுடைய டிரங்க் பெட்டியின் முன்னால் பாயில் உட்கார்ந்தோம். ஜன்னியின் தாயார் தயாரித்துக் கொடுத்தனுப்பியிருந்த சிற்றுண்டி மூட்டையை எடுத்து ஜன்னியின் முன் வைத்தான் அதிதி. அதை எடுத்து உள்ளே வைப்பதற்காக டிரங்க் பெட்டியைத் திறந்தார் ஜன்னி. புத்தர் படத்தையும் அம்பேத்கர் படத்தையும் யாராவது எடுத்துக்

கொண்டு சென்றுவிடுவார்களோ என்கிற ஐயத்தில் டிரங்க் பெட்டியிலேயே அவற்றைப் பாதுகாப்பாக வைத்திருந்தார். புத்தர், அம்பேத்கர் படங்களுக்கு முன் தினமும் காலையில் சந்தன வத்தி ஏற்றிப் பூசை செய்து வருவதாகச் சொன்னார் ஜன்னி. பிற விடுதிகளோடு ஒப்பிட்டால் ஜன்னி சேர்ந்திருக்கும் விடுதி மிகவும் நன்றாக இருந்தது. மாணவர் விடுதியின் தோட்டம் பூ, காய்கறி, பழங்கள் என அனைத்தும் தோட்டத்தில் இருந்தன. உணவு வழங்குவதில் ஏதேனும் தாமதம் நேரும் சமயங்களில் தோட்டத்தில் கிடைப்பதை உண்டு சிற்றுண்டி வேலையை முடித்துக்கொள்வார்கள். அங்கே சில பெரிய மரங்களும் இருந்தன. மாணவர்கள் மரக்கிளைகளில் ஏறியமர்ந்தும் மரத்தடிகளில் அமர்ந்தும் படித்துக்கொண்டு வந்தனர்.

கவிஞர் ஜன்னி

தலித் எழுத்தாளர்களும் கலைஞர்களும் நடத்திய முதலாவது மாநாடு பத்ராவதியில் நடைபெற்றபோது ஜனார்த்தனன் அதில் ஆர்வமுடன் பங்கெடுத்துக்கொண்டார். மாநாட்டின் கவியரங்கத்தில் அவர் தம் கவிதைகளைப் படித்தார். கவிஞராக வளர்ந்துவந்த ஜன்னி புரட்சியாளரானார். மார்க்ஸிய கம்யூனிஸ்டு இயக்கத்தில் சேவையாற்றி வந்த ஜன்னி எல்லோருடைய அன்புக்கும் பாத்திரமாய் விளங்கினார். சமுதாயக் குழுவின்மூலம் அவருக்கு மாநிலம் தழுவிய பெயர் கிடைத்தது. பிரசன்னா அவர்களின் தலைமையில் அவர் நாடகவேலைகளைக் கவனித்துக்கொண்டார். படிப்படியாக பி.வி. காரந்த் அவர்களின் நம்பிக்கையைப் பெற்ற ஒருவராக விளங்கினார். நண்பர்கள் ஜன்னியை பி.வி. காரந்த்தின் தத்துப்பிள்ளை என்று சொல்லும் அளவுக்கு, காரந்துக்கு அருகிலேயே இருந்தார்.

தொடக்கத்தில் மாவள்ளியைச் சேர்ந்த முனியெல்லப்பா அவர்கள் ‘எங்க ஜனங்க’ பாடலை தம்முடைய குழுவினரோடு கஞ்சிராவை இசைத்தபடி பாடி எல்லோருடைய கவனத்தையும் கவர்ந்தார். இந்தப் பாட்டை ராக லயத்துடன் முதன்முதலாக இசையமைத்தவர் முனியெல்லப்பா அவர்கள். அவர் பிரபலமடைவதைத் தாங்கிக்கொள்ள இயலாத தலித் சங்கர்ஷ சமிதியைச் சேர்ந்த சில ஆர்வலர்கள் புரட்சிகரப் பாடல்களைப் பாடுவதால் போலீஸ் உங்களைத் தேடுகிறது என்று சொல்லிவிட்டார்கள். இதனால் கலங்கிய முனியெல்லப்பா பாடுவதை நிறுத்திவிட்டதோடு அல்லாமல் தலித் போராட்ட நடவடிக்கைகளிலிருந்தும் விலகியிருக்கத் தொடங்கினார். தம் நண்பர்கள் பொய் சொன்னார்கள் என்பதைத் தெரிந்துகொண்ட

பிறகு மீண்டும் ஆர்வத்துடன் உழைக்கத் தொடங்கினார். எஞ்சனீயரிங் படித்த முனியெல்லப்பா மீண்டும் தன் நடவடிக்கைகளில் இறங்கினார். என்னுடைய 'ஆயிரமாயிரம் நதிகள்' பாட்டுக்கு முதன்முதலாக இசையமைத்தவர் சி. பஸவலிங்கையா அவர்கள் (பசு). இந்தப் பாட்டை நான் உரைநடை வடிவத்திலேயே எழுதியிருந்தேன். இது படிப்பதற்கு மட்டுமே பொருத்தமானது என நான் நினைத்திருந்தேன். நீலகிரி பாபண்ண புறநகரில் நாங்கள் நடத்திவந்த பள்ளியில் ஒருநாள் மாலை பேசியபோது, பசவலிங்கையா 'ஆயிரமாயிரம் நதிகள்' கவிதையை மிக அழகாகப் பாடினார். என்னுடைய நீண்ட கால நண்பர் எஸ். ராஜண்ணா அதே பள்ளியில் இரவு வேளையில் வகுப்பில் படிப்பதற்காக வருவார். தூக்கத்தில்கூட முதலாளிகளுக்கு எதிராக முழக்கமிடும் அளவுக்கு ராஜண்ணா புரட்சிவாதியாக இருந்தார். அப்போது அவர் என்னுடைய நெருங்கிய சீடராக விளங்கினார். இப்போது என்னுடைய நெருங்கிய நண்பர்களில் ஒருவர்.

அப்பகெரெ திம்மராஜு கைது

என்னுடைய பல கவிதைகள் பிரபலமடையக் காரணமானவர் அப்பகெரெ திம்மராஜு. சுதந்திர தின நிகழ்ச்சி நடைபெற்ற ஆகஸ்டு பதினைந்தாம் நாளன்று என்னுடைய, 'யாருக்கு வந்தது எங்கே வந்தது நாற்பத்தேழின் சுதந்திரம்?' என்னும் கவிதையைப் பாடிக்கொண்டிருந்தபோது, சுதந்திரநாளுக்கு எதிரான பாட்டைப் பாடுவதாகச் சொல்லி போலீஸ்காரர்கள் அவரைக் கைது செய்தார்கள். போலீஸ் ஸ்டேஷனிலேயே அப்பகெரெ திம்மராஜு இன்னும் பல பாடல்களைப் பாடினார். கைது செய்த போலீஸ்காரர்களே, திம்மராஜுவின் குரல்வளத்தால் ஈர்க்கப்பட்டு இசையாற்றலுக்கு வசப்பட்டு நின்றுவிட்டார்கள். திம்மராஜுவுக்குச் சிற்றுண்டி, காப்பி ஆகியவற்றை வழங்கி எவ்விதமான தொல்லையும் அவருக்கு நேராதபடி கவனித்து அனுப்பிவைத்தார்கள். 'அந்தக் குன்றினிலே வெண்ணிலவில் திரிந்தலைய வேண்டாம்' என்னும் கவிதைக்கு முதன்முதலாக இசையமைத்தவர் இப்போது சட்டமன்ற உறுப்பினராக இருக்கின்ற டாக்டர் எல். ஹனுமந்தையா அவர்கள். தொடக்கத்தில் இப்பாடலை மிகவும் உணர்ச்சிகரமான குரலுடன் ஹனுமந்தையா பாடினார். பிறகு, இப்பாடலை எல்லா இடங்களிலும் பாடிப்பாடி பிரபலமடையவைத்தவர்கள் ஜன்னியும் திம்மராஜுவும் ஆவார்கள். கர்நாடகத்திலிருந்து ஒரு நாடகக்குழு காட்மண்டுவுக்குச் சென்றது. அங்கே திம்மராஜு 'அந்தக் குன்றினிலே வெண்ணிலவில் திரிந்தலைய வேண்டாம்'

பாடலை மிக அருமையாகப் பாடினார். இக்குழு காட்மண்டுவை விட்டுப் புறப்பட்ட சிறிது நேரத்திலேயே அங்கே நிலநடுக்கம் ஏற்பட்டது. அந்தக் குழுவைச் சேர்ந்தவர்கள் அனைவரும் நிலநடுக்கத்திலிருந்து நல்லவேளையாகத் தப்பித்துவிட்டோம் என்று நினைத்துக்கொண்டார்கள். காட்மண்டுவில் திம்மராஜுவின் பாட்டைக் கேட்ட பலரும் பெங்களூருக்குத் திரும்பியதும் பாடலை இயற்றிய என்னைப் பார்த்து வாழ்த்துரைத்தனர்.

இந்த நாட்டின் இளைஞர்கள், முற்போக்கினர், விவசாயிகள், தொழிலாளர்கள் ஆகியோரிடையே நான் புரட்சிக்கவி என்ற பெயருடன் பேர் வாங்குவதற்கு ஜனார்த்தனன் அவர்களே மூலகாரணம் என நினைக்கிறேன். என் பாடல்களை ஜன்னி மிகவும் உணர்ச்சிபூர்வமாகப் பாடுவதைக் கேட்டு, சிற்சில சமயங்களில் அப்பாட்டை எழுதிய கணத்தில் அனுபவித்த மன எழுச்சியை மீண்டும் அடைந்தேன். சி.ஜி. கிருஷ்ணசாமி இயக்கிய 'பெல்ச்சி' நாடகத்தில் 'பெரிய கௌடரு வாசலிலே எங்க எலும்புகளால் ஆன தோரணம்' என்னும் பாடலைப் பாடி, கேட்பவர்களின் மனத்தை ஜன்னி கரையவைத்துவிட்டார். பிரெக்ட் எழுதிய 'புண்டில' என்னும் நாடகத்தை பிரபலமான ஜெர்மன் இயக்குநரான பெனவிட்ஸ் கன்னடத்தில் 'புட்டப்பனும் அவனுடைய அடியாள் சோமனும்' என்னும் தலைப்பில் இயக்கினார். அந்த நாடகத்தின் உதவி இயக்குநர், மேடை அமைப்பாளரான ரகுநந்தன். நாடகத்தின் இசையமைப்பாளர் ஜன்னி. நாடகத்தில் இடம்பெற்ற பாடல்கள் அனைத்தும் ஜன்னியின் ஈர்ப்புமிக்க குரல்வளத்தின் காரணமாக வெகுவிரைவில் பிரபலமடைந்தன.

போராட்டத்துக்கு உணவு

மாநிலத்தின் பெயர்பெற்று விளங்கிய பாடகரான ஜன்னி தலித் போராட்டத் தலைவர்களின் ஒருவர். கர்நாடகத்தில் தலித் சங்கர்ஷ சமிதி தொடங்கப்பெற்றபோது அவர் பெங்களூரில் மாவட்டக் கிளைச்செயலாளராகப் பணியாற்றி வந்தார். பெங்களூரைச் சேர்ந்த பள்ளியொன்றில் முந்நூறு மாணவர்கள் படித்து வந்தார்கள். அதை நடத்தி வந்தவர் ஏதோ பிரச்சினையின் காரணமாக மன அமைதியிழந்து தன் மனகுறையை ஜன்னி அவர்களிடம் பகிர்ந்துகொண்டிருக்கிறார். பிரச்சினை மிகவும் சிக்கலானது என நினைத்தார் ஜன்னி. டி.எஸ்.எஸ்., எஸ்.எஃப்.ஐ. ஆகியவற்றின் தலைமையின் கீழே மாணவர்கள் திரட்டப் பட்டு போராட்டம் தொடங்கப்பட்டது. மாணவர்கள் நாள்கணக்கில் முற்றுகை, ஊர்வலம், போராட்டம் நடத்தினார்கள்.

அப்போது சட்டமன்ற உறுப்பினராக இருந்த பேராசிரியரான எஸ்.எஸ். அரகெரெயின் ஆதரவைத் தன் போராட்டத்துக்குத் திரட்டுவதற்காகவும் தன் போராட்டத்துக்குத் தேவை என்று தெரிவிப்பதற்காக நூற்றுக்கணக்கான மாணவர்கள் அவரை அழைத்துச் சென்றார்கள். அரகெரெ அவர்களுக்கு மாணவர்கள் பிரச்சினையைப் பற்றி ஜன்னி விவரித்தார். ஜன்னியின் பேச்சைக் கேட்டு அரகெரெயும் ஆர்வம் கொண்டார். அவர் மாணவர்களிடம் பேசும்போது ஜன்னியைப் பற்றி, "நீ ரொம்ப நல்லா பேசினப்பா, நீ பேசுவதைக் கேட்டுக்கொண்டிருந்தால் என்னுடைய சீடன் சித்தலிங்கையாவின் நினைவு வருகிறது" என்று சொன்னார். உடனே அரகெரெயிடம் ஜன்னி, "சார், சித்தலிங்கையா என்னுடைய குரு" என்று சொல்லிவிட்டு ஆனந்தப் பரவசமடைந்தார். பேச்சைத் தொடர்ந்த அரகெரெ மாணவர்களின் போராட்டத்துக்கு ஆதரவு அளிப்பதாகத் தெரிவித்தார். சட்டசபையில் மாணவர் பிரச்சினையை அரகெரெ அவர்கள் முன்வைத்துப் பேசி, மாணவர்கள் போராட்டத்துக்கு மாநில அளவிலான கவனம் கிடைப்பதற்கு உதவினார். போராட்டம் பல நாட்கள் தொடர்ந்து நடைபெற்றது. போராட்டத்தை நிறுத்துவதற்காக, மாணவர் விடுதிகள் சாப்பாட்டு வசதியை நிறுத்தின. முந்நூறு பேர்களுக்கு உணவு ஏற்பாடுகள் செய்வது பெரிய வேலையாக மாறியது. ஒத்த கருத்துள்ளவர்களிடமிருந்து பணம் திரட்டி, ஒரு வாரம் அளவுக்குச் சாப்பாட்டுக்கான வழிமுறைகளைச் செய்தோம். சில நாட்களுக்குள்ளேயே மாணவர்கள் பட்டினி கிடக்கவேண்டிய நிலை உருவானது. பசியால் துவண்டுபோன மாணவர்கள் தத்தம் ஊர்களுக்குச் செல்ல நினைத்தார்கள். சில மாணவர்கள் உங்களால் எங்களுக்குச் சாப்பாடு கிடைக்காத நிலை உருவானது என்று ஜன்னியிடம் கோபத்தோடு தெரிவித்தனர். இதனால் அச்சம் கொண்ட ஜன்னி என்னிடம் வந்து, "மாணவர்கள் சாப்பாடு இல்லாமல் தவிக்கிறார்கள், என்ன செய்வது?" என்று சொல்லி வழி சொல்லுமாறு கேட்டார். தொடக்கத்திலிருந்தே நான் இந்தப் போராட்டத்துக்கு ஆதரவு நிலைபாட்டோடுதான் இருந்தேன். முந்நூறு பேர்களுக்குச் சாப்பாட்டு வசதியை ஏற்படுத்திக் கொடுக்கிற சக்தி என்னிடம் இல்லை. உதவிசெய்ய வல்ல பணக்காரர்கள் யாரையும் எனக்குத் தெரியாது. திசைதெரியாமல் தவிப்பது போல இருந்தது. அப்போது தலித்துகள் குடியிருப்புகளில் இரவுப்பள்ளிகளை நாங்கள் நடத்தி வந்தோம். எங்கள் மாணவர்களின் பெற்றோர்கள் கூலிக்காரர்கள். ஆனால் அவர்களுடைய மனம் மிகவும் வள்ளல் குணம் நிறைந்ததாக இருந்தது. அவர்களுக்கு எங்கள் மீது உயர்வான மதிப்பிருந்தது. தலித் சேரியில் இருந்த வீடுகளில்

முந்நூறு வீடுகளைத் தேர்ந்தெடுத்துக்கொள்வதாகவும் ஒவ்வொரு வீட்டினரிடமும் ஒவ்வொரு மாணவனுக்குப் போராட்டம் முடியும்வரைக்கும் சாப்பாட்டுக்கான ஏற்பாடு செய்யும்படி கேட்டுக்கொள்வதாகவும் ஜன்னியிடம் தெரிவித்தேன். தொடக்கத்தில் ஜன்னிக்கு இதைப்பற்றி அவ்வளவாக நம்பிக்கை வரவில்லை. நாங்கள் அவர்களைச் சந்தித்து மாணவர்களுக்கு உணவுக்கான ஏற்பாடுகளைச் செய்து தரும்படி கேட்டுக் கொண்டோம். அவர்கள் மகிழ்ச்சியுடன் அதை ஏற்றுக் கொண்டனர். போராட்டம் முடியும்வரைக்கும் ஒவ்வொரு வீட்டினரும் மாணவர்களைத் தம் பிள்ளைகளைக் காட்டிலும் நன்றாகக் கவனித்துக்கொண்டனர். மாணவர்களுக்கு சக்தி வரும் வண்ணம் சில வீடுகளில் அசைவ உணவு சமைக்க ஏற்பாடு செய்தார்கள். இவ்வாறாக உதவி செய்த பல தலித் குடும்பங்கள் இந்தப் போராட்டத்தில் பங்கேற்று இதன் வெற்றிக்குக் காரணமாக விளங்கினர். வெகுநாட்களுக்குப் பிறகு மாணவர்கள் போராட்டத்துக்கு வெற்றி கிடைத்தது. இதைக் கண்டு மிகவும் மகிழ்ந்தவர் ஜன்னி.

என்னை ஜன்னி என்று பிழையாக நினைத்தது

தில்லியில் நேஷனல் ஸ்கூல் ஆஃப் டிராமாவில் வேலை கிடைத்துச் சென்ற ஜன்னி, கர்நாடக நாடகத்துறையில் மிகமுக்கியமான ஒருவர். இந்தத் துறையில் எல்லோராலும் விரும்பப்படுபவர் ஜன்னி. ஒருநாள் ரவீந்திர கலாக்ஷேத்திராவின் முன்னால் தனியாக நின்றிருந்தேன். எனக்கு அறிமுகமில்லாத ஒருவர் என்னைப் பார்த்ததுமே “என்ன ஜன்னி, எப்படி இருக்கிறாய்?” என்று கேட்டார். நான் அச்சத்துடன் இங்கேயே ஏதோ ஓர் இடத்தில் ஜன்னி இருக்கிறான்போல என்று நினைத்துக்கொண்டு சுற்றுமுற்றும் பார்த்தேன். என்னைச் சுற்றி யாரும் இல்லை. பேச்சுக் கொடுத்த ஆள் என் தோள்மீது கைபோட்டு “என்ன ஜன்னி, ஒரு மாதிரி இருக்கே?” என்று கேட்டார். எனக்கு அச்சமாக இருப்பினும் வெளியே காட்டிக்கொள்ளவில்லை. என்னதான் நடந்துவிடும் பார்த்துவிடுவோம் என்னும் குறும்பான எண்ணத்துடன் “என்னமோ தெரியலை, உடம்பு சரியில்லை” என்று சொன்னேன். அறிமுகமில்லாத அந்த ஆள், “காய்ச்சலா, என்ன?” என்று கேட்டார். “அதெல்லாம் இல்லை, உடம்பு கைகால் வலி தாங்கமுடியலை” என்றேன். “இதுக்கெல்லாம் பயந்துட்டா வாழ்க்கையில எதயும் சாதிக்கமுடியாது” என்று எனக்குத் தைரியமூட்டிய அந்த ஆள் கலாக்ஷேத்திராவுக்கு எதிரில் இருந்த கஃபே டே பேரடைஸ் என்னும் பாருக்கு அழைத்துச்

சென்றார். வள்ளல் மனப்பான்மையோடு விஸ்கி ஆர்டர் செய்தார். அறிமுகமில்லாத விருந்தாளிக்கு நான் ஜன்னி அல்ல என்பது தெரிந்துவிடக்கூடாது என்பதற்காக அவருடைய கேள்விகளுக்குப் புதிராகவே விடையளித்தேன். நான் ஜன்னி அல்ல என்கிற சந்தேகம் அவனுக்கு வராதபடி நடந்துகொண்டதில் வெற்றியே கிடைத்தது. இருவரும் ஆளுக்கு இரண்டு பெக் விஸ்கியை அருந்திய பிறகு, மூன்றாவது பெக்குக்கு ஆர்டர் செய்தோம். அதே சமயத்தில் யாரோ ஒரு நண்பருடன் ஜன்னி அதே பாருக்கு வந்துவிட்டார். வந்தவுடன் அந்த அறிமுகமில்லாத ஆளைப் பார்த்து, "என்னடா, எனக்கு முன்னால வந்து உட்கார்ந்திருக்கே" என்று கேட்டார். என்னை ஜன்னி என நினைத்து, என்னை உபசரித்தவர் திகைப்பிலாழ்ந்தார்; அச்சமும் கொண்டார். நான் ஜன்னி அல்ல என்பது அவருக்குப் புரிந்துவிட்டது. இரண்டு பழைய நண்பர்களும் பல ஆண்டுகளாக சந்திக்காமலேயே இருந்ததால், இந்தக் குழப்பம் உருவாகிவிட்டது. ஜன்னியின் வருகை இந்தக் குழப்பத்தைத் தீர்த்துவைத்துவிட்டது. "ஜன்னி, யாருடா இவர்?" என்று அந்த நண்பர் அப்பாவித்தனமாகக் கேட்டார். "இவர் சித்தலிங்கையா" என்று சொன்னார் ஜன்னி. அவர் "கவிஞரா?" என்று கேட்டார். ஜன்னி "ஆமாம்" என்றார். அறிமுகமில்லாத ஆள் ஒருவகையில் மகிழ்ச்சியடைந்தார். அவர் என்னை ஜன்னி என்று நினைத்துக்கொண்டதையும் நான் என்னை அறிமுகப்படுத்திக் கொள்ளாமலேயே ஜன்னியைப்போல நடந்துகொண்டதையும் ஜன்னியிடம் விவரித்துச் சொன்னார். இது அன்றைய தினம் எங்களுடைய அரட்டைப் பேச்சுக்கான

விஷயமாயிற்று. எங்களுடைய விருந்து நள்ளிரவுவரைக்கும் நீண்டு சென்றது.

சுடுகாட்டில் தேனிலவு

ஸ்ரீராமபுரத்தில் இருக்கும் இடுகாட்டுக்குச் சென்றபோது, அங்கே வசித்துவந்த மக்கள் என்னை முதலில் சந்தேகக் கண்ணோடுதான் பார்த்தார்கள். தனிமையில் நான் ஏதேனும் ஒரு மேட்டில் மணிக்கணக்கில் உட்கார்ந்திருந்தேன். அங்கிருந்தவர்களுக்கு நான் அங்கே வராமலிருந்தால் நன்றாக இருக்கும் என்று தோன்றியிருக்கலாம் என நினைத்துக்கொண்டேன். அவர்கள் திடீரென என்மீது ஆர்வம் காட்டத் தொடங்கினார்கள். அதற்குக் காரணம் அங்கே சில நாட்களாகத் தங்கியிருந்த ஓர் இளைஞன். சமீபத்தில்தான் திருமணம் முடித்திருந்த அந்த இளைஞன் தன் மனைவியுடன் இடுகாட்டில் வசித்துவந்தான். இடுகாட்டையே தன் தேனிலவுக்கான இடமாகத் தேர்ந்தெடுத்திருந்தான். தவிர்க்க முடியாத சூழலில் அவன் அப்படி தேர்ந்தெடுத்துக்கொள்ள வேண்டியிருந்தது. வேற்றுச் சாதியைச் சேர்ந்த ஒரு பெண்ணை அவன் திருமணம் செய்திருந்தான். இரண்டு பக்கத்துக்காரர்களும் அவர்களை நிராகரித்துவிட்டார்கள். வாடகைக்கு வீடு பிடிக்கிற அளவுக்கு அவனிடம் சக்தி இல்லை. தன் மனைவியுடன் இடுகாட்டிலேயே வசித்துவரத் தொடங்கினான். அங்கே வசித்து வந்தவர்கள் அந்தப் புதுமணத்தம்பதிகளுக்கு அடைக்கலம் கொடுத்தார்கள். புதுமணத் தம்பதிகளின் உணவுப் பிரச்சினைக்கும் இருப்பிடப் பிரச்சினைக்கும் தீர்வு கிடைத்தது. இடுகாட்டில் வேலை செய்துவருபவர்கள் என்னைப்பற்றிச் சந்தேகத்தோடு பேசிக்கொள்வதைக் கேட்ட இந்தப் புதிய மாப்பிள்ளை என்னைப் பார்த்ததும் ஆச்சரியத்தோடு, “வணக்கம் சார்” என்றான். என்னால் அவனை அடையாளம் கண்டுபிடிக்கமுடியவில்லை. அவன் தன்னை அறிமுகப்படுத்திக்கொண்டான். அவன் ஒரு கூலிக்காரன். என்னுடைய சொற்பொழிவைப் பல முறைகள் கேட்டிருப்பதாக அவன் சொன்னான். கலப்புத்திருமணம் செய்து கொண்டதால் உருவான நெருக்கடிகளை விரிவாகச் சொன்னான். அவன் துணிச்சலை மெச்சி நான் புகழ்ந்து பேசினேன். புரட்சிகரமான செயலைச் செய்துவிட்டு, இடுகாட்டில் வந்து வசிக்கவேண்டிய நிலை உருவானதையொட்டி வருத்தத்தைத் தெரிவித்தான் அவன். “நீங்க சத்திய அரிச்சந்திரனைக் காட்டிலும் அதிருஷ்டவசமானவர்” என்று அவரிடம் நான் சொன்னேன். இதைக் கேட்டு மகிழ்ச்சியடைந்த அவன் “அது எப்படி சார்” என்று கேட்டான். “அரிச்சந்திரன் தனி ஆளா சுடுகாட்டுல இருந்தான்,

நீங்க புருஷன் பொண்டாட்டி ரெண்டு பேருமா இருக்கிறீங்களே, இது அதிர்ஷ்டமில்லையா?" என்று நான் சொன்னேன். அவன் நான் சொன்னதை ஏற்றுக்கொண்டான். நான் இளைய தலைமுறையினரின் தலைவன் என்று அவன் சொன்னதைக் கேட்ட அங்கிருந்த வேலையாட்கள், என்னிடம் மிகுந்த கௌரவத்துடன் நடந்துகொள்ளத் தொடங்கினார்கள். நான் எழுதிக்கொண்டிருந்த கவிதைகளைப் பற்றித் தெரிந்துகொள்ள ஆர்வம் காட்டினார்கள். என்னைப்பற்றி அவர்கள் கொண்டிருந்த சந்தேகத்தை விலக்கி, நல்ல எண்ணம் உருவாகும்படிச் செய்த அந்தக் கூலிக்கார இளைஞன்மீதான நன்றியுணர்ச்சி என் மனத்தில் இன்றும் உயிர்ப்புடன் உள்ளது. கலப்புமணம் செய்துகொள்பவர்களின் நிலை மோசமடையும்போது அனுபவிக்க நேரும் கஷ்டங்களுக்கு இந்த இளைஞனின் வாழ்வே எடுத்துக்காட்டாகும்.

நான் அப்போது ஸ்ரீராமபுரத்தில் உள்ள புறநகர்களிலெல்லாம் கூட்டங்களில் கலந்துகொண்டு சொற்பொழிவாற்றி வந்தேன். என் சொற்பொழிவைக் கேட்கும் பார்வையாளனாக அவன் இருந்தது, எனக்கு இடுகாட்டில் மிகவும் பயனுள்ளதாக இருந்தது. இந்த இடுகாட்டிலேயே எனக்கு அறிமுகமானவனும் இரண்டாம் உலகப்போரில் கலந்துகொண்டவனுமான ஒரு பட்டாளத்துக்காரனைப் பற்றி ஏற்கெனவே முதல் பாகத்தில் எழுதியிருக்கிறேன்.

குழப்பத் திருமணம்

அதே சமயத்தில் எனக்கு இன்னொரு நண்பனின் அறிமுகம் கிடைத்தது. நான் ஒருமுறை நண்பர்களுடன் உரையாடிக் கொண்டிருந்தபோது அறிமுகமான இந்தப் புதிய நண்பன் கலப்புத் திருமணம் செய்துகொண்டிருப்பதாக ஒருநாள் என்னிடம் சொன்னான். வேலை தேடிக்கொண்டு கிராமத்திலிருந்து பெங்களூருக்கு வந்திருந்தான். கலப்புத்திருமணத்தின் காரணமாக தன்னுடைய கிராமத்தில் உண்டான பகைக்கு அஞ்சி அவன் தன் மனைவியோடு கிராமத்திலிருந்து வெளியேறி அடைக்கலம் தேடி பெங்களூருக்கு வந்துவிட்டான். கணவனும் மனைவியும் சின்னச்சின்ன வேலைகளைச் செய்தபடி, வாடகைக்கு ஒரு வீடு எடுத்து வாழ்ந்துவந்தார்கள். ஓர் ஆர்வத்துக்காக ஒருநாள் நான் அவனிடம், "உங்களிடையே காதல் எப்போது ஆரம்பித்தது?" என்று கேட்டேன். தன் மனைவியை முதன்முதலாக அறிமுகம் செய்துகொண்ட தருணத்தை சுவாரசியமாக விவரித்தான். தன் கிராமத்திலிருந்து ஏதோ ஓர் ஊருக்கு அவன் பேருந்தில் பயணம் செய்துகொண்டிருந்தான். பேருந்தில் அவனுக்கு ஜன்னல் அருகில் இடம் கிடைத்தது. அடுத்த நிறுத்தத்தில் அவனுக்குப் பக்கத்தில்

உட்கார்ந்திருந்த ஒருவர் அங்கிருந்து இறங்கிவிட்டார். அந்த இடம் காலியாகவே இருந்தது. அந்தப் பேருந்திலேயே இவனுக்கு அருகில் இருந்த இருக்கையில் மட்டுமே இடம் காலியாக இருந்தது. அதே நிறுத்தத்தில் ஏறிய ஒரு பெண் உட்கார்வதற்காக இடம் தேடினாள். அந்தப் பேருந்தில் இவனுக்கு அருகில் இருந்த இடம்மட்டுமே காலியாக இருந்தது. உட்கார்வதா வேண்டாமா என அவள் நீண்ட நேரம் யோசித்தாள். அறிமுகமில்லாத ஓர் ஆணுக்கு அருகில் உட்காரவேண்டியிருக்கிறதே என்பதே அவளுக்கு பெரிய கவலையாகிவிட்டது. வேறு வழியில்லாமல், அவள் அவனுக்கு அருகில் இருந்த இடத்தில் உட்கார்ந்துவிட்டாள். பார்ப்பவர்களுக்கு ஓர் ஆணுக்கு அருகில் உட்கார்ந்திருப்பதாகத் தோன்றாதபடி என்ன செய்வது என அவள் யோசித்து,

கடைசியாக அவளுக்கும் அவனுக்கும் இடையிலிருந்த சிறிய இடைவெளியில் தன்னுடைய கையிலிருந்த ஒரு மிக்சர் பொட்டலத்தை வைத்தாள். பிறகு, எங்கேயோ பார்த்தபடி அவள் பயணம் செய்தாள். இவனுக்கு அந்தப் பொட்டலத்தில் என்ன இருக்கிறது என்று தெரிந்துகொள்ளும் ஆர்வம் பிறந்தது. அவளுக்குத் தெரிந்துவிடாதபடி, இவன் அந்தப் பொட்டலத்தைப் பிரித்து, அதற்குள் இருந்ததைக் கொஞ்சம்கொஞ்சமாக எடுத்துச் சாப்பிடத் தொடங்கினான். மிக்சர் பொட்டலம் கொஞ்சம்கொஞ்சமாக காலியானபடி வந்த நேரத்தில் அவள் இறங்கவேண்டிய ஊர் வந்தது. அந்தப் பெண் மிக்சர் பொட்டலத்தை எடுத்துக்கொள்ள முனைந்தபோது, பொட்டலம் காலியாக இருப்பதைப் பார்த்தாள். "ஐயையோ" என்று வேகமாக அலறிவிட்டாள். சக பிரயாணிகள் உடனே "என்னமா, என்னாயிற்று?" என்றெல்லாம் கேட்கத் தொடங்கியதும் அவள் உரத்த குரலில் அழத் தொடங்கினாள். பேருந்தில் இருந்த பிரயாணிகள் அனைவரும் அருகில் உட்கார்ந்திருந்த அந்தப் பையன்தான் அவளுக்கு என்னமோ தொல்லையளித்துள்ளான் என நினைத்துக்கொண்டு, அவனைப் பிடித்து கன்னாபின்னாவென்று அடித்துவிட்டார்கள். இவன் தன் தவற்றை ஒப்புக்கொள்வதற்காக "மிக்சர்" என்று வாய் திறந்தபோது, அதைக் கேட்டுக்கொள்ள தயாராக இல்லாமல் கோபம்கொண்டிருந்த பிரயாணிகள், "மிக்சர்னா சொல்ற, நல்லா வாங்கிக்கோ" என்று சொன்னபடி நன்றாக அடித்துவிட்டார்கள். அடிபட்ட அவன் உடல்முழுதும் காயத்தில் வீங்கிவிட்டது. இவனுடைய நிலையைப் பார்த்து, அவளுக்கு வருத்தமாகத் தோன்றியது. ஆனால் மிக்சர் விஷயத்தைச் சொன்னால், இவ்வளவு சிறிய விஷயத்துக்கு ஏன் சத்தம்போட்டு ஆர்ப்பாட்டம் செய்யவேண்டும் என்று பிரயாணிகள் தம்மைத் திட்டக்கூடும் என நினைத்து அமைதியாக இருந்துவிட்டாள். அவள் பேருந்திலிருந்து இறங்கி தன் வழியே சென்றுவிட்டாள்.

அடிவாங்கிய அவன் சும்மா இருக்கவில்லை. அவளுடைய முகவரியைத் தேடிக் கண்டுபிடித்தான். 'சகோதரிக்கு' என்று தொடங்கி அவளுக்கு மன்னிப்புக்கடிதம் எழுதினான். "நான் தப்பு செய்துவிட்டேன். பசியின் வேகத்தில் மிக்சரை எடுத்துச் சாப்பிட்டுவிட்டேன். பசி என்கிற காரணத்தைத் தவிர வேறு எவ்விதமான கெட்ட நோக்கமும் இல்லை. என்னுடைய இந்தத் தவறுக்காக பேருந்தில் இருந்த பிரயாணிகள் தகுந்த தண்டனை அளித்துவிட்டார்கள். எனக்கு இதுமட்டும் போதாது. நீங்கள் என்னை மன்னித்தால்மட்டுமே என் மனம் அமைதியடையும். சகோதரியே, என்னை மன்னித்துவிடுங்கள்" என்று அவளுடைய

முகவரிக்குக் கடிதம் எழுதி அஞ்சல்பெட்டியில் போட்டான். இறுதியில் 'மன்னிப்பு கோரும் உங்கள் சகோதரன்' என்று தன்னுடைய கையெழுத்தைப் போட்டிருந்தான். சில நாட்களுக் குள்ளேயே அவளிடமிருந்து அவனுக்குப் பதில் கடிதம் வந்தது. கடிதத்தை அவள் சகோதரனுக்கு என்றே ஆரம்பித்து எழுதி யிருந்தாள். 'நீங்கள் இவ்வளவு தூரத்துக்கு நல்லவர் என்று எனக்குத் தெரியாமல் போய்விட்டது. நீங்கள் வாய் திறந்து கேட்டிருந்தால், நானே உங்களுக்கு மிக்சர் பொட்டலத்தைக் கொடுத்திருப்பேன். ஆனால் விதியின் விளையாட்டே வேறாக மாறி, பேருந்தில் இருந்தவர்கள் அனைவரும் உங்களை மாட்டை அடிப்பதுபோல அடித்துவிட்டார்கள். அந்தப் போக்கிரிகள் உங்கள் நடத்தையையே சந்தேகப்பட்டு கீசகனை அடித்துத்துவைப்பதுபோல உங்களை அடித்துவிட்டார்கள். நான் அலறிச் சத்தம் போட்டதற்கான காரணத்தைச் சொல்லியிருந்தால், அவர்கள் உங்களை அந்த அளவு கடுமையாக அடித்திருக்கமாட்டார்கள். தப்பு செய்தவள் நானே. மன்னிக்கவேண்டியவர் நீங்கள்,' என்று கடிதம் எழுதிய அவள், கடிதத்தின் இறுதியில் 'உங்கள் சகோதரி' என்று கையெழுத்திட்டு அனுப்பியிருந்தாள். அவளுடைய கடிதத்தால் உற்சாகமுற்ற அவன் மற்றொரு கடிதமெழுதி, "சகோதரி, நீங்கள் எவ்வளவு நல்லவர். உங்கள் மனம் தங்கம் போன்றது" என்று புகழ்ந்தான். அவளும் அவனுக்கு இன்னொரு கடிதமெழுதி, "சகோதரரே, நீங்கள் எவ்வளவு பெரிய மனிதர். மற்றவர்கள் கூடி உங்களை அடிப்பதற்குக் காரணமாக இருந்த எனக்கு எந்தத் தண்டனை கொடுத்தாலும் அது குறைவானதுதான்" என்று தன்னுடைய குற்ற உணர்ச்சியை வெளிப்படுத்தியிருந்தாள். இவ்வாறாக, ஒருவருக்கொருவர் கடிதம் எழுதிக்கொள்வது தொடர்ந்தது. கவனக்குறைவாகவோ அல்லது அவசரத்தாலோ, கடிதம் எழுதும்போது தொடக்கத்தில் பயன்படுத்தக்கூடிய சகோதரிக்கு என்னும் சொல் எழுதப்படாமல் விடுபட்டுவிட்டது. ஒருவேளை, இதே காரணத்தாலேயே அவள் எழுதும் கடிதத்தில் தொடக்கத்தில் பயன்படுத்தும் சகோதரருக்கு என்னும் சொல் எழுதப்படாமல் விடுபட்டுவிட்டது. இந்தச் சொற்களுக்கு மாறாக, 'தோழிக்கு' 'நண்பருக்கு' ஆகிய சொற்கள் இடம்பிடித்துக் கொண்டன. 'அன்புள்ள தோழிக்கு', 'அன்புள்ள நண்பருக்கு' என்னும் சொற்களைப் பயன்படுத்தும் வேளையிலேயே அவர்கள் திருமணம் செய்துகொள்ளும் முடிவை எடுத்திருந்தார்கள். இருவரும் வேறுவேறு சாதியைச் சேர்ந்தவர்கள். இவர்கள் திருமணத்தை இரு சாதிக்காரர்களும் எதிர்த்தார்கள். நண்பர்கள் உதவியோடு கோவிலில் திருமணம் செய்துகொண்டு, வாழ்க்கையை நடத்துவதற்காக பெங்களூருக்கு வந்துவிட்டார்கள்.

பிரசன்னா

சமுதாயா நாடகக்குழுவின் தலைமைப் பொறுப்பை பிரசன்னா வகித்துவந்தார். என்.எஸ்.டி.யில் பட்டம் பெற்றிருந்த பிரசன்னா மிகுந்த கட்டுப்பாடுகளும் கோபமும் நிறைந்தவர். ஆனால் தலித் இளைஞர்கள் விஷயத்தில் அளவற்ற அன்புள்ளவராக இருந்தார். பெங்களூரில் பற்பல இடங்களில் நாங்கள் நடத்திய இரவுப்பள்ளிகளுக்கு அவர் வருகை தந்தார். அங்கிருந்த மாணவர் களிடமும் ஆசிரியர்களிடமும் காணப்பட்ட நடிப்புத்திறமையைக் கண்டறிந்து வெளிச்சத்துக்குக் கொண்டுவந்தார். பல இடங்களில் எங்கள் பள்ளிகள் சாக்கடைப்பாலங்களுக்கு அருகில் இருந்தன. பாலத்துக்கு அருகில் இருக்கும் உயரமான கட்டை அல்லது பாறைகள்மீது பிரசன்னா எவ்விதமான அருவருப்பையும் வெளிப்படுத்தாமல் மணிக்கணக்கில் உட்கார்ந்து பேசுவார். பிரசன்னாவை அவருடைய நண்பர்கள் பெரிய சாகசக்காரர் என்று எண்ணியிருந்தார்கள். பிரசன்னா மிகவும் அறிவுக்கூர்மை உள்ளவராக இருந்ததால் , இப்படிப்பட்ட கருத்து பலரிடமும் உருவாகியிருக்கலாம். ஆனால் சேரிப்புறங்களைச் சேர்ந்த மாணவர்களிடமும் இளைஞர்களிடமும் பிரசன்னா காட்டிய அன்பும் அக்கறையும் இன்னும் என் கண்களிலேயே நிறைந் துள்ளன. தலித்துகளின் சேரிகளிலிருந்து பத்து, பன்னிரண்டு திறமைசாலிகளைத் தேர்ந்தெடுத்த பிரசன்னா அவர்களை ரவீந்திர கலாக்ஷேத்திராவில் மின்ன வைத்தார். இவ்வகையில் பிரசன்னாவின் பார்வையில் பட்டு, இப்போது உயரத்தை நோக்கி வளர்ந்துவருபவர்களில் ஜன்னியும் (ஜனார்த்தனன்) பசவலிங்கையாவும் மிகமுக்கியமானவர்கள். ஜன்னியிடமும் பசவலிங்கையாவிடமும் அருமையான திறமையிருந்தது. ஆனால் அன்று பிரசன்னா எங்கள் சேரிகளுக்கு வராமல் போயிருந்தால், இந்த அருமையான திறமைசாலிகளின் கலையாற்றல் இந்த மண்ணுக்குக் கிடைத்திருக்குமோ இல்லையோ என்னும் ஐயம் உருவாகிறது.

எம்.கே. பட்

தலித்துகளின் சேரிகளுக்கு அவ்வப்போது வந்து எங்கள் பள்ளிகளைப் பார்த்துவிட்டு எங்களை உற்சாகப்படுத்தியவர் எம்.கே.பட். அப்போது அவர் மார்க்ஸிய கம்யூனிஸ்ட் கட்சியின் மாநிலச் செயலாளராக இருந்தார். போராட்டங்களுக்கு நடுவிலும் அவர் இரவு நேரத்தில் எங்கள் பள்ளிகளுக்கு வந்து மாணவர்கள் பாடிய புரட்சிகரப் பாடல்களைக் கேட்டு மகிழ்ந்தார். அப்போது மாணவராக இருந்து, இப்போது பிரபலமான தபலா கலைஞராக

விளங்கக்கூடிய என்.எல்.சிவசங்கர் அருமையாகப் பாடும் பாடகராக இருந்தார். சிவசங்கரின் பாடல்களை எம்.கே.பட் மிகவும் ஆர்வத்துடன் கேட்டார். இவ்வாறாக, எம்.கே.பட் அவர்களும் பிரசன்னாவும் எங்கள் பகுதிகளுக்கு வந்தபோது அவர்களுடன் மோகன்குமார் கொண்டஜ்ஜியும் இருந்தார். மோகன்குமார் கொண்டஜ்ஜியின் தந்தையாரான கொண்டஜ்ஜி பசப்பா அவர்கள் மத்திய அமைச்சராக இருந்தார். மத்திய அமைச்சரொருவரின் மகன் என்கிற தோரணை, ஒருநாளும் மோகன்குமார் கொண்டஜ்ஜியிடம் வெளிப்பட்டதில்லை. அவர் தலித்துகளின் சேரிகளுக்கு வந்து அங்கிருந்த இளைஞர்களோடு அவரும் ஓர் இளைஞராகவே பழகிவந்தார். பலமுறை எங்களுடைய சிறிய வீட்டில் தரையில் உட்கார்ந்து எம்.கே.பட்டும் மோகன்குமார் கொண்டஜ்ஜியும் கேழ்வரகுக் களியை உண்டதுண்டு. நாங்கள் நடத்திவந்த பள்ளிகளைப் பார்ப்பதற்காக மற்ற மாநிலங்களிலிருந்தும் மற்ற நாடுகளிலிருந்தும் ஆர்வலர்கள் வர ஆரம்பித்தார்கள். அவ்விதமாக வந்த பலர் எங்களுடைய வீட்டில் கேழ்வரகுக் களி உண்டார்கள். கேழ்வரகுக்களியை உண்ணும் முறையை இந்த விருந்தாளிகளுக்கு முதலில் கற்றுத் தந்தோம்.

விழாவில் மாடுகள் நுழைந்தது

தலித் சேரிகளைச் சேர்ந்த இளைஞர்களை மேடைக்கு அழைத்துவந்தவர்களில் சி.ஜி. கிருஷ்ணசாமி அவர்களும் முக்கியமானவர். எங்கள் சேரி இளைஞர்களை, அவர் தன் உடன்பிறந்தவர்களைப்போலவே கருதி நடத்திவந்தார். அவர் இயக்கிய 'பெல்ச்சி' நாடகம் தலித் சேரிகளில் புதிய பிரக்ஞையை ஊட்டியது. இந்த நாடகத்துக்காக நான் எழுதிய பாடல்கள் மிகவும் பிரபலமடைந்தன. நான் சென்ற ஊர்களிலெல்லாம், அந்த ஊரில் வசிக்கும் ஆர்வலர்கள் அந்தப் பாடல்களைப் பாடினார்கள்.

சமுதாயக் குழுவுக்காக பிரசன்னா 'தாய்' என்னும் நாடகத்தை இயக்கினார். பெட்ரோல்ட் ப்ரெக்ட் இந்த நாடகத்தை மாக்சிம் கார்க்கியின் 'தாய்' நாவலை ஆதாரமாகக் கொண்டு எழுதியிருந்தார். அந்த நாவலை நிரஞ்சன் கன்னடத்தில மிக அருமையாக மொழிபெயர்த்திருந்தார். ப்ரெக்ட்டின் 'தாய்' நாடகத்தை டாக்டர் சி. வீரண்ணா மிக அருமையாக கன்னடத்தில் மொழிபெயர்த்திருந்தார். இந்த நாடகத்தை சமுதாயக் குழுவினர் பிரசன்னாவின் இயக்கத்தில் மேடையில் அரங்கேற்ற முடிவு செய்திருந்தார்கள். சி. வீரண்ணா எந்த வேலையைத்

தொடங்கினாலும் அதைக் கச்சிதமாகச் செய்துமுடிப்பவர். அடிப்படையில் அவர் நாட்டுப்புறவியலில் கைதேர்ந்தவர். வெகுகாலத்துக்கு முன்பேயே அவர் 'ஒருவனே சொன்ன இருபத்திரண்டு கதைகள்' என்னும் மாபெரும் புத்தகத்தை வெளியிட்டவர். இந்தப் புத்தகம் நாட்டுப்புறவியல் படிக்கும் மாணவர்கள் இன்றும்கூட வாசிக்கவேண்டிய முக்கியமானதொரு புத்தகமாகும். பெங்களூரு பல்கலைக்கழக வெளியீட்டு நிறுவனம் இந்தப் புத்தகத்தை வெளியிட்டுள்ளது. இந்தப் புத்தகத்தை சி. வீரண்ணா தொட்டபெல்லாப்பூர் தாலுகாவைச் சேர்ந்த ஹணபெ கிராமத்தில் வெளியிட்டார். அப்போது பல்கலைக்கழகத்தின் துணைவேந்தராக இருந்த டாக்டர் எச். நரசிம்மையா அவர்களும் அன்றைய கன்னட ஆய்வுமையத்தின் இயக்குநரான டாக்டர் ஜி.எஸ். சிவருத்ரப்பா அவர்களும் முக்கிய விருந்தினர்களாகக் கலந்துகொண்டார்கள். முதுகலை கன்னட வகுப்பில் படித்துக்கொண்டிருந்த மாணவர்களும் விழாவில் கலந்துகொண்டார்கள். புத்தக வெளியீட்டு விழாவைத் தனது ஊரில், சாலை நடுவில் நடக்கும்வகையில் வீரண்ணா ஏற்பாடு செய்திருந்தார். புத்தக வெளியீடு நடந்து முடிந்தது. விருந்தினர்கள் உரையாற்றினார்கள். டாக்டர் சி. வீரண்ணா அவர்களுக்கு நண்பர்கள் இருக்கும் அளவுக்கு எதிரிகளும் இருந்தார்கள். அவருடைய ஊரில் இந்த விழாவைப் பார்த்த வீரண்ணாவின் எதிரிகளுக்குப் பொறாமை ஏற்பட்டிருக்கவேண்டும். கூட்டம் நடைபெற்றுக்கொண்டிருந்த திசையின் பக்கமாக முரட்டுப் பசுக்களை விரட்டிவிட்டார்கள். நிகழ்ச்சி நடைபெற்ற இடத்தில் பசுக்கள் நுழைந்ததுமே அவையில் இருந்தவர்கள் கலைந்து ஓடிவிட்டார்கள். விருந்தினர்கள் அச்சத்தில் மூழ்கினார்கள். இதைக் கண்டு மனம் சோர்வுறாத வீரண்ணா மைக்கைப் பிடித்து, அச்சமுற்றவர்கள் அமைதியுறும்படி வேண்டிக் கேட்டுக்கொண்டார். ஆனால் அடுத்த சில நிமிடங்களிலேயே வீரண்ணாவின் எதிரிகள் மீண்டும் அவையை நோக்கிப் பசுக்களை விரட்டி ஓட்டிவிட்டார்கள். இதனால், அவசரம் அவசரமாகக் கூட்டத்தை முடித்துவிட்டு, விருந்தினர்களைச் சாப்பாட்டுக்கு அழைத்துச் சென்று, சாப்பாடு முடிந்ததும் பாதுகாப்பாக பெங்களூருக்கு அனுப்பிவைத்தார். அந்த விழாவில் கலந்துகொண்ட டி.ஆர். நாகராஜ், நிகழ்ச்சி நடைபெற்ற இடத்தை நோக்கி பசுக்கள் ஓடிவரத் தொடங்கியதைப் பார்த்ததுமே, ஜி.எஸ்.எஸ்., எச்.என். ஆகியோருடன் சேர்ந்து அவையிலிருந்து வெளியேறி ஓடித் தப்பித்தார்கள் என்றும் தங்களைத் தேடிய சி. வீரண்ணாவின் பார்வையிலேயே அவர்கள் படவில்லை என்றும் எல்லோருக்கும் முன்பாக மாயமாகத் தப்பித்து மறைந்துவிட்டார்கள் என்றும் என்னிடம்

சொன்னதாக நினைவிருக்கிறது. நிகழ்ச்சி நடைபெற்ற இடத்தில் மாடுகளுக்குப் பதிலாக மனிதர்கள் ஓடிவந்து நுழைந்திருந் தால் என்ன நேர்ந்திருக்குமோ? ஆனால் மாடுகள் நுழைந்த தால் ஏற்பட்ட விளைவுகள் குறைவுதான். இப்படிப்பட்ட விஷயங்களை விவரிக்கும்போது திளைத்து விவரிக்கும் டி.ஆர். நாகராஜ், ஒரு விளையாட்டுக்காக இப்படிச் சொல்லி யிருக்கலாம். சி. வீரண்ணாவின் அறிவும் ஆற்றலுமே அவருக்குப் பல எதிரிகளை உருவாக்குகின்றன. தாம் ஏற்பாடு செய்திருக்கும் விழாவைப் பிடிக்காதவர்கள் மாடுகளை விரட்டிவிடப் போகிறார்கள் என்னும் தகவல் அவருக்கு முதலிலேயே கிடைத்திருந்தால், நாட்டுப்புறவியல் வல்லுநரான அவர் பறையை அடித்து மாடுகளை விரட்டிவிடுகிற ஏற்பாடுகளைச் செய்திருப்பார். ஆனால் இந்த மாடுகள் விஷயம் அவரைப் பொறுத்தவரையில் எதிர்பாராமல் நடந்துவிட்டது.

ப்ரெக்ட்டின் நாடகங்களில் பாடல்கள் ஏராளமாக உள்ளன. 'தாய்' நாடகத்திலும் பத்து, பன்னிரண்டு பாடல்கள் இருந்தன. ஒன்றிரண்டைத் தவிர ஏனையவற்றை சி. வீரண்ணா மொழிபெயர்க்கவில்லை. அவர் மொழிபெயர்க்காமல் விட்ட பாடல்களை மொழிபெயர்க்கும்படிப் பலரிடம் பிரசன்னா கேட்டுக்கொண்டார். நான் இரண்டு பாடல்களை மொழி பெயர்த்துக் கொடுத்தேன். ஏனையவற்றை யார்யார் எதைஎதை மொழிபெயர்த்துக் கொடுத்தார்கள் என்பது நினைவிலில்லை. சில பாடல்களின் மொழிபெயர்ப்பு மிகநன்றாக இருந்தது. நான் மொழிபெயர்த்த இரு பாடல்களில், 'ஓ தோழியே, வ்ளாஸோ, உன் மகனைக் கொன்றனர்,' என்பது ஒரு பாட்டு. இந்த நாடகத்துக்கு இசையமைத்தவர் பி.வி. காரந்த். அவர் மிகுந்த உற்சாகத் துடன் பாடல்களுக்கு இசையமைத்துப் பாடகர்களுக்குப் பயிற்சியளித்தார். சமுதாயக் கலைஞர்கள் மிகச்சிறப்பான முறையில் பயிற்சி செய்தார்கள். என் பாடல்களைப் பயிற்சி செய்வதைப் பார்க்கவேண்டும் என ஒருநாள் நான் ரவீந்திர கலாக்ஷேத்திராவுக்குச் சென்றேன்.

'ராஜ்ஜிய மின்சாரம் ராஜ்ஜிய மின்சாரம்'

கலாக்ஷேத்திராவின் மேடையில் ஒரு பக்கத்தில் உட்கார்ந்து கலைஞர்கள் பாடல்களைப் பயிற்சி செய்துகொண்டிருந்தார்கள். பி.வி. காரந்த் ஹார்மோனியம் வாசித்தபடி பாடகர்களுக்கு ஆலோசனை கொடுத்தபடி இருந்தார். பாடகர்கள் கும்பலாக நின்று காரந்தின் ஆலோசனையின்படி உடலையும் கைகளையும் வளைத்து நெளித்து ஆடி, பார்ப்பவர்கள் மனத்தில் உற்சாகம்

பிறக்கும் வகையில் பயிற்சி செய்துவந்தார்கள். பாடகர்கள் மிகநன்றாகப் பாடிக்கொண்டிருக்கும்போதே, காரந்த் திடீர் திடீரென ஆ, ஓ என்று குரலை உயர்த்திப் பாடகர்களுக்கு உற்சாகமூட்டிக்கொண்டிருந்தார். உட்கார்ந்திருந்த காரந்த் சிற்சில சமயங்களில் எழுந்து நடிப்பு அசைவுகளைச் செய்துகாட்டினார். அப்போது பாடகர்கள் பாடிக்கொண்டிருந்தது, நான் மொழி பெயர்த்த பாட்டல்ல. அவர்கள் பாடிக்கொண்டிருந்த பாட்டின் வரிகள் எனக்கு விசித்திரமாகத் தோன்றின. அவர்கள் 'ராஜ்ஜிய மின்சாரம், ராஜ்ஜிய மின்சாரம்' என்று சுருதிசுத்தமாக பாடினார்கள். அதற்கேற்ற நடன அசைவும் நன்றாக இருந்தது. 'ராஜ்ஜிய மின்சாரம்' என்று சொல்லும்போது அவர்கள் உடலில் மின்சாரமே புகுந்துவந்ததுபோல இருந்தது. அதைப் பார்த்துக் கொண்டிருந்தவர்களிடமும் மின்சாரம் பாய்ந்ததுபோல இருந்தது. ராஜ்ஜிய மின்சாரத்துக்கும் இந்த நாடகத்துக்கும் என்ன தொடர்பு என்னும் கேள்வி என்னை வாட்டியது. 'தாய்' நாவலை எழுதிய மாக்சிம் கார்க்கி ஒரு மார்க்ஸியவாதி. ருஷ்யப் புரட்சியைப் பிரதிபலிக்கிற படைப்பு அது. இதை நாடகவடிவத்துக்கு மாற்றிய ப்ரெக்ட் கூட மார்க்ஸியவாதி. இப்படி இருக்கும்போது, நாடகத்தில் மின்சாரம் எப்படி நுழைந்தது என்று புரியாமல் நான் குழம்பினேன். தாய் ஒரு புரட்சிகரமான நாடகம். 'ராஜ்ஜிய மின்சாரம்' என்கிற பாட்டு நாடகத்தின் கருவுக்குப் பொருத்தமற்ற ஒன்று எனத் தோன்றியது. தொழிலாளர்கள் புரட்சிக்காக ஊர்வலம் செல்லப் புறப்படும்போது, 'ராஜ்ஜிய மின்சாரம், ராஜ்ஜிய மின்சாரம்' என்று முழங்கியபடிச் செல்வது எவ்வகையிலும் பொருத்தமானதாகத் தோன்றவில்லை. நான் பாட்டை முழுமையாகக் கேட்டுக்கொள்ள முயற்சி செய்தேன். 'ராஜ்ஜிய மின்சாரம் ராஜ்ஜிய மின்சாரம், தொழிலாளர்கள் எல்லோருக்கும்,' என்று பாடகர்கள் பாடிக்கொண்டிருந்தார்கள். தொழிலாளர்கள் வீடுகளுக்கு மின்சார விநியோகத்துக்காக இந்தப் போராட்டம் நடைபெறவில்லை. கார்க்கி இந்த நாவலை எழுதியபோது, அந்தத் தேசத்துக்கு மின்சாரம் வந்திருக்குமா என்பதே எனக்குச் சந்தேகமாக இருந்தது. நாடகத்தில் தொழிலாளிகள் நடத்திய போராட்டம் புரட்சிக்காகத்தானே தவிர, மின்சாரத்துக்காக அல்ல. இந்த மின்சாரம் எனக்குப் பல பிரச்சினைகளை உருவாக்கியது என்றே சொல்லவேண்டும். தாய் நாடகத்தில் இடம்பெற்றிருந்த பாடல்களின் ஆங்கில வடிவத்தை நான் கேட்டு வாங்கினேன். பாடகர்கள் பாடிய பாடலின் ஆங்கில வடிவத்தைப் படித்தபிறகுதான், என் பிரச்சினைக்குத் தீர்வு கிடைத்தது. 'தொழிலாளர்களுக்கு ஸ்டேட் பவர் வேண்டும்,' என்கிற உணர்வு அந்தப் பாட்டின் வரியில் இருந்தது. உழைக்கும்

மக்களின் கைகளுக்கு மாநில அதிகாரம் கிடைக்கவேண்டும் என்பது மார்க்ஸியவாதிகளின் அடிப்படை இலக்கு. இதையே கார்க்கியும் ப்ரெக்டும் பிரதிபலித்திருந்தார்கள். நாடகத்தில் தொழிலாளர்கள் 'ஸ்டேட் பவர் நமக்கு வேண்டும்' என்று பாடுகிறார்கள். இது கன்னடத்தில் 'ராஜ்ஜியாதிகாரம்' என்று பொருள்படும். இந்தப் பாட்டை மொழிபெயர்த்தவர் 'ஸ்டேட்' என்றால் 'ராஜ்ஜியம்' என்று சரியாக மொழிபெயர்த்துவிட்டு 'பவர்' என்பதை 'மின்சாரம்' என்று மொழிபெயர்த்துவிட்டார். நான் இந்தப் பிழையைச் சுட்டிக்காட்டினேன். திருத்திக்கொள்ள எல்லோரும் ஒத்துக்கொண்டார்கள். ஆனால் 'ராஜ்ஜிய மின்சாரம் ராஜ்ஜிய மின்சாரம்' என்று மிக நல்ல முறையில் மனப்பாடம் செய்து, உணர்ச்சிபூர்வமாகப் பாடிப் பழகிய பாடகர்களில் ஒருவர், "ராஜ்ஜிய மின்சாரம் என்று இருப்பதால் என்ன குறை?" என்று என்னைக் கேட்டார். மொழிபெயர்ப்பில் நேர்ந்துவிட்ட பிழையை அவர் புரிந்துகொள்ளும் விதமாக எடுத்துச் சொல்ல முயற்சி செய்தேன். "தொழிலாளர்களின் வீடுகளுக்கு மின்சாரமே வேண்டாம் என்று சொல்கிறீர்களா?" என்று அவர் என்னிடம் கேட்டார். "தொழிலாளர்கள் வீடுகளுக்கு மின்சாரம் வேண்டும். ஆனால் இந்தப் பாட்டில் வேண்டாம்" என்று நான் அவரிடம் சொன்னேன்.

'தாய்' நாடகத்தை பிரசன்னா அருமையாக இயக்கினார். காரந்த் அவர்களின் இசை பல தளங்களுக்கு ஊடுருவிச் செல்வதாக இருந்தது. 'ஓ தோழி வ்ளாசோவா' என்னும் பாட்டு மிகவும் பிரபலமானது. ஜன்னியும் (எச். ஜனார்த்தன) பிற பாடகர்களும் இந்தப் பாட்டை மனம் லயித்துப் பாடினார்கள். தாய் நாடகத்தில் பேராசிரியர் சி.ஜி. கிருஷ்ணசாமி தொழிலாளியின் பாத்திரத்தில் நடித்தார். இந்தப் பாட்டை முதன்முறையாகக் கேட்டபோது பொங்கியெழுந்த கண்ணீரை தன்னால் தடுக்கவியலவில்லை என்று அவர் ஒருமுறை என்னிடம் சொன்னார்.

கவிதை எழுதவேண்டும் என்கிற ஆசை என்னிடம் எப்போது பிறந்ததோ தெரியவில்லை. என்னுடைய முதல் கவிதையை, நான் தொடக்கப்பள்ளியில் இரண்டாவது வகுப்பில் படித்துக்கொண்டிருந்தபோதே எழுதினேன். என் பெரியப்பாவான எஸ். கங்கமாளகையா மாகடிக்கு வந்திருந்த போது, அவரிடம் அக்கவிதையைக் காட்டினேன். அவர் அதை மிகவும் பாராட்டினார். பிறகு, பெங்களூருக்கு வந்ததற்குப் பின்னும் கவிதைகளை எழுதினேன். அப்போதும் என் பெரியப்பா இக்கவிதைகளைக் கேட்டு உற்சாகமூட்டினார். மாகடி தாலுகாவைச் சேர்ந்த ஹாலசிங்கனஹள்ளியில் நடைபெற்ற

என்னுடைய அக்காவின் திருமணத்தில் மணமக்கள்மீது பாட்டெழுதிப் பாடினேன். திருமணத்துக்கு வந்திருந்தவர்கள் என் பாட்டைக் கேட்டு மகிழ்ச்சியடைந்தார்கள். பார்வையில் படும் பல விஷயங்களைப் பற்றியெல்லாம் பாட்டு கட்டிப் பாடிக்கொண்டிருந்த நான் புரட்சிகரக் கவிதைகளை எப்போது எழுதத் தொடங்கினேன் என்பது என் நினைவில் இல்லை.

புரட்சிகரக் கவிதைகளை எழுதுவதற்கான உத்வேகம் எங்கிருந்து பிறக்கிறது என்பதைப்பற்றிப் பல சமயங்களில் நான் யோசித்ததுண்டு. இக்கவிதைகளை நான் எழுதத் தொடங்கியது 1968ஆம் ஆண்டில். 1070-71 சமயத்தில் ஏராளமான கவிதைகளை எழுதிமுடித்திருந்தேன். 1971ஆம் ஆண்டில் இக்கவிதைகளை டி..ஆர். நாகராஜிடம் காட்டினேன். மராத்தி தலித் இலக்கியம் மற்றும் தெலுங்கு திகம்பரக்கவிதைகள் ஆகியவற்றின் தாக்கம் பெற்று நான் புரட்சிகரக் கவிதைகளை எழுதியிருப்பதாகச் சிலர் சொன்னார்கள். அது உண்மையல்ல. நான் இக்கவிதைகளை எழுதிய சமயத்தில் மராத்தியின் தலித் இலக்கியத்தைப்பற்றியும் தெலுங்குமொழியின் புரட்சிகரக் கவிதைகளைப் பற்றியும் பெயரளவில் தெரியுமே தவிர, எந்தக் கவிதையையும் நான் படித்ததில்லை. வசன இலக்கியம், தாசரின் கீர்த்தனைகள், குவெம்புவின் கவிதைகள் ஆகியவற்றை வாசித்ததன் விளைவாகவே நான் இக்கவிதைகளை எழுத முற்பட்டேன். ஆகவே, என் புரட்சிகர எண்ணங்களுக்கான மூலக்கூறு கன்னடத்திலேயே இருந்தது என்று குறிப்பிடுவது பிழையாகாது. பியுசி. படிப்பதற்குச் சேரும் சமயத்திலேயே நான் நூற்றுக்கணக்கான கவிதைகளை எழுதியிருந்தேன். இக்கவிதைகளைப் படித்துக் காட்டும்படி கேட்ட சிலர் அச்சம் கொண்டார்கள். இவ்வாறு அச்சத்தை வெளிப்படுத்தியவர்கள் அமைதியாக இருக்கவில்லை.

புரட்சிகரக் கவிதைக்குத் தீ

ஒருநாள் என் கவிதைகளைக் கேட்ட சிலர் என் அப்பாவைச் சந்தித்தார்கள். என் அப்பா மிகவும் பயந்த சுபாவம் உள்ளவர். நாம் யாருக்கும் தொல்லை கொடுக்கக்கூடாது, நமக்கும் யாரும் தொல்லை கொடுக்கக்கூடாது என்பது என் அப்பாவின் கொள்கை. ஒருவேளை யாராவது தொல்லை கொடுத்தாலும் அவர்களுக்கு நாம் எந்தத் தொல்லையும் கொடுக்கக்கூடாது என்பது இன்னொரு கொள்கை. என் அப்பாவைச் சந்தித்தவர்கள் என் கவிதைகளைப்பற்றி இல்லாதது பொல்லாததையெல்லாம் சொல்லிப் பயத்தை உண்டாக்கிவிட்டார்கள். இக்கவிதைகளால் உங்கள் மகன் சிறைக்குச் சென்றுவிடுவான் என்று அவர்கள்

சொன்னபோது அப்பா பயந்துவிட்டார். என் அப்பாவின் பயத்தை அதிகரிக்கும்பொருட்டு என் கவிதையின் சில வரிகளைச் சொன்னார்கள். அப்போது நான் எழுதிய ஒரு கவிதையின் வரி இப்போதும் எனக்கு நினைவில் இருக்கிறது. 'பணக்காரர்களின் தலையுருள தொடங்கட்டும் கலகம், பொங்கியெழுந்து பாயட்டும் செங்குருதியின் கங்கை' என்பதே அவ்வரி. இந்த வரியின் பொருளைப் புரிந்துகொண்டதும் என் அப்பா மிகவும் பயந்து நடுங்கிவிட்டார். “என் மகன் சிறைக்குச் செல்லாமலிருக்க என்ன செய்யவேண்டும்?” என்று என் அப்பா அவர்களிடமே கேட்டார். “உங்கள் மகனுடைய கவிதைத்தொகுதியைத் தேடியெடுத்து நெருப்பில் போட்டு பொசுக்கிவிடுங்கள்” என்று அவர்கள் சொன்னார்கள். அச்சத்தில் மூழ்கியிருந்த என் அப்பாவுக்கு அதுவே சரியான யோசனை என்று தோன்றியது. என் அப்பாவிடம் இத்தகு ஆலோசனையைச் சொன்னவர்கள்கூட என் நலம்விரும்பிகளாகவே இருந்தார்கள். அவர்கள் என் கவிதைகளைப் படித்தும் கேட்டும் மிகவும் நடுங்கிப் போய்விட்டார்கள். நான் மிக அதிகமாக கவிதைகள் எழுத எழுத, அவர்களுடைய அச்சமும் அதிகரித்தது. ஆனால் அவர்கள் அதை என்னிடம் காட்டிக்கொள்ளவில்லை. கவிதைகளால் எனக்கு நேரக்கூடிய ஆபத்தை ஊகித்து என்னைக் காப்பாற்றுவதற்காக அவர்கள் அப்படி ஒரு திட்டத்தைத் தீட்டினார்கள். தன் மகனுக்கு எவ்விதமான ஆபத்தும் வந்துவிடக்கூடாது என்பதே என் அப்பாவின் கவலையாகும். அவர்கள் அனைவரும் சேர்ந்து என் நோட்டுப்புத்தகத்தைத் தேடினார்கள். நோட்டுப்புத்தகம் கிடைத்துவிட்டது. அதுவரைக்கும் நான் எழுதிய கவிதைகள் அனைத்தும் அந்த நோட்டுப்புத்தகத்தில் இருந்தன. அக்கவிதைகளை என் நலம்விரும்பிகள் ஒருமுறை என் அப்பாவிடம் படித்துக் காட்டியபோது, அப்பா மிகவும் பயந்துவிட்டார். எல்லோரும் சேர்ந்து எங்கள் வீட்டில் தீமூட்டினார்கள். நோட்டுப்புத்தகத்தைக் கிழித்து நெருப்பில் போட்டார்கள். புரட்சிகரக் கவிதைகள் நெருப்பில் பொசுங்கிச் சாம்பலாயின. சாயங்காலமாக நான் வீட்டுக்குத் திரும்பியபோது என் அப்பா தானாகவே இந்த விஷயத்தைத் தெரியப்படுத்தினார். “கவிதைகள் நெருப்பில் எரிந்து சாம்பலாகிவிட்டதால் இனிமேல் உனக்கு எந்தப் பிரச்சினையும் இல்லை” என்று சொன்னார். எனக்கு உதவி செய்துவிட்ட திருப்தி அவருடைய முகத்தில் வெளிப்படையாகப் பரவியிருந்தது. ஆனால் எதையோ இழந்துவிட்ட உணர்வு எனக்குள் பரவியது. நெருப்பில் பொசுங்கிவிட்ட கவிதைகள் அப்படியே இருந்திருந்தால்கூட எனக்கு எவ்விதமான தொல்லையும் நேர்ந்திருக்காது. அப்பாடல்களைப் பிரசுரித்து வெளியிடுவதற்கும் வெளியிடாமல் இருப்பதற்கும் எந்த வித்தியாசமும் இல்லை. நான்

அக்கவிதைகளை என்னுடைய நலம்விரும்பிகள் முன்னிலையில் படித்துக் காட்டிய முறை அவர்களிடம் ஒருவகையான அச்சத்தை மூட்டிவிட்டது. ஒவ்வொரு நாளும் அந்த அச்சம் அவர்களிடம் பல மடங்காகப் பெருகி வளர்ந்துவிட்டது. அவர்கள் என்னைக் காப்பாற்றவேண்டும் என்னும் அவசரத்தில் என் கவிதைகளை அழித்துவிட்டார்கள். என் அப்பாவும் என் நலம்விரும்பிகளும் செய்த செயலை நான் சிற்சில சமயங்களில் விமர்சனபூர்வமாக யோசித்துப் பார்ப்பேன். அக்கவிதைகளை எரிக்கும்போது அவர்களிடம் எவ்விதமான கெட்ட நோக்கமும் இல்லை. அக்கவிதைகள் அனத்துமே நல்ல கவிதைகள் அல்ல. ஆயினும், அவற்றில் ஒன்றிரண்டாவது நல்ல கவிதைகள் இருந்திருக்குமோ என்கிற எண்ணம் அடிக்கடி எனக்குள் எழுகிறது. இது நடந்துமுடிந்த பல ஆண்டுகளுக்குப் பிறகு, என் கவிதைத்தொகுதி வெளியான சமயத்தில் என் அப்பா அதை மிகவும் மகிழ்ச்சியோடு படிப்பதை நான் பார்த்தேன்.

திருடனை என் அப்பா ஓடவைத்தது

என் அப்பா மிகவும் சாதுவான மனிதர். என்னிடம் இருக்கும் சாதுவான போக்கு என் அப்பாவிடமிருந்து வழிவழியாக வந்ததாகும். அதே சமயத்தில், எனக்குள் படிந்திருக்கும் சின்னச்சின்ன அற்பத்தனங்கள் எப்படி வந்திருக்கக்கூடும் என்று என்னை நானே பலமுறை கேட்டுக்கொண்டிருக்கிறேன். சாதுவான போக்கும் அப்பாவித்தனமும் நிறைந்த என் அப்பா ஒருசில சமயங்களில் புத்திசாலித்தனத்தையும் புலப்படுத்தியதுண்டு. அது தொடர்பான ஒரு சம்பவம் நினைவுக்கு வருகிறது. என் அப்பாவும் ஒருசில நண்பர்களும் சாராயக்கடைக்குச் சென்று மது அருந்திவிட்டு, இரவு வேளையில் வீட்டுக்குத் திரும்பிக்கொண்டிருந்தார்கள். வீட்டுக்குத் திரும்பும் வழியில் ஒரு பெரிய பள்ளத்தைத் தாண்டி வரவேண்டியிருந்தது. தண்ணீரில்லாத அந்தப் பள்ளத்துக்குள் அவர்கள் இறங்கியபோது அங்கே மறைந்து உட்கார்ந்திருந்த ஒரு திருடன் கத்தியோடு அவர்கள் முன்னால் தோன்றினான். மது அருந்தியிருந்த என் அப்பாவுக்கும் அவருடைய நண்பர்களுக்கும் தமக்கு எதிரில் நிற்பவனின் நோக்கம் என்னவென்று புரிந்துவிட்டது. திருடனிடம் கொடுப்பதற்கு அவர்களிடம் ஒரு பைசா கூட கிடையாது. தம்மிடம் எதுவும் இல்லையென்றும் இருந்த பணத்தையெல்லாம் இப்போதுதான் செலவு செய்துமுடித்துவிட்டதாகவும் அவர்கள் சொன்னார்கள். "பொய் சொல்லக்கூடாது" என்று திருடன் உறுமினான். திருடனின் அதட்டலால் போதையெல்லாம்

இறங்கிவிட்டது. “பணம் கொடுக்காவிட்டால் கத்தியால் குத்தி விடுவேன்” என்று திருடன் அச்சமூட்டினான். என் அப்பா அத்திருடனைக் கவனித்தார். அத்திருடனின் அப்பாவைப்பற்றிய நினைவு என் அப்பாவுக்கு வந்துவிட்டது. திருடனின் அப்பா என் அப்பாவுக்கு நண்பர். திருடனைப் பார்த்து என் அப்பா, “உன் அப்பன்கிட்டயே சொல்றேன், இரு” என்று சொன்னார். இதைக் கேட்டுப் பயந்துவிட்ட திருடன், “ஐயோ, இந்த சங்கதியை என் அப்பாகிட்ட சொல்லாதீங்க” என்று சொல்லிக்கொண்டே ஓடிவிட்டான். திருடன் ஓடிவிட்டதும் என் அப்பாவும் அவர் நண்பர்களும் பள்ளத்திலிருந்து மேலே ஏறி வந்து, தொடர்ந்து நடக்கத் தொடங்கினார்கள்.

ஆர். நாகேஷ்

நாடக அகாதெமியின் தலைவராக இருந்த ஆர். நாகேஷ் ஒருநாள் என் வீட்டுக்கு வந்திருந்தார். சின்னக் குடிசைபோல இருந்த எங்கள் வீட்டில் ஒரு மூலையில் ஒரு சின்ன அறையில் நான் வசித்துவந்தேன். அந்த அறைக்குள் யாரேனும் வரவேண்டு மென்றால், மிகவும் குறுகிய சந்துக்குள் தலையை நுழைத்து, பிறகு மெதுவாக உடலை வளைத்து உள்ளே வந்து, என் அறைக்கதவைத் தள்ளிக்கொண்டு ஒன்றிரண்டு படிகள் கீழே இறங்கியபிறகுதான் என்னைப் பார்க்கமுடியும். அந்த அறையே ஒரு சின்னப் பள்ளம்போல இருந்தது. அந்த இடத்திலேயே புத்தகங்கள் நிறைந்த மர அலமாரியும் கட்டிலும் இருந்தன. அதில் யாரேனும் உட்கார்ந்தால், ஒருமாதிரி சத்தமெழுப்பும். வருபவர்கள் கட்டில்மீது உட்கார்ந்து பேசுவார்கள். கட்டிலின் மீது இரண்டுபேரோ மூன்றுபேரோ உட்கார்ந்திருந்தால் எஞ்சியவர்கள் நிற்கவேண்டியிருக்கும். ஆர். நாகேஷுடன் எனக்கு நெருக்கமான பழக்கம் எதுவுமில்லை. அச்சமயத்தில் அவர் பிரபலமான மேடைநாடக இயக்குநராக இருந்தார். அவரைப்பற்றி அதிக அளவு கேள்விப்பட்டிருந்தேனே தவிர, நேர்ப்பழக்கம் எதுவுமில்லை. நாகேஷ், உயரமும் பருமனும் உள்ள மனிதர். அவர் எப்படியோ எங்கள் வீட்டை அடையாளம் கண்டுபிடித்து வந்துவிட்டார். காலையில் நான் எழுந்திருக்கும் முன்பேயே அவர் என் அறைக்கு முன்னால் நின்றிருந்தார். பிரபலமான மேடை நாடக இயக்குநரொருவர் என்னைத் தேடிக்கொண்டு வந்தது எனக்கு ஆச்சரியத்தைக் கொடுத்தது. இந்தச் சின்ன சந்துக்குள் இவ்வளவு உயரமான மனிதர் எப்படி நுழைந்துவந்தார் என்னும் ஆச்சரியத்துடன் எதற்கு வந்திருக்கக் கூடும் என்கிற கேள்வியும் எழுந்தன. நான் அவசரமாக எழுந்து

என் கட்டில்மீது அவரை உட்காரும்படி சொல்லிவிட்டு முகம் கழுவிக்கொண்டு வருவதற்காகச் சென்றேன். நாகேஷின் எடையைத் தாங்கமுடியாமல் கட்டில் போட்ட சத்தத்தைக் கேட்டதும், கட்டிலுக்கு ஏதோ ஆபத்து நேர்ந்துவிட்டதென்றும் நான் தரையில் படுத்துக்கொள்ளவேண்டிய நிலை வந்துவிடும் என்றும் நினைத்து அஞ்சினேன். நல்லவேளை, அப்படி எதுவும் நடக்கவில்லை. நாகேஷ் என்னைப் பார்த்து 'வாத்தியாரே' என்று மிகுந்த மதிப்புடன் அழைத்தார். ஆசிரியராக இருப்பவரை 'வாத்தியாரே' என்று அழைத்தால் அந்த ஆசிரியருக்கு நிச்சயம் மகிழ்ச்சி ஏற்படும். ஓர் ஆசிரியர் என்பவர் இன்னும் ஓரளவுக்குக் கெட்டுப்போகாமல் இருப்பவன் என நம் சமூகம் நம்புகிறது. எனக்கும் அந்த நம்பிக்கை ஓரளவு இருக்கிறது. பெங்களூரைச் சேர்ந்த அநேக பகுதிகளில் இலவச மாலை வகுப்புகளை நடத்தியபோது மாணவர்கள் தம் எளிமையான சின்ன வீடுகளுக்குச் சாப்பாட்டுக்கு வரும்படி அழைப்பார்கள். அவர்களுடைய பெற்றோர்கள் மிகுந்த மரியாதையுடன் நடந்துகொள்வார்கள். அதெல்லாம் இன்னும் என் மனத்தில் பசுமையாகப் பதிந்திருக்கிறது. 'வாத்தியாரே' என்று யாராவது என்னை அழைத்தால் நான் ஒரு மதிப்புமிகுந்த மனிதன் என்னும் உணர்வு எனக்குள் எழுகிறது. 'வாத்தியாரே' என்று ஆர். நாகேஷ் என் அறையின் கதவைத் தட்டியபோது, மிகவும் இயல்பாக எனக்குள் மகிழ்ச்சி புரண்டது.

சோம

சிவராம காரந்த்தின் 'சோமன துடி' நாவலை அடிப்படையாகக் கொண்டு 'சோம' என்னும் நாடகத்தை இயக்கவிருப்பதாக அவர் சொன்னார். சிவராம காரந்த்தின் நாவல்களில் 'சோமன துடி' எனக்கு மிகவும் பிடித்த ஒன்றாகும். சுதந்திரத்துக்கு முந்திய தலித்துகள் வேதனையை மனத்தில் அழுத்தமாகப் பதியும்வண்ணம் சித்தரித்த காரந்த்தின் படைப்பாற்றலின் மீது எனக்கு மிகுந்த மதிப்புண்டு. 'சோமன துடி' நாவலைப் படித்து நான் மிகவும் உத்வேகம் அடைந்தேன். 'சோம' நாடகத்தை இயக்குவதன்மூலம் நல்ல வேலையைச் செய்கிறீர்கள் என்று நான் அவரிடம் சொன்னேன். "இந்த வேலை தோல்வியடையாமல் இருக்க உங்கள் உதவி வேண்டும்" என்று நாகேஷ் சொன்னார். 'சோம' நாடகத்தில் சூழ்நிலைகளுக்குப் பொருத்தமாகச் சில பாடல்களைப் பயன்படுத்தலாம் என எண்ணியிருக்கிறேன். "அந்தப் பாடல்களை நீங்களே எழுதிக் கொடுக்கவேண்டும்" என்று நாகேஷ் கேட்டுக்கொண்டார். தொடக்கத்தில் அதற்கு

உடன்படும் துணிச்சல் எனக்கு வரவில்லை. நாகேஷ் உற்சாகப் படுத்தியதால்தான் நான் ஏற்றுக்கொண்டேன். பாடல்கள் பயன்படுத்தப்படும் சூழல்களைத் தெரிந்துகொள்வதற்காக நான் அவரை அன்று காலை ராஜாஜி நகர் எண்பது அடி சாலையில் இருந்த பஞ்சாபி ஷாஹி என்னும் ஓட்டலுக்கு அழைத்துக்கொண்டு சென்றேன்.

பஞ்சாபி ஷாஹி

பஞ்சாபி ஷாஹி நவீனத்தோற்றமும் போதுமான அளவில் சேவையாளர்களையும் உடைய நல்ல ஓட்டல். மிகச்சிறந்த தேநீர் அங்கே கிடைக்கும். அங்கே பஞ்சாபி புலால் உணவை

ஒருமுறை உண்டு சுவைத்தவன், அச்சுவையை வாழ்நாளில் ஒருபோதும் மறக்கமுடியாது. அங்கே உணவுப்பொருட்களின் விலை அதிகம். அங்கே தேநீரைச் சுவைத்தபடி நான் பல கவிதைகளை எழுதியிருக்கிறேன். அந்த ஓட்டலில் தேநீர் அருந்தியபடி அம்பேத்கர் தத்துவத்தைப்பற்றியும் மார்க்ஸ் தத்துவத்தைப்பற்றியும் நண்பர்களுடன் விவாதித்திருக்கிறேன். பஞ்சாபி ஷாஹியில் ஒன்றையடுத்து ஒன்றாக தேநீர் அருந்தியபடி கழித்த மணிக்கணக்குக்கு அளவே இல்லை. அந்த ஓட்டலின் முதலாளி, அவருடைய மனைவி, மகன் அனைவரும் என்னை அளவற்ற அன்போடு உபசரிப்பார்கள். என்னிடம் பணம் இல்லாத சமயங்களில் கணக்கு எழுதி பற்றுவைத்துக்கொள்வார்கள். அங்கே யாரேனும் என்னைத் தேடிக்கொண்டு வந்தால், ‘இன்னும் கொஞ்ச நேரத்தில் வந்து விடுவார்’ என்று அவரைக் காத்திருக்கும்படி செய்வார்கள். பஞ்சாபி ஷாஹியில் உட்கார்ந்து தேநீர் அருந்தினால், கவிதை வரிகள் தானாகவே சுரந்து பாய்ந்துவரும். தேநீர் இல்லாமல் எழுதுவது என்பது எனக்கு இன்றும் இயலாத செயலாகும். ஒரு நல்ல தேநீருக்காக நான் எப்படிப்பட்ட தியாகத்துக்கும் சிற்சில சமயங்களில் தயாராகிவிடுவேன். என் அம்மாவின் ஊரான மஞ்சணபெலெயில் இனிமையான என் இளமைக்காலத்தைக் கழித்தேன். என் தாத்தா தேநீர்மீது பித்து கொண்டவர். எழுந்ததுமே பெரியபெரிய செம்புநிறைய வீட்டில் இருப்பவர்களுக்கெல்லாம் தேநீர் கொடுப்பார்கள். நான் சிறுவனாக இருந்தபோது என் தாத்தா வீட்டில் அருந்திய தேநீர் மிகமிகச் சுவையானது. பால் அருந்தியதைவிட தேநீர் அருந்தி வளர்ந்தவன் நான் என்று என்னைப்பற்றிப் பெருமையுடன் சொல்லிக்கொள்ள முடியும். என் தாத்தா வீட்டின் தேநீர்ச் சுவை நினைவுக்கு வரும்போதெல்லாம் நான் மெய்மறந்துவிடுவேன். பல ஆண்டுகளுக்கு முன்பாக, பெங்களூரில் சுபாஷ் நகர் மைதானத்தில் நடைபெற்ற காங்கிரஸ் பொருட்காட்சியில் தேநீர் அரங்கமொன்றில் தேநீர் அருந்தினேன். அந்தத் தேநீரின் சுவை என் தாத்தா வீட்டுத் தேநீரின் சுவையைப்போல இருந்தது. ஒன்றையடுத்து ஒன்றாக நான் தேநீரை வாங்கி அருந்தியபடி இருந்தேன். அப்போது இரவு மணி பதினொன்று. நான் தொடர்ச்சியாக தேநீர் அருந்துவதைப் பார்த்த என் நண்பர்கள் எனக்கு மூளை கலங்கிவிட்டது என நினைத்து, கட்டாயப்படுத்தி என்னை அந்த இடத்திலிருந்து இழுத்துச் சென்றுவிட்டார்கள். பிரகாஷ் நகரில் வேறொரு தேநீர்க்கடையிலும் நான் வாடிக்கையாகத் தேநீர் அருந்தச் செல்வதுண்டு. அது ஒரு மலையாளி நடத்தி வந்த தேநீர்க்கடை. நாங்கள் அதை, ‘காக்காக்கடை’ என்று சொல்வோம். பல ஆண்டு காலம் எனக்கும் என் நண்பர்களுக்கும் அந்த மலையாள

தேநீர்க்கடைக்காரர் மிகவும் அன்போடு தேநீர் வழங்கிவந்தார். அவர் இன்னும் என்னுடன் நட்போடு பழகி வருகிறார் என்பது மிகவும் மகிழ்ச்சிக்குரிய செய்தியாகும். பஞ்சாபி ஷாஹியின் வருகைக்குப் பிறகு, காக்காக்கடையில் தேநீர் அருந்துவது குறைந்துபோய்விட்டது. நான் கலாசிப்பாளையத்தைச் சுற்றிக்கொண்டிருந்த காலத்தில் தாஜ் ஓட்டலில் தேநீர் அருந்தியதுண்டு. அங்கேயிருந்த சின்னச்சின்ன கடைகளிலும் நான் நல்ல தேநீர் அருந்தியிருக்கிறேன். கடைகளின் பெயர்களும் கவர்ச்சிகரமானதாக இருக்கும். ஒரு கடையின் பெயர் 'தில்குஷ் தேநீர்க்கடை' என்று இருந்தால், வேறொரு கடைக்கு 'ஜும்ஜும் தேநீர்க்கடை' என்று பெயரை வைத்திருப்பார்கள். ஆயினும் இவை எல்லாவற்றையும் விட பஞ்சாபி ஷாஹி ஓட்டல் மட்டுமே கவிதை எழுதுவதற்கான உத்வேகத்தை வழங்கியது.

தேநீர்க் கவிதை

வேடிக்கையாக நான் என் கவிதைகளைத் தேநீர்க்கவிதை என்று சொல்லிக்கொள்வேன். டார்ஜிலிங், அசாம் போன்ற இடங்களில் நிகழும் திருவிழாக்களை 'தேநீர்த் திருவிழா' என்ற பெயரில் அழைக்கும்போது, ஜப்பானின் தேநீர்ச் சடங்குகள் என்ற பெயரிலேயே சடங்குகள் இருக்கும்போது, என்னுடைய கவிதையைத் தேநீர்க்கவிதை என்று ஏன் சொல்லக்கூடாது? தேநீர்ப் புராணம் நீண்டு போவதற்காக வாசகர்களிடம் மன்னிப்பு கேட்டுக்கொள்கிறேன். பஞ்சாபி ஷாஹி ஓட்டலில் நாகேஷுடைய 'சோம' நாடகத்தைப்பற்றி விரிவாகத் தெரிந்துகொண்டேன். பிறகு பஞ்சாபி ஷாஹியிலேயே உட்கார்ந்து எல்லாப் பாடல்களையும் அவருக்காக எழுதிக் கொடுத்தேன். ஆர். நாகேஷ் மிகவும் ஆனந்தம் அடைந்தார். 'சோம' நாடகம் நூற்றுக்கணக்கான காட்சிகள் நிகழ்ந்தன. கன்னட மொழியின் மிகச்சிறந்த எழுத்தாளரான சிவராம காரந்த்துடைய படைப்பான 'சோமன துடி' நாவலை ஆதாரமாகக் கொண்ட மேடை நாடகத்துக்கு ஏதோ துணிச்சலில் பாடல்களை எழுதிவிட்டேன். சிவராம காரந்த் என்னுடைய பாடல்களைப்பற்றி என்ன சொல்வாரோ என்கிற பதற்றம் என் மனத்தில் இருந்தது. சிவராம காரந்த் என் பாடல்களை மிகவும் பாராட்டினார் என்று நாகேஷ் சொன்ன பிறகுதான் என் மனம் அமைதியடைந்தது. சென்ட்ரல் காலேஜில் உள்ள செனட் ஹாலில் நடைபெற்ற ஒரு விழாவில் சொற்பொழிவாற்றிய சிவராம காரந்த் ஏதோ ஒரு தருணத்தில் என் பெயரைச் சொல்லி, சித்தலிங்கையாவின் கவிதைகள் மன ஆழத்தில் படிந்துபோன வேதனையின் வெளிப்பாடாக உள்ளன என்று சொன்னதைக் கேட்டு, 'சோம' நாடகத்தின் பாடல்களை

காரந்த் மறக்கவில்லை என்று எனக்குத் தோன்றியது. 'ரங்க சம்ப' நாடகக்குழுவின் பிரமுகரான லோகேஷ் அவர்கள் தம் வீட்டிலிருப்பவர்கள் ஊருக்குச் சென்றிருந்த ஒரு தருணத்தில் வீட்டிலேயே விருந்தொன்றை ஏற்பாடு செய்து நாடகத்துறை நண்பர்களையெல்லாம் அழைத்திருந்தார். கன்னட நாடகங்களின் மிகச்சிறந்த பாடல்களைக் கேட்கும் வாய்ப்பு அன்று எனக்குக் கிடைத்தது. 'ரங்கசம்ப' குழுவைச் சேர்ந்தவர்கள் 'சோம' நாடகத்தின் பாடல்களை உணர்ச்சிபூர்வமாகவும் மிக அருமையாகவும் பாடினார்கள். இந்தப் பாடல்களை எழுதியதற்கான நற்பலன் கிடைத்துவிட்டது என்று தோன்றியது. பல நாடகக்குழுக்கள் குரு நிலையில் கருதி மதித்துவந்த ஆர். நாகேஷும் அந்த விருந்தில் கலந்துகொண்டார். 'சோம' நாடகத்துக்காக நான் எழுதிய பாடல்களில் 'சோமன மக்களு' என்னும் பாடல் மிகவும் புகழ்பெற்றது. இது என்னுடைய கவிதைத்தொகுதியிலும் சேர்க்கப்பட்டது. பேராசிரியர் அ.ரா. மித்ர அவர்கள் புகுமுக வகுப்புக்கான பாடத்திட்டத்தை வகுக்கும் குழுவின் உறுப்பினராக இருந்தபோது, இந்தப் பாடல் புகுமுக வகுப்புக்கான கன்னடப் பாடப்புத்தகத்தில் இடம்பெற்றது.

பி.பி. பாடீல்

சல்லக்கெரெயைச் சேர்ந்த அரசு கல்லூரியில் கன்னடத் துறையில் முக்கியப்பொறுப்பில் இருந்தவர் பி.பி. பாடீல். அவர் தன் வகுப்பில் இந்தப் பாட்டை நடத்தும்போது உணர்ச்சிப் பெருக்கில் துயரம் பொங்கக் கண்ணீர் வழிய, தொடர்ந்து வகுப்பெடுக்கமுடியாதபடி நின்றுவிட்டார். இந்த உணர்ச்சிவேகம் பல மாணவர்களுக்கும் ஏற்பட்டு வகுப்பில் ஒருவித துயரமான சூழல் உருவானது என பேராசிரியரான பாடீல் அவர்கள் அச்சம்பவத்தைப்பற்றி எனக்குக் கடிதம் எழுதித் தெரிவித்தார். சித்ரதுர்கா மாவட்டத்தில் புரட்சிகர இலக்கிய அமைப்பொன்றை உருவாக்குவதற்காக டாக்டர் மீராசாபிஹள்ளி சிவண்ணா, பேராசிரியர் சிவலிங்கப்பா ஆகிய நண்பர்களோடு சேர்ந்து பாடுபட்ட பேராசிரியர் பி.பி. பாடீல் பணி ஓய்வு பெற்று தாவணகெரெயில் வாழ்ந்துவருகிறார். முதுமையிலும்கூட அவரின் சமூக நடவடிக்கைகள் குறையவில்லை.

தேவனூரு மகாதேவ

என்னைப் பொறுத்தவரையில் தேவனூரு மகாதேவ அவர்கள் இன்றும் ஆச்சரியமான மனிதர். அவருடைய எளிமையும் மனிதாபிமானமும் அவரைப்பற்றிய ஆழமான மதிப்புணர்வை

எனக்குள் உருவாக்கியுள்ளன. என்றோ ஒரு நாள் அல்லது எப்போதோ ஒருமுறை மட்டுமே சிலரிடம் நற்குணங்கள் வெளிப்படுவதுண்டு. ஆனால் எளிமையும் மனிதாபிமானமும் மகாதேவ அவர்களிடம் இயற்கையாகவே குடிகொண்டுள்ளன என்பதே என் எண்ணம். அடுத்தவர்களின் துயரத்துக்கு அவரைப்போல வேகமாகச் சென்று ஆதரவோடு துணைநிற்கும் மனிதர்கள் மிகவும் குறைவு. எந்தப் பிரச்சினையாக இருந்தாலும், தமக்கே உரிய முறையில் அதற்கான தீர்வைக் கண்டுபிடித்து, அந்தப் பிரச்சினையில் அகப்பட்டுக்கொண்டவர்களை மீட்டெடுக்க முயற்சி செய்வார். இப்படி மீட்டெடுக்கச் சென்று அவரே பிரச்சினையில் அகப்பட்டுக்கொண்ட தருணங்களும் உண்டு.

மகாதேவ அவர்களைப்பற்றி அங்கங்கே நான் குறிப்பிட்டு வந்துள்ளேன். கன்னடப் பண்பாடு மற்றும் இலக்கியக் களங்களில் மிகவும் முக்கியமானவராக விளங்கும் தேவனூரு மகாதேவ அவர்களைப்பற்றி மீண்டும் மீண்டும் எழுதுவது எனக்கு மிகவும் மகிழ்ச்சியளிக்கிற செய்தியாகும். முதன்முதலில் மகாதேவ அவர்களை நான் மைசூரில் சந்தித்தபோது முதுகலைப் பட்டப்படிப்பு படித்துக்கொண்டிருந்தார். 'நர பண்டாய' என்னும் இதழுக்கு ஆசிரியராகவும் இருந்தார். மைசூர் பல்கலைக்கழகத்தில் நடைபெற்றுவந்த சீர்கேடுகளை தம் இதழில் வெளிப்படுத்தி, குண்டர்களின் தாக்குதல்களுக்கு இலக்காகியிருந்தார். மைசூர் பல்கலைக்கழகத்தின் பட்டமளிப்பு விழாவில் அவர் தன் நண்பர்களுடன் தம் பட்டங்களைக் கிழித்து வீசுவதன்வழியாக தம் எதிர்ப்பைத் தெரிவித்து, செய்திகளில் இடம்பெற்றிருந்தார். தொடக்கத்தில் ராஷ்ட்ரிய ஸ்வயம் சேவக் சங்கத்தில் பணியாற்றிய மகாதேவ அவர்கள், அந்தத் தொடர்பின் விளைவாக மகாராஷ்டிரத்தில் நடைபெற்ற பயிற்சி முகாம்களில் கலந்துகொண்டார். அடிப்படையில் மிகுந்த நுண்ணறிவும் எதிர்ப்புணர்வும் கொண்டவரான மகாதேவ அவர்களுக்கு ஆர்.எஸ்.எஸ். அமைப்பின் தத்துவ நிலைபாடு பிடிக்காமல் போய்விட்டது. படிப்படியாக அவர் சமாஜவாத அமைப்பைநோக்கி நெருங்கிவந்தார். ஒரு கட்டத்தில் எல்லோரையும் சமாஜவாத அமைப்பைச் சேர்ந்தவர்களாக மாற்றிவிட வேண்டும் என்ற வேகம் அவரிடம் காணப்பட்டது. மைசூரில் ஏதோ ஒரு கூட்டத்துக்குச் சென்றுவிட்டு, அன்று இரவு ஏதோ ஒரு விடுதியில் தங்கியிருந்தேன். அந்த விடுதிக்கு மகாதேவ அவர்கள் நாகராஜ் என்னும் வழக்கறிஞரோடு வந்து என்னுடன் பல விஷயங்களைப்பற்றி உரையாடினார். நாகராஜ் அவர்கள் மகாதேவ அவர்களைக் காட்டிலும் வயதில் மூத்தவர். மூத்த சமாஜவாதி தேவனூரு மகாதேவ அவர்களை

சமாஜவாத அமைப்பில் அவரே இணைத்திருக்கவேண்டும் என்று தோன்றியது. இந்த விஷயம் அவ்வளவு தெளிவாக எனக்கு நினைவில்லை. அவர் அன்று பேசிய விதத்தைப் பார்த்தால், என்னையும் சமாஜவாத அமைப்பில் இணைத்துவிடும் வேகம் இருந்ததுபோலத் தோன்றியது. நான் அப்போது தீவிர மார்க்ஸியவாதி. அவர் வலையில் விழுந்துவிடக்கூடாது மிகவும் எச்சரிக்கையோடு இருந்தேன். ஆனால் மகாதேவ அவர்களுடன் பழகப்பழக, என்னுடைய சிந்தனைமுறையில் பல மாற்றங்களை உருவாக்கும் அளவுக்கு, அவருடைய கருத்துகள் என்னைப் பாதித்தன.

மகாதேவ அவர்களின் கோபம்

மானச கங்கோத்ரியில் உள்ள நடுவண் மொழி நிறுவனத்தில் ஆசிரியர் பணிக்கு தேவனூரு அவர்கள் விண்ணப்பம் அனுப்பினார். அந்த வேலை, அட்டவணை சாதியினருக்காக ஒதுக்கப்பட்ட ஒன்றாகும். ஆனால் நிறுவனத்தின் அமைப்பாளருக்கு மகாதேவ அவர்களை அந்த வேலைக்கு எடுத்துக்கொள்ள விருப்ப மில்லை. ஏதோ தந்திரம் செய்து, அந்த வேலை அவருக்குக் கிடைத்துவிடாதபடி செய்துவிட்டார். தேவனூரு கோபம் கொண்டார். மாநிலத்தில் உள்ள எல்லா கிளைகளிலிருந்தும் நிறுவனத்தின் அமைப்பாளருக்குத் தந்தியனுப்பும்படி தலித் அமைப்புகளிடம் தேவனூரு கேட்டுக்கொண்டார். தந்தியில் குறிப்பிடப்படவேண்டிய வாசகத்தை அவர் எல்லோருக்கும் தெரியப்படுத்தினார். அந்த வாசகம் மிகவும் கடுமையாக இருந்தது. *'Rascal, follow the reservation or cancel it'* என்பதே அந்த வாசகம். இந்த வாசகத்தைக் கொண்ட ஆயிரக்கணக்கான தந்திகள் நிறுவனத்தின் அமைப்பாளரிடம் குவிந்தன. அமைப்பாளர் திகைத்துப் போய்விட்டார். வேறு வழியில்லாமல் மகாதேவ அவர்களையே அந்த வேலையில் நியமிக்கும்படி நேர்ந்தது. மகாதேவ பார்ப்பதற்கு சாதுவாகத் தோன்றினாலும், சமூக அநீதிகளுக்கு எதிராகக் கொதிக்கும் கடலைப் போன்றவர். அநியாயங்களுக்கு எதிராகப் போராடும் சூழல் உருவாகும்போது, அவர் விலகி நிற்பதை நான் ஒருபோதும் பார்த்ததில்லை.

தேவனூரு

மகாதேவ மாபெரும் நுண்மதியாளர். தம் இலக்கியத்தைப்பற்றி வாசகர்கள் என்ன சொல்கிறார்கள் என்பதை அவர் நன்றாகவே தெரிந்துவைத்திருந்தார். அவர் தம்முடைய 'தேவனூரு'

சிறுகதைத்தொகுதியைக் கொடுத்துப் படிக்கும்படி சொன்னார். தொடக்கத்தில் அவருடைய கதைகள் என்னைக் கவரவில்லை. நூலின் முதல் பக்கத்தில் தம்முடைய கையெழுத்திலேயே பசு பற்றிய பாட்டொன்றின் வரிகளை அச்சிட்டிருந்தார். அவர் கதைகளைவிட எனக்கு அந்த வரிகள் மிகவும் பிடித்திருந்தன. "தசைகள் உள்ளன, உடலும் உள்ளது, இதயத்தில் சூடான ரத்தமும் உள்ளது" என்னும் வரியை அவர் கதைத்தொகுதியின் முதல் பக்கத்தில் எதற்காக அச்சிட்டிருந்தார் என்பது புரியாமலிருந்தாலும் இந்த வரிகள் என்னை மிகவும் பாதித்தன. இந்தப் பசுவின் நிலையே தலித்துகளின் நிலையாக இருக்கிறதோ என்னும் எண்ணம் என் மனத்தில் எழுந்தது.

தேவனூருக்குக் கத்திக்குத்து

மகாதேவ அவர்களுடன் தொடர்புடைய இந்தச் சம்பவத்தை எங்கோ படித்ததாகவோ அல்லது கேட்டதாகவோ நினைவு. அநியாயங்களுக்கு எதிராகப் போராடிக்கொண்டிருந்த மகாதேவ அவர்களைக் கத்தியால் குத்தப்போவதாக ஓர் இளைஞன் சொன்னான். இந்த இடத்தில், இந்த நேரத்தில் காத்திருப்பேன் என அவனுக்குச் செய்தி அனுப்பிய மகாதேவ, அந்த இடத்துக்கு வந்து தன்னைக் கத்தியால் குத்தலாம் என்று தெரிவித்தார். சொன்ன நேரத்துக்குச் சரியாக, அந்த இடத்துக்கு வந்து மகாதேவ காத்திருந்தார். கத்தியால் குத்த விரும்பிய இளைஞனும் வந்து சேர்ந்தான். கத்தியால் குத்த வந்தவனுடைய மனம் மாறிவிட்டது. அவன் தன்னிடம் கத்தி இல்லையென்று மகாதேவ அவர்களிடம் சொன்னான். மகாதேவ தன்னிடம் இருந்த கத்தியை எடுத்துக் கொடுத்தார். தம்மைக் கத்தியால் குத்துமாறு கேட்டுக்கொண்டார். கத்திக்குத்துக்காக, தேவனூரு தாமே ஒரு கத்தியை எடுத்துக்கொண்டு சென்றிருந்தார். வந்த இளைஞன் கத்தியை வீசி எறிந்துவிட்டு ஓடி மறைந்துவிட்டான். இந்த மன அமைப்பு மகாதேவ அவர்களிடம் இன்னும் உயிர்ப்போடு இருக்கிறது என்பதே என் எண்ணம்.

தேவனூரு அவர்களின் கதைகள் அவ்வளவாக என்னை ஈர்க்கவில்லை என்று நான் சொன்னதைக் கேட்டு அவர் சிறிது வருத்தம் கொண்டார். அவர் அதற்கான காரணத்தைக் கேட்டார். "நீங்கள் தலித்துகளின் வாழ்க்கைச்சித்திரத்தை எழுதியிருக்கிறீர்கள். அதைப் பிரதிபலிக்கிற இலக்கியத்தைவிட, தலித்துகளின் வாழ்க்கை நிலையை மாற்றுகிற இலக்கியமே வேண்டும்" என்று நான் அவரிடம் விவாதித்தேன். அவரின் இலக்கியத்தில் எதிர்ப்புணர்வு என்பதே இல்லை என்றும்

தெரியப்படுத்தினேன். இதைக் கேட்டு தேவனூரு கோபம் கொள்ளக்கூடும் என்று நான் நினைத்தேன். ஆனால் அவர் என் கருத்தைக் கேட்டு அமைதியான முறையில் மறுமொழி சொன்னார். இலக்கியத்தில் எதிர்ப்புணர்வை நேரிடையாக முன்வைக்கக்கூடாது என்று அவர் சொன்னார்; தம் கதைகளைப் படித்த பிறகு, படிப்பவர் மனத்தில் ஏற்படும் மாற்றம் மிகவும் முக்கியமானது என்றார் அவர். அவர் சொன்னதன் பொருளைப் படிப்படியாக என்னால் புரிந்துகொள்ள முடிந்தது. அவருடைய 'உடலாழம்' வெளிவந்த சமயத்தில் தேவனூரு மிகச்சிறந்த இலக்கியவாதி என்னும் எண்ணம் எனக்குள் எழுந்தது.

தேவனூருவின் குழப்பம்

ஒருமுறை சிறீராமபுரத்தில் இருந்த எங்கள் வீட்டில் தேவனூரு தங்கியிருந்தார். காலையில் அவர் பொறுமையாகவே எழுந்திருப்பார். அது நான் இன்னும் எனக்கென ஓர் அறையைத் தேடிக்கொள்ளாத காலம். அதனால், மிகச்சிறிதாக இருந்த எங்கள் வீட்டிலேயே உறங்குவது வழக்கமாக இருந்தது. வீட்டில் இருந்தவர்கள் அனைவரும் படுத்துறங்கிய அதே இடத்திலேயே மகாதேவ அவர்களும் படுத்து உறங்கினார். எழுந்ததுமே, “காலைக்கடன் கழிக்கும் இடம் எங்கே இருக்கிறது?” என்று கேட்டார். அந்தச் சிறிய வீட்டில் சின்னஞ்சிறிதாக ஒரு கழிப்பறையை நாங்கள் கட்டியிருந்தோம். அந்தக் கழிப்பறை அவருடைய காலுக்கு அருகிலேயே இருந்தது. ஆனால் அது யாருடைய பார்வையிலும் படாத அளவில் சின்னஞ்சிறிதாக இருந்தது. அதற்கு அருகில் அதைவிடச் சின்னதாக இருந்தது குளியலறை. ஒரு கல் போடப்பட்டிருந்ததால் அது குளியலறை என்பது தெளிவாகப் புரிந்தது. காலைக்கடன்களைக் கழிப்பதற்காக, நான் தேவனூரு அவர்களுக்குக் கழிப்பறை இருந்த இடத்தைச் சுட்டிக்காட்டினேன். அவர் ஒரு செம்பில் தண்ணீர் நிரப்பி எடுத்துக்கொண்டார். அவர் கழிப்பறைக்குச் சென்றிருக்கக்கூடும் என்று நான் அமைதியாக நின்றிருந்தேன். இரண்டே நிமிடங்களில் தண்ணீர்ச் செம்போடு மகாதேவ அவர்கள் சாலையிலிருந்து வீட்டுக்குள் நுழைவதைப் பார்த்தேன். இவர் ஏன் சாலையின் பக்கம் சென்றார் என்பது புரியாமல் எனக்குக் குழப்பமாக இருந்தது. வீட்டுக்குள்ளேயே குளியலறைக்கு அருகிலேயே கழிப்பறை இருந்தது. மகாதேவ அவர்களுக்கு அது தெரியவில்லை. நான் கை காட்டியதை அவர் பிழையாகப் புரிந்துகொண்டு, கதவைத் தாண்டிச் சென்று, அக்கணமே இடதுபக்கமாகத் திரும்பி எங்கள் பக்கத்து வீட்டைக் கழிப்பறை என நினைத்து, அதற்குள் செம்பை எடுத்துக்கொண்டு நுழைந்துவிட்டார். அந்த வீட்டில்

ஒரு பெண்மணி அடுப்பில் ரொட்டி சுட்டுக்கொண்டிருந்தாள். செம்போடு உள்ளே நுழைந்துவிட்ட மகாதேவ அவர்களை அவள் யாரோ முனிவரொருவர் ஆசி வழங்குவதற்காகத் தன் வீட்டுக்கு வந்திருப்பதாக நினைத்து எழுந்து நின்று கைகுவித்து வணங்குவதற்குள், அச்சம் கொண்ட மகாதேவ திரும்பி வந்து விட்டார். எங்கள் வீட்டுக்குள்ளேயே இருந்த கழிப்பறையை நான் மகாதேவ அவர்களுக்குக் காட்டினேன்.

தேவனூரும் எம்.பி. ஜெயராஜும்

மகாதேவ மிகவும் துணிச்சல் கொண்டவர். கர்நாடகத்தில் ஜே.பி. போராட்டத்தைத் தொடங்கியவர்களில் ஒருவர் மகாதேவ. மைசூருக்கு ஜெயபிரகாஷ் நாராயணன் வந்திருந்தபோது போராட்டக்காரர்களின் சார்பாக ஜே.பி. அவர்களுக்கு தேவனூரு அவர்களே நிதி திரட்டிக் கொடுத்தது எனக்கு நினைவிருக்கிறது. ஜே.பி. போராட்டத்தைத் தொடங்கியபோது பெங்களூரில் காந்திபவனில் கூட்டம் நடைபெற்றது. இந்தப் போராட்டம் நடைபெறத் தொடங்கினால், அது அரசாங்கத்துக்கு அவமதிப்பாக இருக்கக்கூடும் என அன்றைய காங்கிரஸ் தலைவர் கருதியதுபோலத் தோன்றியது. அந்தக் கூட்டத்தை நடைபெறவிடாமல் தடுப்பதற்காக அந்தத் தலைவர் திட்டமிட்டு, கூட்டத்தில் கலவரத்தை உருவாக்குவதற்காக அன்றைய காலத்து பிரபலமான ரௌடிகளை அனுப்பிவைத்தார். தி. ஜெயராஜ் என்பவரின் தலைமையில் நிகழ்ச்சி நடந்த இடத்துக்கு வந்த ரௌடிகள் ஜெயபிரகாஷ் நாராயணனை வாய்க்கு வந்தபடி திட்டத் தொடங்கினார்கள். அமைப்பாளர்களைத் திட்டினர். தம் ஆர்ப்பாட்டங்களைக் கண்டு அஞ்சிப் போராட்டக்காரர்கள் ஓடிவிடக் கூடும் என்று ரௌடிகள் நினைத்திருந்தார்கள். ஆனால் கூட்டம் நல்லமுறையில் நடைபெற்றது. இதனால் கோபம் கொண்ட ரௌடிகள் நிகழ்ச்சியை ஏற்பாடு செய்தவர்களைத் தாக்க முயற்சி செய்தார்கள். போலீஸ்காரர்கள் இடையில் புகுந்து எந்த அசம்பாவிதமும் நிகழாமல் தடுத்தார்கள். இந்த நிகழ்ச்சியை ஏற்பாடு செய்த அமைப்பாளர்களில் தேவனூருவும் ஒருவர். நிகழ்ச்சியில் மகாதேவ நல்லமுறையில் சொற்பொழிவாற்றினார். நிகழ்ச்சி முடிவடைந்ததும் போராட்டக்காரர்கள் சாப்பாட்டுக்குக் கிளம்பினார்கள். சாப்பாட்டுக்குச் செல்வதற்காக மகாதேவ காந்தி பவனின் வாசல் அருகே நின்றிருந்தார். வாசலுக்கு எதிரில் ஒரு சின்ன கும்பல் நின்றிருந்தது. கூட்டத்தில் இருந்த ஒருவனை இதற்கு முன்னால் எங்கோ பார்த்ததுபோல இருக்கிறதே என மகாதேவ அவனையே பார்க்கத் தொடங்கினார். அவனும் ஆச்சரியத்தோடு இவர் ஏன் இப்படி தன்னைப் பார்க்கிறார்

என்பது புரியாமல் தேவனூரு அவர்களையே பார்த்தபடி இருந்தான். தனக்கு முன்னால் நின்றிருக்கும் ஆள் யாரென்பது அக்கணத்தில் மகாதேவ அவர்களுக்குத் தெரியவில்லை. அவர் தன் இயல்பான முறையில் அவனிடம் சென்று "உங்களை எங்கோ பார்த்ததுபோல இருக்கிறது" என்று சொன்னார். அந்த ஆள் பயந்துவிட்டான். "உங்களை எனக்கு நன்றாகத் தெரியும்" என்று பதில் சொன்னான் அவன். இதைக் கேட்டு அச்சம் கொண்டார் தேவனூரு. அவர் குழப்பத்துடன் எதிரில் நின்றிருந்தவனிடம் "என்னை எங்கே பார்த்திருக்கிறாய்?" என்று கேட்டார். அந்த ஆள் "என் பெயர் ஜெயராஜ், உங்கள் கூட்டத்தில் நாங்கள்தான் கலவரம் செய்தோம்" என்றான். என்ன சொல்வது என்று புரியாமல் மகாதேவ புன்னகை செய்தார். ஜெயராஜ் தம் கும்பலோடு வந்து ஜே.பி. போராட்டக்காரர்களின் நிகழ்ச்சியைக் கெடுப்பதற்காக செய்த கலாட்டாவை மகாதேவ நேருக்குநேர் பார்த்திருந்தார். அந்தக் கும்பல் மகாதேவ அவர்களையும் ஏசியது. ஆனால் மகாதேவ கலாட்டா செய்தவர்களின் முக அடையாளத்தை நினைவில் வைத்துக்கொள்ளவில்லை. அந்தக் கும்பலின் தலைவனான ஜெயராஜையும் மகாதேவ மறந்துபோய்விட்டார். மகாதேவ அவர்களின் சுபாவத்தைப் பார்த்து மனம் உருகிய ஜெயராஜ், மகாதேவ அவர்களையும் அவருடைய நண்பர்களையும் சாப்பிடுவதற்காக அழைத்தான். சிறிது நேரத்துக்கு முன்னால் ஜெயராஜின் ஆட்கள் செய்த கலாட்டாவை நினைத்துக்கொண்டு மகாதேவ அவர்கள் சாப்பாட்டுக்காக அவன் விடுத்த அழைப்பை நயமாகப் பேசி மறுத்துவிட்டார்.

பி. கிருஷ்ணப்பாவின் ஸ்கூட்டர் சவாரி

தலித் சங்கர்ஷ சமிதியின் செயல்வீரர்களில் ஒருவரான கிருஷ்ணப்பாவைப்பற்றி திடீரென ஒரு செய்தி வேகமாகப் பரவியது. கர்நாடகத்தின் மிகமுக்கியமான செய்தியாக இது எங்கெங்கும் பேசப்பட்டது. பத்ராவதி நகரத்தின் தெருக்களில் கிருஷ்ணப்பா ஸ்கூட்டர் ஓட்டிப் பழகுகிறார் என்பதே சுடச்சுடப் பரவிய அந்தச் செய்தி. இந்தச் செய்தியைக் கேட்டுச் சிலர் கோபமடைந்தார்கள். 'பண்டாய இயக்கத்தைச் சேர்ந்தவரான பி.கிருஷ்ணப்பா இன்று ஸ்கூட்டர் விடப் பழகுகிறார், நாளை கார் ஒன்றை வாங்கி அதையும் ஓட்டப் பழகுவார், இப்படியே மெல்ல மெல்ல மாறி அவர் ஒரு முதலாளியாகிவிடுவார்' என்பதே அந்தப் பண்டாய இயக்கத்தைச் சேர்ந்தவர்களின் எண்ணம். இச்செய்தி என் காதில் விழுந்தபோது, நான் ஒன்றும்

ஆச்சரியத்தில் மூழ்கிவிடவில்லை. "கிருஷ்ணப்பா ஸ்கூட்டர் ஓட்டிச் செல்வதில் பிழையொன்றுமில்லை" என்று நான் விவாதித்தேன். ஆயினும் இந்தத் தீவிர புரட்சிகர இயக்கத்தைச் சேர்ந்தவர்களின் அச்சம் அதிகரித்ததே தவிர குறையவில்லை. சில ஆண்டுகள் நான் கருநீல மாருதி வேன் ஒன்றை வைத்திருந்தேன். இப்போது அதை விற்றுவிட்டேன். எதிர்காலத்தில் நான் வேறொரு வாகனத்தை வாங்க நேரிடலாம். இருசக்கர வாகனமொன்றை அல்லது நான்கு சக்கர வாகனமொன்றை வைத்திருப்பதில் அல்லது வைத்துக்கொள்ளாமல் இருப்பதில் எந்தவிதமான வேறுபாட்டையும் நான் உணரவில்லை. அது அந்தத் தருணத்தின் அவசியத்தேவையை ஒட்டி உருவாகிறது என்பதே என் கருத்து. கார் வைத்திருந்தபோதும் சரி, இல்லாத சமயத்திலும் சரி, நான் அதை ஒரு பெரிய விஷயமாகவே எடுத்துக்கொள்ளவில்லை. கால்நடையாக நடந்துசெல்லும்போது கிட்டும் சுகத்தை நான் ஒருபோதும் மறந்ததும் இல்லை. சமீபத்தில் காண்டெசா காரைப் பயன்படுத்தும் கன்னட வளர்ச்சித்துறையின் அதிகாரியும் மூத்த பண்டாய இலக்கியவாதியுமான பரகூரு ராமச்சந்திரப்பா, 'காண்டெசாவில் கவிதை' என்னும் மிகச்சிறந்த கவிதையை எழுதியிருக்கிறார். ஆனால் பரகூரைப்போலவே திறமைசாலி யான வேறொரு பண்டாயக் கவிஞரான பேராசிரியர் எஸ்.ஜி. சித்தராமய்யா அவர்கள், 'காம்ரேட் என்று அழைக்கப் படுகிற காங்கிரஸ் காண்டீஸ்வாமிக்கு ஒரு செய்தி' என்று இன்னொரு கவிதையை எதிர்வினையாற்றுவதுபோல எழுதி யிருக்கிறார். என்னைப் பொறுத்த அளவில் இரண்டும் மிகச் சிறந்த கவிதைகள் ஆகும். பண்டாய கவிஞர்களுக்கு கார் கூட கவிதையின் பாடுபொருளாக இருப்பது, மகிழ்ச்சிக்குரிய செய்தியாகத் தோன்றியது.

மகாதேவரின் வீடு

பி.கிருஷ்ணப்பா பத்ராவதியில் ஸ்கூட்டர் ஓட்டுகிறார் என்னும் செய்தி சிலரிடம் மனவருத்தத்தை உருவாக்கியிருந்த சமயத்தில், அதைவிட முக்கியமான செய்தியொன்று மாநிலம் முழுதும் பரவத் தொடங்கியது. தேவனூரு மகாதேவ அவர்கள் மைசூரில் ஆடம்பரமான வீடொன்றைக் கட்டிக்கொண்டிருக்கிறார் என்பதே அச்செய்தி. இச்செய்தியைப் பலர் என்னிடம் சொன்னார்கள். அப்போது பெரிய மனிதர்களைக் கிண்டல் செய்வதிலேயே நான் அதிக நேரத்தைச் செலவுசெய்து வந்தேன். சிலர் அந்தச் செய்தியைச் சொன்னபோது, நான் எதோ ஒரு நினைவில் "மகாதேவ உடுத்துவது மூன்று ரூபாய் சட்டை, கட்டி

யெழுப்புவதோ மூன்று லட்ச ரூபாய் மதிப்புள்ள வீடு" என்று சொல்லிவிட்டேன். இது விளையாட்டுக்காகச் சொன்ன சொல். இதை நான் சொன்னபோது கேட்டுக்கொண்டிருந்த சிலர் ஒருசில நாட்களிலேயே மகாதேவ அவர்களுக்கு எதிராக எவ்விதத்திலும் ஒன்றுக்கொன்று தொடர்பில்லாத குற்றச்சாட்டுகளைச் சுமத்தி துண்டறிக்கைகளை அச்சிட்டு வெளியிட்டார்கள். மகாதேவ கட்டிக்கொண்டிருந்த வீட்டைப்பற்றிச் சிறிதும் பொறுப்புணர்வில்லாமல் நான் சொன்ன நகைச்சுவையான சொற்களை அச்சிட்டுவிட்டார்கள். அந்தத் துண்டறிக்கையைப் பார்த்து நான் திகைத்துவிட்டேன். மகாதேவ போன்ற ஒரு மாபெரும் ஆளுமையின் மனத்துக்கு வலியை ஊட்டிய குற்ற உணர்வு என்னை வருத்தத் தொடங்கியது. இதைப்பற்றி அவருக்கு விரிவான கடிதமொன்றை எழுதி ஆழ்ந்த வருத்தங்களைத் தெரிவித்தேன். அப்புறம் ஒருநாள் மைசூரில் குவெம்பு நகரில் உள்ள மயில் சாலையில் இருக்கும் மகாதேவ அவர்களுடைய வீட்டுக்குச் சென்றபோது, சிறியதும் அழகுடையதுமான கலையுணர்வுடன் கூடிய கல்கட்டிடத்தைப்பற்றி நான் நகைச்சுவையுடன் குறிப்பிட்ட சொற்கள் அவசியமற்றவை என்று தெரிந்துகொண்டேன். நான் சொன்ன சொற்களை தேவனூரு அவர்களும் பேராசிரியர் சுமித்ராபாய் அவர்களும் மறந்துபோயிருந்தார்கள்.

சின்னண்ணா வாலீகார்

சின்னண்ணா வாலீகார் என்னும் பெயர் கர்நாடகத்தில் அனைவருக்கும் பிடித்ததொரு பெயராகும். உயரமாகவும் பருத்துத் தடித்தும் இருந்த சின்னண்ணாவுடைய முகம் வட்டவடிவில் இருக்கும். முதல்முறையாகப் பார்க்கும் குழந்தைகள் அஞ்சிவிடக்கூடிய அளவில் முகத்தோற்றத்தை உடைய சின்னண்ணா மனத்தளவில் மனிதாபிமான உணர்வு நிரம்பியவர். சின்னண்ணா வாலீகாரைப் பொறுத்தவரையில் எல்லோரும் அக்கா, அண்ணன், தம்பி, தங்கை முறையினரே. ஒரு பெண் வாலீகாரிடம் முதன்முறையாக அறிமுகமாகும்போதே அவரைப் பொறுத்தவரையில் தங்கையாகிவிடுவார். அக்காவென்றால், அக்காவின் கணவரைச் சின்னண்ணா, மாமா என்றே அழைக்கத் தொடங்கிவிடுவார். இப்படியாக, கர்நாடகம் முழுவதும் அக்காமார்களையும் தங்கைமார்களையும் மாமாமார்களையும் மைத்துனன்மார்களையும் உறவாகக் கொண்டிருந்தார் அவர். கடிதம் எழுதும்போதும் அப்படித்தான், உறவு தொடர்பான சொற்றொடர்களையே அவர் பயன்படுத்துவார். குழந்தையைப் போன்ற எளிமையான மனம் கொண்ட அவருக்கு எதிரிகளே இல்லை. இலக்கியத்துறையில் பல பத்தாண்டுகளுக்கு முன்பிருந்தே

பங்காற்றி வரும் சின்னண்ணாவை வெள்ளைமனம் கொண்டவர் என்றே சொல்லலாம். ஆனால் அவர் எழுதிய ஒரு கடிதம் கர்நாடகத்தின் இலக்கியப்பரம்பரையின் திசையையே மாற்றி விட்டது என்று சொன்னால், யாரும் நம்பமாட்டார்கள்.

தலித, பலித, கலித
(தலித், முதிர்ச்சி மிகுந்தவன், கல்வியறிவுள்ளவன்)

அது 1979ஆவது ஆண்டு. அனைத்திந்திய கன்னட மாநாட்டைக் கன்னட சாகித்ய பரீஷத் அமைப்பு தர்மஸ்தலத்தில் ஏற்பாடு செய்திருந்தது. மாநிலத்தின் மாபெரும் கவிஞரான கோபால கிருஷ்ண அடிக மாநாட்டின் தலைவர். அடிக எப்போதும் பரீஷத்திடமிருந்து விலகியிருந்தவர். அவர் மாநாட்டுக்குத் தலைமை தாங்க ஒப்புக்கொண்ட செய்தி, இலக்கிய ஆர்வலர் களுக்கு வியப்பையும் மகிழ்ச்சியையும் அளித்தது. இந்த மாநாட்டைப்பற்றிய ஆர்வம் சின்னண்ணா வாலீகாருக்கும் இருந்தது. அவர் சாகித்ய பரீஷத்தின் தலைவரான பேராசிரியர் ஹம்ப நாகராஜையா அவர்களுக்கு ஒரு கடிதம் எழுதினார். (சுருக்கமாக அவரை ஹம்பநா என்று அழைப்பதுண்டு) தர்மஸ்தலத்தில் நிகழவிருக்கும் மாநாட்டில் தலித் இலக்கியம் பற்றிய விவாதப்பிரிவும் உருவாக்கப்பட வேண்டும் என்று சின்னண்ணா வாலீகார் அந்தக் கடிதத்தில் ஹம்பநாவுக்கு எழுதியிருந்தார். அந்தக் கடிதத்துக்கு இப்போது மறைந்துவிட்ட ராய்ச்சூர் தலித் சங்கர்ஷ சமிதியின் தலைவரான போளபண்டெப்பா அவர்களும் சாட்சிக் கையெழுத்திட்டிருந்தார் என்று நினைக்கிறேன். சின்னண்ணா அவர்கள் சொன்னதால்தான் போலுபண்டெப்பா கையெழுத்திட்டிருக்க வேண்டும். அவருடன் வேறு ஒன்றிரண்டு தலித் நண்பர்களும் அந்தக் கடிதத்தில் கையெழுத்து போட்டிருந்தார்கள் என எண்ணுகிறேன். இந்தக் கடிதம் எழுதப்படுவதற்கும் அதில் இளைஞர்கள் ஆதரித்துக் கையெழுத்திடுவதற்கும் சின்னண்ணா வாலீகாரரே மூலகாரணம். இக்கடிதம் பரீஷத்தின் தலைவரான பேராசிரியர் ஹம்பநாவின் கைக்குக் கிடைத்த சமயத்தில், அவர் எப்படிப்பட்ட அவசரத்தில் இருந்தாரோ, தெரியவில்லை. அல்லது எளிமையான மனிதரான சின்னண்ணா வாலீகாரர் தன் கடிதத்தில் குறிப்பிட்டிருந்த கோரிக்கையை ஹம்பநா அக்கறையோடு கவனிக்கவில்லை என்று தோன்றுகிறது. சின்னண்ணா வாலிகாருக்குப் பதில் கடிதம் ஒன்றை ஹம்பநா எழுதி அனுப்பினார். தலித் இலக்கியம் பற்றிப் பேசுவதற்கான அரங்கத்தை ஏற்பாடு செய்வது சாத்திய மில்லை என்று அக்கடிதத்தில் தெரிவித்திருந்தார். இந்தக் கருத்தைக் குறிப்பிடும்போது, “இலக்கியத்தில் தலித, பலித, கலித

என்றெல்லாம் பிரித்துப் பார்க்கக்கூடாது. கெட்ட இலக்கியம், நல்ல இலக்கியம் என்று மட்டுமே இலக்கியத்தை வகைப்படுத்தலாம்" என்று சின்னண்ணாவுக்குத் தெரியப்படுத்தியிருந்தார். ஹம்பநா தலித்துகளுக்கோ அல்லது தலித் இலக்கியத்துக்கோ எதிரானவரல்ல. இன்றைக்கும் பிற்படுத்தப்பட்டவர்கள், தலித்துகள்மீது ஆழ்ந்த கனிவும் அக்கறையும் கொண்டவர். மாநாட்டுக்குத் தலைவராக அடிக அவர்கள் இருந்ததால், ஒருவேளை அவருக்கு மகிழ்ச்சியளிக்கக்கூடும் என நினைத்து இப்படி பதில் அளித்திருக்கலாம். ஆனால் தலித் இலக்கியம் பற்றிய அரங்கத்துக்கு ஏற்பாடு செய்திருந்தால் அடிக எதிர்த்திருக்க மாட்டார் என்பதே என் எண்ணம். அடிக நல்ல இலக்கியத்துக்கு ஆதரவாக இருந்தாரே தவிர, யாருக்கும் ஆதரவாகவோ அல்லது எதிராகவோ இருந்ததில்லை. அல்லது எதுகை மோனைக்காகச் சொன்னாரோ என்னமோ தெரியவில்லை. ஹம்பநா எதுகை மோனையாகப் பேசுவதில் பிரபலமானவர். அவர் எனக்குப் பாடம் சொல்லிக் கொடுத்த குரு. அவர் மிகச்சிறந்த ஆசிரியர்–பேச்சாளர். நான் முதலாண்டு முதுகலைப் பிரிவில் படித்துக் கொண்டிருந்தபோது அவர் 'துர்கசிம்மனின் பஞ்சதந்திரம்' கற்பித்தவர்.

ஹம்பநாவும் பஞ்சதந்திரமும்

பாடம் எடுப்பதற்காக வந்த முதல் வகுப்பில் 'பஞ்ச தந்திரத்தைக் குதந்திரமில்லாமல் அதந்திரமும் இல்லாமல் சுதந்திரமாகத் தொடங்குவேன்,' என்று அவர் சொன்னார் என்று நினைக்கிறேன். அந்த எதுகை மோனை ஆர்வம் சின்னண்ணாவுக்கு எழுதிய கடிதத்திலும் வேலை செய்திருக்கவேண்டும். ஹம்பநா எழுதிய கடிதம் எப்படியோ பத்திரிகையில் பிரசுரமாகிவிட்டது. மாநிலத்தில் எல்லா இடங்களிலும் இக்கடிதத்துக்குத் தீவிரமான எதிர்ப்பலை எழத் தொடங்கியது. தலித் இலக்கியவாதிகளும் முற்போக்கு இலக்கியவாதிகளும் ஒன்றிணைந்து பரீஷத்தின் நிலைபாட்டைக் கண்டித்தார்கள். இவ்வகையில் எதிர்ப்பலைகள் எழும் என ஹம்பநா எதிர்பார்த்திருக்கவில்லை. ஆழ்மனத்தில் தனக்கு விருப்பமான தலித்துகளும் பிற்படுத்தப்பட்டவர்களும் தனக்கு எதிராகத் திரண்டிருப்பதைப் பார்த்து அவர் ஆழ்ந்த வேதனைக்குள்ளானார். மாநாட்டில் தலித் இலக்கிய அமர்வுக்கு ஏற்பாடு செய்வதாக அவர் அறிவித்தார். தலித், முற்போக்கு இலக்கியவாதிகளை இந்த அமர்வில் கலந்துகொள்ளுமாறு அவர் அழைப்பு விடுத்தார். ஆயினும் தலித், முற்போக்கு இலக்கிய வாதிகள் இந்த அழைப்பை நிராகரித்தார்கள். அதுமட்டுமன்றி, தர்மஸ்தலத்தில் கன்னட சாகித்ய பரீஷத் அனைத்திந்திய

கன்னட மாநாட்டை நடத்தும் அதே நாளில் பெங்களூரில் புரட்சிகர இலக்கிய மாநாட்டை நடத்தத் தீர்மானித்தார்கள்.

கவிதை உறைவாளாகட்டும்

புரட்சிகர இலக்கிய அமைப்பு உருவானது. சென்டிரல் கல்லூரியின் நூலகத்துக்கு எதிரில் இருந்த சின்ன பூங்காவில் இது உருவானது. அங்கே வளர்ந்திருந்த பசும்புல் தரைமீது அமர்ந்திருந்த புரட்சிகர இலக்கியவாதிகள் பரீஷத் நடத்தும் மாநாட்டைக் கண்டித்து, அதற்கு எதிராகப் புரட்சிகர இலக்கிய மாநாட்டை நடத்தும் முடிவை எடுத்தார்கள். காளேகௌட நாகவார, சி.ஜி. கிருஷ்ணசாமி, டி.ஆர். நாகராஜ், ராமதேவ ராகே, பரகூரு ராமச்சந்திரப்பா, சூத்ர ஸ்ரீனிவாஸ் ஆகியோரையும் என்னையும் மாநாட்டின் ஆலோசகர்களாக நியமித்து எங்கள் பெயரிலேயே புரட்சிகர இலக்கிய மாநாட்டின் தேவையைப்பற்றி விவரித்து, நாட்டிலுள்ள எல்லா இலக்கியவாதிகளையும் வரவழைப்பதற்கான கடிதங்கள் அனுப்பப்பட்டன. இந்த அறிக்கையைத் தயாரித்தவர்கள் டி.ஆர். நாகராஜ். முதலாளித்துவப் பண்பாட்டுக்கு எதிராக இலக்கியவாதிகள் திரண்டெழவேண்டிய தேவையைப்பற்றி அவர் அந்த அறிக்கையில் முன்வைத்திருந்தார். "கவிதை உறைவாளாகட்டும், பொதுமக்களின் வேதனையை ஆற்றும் உயிர்த்தோழனாகட்டும்" என்னும் வாக்கியம் இந்த அறிக்கையில் எடுப்பாகக் காணப்பட்டது. இந்த வாசகத்தில் காணப்பட்ட உயிர்த்தோழன் என்னும் சொல்லை இணைத்தவர் காளேகௌட நாகவார. இந்தூதர ஹொன்னாபுர, எஸ். கணேசன், விஜயா பாடீல் போன்ற எண்ணற்ற முற்போக்கு எழுத்தாளர்கள் இந்த மாநாட்டின் அமைப்பாளர்களாக இணைந்து செயலாற்றினார்கள். மாநாட்டின் செலவுக்காக முதல் நன்கொடையாக டாக்டர் கே. மருளசித்தப்பா அவர்கள் ஐம்பது ரூபாயை வழங்கினார். மாநிலத்தின் பல பகுதிகளைச் சேர்ந்த எல்லா இலக்கியவாதிகளிடமிருந்தும் முற்போக்கு முகாமைச் சேர்ந்த படைப்பாளிகளிடமிருந்தும் மாநாட்டை நடத்துவதற்குத் தேவையான ஊக்கச் சொற்கள் கிடைத்தபடி இருந்தன. எங்களை ஆதரித்து பத்திரிகைகளில் அறிவிப்புகள் வெளிவந்தன. அதே சமயத்தில் எங்களைப் பழித்தும் பலர் பத்திரிகைகளில் எழுதினார்கள். நான் டி.ஆர். நாகராஜ், காளேகௌட நாகவார, பேராசிரியர் பருகூரு ராமச்சந்திரப்பா ஆகிய அனைவரும் கன்னட ஆய்வு மையத்தில் வேலை செய்துவந்தோம். அப்போது டாக்டர் ஜி.எஸ். சிவருத்ரப்பா கன்னட ஆய்வு மையத்தின் இயக்குநராக இருந்தார். கன்னட சாகித்ய பரீஷத்துக்கு அன்றைய தலைமைப்பொறுப்பில் இருந்தவரான ஹம்ப. நாகராஜைய்யா

அவர்களும் கன்னட ஆய்வு மையத்தில் பேராசிரியராகப் பணிபுரிந்து வந்தார். டாக்டர் ஜி.எஸ். சிவருத்ரப்பாவுக்கும் ஹம்ப நாகராஜையாவுக்கும் இடையில் ஏதோ ஒரு காரணத்துக்காக வெகுகாலமாக மனவருத்தம் இருந்தது. இதைக் கவனித்த சிலர் புரட்சிகர இலக்கிய அமைப்பின் நிறுவனர்களில் நான்கு பேர் கன்னட ஆய்வு மையத்தில் பணிபுரிகிறார்கள் என்றும் இந்த நால்வரும் ஜி.எஸ். சிவருத்ரப்பாவின் கையாட்கள் என்றும் சிவருத்ரப்பா இவர்களை நாகாராஜையாவுக்கு எதிராகத் தூண்டி விட்டு புரட்சிகர இலக்கிய அமைப்பை நிறுவி நடத்த ரகசிய ஆதரவை அளிக்கிறார் என்றும் பத்திரிகைகளில் எழுதினார்கள். இந்தப் பத்திரிகைச் செய்தி எங்கள் சுயமரியாதைக்குப் பலத்த அடியாக இருந்தது. இந்த அவமானத்தை நாங்கள் எப்படியோ சகித்துக்கொண்டு மாநாட்டு வேலையைக் கவனிப்பதில் மூழ்கியிருந்தோம். ஆனால் எங்கள் மாணவர்களில் சிலருக்கு இந்த அவமானத்தைத் தாங்கிக்கொள்ள முடியவில்லை. அவர்கள் எங்களைக் கலந்தாலோசித்துக்கொண்டு எங்களைப் பழிப்பவர்கள் முதிர்ச்சியில்லாத மனிதர்கள் என்று பத்திரிகையில் செய்தி கொடுத்தார்கள். இவ்வாறாக, ஆதரித்தும் எதிர்த்தும் பல அறிவிப்புகள் பத்திரிகைகளில் தொடர்ந்து வெளிவரத் தொடங்கின. புரட்சிகர இலக்கிய அமைப்பினர் மாநாட்டை நடத்தினால், மாநாட்டுப்பந்தல் எதிரில் உட்கார்ந்து போராடப் போவதாக சிலர் பத்திரிகையில் செய்தி கொடுத்தார்கள். ஆக மொத்தத்தில், இந்த மாநாட்டையொட்டி விசித்திரமானதொரு ஆர்வம் நாடுமுழுக்க கிளர்ந்தெழத் தொடங்கியது.

ஆந்திராவைச் சேர்ந்த புரட்சிக்கவிஞரான ஸ்ரீ.ஸ்ரீ. எழுத்தாளர் களான கே.வி. ரமணாரெட்டி, மகாராஷ்டிரத்தைச் சேர்ந்த தலித் எழுத்தாளர்களான தயா பவார், அர்ஜுன் டாங்க்ளே, எழுத்துப் போராளியான கோதாவரி பருளீகர், சமூகச்சிந்தனையாளரான சி.ஜி.கே.ரெட்டி, கன்னட எழுத்தாளரான நிரஞ்சன, தேவனூரு மகாதேவ ஆகியோரை வரவழைக்கத் தீர்மானித்தோம்.

தேவனூருவின் மறுப்பு

தேவனூரு அவர்களை அழைப்பதற்காக நான் சென்றிருந்தபோது இந்த மாநாட்டில் கலந்துகொள்ள அவர் மறுத்துவிட்டார். இது பெங்களூர் பல்கலைக்கழகத்தைச் சேர்ந்த கன்னட ஆய்வு மையத்தின் உள் அரசியல். டாக்டர் ஜி.எஸ். சிவருத்ரப்பாவுக்கும் நாகராஜையாவுக்கும் இடையிலான கருத்துவேறுபாடு இப்படி ஒரு வடிவம் எடுத்திருக்கிறது. நான் இந்த மாநாட்டில் கலந்துகொள்ள மாட்டேன் என்று சொல்லிவிட்டார். இந்த

மாநாட்டையொட்டி பத்திரிகைகளில் வெளிவந்த செய்திகளை அவர் படித்திருக்கவேண்டும். இந்த விஷயத்தைப் பொறுத்த மட்டில், அவருடைய நிலைபாடு தெளிவாக இருந்தது. மகாதேவ அவர்களைப் பொறுத்தவரையில் பொதுமேடையில் பேசுவது என்பது அவ்வளவாகப் பிடித்தமில்லாத விஷயம். அதிலும் மாநாட்டை வாழ்த்திப் பேசவேண்டும் என்று கேட்டபோது, அவருடைய தயக்கம் பலமடங்காகிவிட்டது. கன்னட சாகித்ய பரீஷத்தைப் போல நாங்கள் மாநாட்டின் தலைவர் என எவரையும் அறிவிக்காமல் வாழ்த்திப் பேசுவது என்கிற திட்டத்தை வகுத்திருந்தோம். மகாதேவ அவர்கள் மறுத்துவிட்டதால் புரட்சிகர இலக்கிய மாநாட்டுக்குப் பெருமை இல்லாமல் போய்விட்டதே என்கிற வருத்தம் எனக்குள் எழுந்தது. மகாதேவ அவர்களிடம் பேசி எப்படியாவது ஒத்துக்கொள்ளவைத்து அவரை எப்படியாவது பெங்களூரில் நடைபெறும் கூட்டத்திற்கு அழைத்துவரும் பொறுப்பை நான் ஏற்றுக்கொள்கிறேன் என அனைவருக்கும் வாக்களித்திருந்தேன். தேவனூரு இல்லாமல் மாநாடு நடைபெற்றால் அதற்கு அழகே இருக்காது எனத் தோன்றியது. அவருடைய மறுப்பு என்னைச் சோர்வடைய வைத்தது. தேவனூரு மகாதேவ அவர்கள் எந்த அளவுக்கு இயல்பாக நெருங்கிப் பழகக்கூடியவரோ, அதே அளவுக்கு உறுதியாகவும் இருக்கக்கூடியவர். அவர் மனிதாபிமானம் மிகுந்தவர்; ஆயினும் ஒருநாளும் தாட்சண்யத்துக்கு உடன்படுபவர் அல்லர். தம் மனத்தில் இருப்பதை வெளிப்படையாகவும் உறுதியாகவும் சொல்லிவிடக்கூடியவர். எப்படியாவது அவரை ஒத்துக்கொள்ள வைத்துவிட வேண்டும் என்கிற எண்ணத்துடன் நான் மைசூரிலேயே தங்கி அடுத்தநாளும் சந்தித்தேன். புரட்சிகர இலக்கிய அமைப்பு கன்னட ஆய்வு மையத்தின் அரசியலுடைய விளைவாக உருவாகவில்லை என்பதையெல்லாம் விரிவாக எடுத்துரைத்தேன். மகாதேவ சற்றே அமைதியடைந்தவரைப்போல காணப்பட்டார். நாங்கள் ஜி.எஸ். சிவருத்ரப்பாவுடைய மாணவர்கள் என்றபோதும், ஒருநாளும் அவர் எங்களை யாருக்கும் எதிராகத் தூண்டும் முயற்சியில் இறங்கியவரல்லர் என்றும் எடுத்துரைத்தேன். கடைசியில் ஒருவழியாக நல்ல மனத்துடன் புரட்சிகர இலக்கிய மாநாட்டை வாழ்த்திப் பேச வருவதற்கு மகாதேவ ஒத்துக்கொண்டார். அவருடைய ஒப்புதல் புரட்சிகர இலக்கிய அமைப்புக்கு வலிமை சேர்த்தது. தும்கூரைச் சேர்ந்த சில தலித் படைப்பாளிகள் தாமும் புரட்சிகர இலக்கிய அமைப்பை எதிர்ப்பதாக பத்திரிகையில் ஓர் அறிவிப்பை வெளியிட்டார்கள். தலித் இலக்கியத்தை நசுக்கி அழிப்பதற்காகச் சிலர் புரட்சிகர இலக்கிய அமைப்பைத் தோற்றுவித்திருக்கிறார்கள் என்பது அவர்களுடைய குற்றச்சாட்டாக இருந்தது. அடுத்த நாளே நான்

தும்கூருக்குச் சென்று அங்கேயிருந்த தலித் மாணவர்களையும் தலித் எழுத்தாளர்களையும் ஒருங்கிணைத்து ஒரு சந்திப்புக்கு ஏற்பாடு செய்து புரட்சிகர இலக்கிய அமைப்புக்கான தேவையைப்பற்றி எடுத்துரைத்தேன். அதற்குப் பிறகு நண்பர்கள் என் கருத்தை ஏற்றுக்கொண்டார்கள்.

சின்னண்ணா வாலீகாரின் கோபம்

இந்தத் தருணத்தில் *கன்னடபிரபா* நாளிதழ்க்காரர்கள் என்னிடமும் பி. கிருஷ்ணப்பா அவர்களிடமும் நேர்காணல் எடுத்தார்கள். என் நேர்காணல் நன்றாகவே அமைந்தது. ஆனால் நான் நேர்காணல் அளிக்கும்போது, "தீண்டப்படாதவர்கள், மட்டுமே தலித்துகள்" என்று வாய்பிசகாகச் சொல்லிவிட்டேன். அந்த வாசகம் அப்படியே பிரசுரமாகிவிட்டது. இதைப் படித்த சின்னண்ணா வாலீகார் என்மீது கோபம் கொண்டார். "அப்படியென்றால் நான் தலித் இல்லையா?" என்று கேட்டு வருத்தப்பட்டார். புரட்சிகர இலக்கிய மாநாட்டை எதிர்ப்பதாக அவர் அச்சுறுத்தினார். மாநாட்டில் கலந்துகொள்வதற்காக அப்போதே அவர் பெங்களூருக்கு வந்துவிட்டிருந்ததால், அவரால் எதுவும் செய்ய இயலாமல் இருந்தது. செய்தி கிடைத்ததுமே நான் அவரைச் சந்தித்தேன். மாநகராட்சிக்குப் பின்புறத்தில் இருந்த தேவாங்க கல்யாண மண்டபத்தில் ஒரு மூலையில் வாலீகார் முகம்சுருங்க உட்கார்ந்திருந்தார். நான் அவரை நேரில் பார்த்து, அவருடைய மனத்தைப் புண்படுத்தியிருந்தால் மன்னிக்க வேண்டுமென்று கேட்டுக்கொண்டேன். அதற்குப் பிறகு அவர் அமைதியடைந்தார். மாநாட்டு வேலைகளில் சுறுசுறுப்பாக ஈடுபட்டு இயங்கத் தொடங்கினார்.

புரட்சிகர இலக்கிய மாநாட்டின் முதல் நாளன்று அரங்கத்தில் எதிர்ப்பாளர்கள் கலவரத்தை ஏற்படுத்தவிருக்கிறார்கள் என்கிற செய்தி எங்களுக்கு முதலிலேயே கிடைத்துவிட்டது. ஒன்றிரண்டு நாட்கள் முன்பாகவே நான் இ. அஷ்வத்நாராயண அவர்களைச் சந்தித்தேன். இன்றுபோலவே அன்றும் இ. அஷ்வத்நாராயண பலவிதமான செயல்பாடுகளோடு தொடர்புடையவராக இருந்தார். தொடக்க காலத்திலிருந்தே அவர் காங்கிரஸ்காரர். எங்கள் மாநாடு அரசு சார்பான மாநாடல்ல. எங்களுடைய கருத்துகள் அஷ்வத்நாராயண அவர்களுக்கு மிகவும் பிடித்திருந் தன. எங்கள் நிகழ்ச்சியில் சிலரால் கலவரம் உருவாகும் வாய்ப்பு இருக்கிறது என்றும், மாநாடு தொடங்கியதிலிருந்து முடிவதுவரைக்கும் ஒரு தன்னார்வலத் தொண்டனைப்போல உதவி செய்யவேண்டும் என்றும் அவரிடம் கேட்டுக்கொண்டேன்.

அஷ்வத்நாராயணனும் அவருடைய நண்பர்களும் மாநாட்டில் முழுமனத்துடன் பங்கெடுத்ததோடு மட்டுமின்றி, சமையல் கட்டிலிருந்து தொடங்கிப் பணியாட்கள் இருக்கக்கூடிய எல்லா இடங்களுக்கும் சென்று அவர்களிடம் வேலை வாங்கி மேற்பார்வை செய்வது வரைக்கும் எல்லா வேலைகளையும் செய்தார்கள். மாநாட்டின் தொடக்கவிழாவுக்கு முன்பேயே சிலர் தேவாங்க கல்யாண மண்டபத்துக்கு எதிரில் புரட்சிகர இலக்கியத்துக்கும் இலக்கியவாதிகளுக்கும் எதிராக முழக்கமிடத் தொடங்கினார்கள். அவர்களுடைய கைகளில் எங்களுக்கு எதிராக எழுதப்பட்ட வாசகங்கள் ஒட்டப்பட்ட அட்டைகள் இருந்தன. விவசாயிகள் சங்கத்தின் தலைவரான பி. ஜகந்நாத் அவர்களும் இளம் தலைமுறையினரின் தலைவராக இருந்த அஷ்வத்நாராயண அவர்களும் எதிர்ப்பாளர்களின் முன்னால் சென்றதுமே அதுவரை முழங்கிக்கொண்டிருந்தவர்கள் ஓட்டமாய் ஓடி மறைந்துவிட்டார்கள். எதிர்ப்பிலக்கியத்துக்கான மாநாட்டைக் கட்டியெழுப்பிய நாங்கள் முதல் நாளே, ஓர் எதிர்ப்பை நேருக்குநேர் சந்திக்க நேர்ந்தது நகைமுரணான விஷயம். எதிர்ப்பாளர்களின் முழக்கங்களில் எங்கள்மீது சுட்டிக்காட்டும்படியான பெரிய குற்றங்கள் எதுவும் இல்லை. சாகித்ய பரீஷத்தை மீறித் தனியான அமைப்பைத் தோற்றுவித்ததை ஒட்டி உருவான அச்சமே, அவர்களின் எதிர்ப்பைக் காட்டத் தூண்டியது.

ஸ்ரீ.ஸ்ரீ.

மாநாட்டைத் தொடக்கிவைத்த ஸ்ரீ.ஸ்ரீ அவர்கள் அன்று அற்புதமாகச் சொற்பொழிவாற்றினார். ஸ்ரீ.ஸ்ரீ இந்தியாவின் முக்கியமான புரட்சிக்கவிஞர். அவர் புரட்சிகர இலக்கிய மாநாட்டைத் தொடக்கிவைத்துப் பேசுவதற்காக சென்னையிலிருந்து வந்திருந்தார். நான் அவரைப்பற்றிக் கேள்விப்பட்டதுண்டு. அவருடைய கவிதைகளைப் படித்ததுமுண்டு. ஆனால் பார்த்ததில்லை. முதல்நாளே அவர் வந்து சத்கார் விடுதியில் தங்கியிருந்தார். மாநாடு நடைபெறவிருந்த அன்று காலையில் அவரைப் பார்ப்பதற்காக அவர் தங்கியிருந்த விடுதி அறைக்குச் சென்றேன். வயது முதிர்ந்திருந்த ஸ்ரீ.ஸ்ரீ அவர்கள் ஆரோக்கியக் குறைவோடேயே காணப்பட்டார். பழைய ஸ்வெட்டரை அணிந்துகொண்டு படுக்கையில் உட்கார்ந்திருந்தார். காலையிலேயே மது அருந்தியிருப்பதுபோலத் தோன்றியது. தொடக்கவிழாச் சொற்பொழிவை அவர் எப்படி பேசப் போகிறார் என எனக்கு அச்சமாக இருந்தது. மாநாட்டுத் திடலுக்கு வந்து, மேடையின்மீது ஏறியதுமே அவர் சுறுசுறுப்படைந்துவிட்டார். அற்புதமான

முறையில் தொடக்கவிழாச் சொற்பொழிவை ஆற்றினார். அவர் கர்நாடகத்துக்கு வந்திருந்து புரட்சிகர இலக்கியவாதிகளை வாழ்த்திப் பேசியது பெருமைக்குரிய ஒன்றாகும். சென்னைக்குச் சென்று ஸ்ரீ.ஸ்ரீ. அவர்களை மாநாட்டுக்கு அழைத்து வந்தவர் பேராசிரியர் நகரி பாபையா அவர்கள்.

கே.வி. ரமணாரெட்டி

புரட்சிகர இலக்கிய மாநாட்டுக்கு ஆந்திரத்திலிருந்து வந்திருந்த மற்றொரு எழுத்தாளர் பேராசிரியர் கே.வி.ரமணாரெட்டி. சில ஆண்டுகளுக்கு முன்பாக ரமணாரெட்டியைப்பற்றிக் கன்னட எழுத்தாளரும் நாட்டுப்புறவியல் வல்லுநருமான கிருஷ்ண மூர்த்தி ஹனூரு ஒரு செய்தியைச் சொன்னார். கர்நாடக சாகித்ய அகாதெமி வகுத்த திட்டமொன்றின் அடிப்படையில் உரையாற்றுவதற்காக கிருஷ்ணமூர்த்தி ஆந்திரத்துக்குச் சென்றிருந்தார். வெளிமாநில இலக்கியவாதிகளைச் சந்தித்துப் பேசிக் கருத்துகளை விவாதிப்பது என்பது இந்தத் திட்டத்தின் நோக்கம். ஆந்திரத்தில் தங்கியிருந்த ஹனூருவுக்கு ஆந்திரத்தின் கே.வி. ரமணாரெட்டியைச் சந்தித்துப் பேச ஆசை எழுந்தது. முகவரியைக் கண்டுபிடித்து கே.வி. ரமணாரெட்டியின் வீட்டுக்குச் சென்றார். அது பொழுது சாய்ந்த நேரம். இதற்கு முன்னால் கே.வி. ரமணாரெட்டியை ஹனூரு பார்த்ததில்லை. ரெட்டி அவர்களுக்கும் அவரைப்பற்றிய அறிமுகம் எதுவும் இல்லை. வீட்டில் ரமணாரெட்டியைப் பார்த்ததுமே ஹனூரு தன்னை அறிமுகப்படுத்திக்கொள்ள முயற்சி செய்தார். ஆனால் அவரைப்பற்றித் தெரிந்துகொள்ள ரமணாரெட்டி, எவ்விதமான ஆர்வமும் காட்டிக்கொள்ளவில்லை. ஆனால் அவர் உணவு உட்கொள்ள ஏற்பாடு செய்தார். வீட்டிலேயே படுத்துக்கொள்வதற்கு அறையொன்றை ஒழித்துக்கொடுத்து, படுக்கைக்கும் போர்வைக்கும் வழிசெய்தார். தன் பெயரைக்கூட மனிதர் கேட்கவில்லையே என்று வருத்தத்தில் மூழ்கினார் ஹனூர். காலையில் எழுந்ததுமே, ஹனூர் குளிப்பதற்குத் தேவையான ஏற்பாடுகளைக் கவனித்தார் ரமணாரெட்டி. சிற்றுண்டியும் முடிந்துவிட்டது. அப்போதுகூட ரெட்டி அவர்கள் அதிக அளவு பேசமுடியில்லை. ஹனூருவை வீட்டிலேயே விட்டுவிட்டு கல்லூரிக்குச் சென்று மதிய வேளையில் திரும்பினார். மதிய உணவும் முடிந்தது. சாப்பாடெல்லாம் முடிந்த பிறகு, ஓய்வாக உட்கார்ந்திருந்த ஹனூருடன் உரையாட உட்கார்ந்த ரெட்டி, "உங்கள் பெயர் என்ன? எந்த ஊர்?" என்று கிருஷ்ணமூர்த்தி ஹனூருவைப் பார்த்துக் கேட்டார். இலக்கியம், சமூகம், போராட்டம் எனப் பல விஷயங்களையொட்டி

இருவருக்கும் இடையே உரையாடல் நிகழ்ந்தது. கர்நாடக சாகித்ய அகாதெமியின் மூலம் ஆந்திரப்பிரதேச எழுத்தாளர்களைச் சந்திக்கும் திட்டத்தின் கீழ் அவரைச் சந்தித்துப் பேச வந்திருப்பதாக ஹனூரு சொன்னபோது, ரெட்டி அவர்கள் மிகுந்த மகிழ்ச்சியடைந்தார். கிருஷ்ணமூர்த்தி ஹனூரு இந்தச் செய்தியைச் சொல்லிப் பகிர்ந்துகொண்டபோது, மனிதர்கள் இப்படியும் இருப்பார்கள்போல என்று எண்ணியதுண்டு. ரெட்டி அவர்களுக்கு ஹனூரு அவர்களின் அறிமுகமே தேவைப்படவில்லை. ஒரு நாள் முழுக்க அவருக்குத் தேவையான எல்லா வசதிகளையும் செய்துகொடுத்து மறுநாள்தான் அவருடன் பேச உட்கார்ந்தார் என்னும் செய்தி, கேட்பதற்கு விசித்திரமாகத் தோன்றினாலும் மனிதாபிமானம் நிறைந்த முக்கியமான நிகழ்வு என்றே எனக்குத் தோன்றியது. ஆந்திரத்தின் புரட்சிப்போராட்டத்தில் சேர்ந்து சிறைவாசம் அனுபவித்தவர் ரமணாரெட்டி. புரட்சிகர இலக்கிய மாநாட்டுக்கு அவர் உரையாற்ற வரும் வேளையில் அவருடைய சிறைவாசம் பற்றிய செய்தியும் வெளிவந்தது. ரமணாரெட்டி அவர்கள் நிகழ்ச்சியில் ஆழ்ந்த ஆய்வுவழியில் உரையாற்றினார்.

‘பாறைகள்மீது மொட்டு மலரவேண்டும்’

மாநாட்டில் தேவனூரு மகாதேவ நிகழ்த்திய வாழ்த்துரை பிற எல்லாவற்றையும் விட என்னை மிகவும் கவர்ந்தது. மகாதேவ அவர்களின் உரை பல உட்குறிப்புகளுடன் அமைந்திருந்தது. மிக இயல்பாகவே பேசினார். புரட்சிகர இலக்கிய மாநாடு மிகவும் அவசரமான சூழலில் உருவானது என்று அவர் சொன்னார். ஆனால் பாறைகள்மீது மொட்டு மலரவேண்டும் என அவர் பேசிய சொற்கள் எல்லோருடைய இதயத்திலும் நிறைந்தது. மகாராஷ்டிரத்திலிருந்து தயாபவாரும் அர்ஜுன் டாங்க்ளேயும் வந்திருந்தார்கள். தயாபவார் மிகப்பெரிய எழுத்தாளர். சாதுவான மனிதர். அர்ஜுன் டாங்க்ளே நல்ல விமர்சகர். போராளியும் ‘மானுடன் விழிப்புறும்போது’ நூலின் ஆசிரியையுமான எழுத்தாளர் கோதாவரி பருளேகர் மிகவும் உத்வேகத்துடன் உரையாற்றினார். மகாராஷ்டிரத்தின் பழங்குடியினரை ஒன்றிணைத்து அவர்களிடையே விழிப்புணர்வு ஊட்டினார். கோதாவரி பருளேகர் கன்னட எழுத்தாளர்களின் பாராட்டுக்குரிய ஒருவர். கன்னடமொழியின் புகழ்பெற்ற நாவலாசிரியரான நிரஞ்சன் நிறைந்த மனத்துடன் உரையாற்றி மாநாடு வெற்றிபெற வாழ்த்தினார். பேராசிரியர் சந்திரசேகர் பாடீல் தன்னுடைய சொற்பொழிவில் ஒரு தலைமுறையின் விழிகளைத் திறந்த கவிஞர் என அடிக அவர்களைப்பற்றி லங்கேஷ் சொன்ன வாக்கியத்தை நினைவுகூர்ந்தார். லங்கேஷின்

வாக்கியத்தில் ஒரு சின்ன திருத்தம் செய்வதாகச் சொன்ன பாடல், அடிக ஒரு தலைமுறையின் ஒற்றை விழியை மட்டும் திறந்த கவிஞர் என்று கிண்டலாகக் குறிப்பிட்டார்

கவியரங்கில் கலவரம்

இறுதிநாளன்று நடைபெற்ற கவியரங்கத்துக்கு நான் தலைமையேற்றேன். கவியரங்கத்தில் கவிதை வாசிப்பதில் போட்டாபோட்டி இருந்தது. இதையொட்டிப் பல கவிஞர்களின் பெயர்கள் என்னிடம் பரிந்துரைக்கப்பட்டன. இதைச் சமாளிப்பதற்காக, அழைப்பிதழில் அச்சிடப்பட்டிருக்கும் கவிஞர் களுக்கு மட்டுமே வாய்ப்பளிக்கப்படும் என்று சொன்னேன். பெரிய கவிஞர்களில் சிலரைப் பெரிய கவிஞர் என்னும் ஒரே காரணத்துக்காகக் கவியரங்கத்துக்கு அழைக்கக்கூடாது என சில தீவிர புரட்சிகர இலக்கியவாதிகள் வாதாடி, அதில் வெற்றியும் பெற்றனர். இதனால், முற்போக்கு மனச்சாய்வுடைய சில கவிஞர்களின் பெயர்கள் அழைப்பிதழில் சேர்க்கப்படவில்லை. இதையொட்டி எவ்விதமான மனவருத்தத்தையும் காட்டிக் கொள்ளாமல் அந்தக் கவிஞர்கள், பார்வையாளர்கள் வரிசை யில் உட்கார்ந்திருந்தார்கள். இதைக் கவனித்த நான் அந்தக் கவிஞர்களைக் கவிதை வாசிப்பதற்காக அழைப்பதாகச் சொன்னபோது, அதை அந்த இலக்கியவாதிகள் எதிர்த்தனர். எப்படியாவது கவியரங்கம் முடிந்தால் போதும் என நினைத்து அமைதியாக இருந்தேன். நான்கைந்து கவிஞர்கள் கவிதை வாசித்தனர். திடீரென 'ஒழிக' முழக்கம் முழங்கத் தொடங்கியது. 'புரட்சிகர இலக்கியவாதிகள் ஒழிக' என்னும் முழக்கம் கேட்டது. அதுவும் அவையின் நடுப்பகுதியிலிருந்து கேட்டது. எங்கள் எதிராளிகள் கவியரங்கப் பார்வையாளர்களிடையில் வந்து உட்கார்ந்திருந்தார்கள். வேறெங்கோ உட்கார்ந்திருந்த சிலர் 'ஒழிக' முழக்கமிட்டபடி நான் அமர்ந்திருந்த மேடைக்கு அருகில் வர முயற்சி செய்தார்கள். எனக்கு உண்மையிலேயே அச்சம் எழுந்தது. பார்வையாளர்களிடையே அமர்ந்திருந்த சில அப்பாவிகள் கலவரம் உருவாகிவிடலாம் என அஞ்சி எழுந்து ஓடத் தொடங்கினார்கள். ஆனால் எதிராளிகளை விழாக்குழுவின் சேவையாளர்கள் தடுத்துவிட்டார்கள். அவர்களைச் சுற்றி வளைத்து, ஒவ்வொருவராக தூக்கிக்கொண்டு வெளியே சென்றார்கள். எதிர்ப்பைக் காட்ட வந்தவர்களுடைய காலணிகள் அங்கங்கே சிதறியிருந்தன. இவ்வளவும் நடைபெற்று முடியும்வரை எனக்குள் சற்றே நடுக்கம் இருந்தது. என் அச்சத்தை அவையிலிருந்தவர்கள் கவனித்துவிடக் கூடாது என்பதற்காக

“அவையில் இருப்பவர்கள் அச்சப்படத் தேவையில்லை; கவியரங்கம் தொடர்ந்து நடைபெறும்” என்று அறிவித்தபடி இருந்தேன். என் நிலையைப் புரிந்துகொண்டோ என்னமோ, காளேகௌட நாகவார புன்னகை புரிந்தார். டாக்டர் டி.ஆர். நாகராஜ், “புரட்சி செய்யவேண்டுமென்றால் இப்படிப்பட்ட சம்பவங்களுக்கெல்லாம் நாம் தயாராகவே இருக்கவேண்டும்” என்று காதில் சொன்னார். நான் திகைத்து நின்றுவிடக்கூடாது என்பதற்காகவே அவர் அப்படிச் சொல்லியிருக்க வேண்டும். இப்படி ஒரு நெருக்கடியான சூழ்நிலையை நான் எப்படி சமாளிக்கிறேன் என்பதைப் பார்க்க விரும்பியதே காளேகௌடரின் புன்னகைக்குக் காரணமாக இருக்கவேண்டும்.

அப்போது தேவராஜ் அரஸ் முதலமைச்சராக இருந்தார். செய்தித்துறை அமைச்சராகவிருந்த கே.எச். ஸ்ரீநிவாஸ் புரட்சிகர இலக்கிய மாநாட்டுக்கு வாழ்த்துச் செய்தியை அனுப்பியிருந்தார். புரட்சிகர இலக்கிய மாநாடு நடைபெற்று முடிந்த சிறிது நேரத்துக்குள்ளேயே குடகு பகுதியைச் சேர்ந்த மூன்று நான்கு இளைய புரட்சிகர இலக்கியவாதிகள் எங்களைச் சந்தித்தார்கள். குடகு மாவட்ட புரட்சிகர இலக்கிய மாநாடொன்றை நிகழ்த்தத் தீர்மானித்திருப்பதாகவும் மாநாட்டை நடத்திக்கொள்ள மாநில அமைப்பு அனுமதி அளிக்கவேண்டும் என்றும் அவர்கள் கேட்டுக்கொண்டார்கள். மாநிலத்தின் எல்லாப் பகுதிகளிலிருந்தும் புரட்சிகர இலக்கியவாதிகளை அழைத்திருப்பதாக அவர்கள் சொன்னார்கள். வந்திருந்த இளைஞர்களின் உற்சாகத்தைப் பார்த்து டி.ஆர். நாகராஜ் மிகவும் மகிழ்ச்சியடைந்தார். பருகூரு அவர்களும் காளேகௌட அவர்களும் மாவட்ட மாநாட்டை நடத்திக்கொள்வதற்கு அனுமதி அளித்தனர். எனக்கு இவ்விஷயத்தில் உடன்பாடு இல்லை. அவசர அவசரமாக மாநாடு நடத்தத் தேவையில்லை என்றும் மாநாட்டுக்கு பொதுமக்களுடைய ஆதரவை முதலில் பெறவேண்டும் என்றும் நான் சொன்னேன். புரட்சிகர இலக்கிய மாநாட்டுக்கு குடகு மாவட்ட மக்களின் ஆதரவு கிடைப்பதையொட்டி எனக்கிருந்த சந்தேகத்தை வெளிப்படுத்தினேன். குடகு பகுதியில் இடதுசாரிகள் பிரபலமாக இல்லாத காரணத்தால் காப்பித்தோட்டத் தொழிலாளர்கள் எங்களுடைய மாநாட்டில் பங்கெடுத்துக்கொள்வதற்கான வாய்ப்பு குறைவு என்று நான் எடுத்துரைத்தேன். எங்களை அழைக்க வந்திருந்தவர்களில் குடகு பகுதியைச் சேர்ந்த மூத்த மார்க்ஸியவாதியும் போராளியுமான டாக்டர் அஸ்ரண்ண அவர்களுடைய மகனான பிரசன்னாவும் இருந்தார். பிரசன்னாவும் போராளிதான். அவருடன் இப்போது பத்திரிகைத்துறையில் பணியாற்றக்கூடிய டி.கே. தியாகராஜ் அவர்களும் இருந்தார்கள்.

தியாகராஜனின் உற்சாகம் கட்டுக்கடங்காததாக இருந்தது. நான் சொன்னதைக் கேட்டதும் பிரசன்னா, தியாகராஜ் ஆகியோரும் அவர்களுடைய நண்பர்களும் வருத்தமடைந்தார்கள். குடகு பகுதியின் நிலையே மாறிவிட்டது என்று அவர்கள் சொன்னார்கள். நான் அவர்களுடைய பேச்சை ஒத்துக்கொள்ளாமல் மாநாட்டைப் பொறுமையாக நடத்திக்கொள்ளலாம், நம் பலவீனம் வெளிப்படும்படி செய்துவிட வேண்டாம் என்று சொன்னேன். முதல் புரட்சிகர இலக்கிய மாநாடு அற்புதமான வகையில் நடைபெற்று வெற்றி பெற்றிருக்கிறது. மாநில அளவிலும் தேசிய அளவிலும் உள்ள இலக்கியவாதிகளின் கவனத்தைக் கவர்ந்திருக் கிறது. குடகு மாநாடு தோல்வியுற்றால், அது புரட்சிகரப்

சித்தலிங்கையா

போராட்ட வளர்ச்சியை மோசமாகப் பாதிக்கும் என்பது என் எண்ணமாக இருந்தது. ஆனால் குடகு இளைஞர்கள் மாநாடு நடத்துவதைச் சவாலாக எடுத்துக்கொண்டார்கள். கன்னட சாகித்ய பரீஷத்காரர்கள் மாவட்ட இலக்கிய மாநாடொன்றை நிகழ்த்துவதற்குத் திட்டமிட்டிருந்தார்கள். குடகு புரட்சிக்காகக் காத்திருக்கிறது. அங்கே இப்போதே புரட்சித்தீ பற்றியெரிகிறது. நீங்கள் அவநம்பிக்கையோடு பேசவேண்டாம் என்று அவர்கள் சொன்னார்கள். கடைசியில் மாநாட்டை நடத்திக்கொள்வதற்கான அனுமதியை நான் அவர்களுக்கு வழங்கினேன். மாநாட்டுக்கான அழைப்பிதழ்கள் எங்கள் கைக்குக் கிடைத்தன. மாநிலத்தில் உள்ள எல்லா முக்கிய புரட்சிகர இலக்கியவாதிகளின் பெயர்களும் பிரசுரமாகியிருந்தன. மிகவும் தடபுடலாக மாநாட்டுக்கான ஏற்பாடுகள் செய்யப்பட்டன.

பேருந்தில் கசப்பான சம்பவம்

மாநிலத்தின் எல்லாப் பகுதிகளிலிருந்தும் புரட்சிகர இலக்கிய வாதிகள் பெங்களூருக்கு வந்திருந்தார்கள். எல்லோரும் பேசிக்கொண்டே மடிகேரிக்குச் செல்ல மொத்தமாகப் பேருந்தில் ஏறினோம். பேருந்து மைசூரை அடைந்தபோது இன்னும் ஏராளமான இலக்கியவாதிகள் அந்தப் பேருந்தில் ஏறினார்கள். உட்காரக்கூட இடமில்லாமல் இருந்ததால் பல படைப்பாளிகள் நின்றுகொண்டே பயணம் செய்தார்கள். இரவுப்பயணம் என்பதால் பலரும் தூங்கிவிழுந்தபடிப் பயணம் செய்தார்கள். தம் ஊருக்குச் செல்லும் சில இளம்பெண்களும் அந்தக் கூட்டத்தில் நின்றுகொண்டு வந்தார்கள். இலக்கியவாதிகள் அவர்களுக்கு முன்னும் பின்னுமாக நின்றிருந்தார்கள். மடிகேரியை நெருங்கிக் கொண்டிருந்த வேளையில் பேருந்தில் விளக்குகள் எரியத் தொடங்கின. ஓர் இலக்கியவாதி வேறொரு எழுத்தாளரைப் பார்த்துக் கூச்சலிடத் தொடங்கினான். கூச்சலிட்ட இளம் படைப்பாளியினுடைய முன்னங்காலிலிருந்து ரத்தம் கசிந்து கொண்டு இருந்தது. அவன் காலில் ரத்தம் கசிவதற்கான காரணம், அதே பேருந்தில் நின்றபடிப் பயணம் செய்துவந்த வேறொரு எழுத்தாளரே என்று புகார் செய்தான். வலிகொண்ட காலாலேயே அவன் அந்த எழுத்தாளரை உதைக்க முனைந்த சமயத்தில் நாங்கள் அனைவரும் சேர்ந்து அவனைத் தடுத்து நிறுத்தினோம். மைசூரில் மடிகேரி பேருந்துக்குள் ஏறிய அந்த இளைஞன் எழுத்தாளரின் காலை மிதித்துவிட்டதால், அந்த எழுத்தாளர் தம் நகத்தாலேயே அவனைக் காயப்படுத்திவிட்டார். இளம்படைப்பாளி காலிலிருந்து ரத்தம் வடிவது தெரிந்தது. மடிகேரி வரும் வரைக்கும்

இந்த அளவுக்கு வலியைப் பொறுத்துக்கொண்டு இருந்தது எதற்காக என்று அந்த இளைஞனிடம் கேட்டேன். பேருந்தில் தனக்கு அருகில் நின்றிருந்த இளம்பெண்ணொருத்திதான் தன் காலைக் காயப்படுத்துவதாகப் பிழையாக நினைத்துப் பேசாமல் நின்றிருந்ததாக அவன் சொன்னான். "நீங்கள் ஏன் அவர் காலை இப்படி அழுத்தமாக மிதித்தீர்கள்?" என்று, இதற்கெல்லாம் காரணமாக இருந்த எழுத்தாளரைக் கேட்டோம். நான் மிதித்துக் கொண்டிருந்த கால் என் அருகில் பயணம் செய்துகொண்டிருந்த இளம்பெண்ணொருத்தியின் காலாக இருக்கக்கூடும் என நினைத்து மிதித்துவிட்டதாக அவர் சொன்னார். மிதிப்பவள் இளம்பெண் என்கிற எண்ணத்தில் அந்த வலியிலும் ஒருவித ஆனந்தத்தை அனுபவித்தபடி நின்றிருந்ததாக இளம் எழுத்தாளன் சொன்னான். இவ்விருவருக்குமிடையே நின்று இரவெல்லாம் பயணம் செய்த இளம்பெண்ணின் கால்கள் பாதுகாப்பாக இருந்தன. இந்த உண்மை புலப்படத் தொடங்கியதும் அழுவதா சிரிப்பதா என்றே தெரியாமல் பேசாமல் இருந்தோம். புரட்சிகர இலக்கியவாதியும் மனிதர்கள்தானே எனச் சிலர் அடங்கிய குரலில் உரையாடிக்கொண்டனர்.

முழக்கமிடும் ஊர்வலம்

புரட்சிகர இலக்கியவாதிகளின் குழு மடிகேரியை அடைந்தது. அமைப்பாளர்கள் நல்ல வசதியான விடுதியில் தங்குவதற்கான ஏற்பாடுகளைச் செய்திருந்தார். நள்ளிரவில் மடிகேரியை அடைந்த நாங்கள் எங்களுக்கு ஒதுக்கப்பட்டிருந்த அறைகளில் நிம்மதியாகத் தூங்கினோம். திடீரென யாரோ கதவைத் தட்டியதுபோலத் தோன்றியது. நேரம் அதிகாலை ஐந்துமணி. இந்த இரவுவேளையில் தூக்கத்தைக் கெடுப்பது யாரென்று புரியாமல் கதவைத் திறந்தபோது, எதிரில் அமைப்பாளர் நின்றிருந்தார். என்னமோ பிசகாக நடைபெற்றிருக்கிறது என்று நினைத்து அவரிடம் விசாரித்தேன். பிசகாக எதுவும் நடைபெறவில்லை என்று அவர் சொன்னார். இன்று மேதின நாள் என்றும் அதையொட்டி ஊர்வலத்துக்கு ஏற்பாடு செய்ய விருப்பதாகவும் அதில் எல்லா இலக்கியவாதிகளும் கட்டாயமாக கலந்துகொள்ளவேண்டுமென்றும் அவர் சொன்னார். எல்லோரையும் எழுப்பித் தெருவில் வரிசையாக நிற்கும்படிக் கேட்டுக்கொண்டார். இருபது முப்பது விருந்தினர்கள் வரிசையில் நின்றார்கள். எங்களோடு அமைப்பாளர்கள் ஐந்தாறு பேர்கள் இருந்தார்கள். முன்னால் நின்றிருந்தவன் மேளம் வாசித்தான். ஊர்வலம் செல்லத் தொடங்கியது. "இன்குலாப்" என்று முன்னால் நின்றிருந்தவன் முழங்கினான். நாங்கள் அனைவரும் "ஜிந்தாபாத்"

என்றோம். முன்னால் நின்றிருந்தவன் ஓர் ஆசிரியரைப்போல முழங்கிக்கொண்டே சென்றான். நாங்கள் மாணவர்களைப்போல அவன் சொன்னதையே திருப்பிச் சொன்னோம். கார்ல் மார்க்ஸ், ஏங்கெல்ஸ், லெனின் ஆகியோரைப் புகழ்ந்து முழக்கமிட்டபடி ஆளற்ற தெருவில் நடந்துசென்றோம். எங்கள் முழக்கத்தைக் கேட்டு சிலர் உறக்கத்திலிருந்து விழித்தெழுந்தனர். அச்சத்தோடு தம் வீட்டுக் கதவைத் திறந்து எங்களை ஆச்சரியத்தோடு வேடிக்கை பார்க்கத் தொடங்கினார்கள். சிலர் ஜன்னல்கள் வழியாகவே எங்களைப் பார்த்துவிட்டு மறுபடியும் படுத்துக்கொண்டார்கள். மடிகேரி தெருவிலுள்ள பள்ளங்களில் இறங்கியும் மேடுகளில் ஏறியும் ஊர்வலம் தொடர்ந்து சென்றது. தூக்கக்கலக்கத்தில் தள்ளாடித்தள்ளாடி நடந்தபடி பல இலக்கியவாதிகள் மிகவும் சிரமப்பட்டு ஊர்வலத்தில் நடந்துவந்தார்கள். பொறுமையாக

வாழ்வின் தடங்கள்

அடிமேல் அடிவைத்து நடந்தபடி வாலீகார் வந்துகொண்டிருந்தார். அவரின் பருத்த உடல் ஊர்வலத்தில் சிரமத்தை அனுபவித்தாலும் அவருடைய குரல் உறங்கிக்கொண்டிருந்தவர்களைத் தட்டி எழுப்பியது.

சுவர்களிடம் சொற்பொழிவு

அமைப்பாளர்கள் உண்மையான விழைவோடு வேலை செய்தார்கள். மக்களைத் திரட்ட பல விதங்களில் முயற்சி செய்தார்கள். ஆனால் அவர் எதிர்பார்த்திருந்த மக்கள் ஆதரவு அவருக்குக் கிடைக்கவில்லை. பெரிய மண்டபத்தில் இருந்த பார்வையாளர்களின் ஒட்டுமொத்த எண்ணிக்கை பத்து பேர்களைக்கூட தாண்டவில்லை. பார்வையாளர்களாக அரங்கில் உட்கார்ந்திருந்தவர்களைவிட மேடையில் உட்கார்ந்திருந்த விருந்தினர்களின் எண்ணிக்கையே அதிகமாக இருந்தது. பேராசிரியர் எஸ்.ஜி. சித்தராமையா மேடையில் வீற்றிருந்தார். அப்போது அவர் அங்கே அரசு கல்லூரியொன்றில் ஆசிரியராக வேலை செய்து வந்தார். நான் பேசவேண்டிய தருணம் வந்தபோது, வேறு வழியில்லாமல் மேடையில் அமர்ந்திருந்தவர்களைப் பார்த்தே பேசினேன். சிலர் அரங்கத்தைப் பார்த்துவிட்டு ஆவேசமாகப் பேசினார்கள். அரங்கத்தில் பார்வையாளர்கள் இல்லாததைக் குறிப்பிட்ட பி. கிருஷ்ணப்பா தம் உரைக்குப் பார்வையாளர்கள் அவசியமல்ல என்றும் சுவர்களிடம் பேசிவிட்டுச் செல்கிறேன் என்றும் மிகவும் ஆவேசமாகப் பேசினார். இந்தச் சுவர்களுக்கு உயிர் வந்து அநியாயத்துக்கு எதிராக அவை போராடும் என்று சொன்னார். அவர் பேசும்போது சுவர்களை மனிதர்கள் என்றே நினைத்துக்கொண்டு கைகளை அசைத்து அசைத்துப் பேசினார். கூட்டம் இல்லை என்பதற்காக எதுவும் தடைபடவில்லை. யாரும் தம்முடைய சொற்பொழிவை நிகழ்த்தாமலும் இல்லை. பொதுமக்கள் வரட்டும், வராமல் போகட்டும்; மாநிலத்தில் எல்லாப் பகுதிகளிலிருந்தும் புரட்சிகர இலக்கியவாதிகள் மடிகேரிக்கு வந்தது அமைப்பாளர்களுக்கு மிகுந்த மகிழ்ச்சியைக் கொடுத்தது. அவர்கள் மிகவும் உற்சாகத்துடன் நடமாடினார்கள்.

நான் விசாரணைக்கு உட்பட்டது

உணவுக்குப் பிறகு மாலை வேளையில் நாங்கள் தங்கியிருந்த விடுதியின் கூடமொன்றுக்கு விருந்தினர்களெல்லாரும் வந்து சேரும்படி அமைப்பாளர்கள் கேட்டுக்கொண்டார்கள். நாங்கள்

அனைவரும் ஆர்வத்துடன் சென்றோம். பல கருத்துகளையொட்டி விவாதித்த அமைப்பாளர்கள் என்னிடம் சில விஷயங்களைப்பற்றி விசாரிக்கவேண்டும் என்று சொன்னார்கள். எனக்கு பயமெழுந்தது. மற்ற இலக்கியவாதிகளும் ஆச்சரியப்பட்டார்கள். காரணம் என்னவென்று நான் கேட்டேன். குடகு மாவட்ட சாகித்ய பரீஷத்தைச் சேர்ந்தவர்கள் நடத்தும் இலக்கிய மாநாட்டை வாழ்த்தினேன் என்பதே அவர்கள் என்மீது சுமத்திய குற்றச்சாட்டு. நான் அதற்கான காரணத்தை விவரித்தேன். ‘சித்தலிங்கையா குடகு மாவட்ட சாகித்ய பரீஷத்தை வாழ்த்தியிருக்கிறார்,’ என வந்திருந்த பத்திரிகைச் செய்தியை அவர்கள் காட்டினார்கள். அதைப் பார்த்ததும் என்ன செய்வது என்று புரியாமல் குழம்பினேன். சில நாட்களுக்கு முன்பாக குடகு மாவட்ட கன்னட சாகித்ய பரீஷத்தின் மாநாட்டிலும் அரங்கங்களிலும் கலந்துகொள்ளக்கூடாது எனப் புரட்சிகர இலக்கிய அமைப்பு தீர்மானித்திருந்ததால் மாநாட்டுக்கு வர இயலவில்லை என்று அவர்களுக்குப் பதில் எழுதியிருந்தேன். ஆயினும், நாகரிகம் கருதி மடலின் இறுதிப்பகுதியில், “உங்கள் மாநாடு வெற்றியடைய வாழ்த்துகிறேன்” என்று ஒரு வரி எழுதியிருந்தேன். கன்னட சாகித்ய பரீஷத் கிளையினர் பெரிய புத்திசாலிகள். நான் எழுதியிருந்த இறுதிவரியை மட்டும் பத்திரிகைகளுக்குக் கொடுத்துக் குழப்பத்தை விளைவித்துவிட்டனர். முதல் புரட்சிகர இலக்கிய மாநாட்டில் தேர்ந்தெடுக்கப்பட்ட மூன்று ஆலோசகர்களில் நானும் ஒருவன். பருகூரு ராமச்சந்திரப்பாவும் இந்தூதர ஹொன்னாப்புரவும் மற்ற இருவர். மாநில அளவில் பொறுப்பேற்றிருக்கும் ஓர் ஆலோசகர் இப்படிச் செய்யலாமா என்னும் கேள்வி குடகு மாவட்ட புரட்சிகர இலக்கியவாதிகளிடையே சீற்றத்தை உருவாக்கியதை இயற்கை என்றே சொல்லவேண்டும். அவர்கள் என்னை வெளிப்படையாகவே விசாரணைக்குட்படுத்தியதில் பிழையெதுவும் இல்லை. நான் நாகரிகம் எனக் கருதிய ஒன்றே பிழையாகிவிட்டது என்னும் உணர்வு எனக்குள் எழுந்தது. எப்படியோ மிகுந்த சிரமத்துடன் எனக்குள் உறுதியை வரவழைத்துக்கொண்டேன். என்மீது நம்பிக்கை இருந்ததால் மற்ற இலக்கியவாதிகள் என் பேச்சை ஏற்றுக்கொண்டார்கள். இரவு குளிரைத் தாங்கிக்கொள்ள முடியாமல் நான் உட்பட பல இலக்கியவாதிகள் மதுவின் துணையைத் தேடவேண்டியிருந்தது. மடிகேரி புரட்சிகர இலக்கிய மாநாட்டுக்குப் பொதுமக்கள் வரவில்லை என்றாலும், அதுவே மாவட்ட அளவில் நடைபெற்ற முதல் மாநாடு என்கிற அளவில் பெருமையை அடைந்தது. அமைப்பாளர்களின் ஈடுபாடும் நேர்மையும் கட்டுப்பாடும் மற்றவர்களுக்கு எடுத்துக்காட்டாக அமைந்தன.

ஒப்பனையில் மின்னும் கவிஞர்

பெங்களூரில் முதன்முதலாக தொலைக்காட்சி வந்தது. தொலைக்காட்சி நிறுவனத்தினர் ஒரு கவியரங்கத்தை ஏற்பாடு செய்திருந்தார்கள். கவிதை வாசிப்புக்கு என்னையும் அழைத்திருந்தார்கள். இதற்கு முன்பு நான் வானொலி நிலையத்துக்குச் சென்று கவிதை படித்திருக்கிறேன். பிறகு, அது வானொலியில் ஒளிபரப்பப்படுவதையும் கேட்டிருக்கிறேன். தொலைக்காட்சி நிறுவனத்தினர் என்னைக் கவியரங்கத்துக்கு அழைத்ததைப்பற்றி எனக்குள் சற்றே குழப்பம் இருந்தது. போகலாமா, வேண்டாமா என நீண்ட நேரம் யோசனையில் மூழ்கியிருந்தேன். ஒப்பனை செய்துகொண்டு கவிதை படித்தபடி சின்னத்திரையில் காட்சியளிப்பது என்பது மிகவும் செயற்கையாக இருந்தது. தொலைக்காட்சியினரின் அரங்க அமைப்பிலும் கவிஞர்களின் ஒப்பனையிலும் கவிதை எங்கோ ஒரு மூலைக்குத் தள்ளப்பட்டுவிடும் என நான் நினைத்திருந்தேன். இப்படிப்பட்ட ஊடக வாய்ப்புகளைப் பயன்படுத்திக்கொள்வது நல்லது என பருகூரு ராமச்சந்திரப்பா என்னிடம் மிகமென்மையாக எடுத்துரைத்தார். நான் கவியரங்கத்தில் பங்கேற்பதற்காகத் தொலைக்காட்சி நிலையத்துக்குச் சென்றிருந்தபோது அப்போது அதன் முக்கியப் பொறுப்பில் இருந்த பெண்மணியை நான் எங்கோ பார்த்த நினைவு வந்தது. இவர் அரசு கலைக்கல்லூரியில் கன்னட ஆசிரியையாகப் பணிபுரிந்த சீதாலட்சுமி மேடமாக இருக்கக்கூடுமோ எனத் தோன்றியது. சீதாலட்சுமி மேடத்தைப் பார்த்து நெடுநாட்களாகிவிட்டன. அவர் நேரிடையாக எங்களுக்குப் பாடம் எடுத்ததில்லை. அவர் மிக நல்லவரென்றும் சற்றே அஞ்சுகிற குணமுள்ளவர் என்றும் அவரிடம் படித்த மாணவர்கள் சொல்வதுண்டு. சீதாலட்சுமி மேடம் மிகவும் வேகமாக நடக்கும் பழக்கமுள்ளவர். தொலைக்காட்சி நிறுவனத்தின் முக்கியப் பொறுப்பில் இருந்த அம்மையாரும் அவரைப்போலவே இருப்பதுமட்டுமன்றி, நடையும் அவரைப்போலவே இருந்தது. ஆர்வத்தைக் கட்டுப்படுத்தவியலாமல் அந்த இயக்குநரின் பெயரென்ன என்று விசாரித்தேன். அங்கிருந்தவர்கள் அவர் தற்காலிக இயக்குநரென்றும் அவருடைய பெயர் போஜ் என்றும் சொன்னார்கள். எனக்குச் சற்றே ஏமாற்றமாக இருந்தது. ஆயினும் ஆர்வம் அடங்கவில்லை. கன்னட ஆசிரியையான சீதாலட்சுமி மேடம்தான் இவர் என்றே எனக்குத் தோன்றியது. தொலைக்காட்சி நிறுவனத்திலேயே இருந்த இன்னொருவரிடம் அதைப்பற்றி விசாரித்தேன். இங்கே வருவதற்கு முன்பாக இவர் கன்னட ஆசிரியையாகப் பணிபுரிந்தவர் என்று அந்த நண்பர் சொன்னார். நான் மிகுந்த உற்சாகத்துடன் திருமதி போஜ் அவர்களைப்

பார்த்து, “மேடம், நீங்கள் அரசு கலைக்கல்லூரியில் மேடமாக இருந்தீங்க, அல்லவா?” என்று கேட்டேன். அவர்கள் “ஆமாம்“ என்று சொன்னதோடு மட்டுமின்றி, “நீங்க சித்தலிங்கையாதானே? மாணவரா இருக்கும்போது உங்களை நான் பார்த்திருக்கேன்” என்று சொன்னார். பிராமணரான சீதாலட்சுமி மேடம் தலித்தான போஜ் என்னும் அதிகாரியை மணந்துகொண்டிருந்தார். அவர் கலப்புத்திருமணம் செய்துகொண்ட விஷயத்தை அறிந்து கொண்டதும், அவர்மீதான எண்ணம் மிகவும் உயர்ந்தது.

இந்த ஆராய்ச்சியில் நான் இறங்கியிருந்த சமயத்தில் கவியரங்கத்தில் கலந்துகொள்வதற்காக வந்திருந்த மூத்த கவிஞர்கள் இன்னும் காத்துக்கொண்டிருந்தார்கள். கவிஞர்களை ஒப்பனை அறைக்கு அழைத்துச்சென்று எல்லோருக்கும் முகத்துக்கு ஒப்பனை செய்துகொண்டிருந்தார்கள். நிறுவனத்திலேயே இருந்த வண்ணவண்ண ஜிப்பாக்களைக் கொடுத்து அணிந்து கொள்ளும்படி சொன்னார்கள். முகத்துக்கு வண்ணமடித்துக் கொண்டு வண்ணவண்ண ஜிப்பாக்களை அணிந்துகொண்டு விசித்திரமாகக் காணப்பட்டார்கள். அப்போது தொலைக்காட்சி நிறுவனத்தில் ஒப்பனைக்கலைஞனாக வேலை செய்து வந்த கிருஷ்ணா என்னுடைய பழைய நண்பர். நட்பின் உரிமையில் எல்லோரைவிடவும் அதிகமாக பவுடர் பூசிவிட்டார். பளபளவென மின்னும் ஜிகினாத்தூளையும் அவர் பவுடருடன் கலந்து பூசிவிட்டதால் என் கருத்த முகம் மின்னத் தொடங்கியது. ‘வண்ணங்களில் மின்னும் கவிஞர்’ என என்னை நானே சொல்லிக்கொண்டேன். ஒருவித கூச்சத்தோடும் மகிழ்ச்சியோடும் கவியரங்கத்தில் கலந்துகொண்டு நான் கவிதை படித்தேன். ஒரு குறிப்பிட்ட தேதியையும் ஒரு குறிப்பிட்ட நேரத்தையும் தெரிவித்த தொலைக்காட்சி நிறுவனத்தினர், அந்தச் சமயத்தில் கவியரங்கைத் தவறாமல் பார்க்கும்படிக் கேட்டுக்கொண்டனர். என்னிடம் தொலைக்காட்சி இல்லை. தொலைக்காட்சி இருக்கும் வீட்டைத் தேடிக் கண்டுபிடித்து, சரியான சமயத்தில் அவர்களுடைய வீட்டுக்குச் சென்று கவியரங்க நிகழ்ச்சி ஒளிபரப்பப்படுவதைப் பார்க்கவேண்டும் என நினைத்துக்கொண்டேன்.

ஒயின் ஸ்டோரில் கவியரங்கம்

ஒருநாள் மாலை வேளையில் கலாசிபாளையம் பேருந்து நிலையத்துக்கு அருகில் இருந்த ஒயின் ஸ்டோரில் ரம் அருந்தியபடி உட்கார்ந்திருந்தேன். எல்லா ஒயின் ஸ்டோர்களிலும் செய்வதுபோல அந்த ஒயின் ஸ்டோரிலும் ஒரு மூலையில் ஒரு

பெரிய பெஞ்சைப் போட்டு, அதில் வாடிக்கையாளர்களை அமரவைத்து அங்கேயே மது வகைகளை விநியோகித்து வந்தார்கள். பாருக்குச் சென்று மது அருந்துவதைவிட ஒயின் ஸ்டோரில் மது அருந்துவதில் செலவு குறையும் என்று எண்ணி, ஒயின் ஸ்டோருக்குச் சென்று மது அருந்துவதையே நான் வழக்கமாகக் கொண்டிருந்தேன். ஒரு பெக் ரம் குடித்தேன். ஒயின் ஸ்டோரின் மூலையொன்றில் தொலைக்காட்சி இருப்பது தெரிந்தது. தொலைக்காட்சியைப் பார்த்ததுமே என் தலைக்குள் மின்னலடித்ததுபோல ஒரு விஷயம் நினைவுக்கு வந்துவிட்டது. ஒருவகையான பதற்றம் மனத்தில் குடிபுகுந்தது. ஏன் அப்படி ஆனது என்பது வெகுசீக்கிரம் புரிந்துவிட்டது. பெங்களூர் தொலைக்காட்சி நிறுவனத்தினர் ஏற்பாடு செய்திருந்த கவியரங்க நிகழ்ச்சி அடுத்த சில நிமிடங்களில் தொலைக்காட்சியில் ஒளிபரப்பாகவிருந்தது. ஒயின் ஸ்டோர் முதலாளியிடம் தொலைக்காட்சியை வைக்குமாறு கேட்டுக்கொண்டேன். அவரோ என் வேண்டுகோளை நயமான சொற்களில் மறுத்தார். நான் மீண்டும்மீண்டும் கேட்டுக்கொண்டேன். அவரும் உறுதியான குரலில் முடியாது என்பதையும் தொலைக்காட்சியை வைத்துவிட்டால் வாடிக்கையாளர்கள் மது அருந்துவதைவிட்டு தொலைக்காட்சியைப் பார்க்கத் தொடங்கிவிடுவார்கள் என்றும் தன் வியாபாரம் கெட்டுவிடும் என்றும் அவர் எடுத்துரைத்தார். தொலைக்காட்சியில் அன்று கவியரங்க நிகழ்ச்சி ஒளிபரப்பப்படும் செய்தியே எனக்கு மறந்துபோய்விட்டது. ஒருவேளை நினைவுக்கு வந்திருந்தாலும் தொலைக்காட்சி இருப்பவர்கள் வீட்டைத் தேடிக்கொண்டு போகவேண்டியிருந்திருக்கும். ஒயின் ஸ்டோரில் இருந்த தொலைக்காட்சிப்பெட்டியைப் பார்த்து கவியரங்கம் ஒளிபரப்பவிருக்கும் செய்தி நினைவுக்கு வந்தது. முதலாளி மறுத்துவிட்டதால் நிகழ்ச்சியைப் பார்க்க இயலாமல் போவதுபற்றிய வருத்தம் மனத்தை அரிக்கத் தொடங்கியது. எனக்கும் ஒயின் ஸ்டோர் முதலாளிக்கும் இடையில் நிகழ்ந்த உரையாடலை அக்கம்பக்கத்தில் உட்கார்ந்திருந்த வாடிக்கை யாளர்கள் ஆர்வத்துடன் கவனித்தார்கள். மது போதையில் தொலைக்காட்சியை வைக்கும்படி சத்தமிட்டு நான் கலாட்டா செய்யக்கூடும் என அவர்கள் எதிர்பார்த்திருந்தார்கள். முதலாளியும் என்னை யாரோ வேலைக்கு ஆகாத வாடிக்கையாளன் என நினைத்திருக்கக்கூடும். என் வேண்டுகோளுக்கு அந்த முதலாளி செவிகொடுக்கவில்லை. தொலைக்காட்சியில் முகம் தெரிவது முதல்முறை என்பதால் எப்படியாவது நிகழ்ச்சியைப் பார்க்கவேண்டும் என ஆவலுற்றேன். கடைசியாக, "டி.வி.யில என்னை காட்டப் போறாங்க. போடுங்க" என்று சொன்னேன். முதலாளியும் அங்கிருந்த வாடிக்கையாளர்களும் நான் பொய்

சொல்வதாக நினைத்துக்கொண்டு என்னைப் பார்த்துச் சிரிக்கத்தொடங்கினார்கள். என் முகம் தொலைக்காட்சியில் வருவதற்கு வாய்ப்பே இல்லை என்று நினைத்த முதலாளி தனக்கு தொல்லைகொடுக்க வேண்டாம் என என்னிடம் கடுமையாகச் சொன்னார். நான் கடைசி அஸ்திரத்தைப் பிரயோகித்தேன். "டி.வி.ய வைங்க. என் முகம் வரலைன்னா நான் உங்களுக்கு நூறு ரூபா அபராதம் கொடுக்கிறேன். வந்துட்டுதுன்னா நீங்க எனக்கு நூறு ரூபா கொடுக்கணும்" என்றேன். நான் சொல்வதைக் கேட்ட முதலாளி, குடிபோதையில் நான் நூறு ரூபாயை இழந்துவிடக்கூடாது என்று அறிவுரை சொன்னார். "தைரியம் இருந்தா என் சவாலை ஏற்றுக்கொள்ளுங்க" என்று அழுத்தமான குரலில் சொன்னேன். ஒயின் ஸ்டோரில் இருந்த வாடிக்கையாளர்களுக்கு இது ஒரு விளையாட்டுபோலத் தோன்றியது. அவர்கள் "இந்த பந்தயத்துல நீங்க ஜெயிப்பீங்க. தைரியமா கட்டுங்க" என்று முதலாளியை ஊக்கப்படுத்தினார்கள். நூறு ரூபாய் வெல்லப்போகும் மகிழ்ச்சியான மனநிலையில் பந்தயத்துக்கு உடன்பட்டார் அவர். தொலைக்காட்சியை வைத்தார். எல்லோரும் தொலைக்காட்சியையே பார்த்தார்கள். தொலைக்காட்சியில் என்னைக் கண்டு ஆச்சரியத்தில் உறைந்து போய்விட்டார்கள். தொலைக்காட்சியில் தெரிந்த முகத்தையும் என் முகத்தையும் ஒன்றிணைத்துப் பார்த்துவிட்டு, தன் ஸ்டோரில் மது அருந்திக்கொண்டிருக்கும் வாடிக்கையாளரே கவிஞர் என்பதை உறுதிப்படுத்திக்கொண்டார்கள். முதலாளி அதிர்ச்சியில் உறைந்துவிட்டார். நூறு ரூபாய் இழக்கப்போகும் நஷ்ட உணர்வு அவர் முகத்தில் தெரிந்தது. ஆனாலும் சமாளித்துக்கொண்டு கவியரங்க நிகழ்ச்சியை முழுமையாக ஆர்வத்துடன் பார்த்தார். வாடிக்கையாளர்களும் கவிஞர்களின் கவிதையைக் கேட்டு மகிழ்ச்சிகொண்டார்கள். நான் படித்த கவிதையை முதலாளியும் வாடிக்கையாளர்களும் மிகவும் ரசித்துக் கேட்டார்கள். அவர்களுக்கு என் மீது அன்பு பிறந்தது. பந்தயத்தில் தோற்றுவிட்டதால் என்னிடம் நூறு ரூபாய் கொடுக்க முன்வந்தார் முதலாளி. நான் வாங்க மறுத்துவிட்டேன். நூறு ரூபாய்க்கு ஏதாவது மதுவகைகளை வாங்கி அருந்துமாறு வற்புறுத்தினார். என்னிடம் போதுமான பணம் இருக்கிறது என்று சொல்லிவிட்டு, அவர் கொடுக்க வந்த பணத்தை வேண்டாம் என்று சொல்லிவிட்டேன். உங்களைப்போன்ற கவிஞர்கள் இந்த ஒயின் ஸ்டோரில் மது அருந்துவது பெருமைக்குரிய விஷயம் என்று முதலாளி சொன்னார். தொலைக்காட்சி நிகழ்ச்சியைப் பார்க்க வாய்ப்பை ஏற்படுத்திக் கொடுத்ததற்காக முதலாளிக்கு நான் நன்றியைச் சொன்னேன். கவிதையைக் கேட்ட வாடிக்கையாளர்கள் தம் கணக்கில் எனக்கு ரம் ஆர்டர்

செய்தார்கள். எல்லோருடைய வேண்டுகோள்களையும் நான் ஏற்றுக்கொண்டால், வீட்டுக்குத் திரும்பிச் செல்லமுடியாது என்பது எனக்குப் புரிந்தது. என்னைப்பற்றி நல்லவிதமாகப் பேசியவர்களை வணங்கிவிட்டு ஒயின் ஸ்டோரிலிருந்து வெளியே வந்தேன்.

'புரட்சியின் உயிர்த்துடிப்பு'

என் அறைக்கு ஒருநாள் சிரா ரங்கநாத்தும் பெ.கா. மூர்த்தீஷ்வரையாவும் வந்து தம்மை அறிமுகப்படுத்திக்கொண்டார்கள். சிரா ரங்கநாத் நீதிமன்றத்தில் வேலை செய்துவந்தார். பெ.கா. மூர்த்தீஷ்வரையா வழக்கறிஞராக இருந்தார். இவர்கள் இருவரும் மிகவும் நெருங்கிய நண்பர்கள். தாம் இருவரும் இணைந்து பல புரட்சிகர இலக்கியவாதிகளின் கவிதைகளைச் சேர்த்து வைத்திருப்பதாகவும் நான் அந்தப் படைப்புக்குத் தொகுப்பாசிரியராக இருக்கவேண்டுமென்றும் அவர்கள் கேட்டுக்கொண்டார்கள். எவ்வளவு பணம் செலவானாலும் அதைத் திரட்டிக்கொண்டு வந்து கொடுத்துவிடுவதாகச் சொன்னார்கள். தம் இருவருடைய கவிதைகளும் அந்தப் பட்டியலில் அடக்கம் என்று சொன்னார்கள். நான் அவர்களை மறுநாள் வரும்படி சொன்னேன். மறுநாள் அவர்கள் குறித்த சமயத்தில் கவிதைகள் அடங்கிய கட்டோடு வந்தார்கள். நாடெங்கும் வாழும் பல புரட்சிகரக் கவிஞர்களின் கவிதைகளை அவர்கள் சேகரித்திருந்தார்கள். பெரும்பாலான கவிதைகள் புதியவை. அவற்றைப் பார்த்து எனக்கு மிகவும் மகிழ்ச்சி உண்டானது. அவ்விருவருடைய உற்சாகத்தைப் பார்த்து நான் உத்வேகம் கொண்டேன். அவர்களுடைய நடவடிக்கைகளைக் கண்டு அவர்கள்மீது எனக்கு நம்பிக்கை பிறந்தது. நீங்கள் இருவருமே இந்தத் தொகுப்புக்கு ஆசிரியர்களாக இருப்பது நல்லது என்று அவர்களிடம் எடுத்துரைத்தேன். அவர்களோ நானே தொகுப்பாசிரியராக இருக்கவேண்டும் என்று பிடிவாதம் பிடித்தார்கள். நான் அதற்கு உடன்படவில்லை. கடைசியில் அவர்கள் கூச்சத்தோடு ஒப்புக்கொண்டார்கள். தொகுப்புக்கு நான் முன்னுரை எழுதித் தரவேண்டும் என்று அவர்கள் கேட்டுக்கொண்டார்கள். முன்னுரையை நான் எழுதவில்லை, பருகூரு ராமச்சந்திரப்பாவிடமிருந்து எழுதி வாங்கிக்கொள்ளலாம் என்று சொன்னேன். நான் பொறுப்பிலிருந்து நழுவிச் செல்வதாக அவர்கள் நினைப்பதுபோலத் தெரிந்தது. கவிதைகளைத் தேர்ந்தெடுக்கும் விஷயத்தில் உதவும் பொருட்டு பருகூருவிடம் அவர்களை அறிமுகப்படுத்தி வைக்கிறேன் என்றும் கண்டிப்பாக அவர் முன்னுரை எழுதிக் கொடுப்பார் என்றும் அவர்களிடம்

சொன்ன பிறகே அவர்கள் ஏற்றுக்கொண்டார்கள். அந்தத் தொகுப்புக்கு பருகூரு விரிவான வகையில் மிகச்சிறப்பான முன்னுரையொன்றை எழுதினார். சிராவும் பெகாவும் பின்னுரை யாவது எழுதவேண்டும் என்று வற்புறுத்தியதால் நான் பின்னுரை எழுதினேன். பல இளம் கவிஞர்களுடைய கவிதைகளையும் மூத்த கவிஞர்களுடைய கவிதைகளையும் கொண்ட பருமனான அத்தொகுதி 'புரட்சியின் உயிர்த்துடிப்பு' என்கிற பெயரில் வெளிவந்தது. பெ.கா. மூர்த்தீஷ்வரையா மல்லேஸ்வரம் சர்க்கிளுக்கு அருகில் ஒரு சின்ன அறையை வாடகைக்கு எடுத்துத் தங்கியிருந்தார். அதற்குள் காற்றும் வெளிச்சமும் வருவதில்லை. அவரை ஏழையென்று நான் கருதிவிடக்கூடாது என்றும் பெ.கா. பெரிய பணக்காரர் ஒருவருடைய மகனென்றும் வீட்டாரோடு சேர்ந்து வாழ விருப்பமில்லாமல் மல்லேஸ்வரத்தில் தனியாக வசிக்கிறார் என்றும் சிரா அவர்கள் ஒருநாள் என்னிடம் சொன்னார்கள். ஹா.மா. நாவுடனும் அவருடன் தொடர்புடைய கன்னடமொழியின் சிறந்த இலக்கியவாதிகளுடனும் பெ.கா. கடிதத்தொடர்பு வைத்துக்கொண்டிருந்தார். கால ஓட்டத்தில் சட்டப்பிரச்சினைகள் பற்றிக் கன்னடத்தில் பல படைப்புகளை எழுதி வெளியிட்டுப் புகழ் பெற்றார்.

சிரா ரங்கநாத்

சிரா ரங்கநாத்தின் வீடு லட்சுமிநாராயணபுரத்தில் இருந்தது. அவருக்கு வீடு நிறைய பிள்ளைகள் இருந்தார்கள். அமைதியான குணமுடைய சிரா, பெ.கா. போல சுறுசுறுப்பானவரல்லர். மிகவும் நிதானமுறையில் இயங்கக்கூடிய மனிதர். அவர் வீட்டுக்கு அருகில் இருந்த என்னைத் தினமும் சந்தித்துவந்தார். காலை வேளையில் வருவது அவர் வழக்கம் என்பதால், பெரும்பாலும் அவர் வந்த பிறகே நான் தூங்கி எழுந்திருப்பது வழக்கம். என்னைச் சந்திக்க வந்தவர்கள் நான் உறங்கிக்கொண்டிருந்தாலும் உள்ளே வந்து இடமிருக்கும் பகுதிகளில் உட்கார்ந்துகொள்வார்கள். நான் படுத்து உறங்குவதையும் பலர் என்னைச் சுற்றி உட்கார்ந்திருப்பதையும் யாராவது புதிதாக வருபவர்கள் பார்க்க நேர்ந்தால் நிச்சயம் அச்சத்தில் மூழ்கிவிடுவார்கள். இது வழக்கமான விஷயம் என்று தெரிந்தபிறகே அவர்கள் மனம் அமைதியடையும். அறைக்குள் நுழையும்போதே ரங்கநாத், "ஐயா எழுந்துட்டாங்களா?" என்று கேட்பார். ஆனால் நான் தூங்கிக்கொண்டிருப்பேன். சந்திக்க வந்தவர்கள் எல்லோரும் உட்கார்ந்திருப்பார்கள். ரங்கநாத்தும் அவர்களில் ஒருவராக இருப்பார். பொதுவாக, என்னைப் பார்ப்பதற்கு என்னுடைய மாணவர்கள், நண்பர்கள், ஆர்வலர்கள் என்று சொல்லிக்கொள்கிறவர்கள் எல்லோரும் வருவார்கள்.

வாழ்வின் தடங்கள்

மாணவர்கள், ஆர்வலர்கள் என்று சொல்வதைக்காட்டிலும் நண்பர்கள் என்று சொல்வது சரியென்று தோன்றுகிறது. ஆயினும் சிலரிடம் அத்தகு உணர்வு இருக்கும்போது, நான் அதை வலுக்கட்டாயமாக மாற்றுவதற்கு முனைவதில்லை. சிரா அவர்கள் என்னைவிட வயதில் மிகவும் மூத்தவர். அவர் வந்திருக்கும்போது நீண்ட நேரம் தூங்குவது சரியல்ல என நினைத்து எழுந்துவிடுவேன். நான் தயாரானதும் என்னை அவர் ஓர் ஓட்டலுக்கு அழைத்துச் செல்வார். சிற்றுண்டி சாப்பிடவும் காப்பி அருந்துவதற்கும் ஏற்பாடு செய்வார். என்னைப் பார்ப்பதற்காக என் அறைக்கு வந்த நண்பரான சிரா ரங்கநாத் சிற்றுண்டி வாங்கிக்கொடுத்து உபசரிக்கும் பொறுப்பைத் தனது கடமையாக ஏற்றுக்கொண்டிருந்தார். வாங்கிக்கொடுக்கும் காப்பி, சிற்றுண்டியுடன் நட்பார்ந்த நெருக்கத்தாலும் சிரா பலருடைய அன்புக்குப் பாத்திரமாக விளங்கினார். காப்பி சிற்றுண்டிக்காக நாங்கள் ஓட்டலுக்குச் செல்லும்போது சிலர் சிரா அவர்களைப் பார்த்து மிகவும் கௌரவத்துடன் வணங்கினார்கள். வழியில் சிராவைப் பார்த்து வணக்கம் சொல்கிறவர்களையும் சிற்றுண்டி உண்ணும்போது வந்து வணக்கம் சொல்பவர்களையும் நான் கவனித்தேன். அவர்களில் பலருடைய முகங்களில் அடிபட்ட தழும்புகளும் வெட்டுப்பட்ட தழும்புகளும் இருந்தன. அவர்கள் சிரா அவர்களை வணங்கினாலும் அவர்களிடம் நிறைந்திருந்த முரட்டுத்தனத்தைக் கூர்மையாகப் பார்ப்பவர்களால் புரிந்துகொள்ளமுடிந்தது. இப்படிப்பட்ட ஆட்களுக்கும் சிரா அவர்களுக்கும் என்ன தொடர்பு என்கிற கேள்வி என்னை வாட்டியது. சிராவிடமே ஒருமுறை இதைப்பற்றி நான் கேட்டேன். அதைக் கேட்டு எவ்விதமான அதிர்ச்சிக்கும் ஆளாகாமல், மிகவும் பொறுமையாக என்னுடைய கேள்விக்குப் பதில் சொன்னார். அவர்கள் அனைவரும் ரௌடிகள் என்றும் கொலை வழக்குகளில் அகப்பட்டு சிறைவாசம் அனுபவித்தவர்கள் என்றும் அவர் சொன்னார். "அவர்கள் உங்களுக்கு ஏன் வணக்கம் சொல்கிறார்கள்?" என்று சிரா ரங்கநாத்திடம் மறுபடியும் கேட்டேன். நீதிமன்றத்தில் தான் பெஞ்ச் கிளர்க்காகப் பணிபுரிவதால் நீதிபதியையும் அவருக்கு அருகில் உள்ள பெஞ்ச் கிளர்க் என்பதால் தன்னையும் மட்டுமே பார்க்கமுடியும் என்றும் அந்த வகையில் தன்னுடைய முகத்தைப் பார்த்துப்பார்த்து எல்லோருக்கும் நடுவில் தான் அறிமுகமாகிவிட்டதாகவும் அவர் சொன்னார். சிரா ரங்கநாத் நீதிமன்றத்தில் பணிபுரிகிறார் என்னும் விஷயம் ஏற்கெனவே எனக்குத் தெரிந்ததுதான். ஆனால் அவர் பெஞ்ச் கிளர்க் என்னும் விஷயம் தெரியாது. அவருடைய வேலை அவருக்கு நல்ல அறிமுகம் கிடைக்கும்வகையில் செய்துவிட்டது. ரங்கநாத் சிற்சில

சமயங்களில் வீட்டில் இறைச்சி உணவைத் தயாரித்துவைத்துச் சாப்பிட அழைப்பார். அவருடைய வீட்டில்தான் நான் பலமுறை இறைச்சி உணவு உண்டிருக்கிறேன். மனைவி, குழந்தைகளுடன் அவர் இனிய முறையில் இல்லறம் நடத்திக்கொண்டிருந்தார். இப்போது அவர் தம் குடும்பத்தினருடன் சிராவில் நிரந்தரமாக வாழ்ந்துவருகிறார்.

எஸ். நரசிம்மையா

சிரா ரங்கநாத் மிகவும் அதிக அளவில் மக்களுடன் தொடர்புடையவர். துப்பறியும் நாவலாசிரியரான என்.நரசிம்மையாவுடன் நன்கு அறிமுகமானவர். அந்த நாட்களில் மிகவும் உற்சாகமாக இயங்கிவந்த படைப்பாளி ஆலனஹள்ளி கிருஷ்ணா, தான் பங்கேற்கும் எல்லா விழா மேடைகளிலும் என். நரசிம்மையாவைப்பற்றி மிகவும் தாழ்த்திப் பேசிவந்தார். துப்பறியும் கதைகள் என்னும் வகைப்பாட்டையே அவர் தாழ்த்திப் பேசினார் என்று தோன்றுகிறது. இதனால் கோபமுற்ற என். நரசிம்மையா ஆலனஹள்ளி கிருஷ்ணாவின் மீது மானநஷ்ட வழக்கொன்றைத் தொடுத்தார். நரசிம்மையாவின் சார்பாக வாதிடும் வழக்கறிஞரின் வாதங்களை நீதிபதி கேட்டார். நரசிம்மையாவை ஆலனஹள்ளி கிருஷ்ணா பழித்துப் பேசியதால், அவருடைய புகழுக்குக் களங்கமுண்டாகிவிட்டது. இதனால் அவருடைய புத்தங்களின் விற்பனை சரியத் தொடங்கிவிட்டது. இதனால் நரசிம்மையா அவர்களுக்கு லட்சக்கணக்கில் இழப்பு நேரிட்டுள்ளது. ஆலனஹள்ளி கிருஷ்ணா துப்பறியும் நாவலாசிரியரான நரசிம்மையாவிடம் மன்னிப்பு கேட்கவேண்டும். அத்துடன் லட்சக்கணக்கில் ஏற்பட்டுள்ள இழப்பையும் ஈடுசெய்யவேண்டும் என்றெல்லாம் வாதங்களை முன்வைத்தார். கிருஷ்ணாவின் சார்பிலும் வழக்கறிஞர் வாதங்களை முன்வைத்தார். இருதரப்பு வாதங்களையும் கேட்டபிறகு, ஆலனஹள்ளி கிருஷ்ணா நேரிடையாக வழக்குமன்றத்துக்கு வரவேண்டும் என்று கட்டளையிட்டார் நீதிபதி. கிருஷ்ணா நீதிமன்றத்துக்கு வரவில்லை. இரண்டுமூன்று முறைகளுக்கும் மேல் கிருஷ்ணா நீதிமன்றத்துக்கு வராததால் கிருஷ்ணாவைக் கைது செய்து நீதிமன்றத்தின்முன் நிறுத்தும்படி காவல்துறைக்குக் கட்டளையிட்டார். கிருஷ்ணா கைதுசெய்யப்பட்டு நீதிமன்றத்தில் நிறுத்தப்பட்டார். சிரா ரங்கநாத் அதே நீதிமன்றத்தில்தான் எழுத்தராக வேலைசெய்து வந்தார். அவருக்கு ஆலனஹள்ளி கன்னடத்தின் மிகச்சிறந்த எழுத்தாளர் என்ற எண்ணம் இருந்ததால் கிருஷ்ணாவுக்கும் நரசிம்மையாவுக்கும் இடையில் பேச்சுவார்த்தை நடத்திச் சமரசம் ஏற்படும் வகையில் செயல்பட்டு, நிகழவிருந்த பிரச்சினையை நிகழாமல் தடுத்து நிறுத்தினார்.

ஒரு நாள் என்னை என். நரசிம்மையாவின் வீட்டுக்கு ரங்கநாத் அழைத்துச் சென்றார். சின்ன லால்பாகுக்கு அருகிலுள்ள சாலையில் ஒரு மாடிவீட்டில் வாடகைக்குக் குடியிருந்தார் நரசிம்மையா. அது மிகவும் சிறிய வீடு. தன்னுடைய நாநூறாவது நாவல் வெளியான மகிழ்ச்சியில் திளைத்திருந்த நரசிம்மையா எங்களையும் மகிழ்ச்சியோடு வரவேற்றார். கிருஷ்ணா ஆலனஹள்ளியுடன் நிகழ்ந்த வழக்கில் தனக்குக் கிடைத்த வெற்றியைப்பற்றி விரிவாகச் சொன்னார். இதற்குமுன்னால் தான் நடத்துநராகப் பணிபுரிந்து வந்ததாகவும் தம்முடைய நாவல்களுக்கான தேவை அதிகரித்த பிறகு வேலையை ராஜினாமா செய்துவிட்டு முழுநேர எழுத்தாளராக மாறிவிட்டதாகவும் சொன்னார். தன் எழுத்தில் பலவித்மான சாகசங்களை நிகழ்த்திய இந்த எழுத்தாளர் பேச்சுவாக்கில் என்னைத் தலித் வர்க்கத்தைச் சேர்ந்தவன் என்று மிகவும் இயல்பாகக் குறிப்பிட்டார். சுய அடையாளம் என்பது எழுதுவதற்குத் தேவையில்லை என்ற கருத்தைக் கொண்டிருந்தார் அவர். “உங்களுடைய எந்த நாவலிலும் உங்களுடைய புகைப்படம் அச்சிடப்படுவதில்லை, இதற்குக் காரணம் என்ன?” என்று நான் கேட்டேன். நாவல் எழுதுவதற்கான தகவல்களைச் சேகரிக்கும்பொருட்டு நீதிமன்றங்களில் வழக்கறிஞர்களின் வாதங்களைக் கேட்டபடி மணிக்கணக்கில் உட்கார்ந்திருப்பதுண்டு. மேலும் மார்க்கெட், நடைபாதை, பேருந்து நிலையங்கள் நிகழும் பொதுமக்களின் உரையாடல், நடைஉடை பாவனைகள் அனைத்தையும் நீண்ட நேரம் கவனித்தபடிப் பொழுதைப் போக்குவேன். இப்படி நான் கவனித்துக்கொண்டிருக்கும் வேளைகளில் பொதுமக்கள் என்னை அடையாளம் கண்டுபிடித்துப் பேசிப் பொழுதைப் போக்கத் தொடங்கினால், என் வேலை பாதிக்கப்படலாம் என்பதால், என் புகைப்படத்தை என்னுடைய நாவல்களின் முன்பக்கத்திலாகட்டும் பின்பக்கத்திலாகட்டும் எங்கும் பிரசுரிப்பதில்லை என்று அவர் சொன்னார்.

சாதியும் வாடகைவீடும்

நான் வசித்துவந்த அறைக்கு நண்பர்கள் ஏராளமாக வரத் தொடங்கினார்கள். சிலர் அங்கேயே தங்கவும் தொடங்கினார்கள். இதனால், அந்த அறை மிகவும் சிறியதாகத் தோன்றத் தொடங்கியது. பெங்களூரில் வேறொரு பகுதியில் வீடு வாடகைக்குக் கிடைக்குமா என்று தேடத் தொடங்கினேன். இந்தச் செய்தியை ஒரு தரகரிடம் தெரியப்படுத்தினேன். அதற்குப் பிறகு சில நாட்களாக அவரைப் பார்க்கமுடியவில்லை. திடீரென ஒரு நாள் காலையில் எனக்கு

முன்பாக வந்து நின்றார். "ஒரு நல்ல வீடு கிடைத்திருக்கிறது. உங்களுக்கு மிகவும் பொருத்தமாக இருக்கும். அந்த வீட்டில் பெரிய கூடம் இருக்கிறது. நல்ல படுக்கையறையும் இருக்கிறது" என்று தெரிவித்தார். அவர் சொன்ன மாத வாடகை, முன்பணம் எல்லாமே எனக்குப் பொருந்தக்கூடிய எல்லைக்குள் இருந்தது. "சாயங்காலம் வீட்டைப் பாருங்க. உங்களுக்குப் பிடிச்சிருந்தா வீட்டுச் சொந்தக்காரங்களுக்கு முன்பணம் கொடுங்க" என்று சொன்னார். அன்று மாலை நானும் தரகரும் வாடகை வீட்டைப் பார்க்கப் புறப்பட்டோம். வாடகைக்குரிய வீட்டுக்கு அருகிலேயே வீட்டுச் சொந்தக்காரருடைய வீடும் இருந்தது. புதிய வீடு எனக்குப் பிடித்திருந்தது. முன்பணத்தைப் பெற்றுக்கொள்வதற்காக, வீட்டுச் சொந்தக்காரர் தன் வீட்டுக்கு அழைத்தார். நானும் தரகரும் அந்த வீட்டுக்குள் சென்று பாயில் உட்கார்ந்தோம். "எங்க வேலை செய்றீங்க? கல்யாணம் நடந்திட்டுதா?" என்று கேட்டார் வீட்டுச் சொந்தக்காரர். பல்கலைக்கழகத்தில் வேலை செய்வதாகவும் இன்னும் திருமணமாகவில்லை என்றும் நான் என்னைப் பற்றிச் சொல்லிக்கொண்டேன். பிறகு அவர் முன்பணம் கொடுக்குமாறு கேட்டார். நான் கொடுத்த பணத்தை வாங்கி எண்ணத் தொடங்கியவர், சட்டென பாதியிலேயே நிறுத்திவிட்டார். எதையோ யோசித்தவராக "நீங்க எந்த சாதி?" என்று கேட்டார். பொறுமையிழந்தவனாக நான் பதில் சொன்னேன். இதனால் தரகர் அச்சமுற்றார். சொந்தக்காரரும் குழப்பத்தில் மூழ்கிவிட்டார். "கிண்டல் பண்ணாதீங்க" என்றார். "இது ஒன்னும் கிண்டல் இல்ல. உண்மைதான்" என்று நான் அவரிடம் சொன்னேன். சொந்தக்காரர் தன் கையிலிருந்த முன்பணத்தை என்னிடம் திருப்பிக்கொடுத்தார். நான் ஏன் என்று கேட்டேன். அவர் பதில் சொல்லமுடியாமல் தடுமாறினார். வீட்டை உடனடியாக யாருக்கும் வாடகைக்குக் கொடுப்பதாக இல்லை என்று சொன்னார். சொந்தக்காரர் சொன்ன காரணம் உண்மையல்ல. எனக்கு அவரை நினைத்துக் கோபமும் வரவில்லை. இன்னும் அவர் மாறவில்லையே என்று வருத்தமாகத்தான் இருந்தது. அவருடைய வீட்டைச் சுற்றிப் பார்வையை ஓட்டினேன். சொல்லிக்கொள்கிற அளவுக்கு அவர் ஒன்றும் பெரிய வசதிக்காரரெனவும் தோன்றவில்லை. ஒருவேளை, ஒரு வீட்டின் வாடகையே அவருக்கு வரக்கூடிய வருமானமாகவும் இருக்கலாம் என்று தோன்றியது. சொந்தக்காரரின் வீட்டுக் கூடத்தில் சுவரில் பெரிய அளவுக்கு ராமரும் லட்சுமணரும் சீதையும் சேர்ந்து இருக்கக்கூடிய ஒரு படம் இருந்தது. மூலையில் காந்திஜியின் படமும் இருந்தது. அவர் காந்தியிடமிருந்து எதையும் கற்றுக்கொள்ளவில்லையே

என்று வருத்தமாக இருந்தது. நல்ல பழக்கவழக்கங்களும் மென்மையான குணமும் உடைய ஒருவனாகத் தோன்றிய அந்த வீட்டுச் சொந்தக்காரர் என் கண்களுக்குக் கெட்டவராகத் தெரியவில்லை. அவருடைய நம்பிக்கையை நினைத்து ஒருகணம் எனக்கு வருத்தமே எழுந்தது. வயதில் மூத்தவராகக் காணப்பட்ட அவர் தன் நம்பிக்கைகளை இனிமேல் மாற்றிக்கொள்ள மாட்டார் என்று தோன்றியது. இதையெல்லாம் ஒரு மூலையில் உட்கார்ந்தபடி கவனித்துக்கொண்டிருந்த சொந்தக்காரரின் மனைவி நடக்கவிருந்த ஒரு மோசமான விஷயம் நடக்காமல் தடுக்கப்பட்டுவிட்டது என்பதுபோல பெருமூச்சு விட்டாள். சாதிப்பழக்கத்துக்கு எதிராக நான் ஆற்றிய சொற்பொழிவுகளும் கலந்துகொண்ட போராட்டங்களும் நினைவுக்கு வந்தன. அவை எதுவுமே இப்போது பயன் தரப் போவதில்லை என்று நினைத்துக்கொண்டேன். சாதிப்பழக்கத்தின் ஏற்றத்தாழ்வுகளில் நம்பிக்கையுள்ள எண்ணற்ற மக்கள் கூட்டத்தின் பிரதிநிதியாகவே அந்தச் சொந்தக்காரரைப் பார்க்க முடிந்தது. சற்றே அஞ்சியதைப் போலவும் காணப்பட்டார். தரகர் தனக்கு வரவேண்டிய தரகுப்பணம் கிட்டாமல் போயிற்றே என்கிற கவலையில் இருந்தார். அங்கே நிலவிய மௌனத்தைக் கலைக்கவேண்டியிருந்தது. நான் உடனே சொந்தக்காரரிடம், "சரி விடுங்க" என்று சொன்னேன். எழுந்து புறப்படும்போது, என்னை அறியாமலேயே வழக்கம்போல அவரை வணங்கினேன். அந்த வணக்கம் அவருடைய முகத்தில் காணப்பட்ட இயல்பான நிலைக்கும் எளிமைக்கும் நான் ஆற்றிய எதிர்வினையாக அமைந்துவிட்டது.

"நீங்க தலித்தாக பிறந்திருக்கக்கூடாது" என்று சொல்வதுபோல சொந்தக்காரர் மறைத்துக்கொள்ளமுடியாத அன்புப்பார்வை யோடும் கனிவோடும் என்னை ஒருமுறை பார்த்தார். நான் மறுபடியும் அவரை வணங்கிவிட்டு, எங்கள் சேரியை நோக்கி நடக்கத்தொடங்கினேன். தலித்துகளின் சேரியிலிருந்து, எல்லாச் சாதிகளையும் சேர்ந்தவர்கள் வசிக்கக்கூடிய ஊரின் பக்கமாகச் செல்ல நினைத்த என் முயற்சி தோல்வியில் முடிந்தது. "நீங்க உங்க சாதி என்னன்னு சொல்லி இருக்கக்கூடாது. வேற எந்த சாதியுடைய பேரையாவது சொல்லியிருக்கணும்" என்று தரகர் எனக்கு அறிவுரை சொன்னார். தரகருடைய பேச்சு எனக்குப் பிடிக்கவில்லை. சாதியின் பெயரைப் பொய்யாகச் சொல்லி வாடகைக்கு வீட்டைத் தேடுவது எனக்குப் பிடிக்கவில்லை என்றும் சொன்னேன். நான் அடைந்த வேதனையை அவரும் பகிர்ந்துகொண்டார். அவர் தலித் அல்ல என்ற போதும், தலித்துகளுக்கு வாடகைக்குத் தராமல் இருக்கும் செயலில் நியாயமில்லை என்று நினைப்பவராக இருந்தார்.

பழைய பழக்கவழக்கங்களைத் துறந்தவர்கள்

எனக்காக ஒரு வீட்டை வாடகைக்குப் பார்த்துக்கொடுக்கும் தரகரொருவரின் உதவி தேவைப்பட்டது. புதிய தரகர் நம்பிக்கைக்குரியவராகவே காணப்பட்டார். எனக்கு எங்காவது வாடகைக்கு வீட்டைப் பார்த்துக்கொடுக்கவேண்டுமென்றும் என்னுடைய சாதியைப்பற்றிய விவரத்தை வீட்டு உரிமையாளரிடம் ஆரம்பத்திலேயே தெரியப்படுத்திவிட வேண்டுமென்றும் அந்தத் தரகரிடம் சொன்னேன். அவரும் அதை ஏற்றுக்கொண்டார். எனக்கு வாடகைவீடு கிடைக்கவில்லையென்றாலும், அவர் மேற்கொண்ட முயற்சிகளுக்காக கமிஷன் தொகையைக் கொடுப்பதற்காகச் சென்றேன். அவர் வாங்க மறுத்துவிட்டார். பத்து பதினைந்து நாட்களுக்குப் பிறகு, தரகர் என்னைச் சந்தித்தார். "இதுக்கு முன்னால் பார்த்த வீட்டைவிட ரொம்ப நல்ல வீடு கிடைத்திருக்கிறது. வீட்டுக்குச் சொந்தக்காரர் மேல்சாதிக்காரர்தான். உங்க சாதிவிவரத்தை அவரிடம் சொன்னேன். அவருக்குச் சாதியைப்பற்றிய நம்பிக்கையெல்லாம் இல்லை. உங்களுக்கு வீட்டைக் கொடுக்கத் தயாராக இருக்கிறார்" என்று சொன்னார். எனக்கு ஆச்சரியமாக இருந்தது. இப்படிப்பட்டவர்களும் இருக்கிறார்களே என்று நினைத்து மகிழ்ச்சியாக இருந்தது. நானும் தரகரும் சென்று வீட்டுச் சொந்தக்காரரைச் சந்தித்தோம். எனக்கு வீடு பிடித்திருந்தது. வீட்டுச் சொந்தக்காரர் தனக்குச் சாதிப் பழக்கவழக்கங்களில் எந்த நம்பிக்கையும் இல்லை என்றும் மனிதர்கள் நல்லவர்களாக இருந்தால் போதும் என்றும் தெரிவித்தார். அவர் அந்த விஷயத்தை நீண்ட நேரத்துக்கு வளர்த்தவில்லை. தன்னைப் புரட்சிகரமான எண்ணமுள்ளவன் என நினைத்துக்கொள்கிற தோரணையும் அவரிடம் தென்படவில்லை. சாதியைவிட மனிதர்களின் குணம் முக்கியம் என்னும் எண்ணம் அவர் மனத்தில் எப்படியோ ஆழமாகப் பதிந்திருந்தது. அவர் எங்கள் இருவரையும் தன் வீட்டுக்கு வரும்படி அழைத்தார். காப்பி தந்தார். முன்பணமாக நான் வைத்திருந்த தொகையைக் கொடுத்தேன். கடைசியாக, அவருக்கு வணக்கம் சொல்லிவிட்டு மறுநாள் வருவதாகச் சொல்லிக்கொண்டு வெளியே வந்தேன். எனக்கு வீடு கிடைத்துவிட்ட மகிழ்ச்சியில் இருந்தார் தரகர். அந்த வீட்டில் சிறிது காலம் குடியிருந்துவிட்டு, பல்கலைக்கழகத்துக்கு அருகில் புதிய வீடு ஏதேனும் கிடைக்குமா என்று நான் தேடத் தொடங்கினேன்.

காளேகௌட நாகவார அவர்கள் கெங்கேரி புறநகரில் வசித்துவந்தார். விருந்துபசாரத்துக்குப் பெயர்வாங்கியவர். அவருடைய வீட்டுக்கு நானும் டி.ஆர். நாகராஜ், அக்ரஹார

கிருஷ்ணமூர்த்தி, கரீகௌட ஆகியோரும் நிரந்தர விருந்தினர்கள். ஒருமுறை நாங்கள் அனைவரும் பி. லங்கேஷுடன் பல்கலைக்கழகத்திலிருந்து கெங்கேரி புறநகர் வரைக்கும் கால்நடையாகவே நடந்துசென்று காளேகௌடருடைய வீட்டை அடைந்தோம். அப்போது பெங்களூரு பல்கலைக்கழகத்தில் பி. லங்கேஷ் ஆங்கிலப் பேராசிரியராக பணியாற்றிக்கொண் டிருந்தார். எங்கள் அனைவருக்கும் அவர் தலைவரைப்போல இருந்தார். இளம் எழுத்தாளர்கள், போராட்டக்காரர்கள் அனைவரும் லங்கேஷைச் சுற்றியே வலம்வந்தபடி இருந்தார்கள். அத்தருணத்தில்தான் நான் கெங்கேரி புறநகரை முதன்முதலாகப் பார்த்தேன். சிறிது காலத்துக்குப் பிறகு கெங்கேரி நண்பரான அரளப்பா, அந்தப் புறநகரிலேயே எனக்காக வாடகைக்கு ஒரு வீட்டைப் பார்த்துக் கொடுத்தார். வீட்டுச் சொந்தக்காரரோடு அவரே பேசி முடித்துவைத்ததால், சாதிப்பிரச்சினையின் தொல்லை இல்லாமல் போனது. அந்த வீட்டின் சொந்தக்காரர் பெங்களூரில் இருந்ததும் ஒரு காரணமாக இருக்கலாம். ஒவ்வொரு மாதமும் வாடகையை வசூல் செய்ய புறநகருக்கு வரும் அவரிடம் என்னுடைய சாதி என்னவென்று தெரிந்துகொள்ள ஆர்வம் காட்டியதுண்டு. ஆயினும், நான் அத்தகு உரையாடலை ஊக்கப்படுத்தியதில்லை.

பேராசிரியர் க.வெங். ராஜகோபால்

இரவு ஒன்பது மணியளவில் நான் புறநகரில் பேருந்திலிருந்து இறங்கி வீட்டைநோக்கிச் சென்றுகொண்டிருந்தபோது என்னைப் பெயரிட்டு அழைக்கும் குரல் கேட்டது. இருளில் யாரோ தொலைவிலிருந்து அழைத்திருக்கக்கூடும் என நினைத்து, அவரைநோக்கி நடந்தேன். கவிஞரும் பேராசிரியருமான க.வெங். ராஜகோபால் அவர்கள் தோளில் பை தொங்க தனிமையில் நின்றிருந்தார். இந்த இருட்டில் கவிஞர் என்னை எப்படி அடையாளத்தைக் கண்டுபிடித்தார் என்று நான் வியப்பிலாழ்ந்தேன். "என்ன சார், இங்க நின்னிட்டிருக்கிங்க?" என்று கேட்டபோது, "நீங்க என்ன செஞ்சிட்டிருக்கிங்க இங்க?" என்று என்னைக் கேட்டார். நான் வாடகைக்கு வீடு எடுத்து தங்கியிருக்கும் செய்தியை அவரிடம் சொன்னேன். தம்முடைய வீடொன்று புறநகரிலேயே இருக்கிறதென்றும் அந்த வீடு காலியாக இருக்கிறதென்றும் நீங்கள் ஏன் அந்த வீட்டுக்கு வரக்கூடாது என்றும் கேட்டார். "முன்பணம் எதுவும் வேணாம், உங்களால எவ்வளவு முடியுமோ அவ்வளவு வாடகை கொடுத்தால் போதும்" என்றார். நான் உடனடியாக அவருடைய அழைப்பை ஏற்றுக்கொண்டேன். தற்சமயம் தங்கியிருக்கும்

வீட்டுக்குக் கொடுத்திருந்த முன்பணத்தைத் திரும்பப்பெற்று செலவு செய்யலாம் என்னும் ஆசை எனக்குள் முளைத்தது. என் இருப்பிடத்தைப் பேராசிரியர் க.வெங். ராஜகோபாலுடைய வீட்டுக்கு மாற்றிக்கொண்டேன். அந்தக் காலத்திலேயே கம்யூனிஸத் தத்துவத்தில் ஈடுபாட்டோடு இருந்த கவிஞர் எனக்குத் தன் வீட்டையே வாடகைக்குக் கொடுத்திருப்பதை மகிழ்ச்சிக்குரியதாக எண்ணினேன். மிகவும் பெரிய கூடம், இரண்டு பெரிய அறைகளுடன் இருந்த பேராசிரியரின் வீட்டைச் சுற்றியும் வெற்றிடமும் இருந்தது. சுற்றுச்சுவர்களிடையே மரம் செடி கொடிகள் வளர்ந்திருந்தன. எதிர்ப்புறத்தில் பெரிய ஏரியொன்றிருந்தது. ஏரி நிறைய நீரிருந்தது. முழுநிலவு நாட்களில் அழகு நிறைந்திருந்த அந்தச் சூழலில் நான் தனிமையில் மகிழ்ச்சியுடன் இருக்கத் தொடங்கினேன்.

காப்பி, டீ, இட்லி

அந்தக் காலத்தில் கெங்கேரி புறநகரில் உணவு விடுதிகளைப் பார்ப்பதே அதிசயமாக இருக்கும். காலையில் எழுந்தவுடன் காப்பி அருந்துவதும் சிற்றுண்டி சாப்பிடுவதும் பெரிய பிரச்சினையாக இருக்கும். எழுந்ததும் முகம் கழுவிக்கொண்டு இட்லி–தோசை கிடைக்கும் கடையைத் தேடுவதே என் வேலையாக இருந்தது. கெங்கேரிக்குச் சென்று அவ்வப்போது தட்டு இட்லி சாப்பிட்டு வந்தேன். எழுந்ததுமே வெளியே புறப்பட என் சோம்பல் தடையாக இருந்தது. ஒருநாள் எழுந்திருக்கும் வேளை நெருங்கிய பிறகும், படுக்கையை விட்டு எழுந்திருக்காமல் படுத்துக் கிடந்தேன். வெளியே யாரோ, 'காப்பி, டீ, இட்லி' என்று கூவும் சத்தம் கேட்டது. நான் மிகுந்த மகிழ்ச்சியில் திளைத்தேன். நம்மைப்போன்றவர்களின் சிரமங்களைப் புரிந்துகொண்டு வீட்டு வாசலைத் தேடிக்கொண்டு இட்லி விற்பவன் வந்துவிட்டான் என நினைத்து அவசரம் அவசரமாக கதவைத் திறந்தேன். வாசலுக்கு வெளியே டாக்டர் காளேகௌட நின்றிருந்தார். நான் அவரிடம் "உள்ள வாங்க சார்" என அழைத்துவிட்டு, இட்லி விற்பனை செய்யும் ஆளைத் தேடத் தொடங்கினேன். அவனை எவ்விடத்திலும் காணமுடியவில்லை. அக்கம்பக்கத்து வீட்டு வாசல்களிலும் அவனைக் காணவில்லை. நம்பிக்கை குலைந்த நான் அடுத்த தெருவரைக்கும் கூட சென்று பார்த்தேன். இட்லி விற்பவனைப் பார்க்கமுடியவில்லை. நிராசை நிரம்பிய என் முகத்தைப் பார்த்து, "யார தேடறிங்க? ஏன் இந்த அளவுக்கு பயந்துபோய் இருக்குறீங்க?" என்று கேட்டார். நான் "இட்லி விக்கிற பையனைத் தேடறேன் சார்" என்று சொன்னேன். "அவன் இங்கே வந்தாங்கறதுக்கு என்ன சாட்சி?" என்று

காளேகௌடரு கேட்டார். நான் "காப்பி – டீ – இட்லின்னு கொஞ்ச நேரத்துக்கு முன்னால கூவினான். ஆனா இப்ப பார்த்தா காணோம்" என்றேன். "கூவியது இட்லி விக்கிற ஆள் கிடையாது, நான்" என்று புன்னகைத்தபடி சொன்னார் காளேகௌட. விளையாட்டுக்காக காளேகௌட நாகவாரரு இந்த மாதிரி கூவியிருக்கிறார். இவருடைய குரலை அடையாளம் கண்டுபிடிக்க முடியாமல் ஏமாந்துவிட்டேன். அன்றைய தினம் காளேகௌட என்னை அவருடைய வீட்டுக்கு அழைத்துச் சென்று அன்றைய சிற்றுண்டிப் பிரச்சினையைத் தீர்த்துவைத்தார்.

ப்ரொ. மூர்த்தி

காளேகௌட தன் நண்பரான மூர்த்தி என்பவரை உற்சாகப்படுத்தி ஒரு சிற்றுண்டி விடுதியைத் திறந்து நடத்தும்படி செய்தார். மூர்த்தி மிகவும் சுறுசுறுப்பான மனிதர். பொதுமக்களுடன் அவருக்கு நல்ல தொடர்பு இருந்தது. சிற்றுண்டி விடுதி என்று பெயர்ப்பலகையை எழுதி, அதன் கீழே ப்ரொ. மூர்த்தி என்றும் எழுதிவைத்தார். ப்ரொ என்றால் ப்ரொப்ரைட்டர் என்னும் பொருளை நான் காலம் தாழ்ந்தே புரிந்துகொண்டேன். மூர்த்தியின் விடுதியில் இட்லி மிகவும் சுவையாக இருக்கும். நான் அங்கே செல்லத் தொடங்கினேன். ஒருமுறை என் வீட்டுக்கு பல மார்க்ஸிய நண்பர்கள் விருந்தினர்களாக வந்திருந்தார்கள். அவர்கள் அனைவரும் வேகம்கொண்ட இளைய மார்க்ஸியர்கள். இரவு என் வீட்டிலேயே அவர்களைத் தங்கவைத்திருந்தேன். விடிந்ததும் அவர்களை மூர்த்தியின் சிற்றுண்டி விடுதிக்கு அழைத்துச் சென்றேன். அதற்குள்ளாகவே மூர்த்தியுடன் நான் நெருக்கமான நட்புடன் இருக்கத் தொடங்கிவிட்டேன். எவ்வளவு பேர் விருந்தினராக வந்தாலும் கடன் சொல்லியாவது சிற்றுண்டி வாங்கிக்கொடுக்கலாம் என்கிற நம்பிக்கை என்னிடம் இருந்ததால் அனைவரையும் அழைத்துக்கொண்டு விடுதிக்குச் சென்றேன். என்னுடன் வந்த விருந்தினர்களைப் பார்த்து மூர்த்தி மிகவும் மகிழ்ச்சியடைந்தார். எல்லோருக்கும் கேட்ட அளவு இட்லிகளைப் பரிமாறினார். நான் வரவு செலவு நோட்டை எடுத்து வரவு வைத்ததை, அவர் எந்த நிலையிலும் தவறாக எடுத்துக் கொள்ளவில்லை. எல்லா நண்பர்களும் சிற்றுண்டி சாப்பிட்டு, காப்பி/டீ அருந்தியபிறகு புறப்படுவதற்காக எழுந்தபோது, என் நண்பர்களில் ஒருவர், "ப்ரொபஸர் மூர்த்தி, எந்த காலேஜ்ல ஆசிரியரா இருக்கிங்க?" என்று கேட்டார். அவர் ப்ரொ. மூர்த்தி என்பதை ப்ரொபஸர் மூர்த்தி என்று புரிந்துகொண்டார். இளம்மார்க்ஸியவாதியான நண்பர் அந்தக் கேள்வியைக் கேட்டதுமே என் கற்பனையாற்றல் விழித்துக்கொண்டது. நான்

அவரிடம், "இதுக்குப் பின்னால ஒரு பெரிய கதையே இருக்குது" என்று சொன்னேன். அவர்கள் அனைவரும் ஆர்வத்துடன் அது என்ன என்று கேட்டார்கள். மூர்த்தி அவர்கள் புகழ்பெற்ற ஒரு பெரிய கல்லூரியில் வரலாற்று ஆசிரியராக இருந்தார் என்றும் மாணவர்களுடைய போராட்டங்களுக்கு எப்போதும் ஆதரவு கொடுப்பவராக இருந்தார் என்றும் இதைக் கண்ட நிர்வாகத்தினர் மூர்த்தி அவர்களுக்குத் தொந்தரவுகள் கொடுத்தார்கள் என்றும் தன்மானம் மிக்க மூர்த்தி அவர்கள் மாதமொன்றுக்குப் பதினைந்தாயிரம் ரூபாய் அளவுக்கு நிரந்தர வருமானத்தை அளித்த வேலையை உதறிவிட்டு, வாழ்க்கையை நடத்துவதற்காக இப்போது சிறிய அளவில் சிற்றுண்டி விடுதி நடத்தி வருகிறார் என்றும் சொன்னேன். மூர்த்தி அவர்கள் அதிகம் படித்தவரல்லர். பட்டம் பெற்றவரல்லர் எனினும் அபாரமான அனுபவ அறிவு அவரிடம் இருந்தது. காளேகௌட வழியாக எனக்கு அறிமுகமானவர். ஒருவகையில் அவர் காளேகௌடருடைய வாசகராகவும் இருந்தார். இந்த நெருக்கத்தால் நான் பெயர்ப்பலகையில் எழுதப்பட்டிருந்த ப்ரொ. மூர்த்தி என்னும் வாசகத்துக்கு ஒரு கதையைக் கட்டி புரட்சிக்கார இளைஞர்களிடம் சொன்னேன். அந்த நண்பர்களும் இந்தக் கதையை உண்மை என்று நம்பினார்கள். அவர்கள் மூர்த்தியின் கதையைக் கேட்டு மெய்சிலிர்த்துவிட்டார்கள். சிலருடைய கண்களில் கண்ணீர் தளும்பியது. புரட்சியாளரான ப்ரொபஸர் ஒருவர் தமது நிலைபாட்டின் காரணமாக வேலையை ராஜினாமா செய்துவிட்டு இப்படி இட்லி ஓட்டல் வைத்து வாழ்க்கையை நடத்துகிறாரே என நினைத்து, எப்போதும் இல்லாத வகையில் எல்லோருக்கும் அவர்மீது நெருக்க உணர்வு உருவானது. சிற்றுண்டியை முடித்துக்கொண்டு ஓட்டலிலிருந்து வெளியே வந்ததும், "தோழர், தோழர்" என அழைத்தபடி அனைவரும் மூர்த்தியை நோக்கிச் சென்றார்கள். நாங்கள் சிற்றுண்டி உண்ணும்போது உட்கார்ந்திருந்த மூர்த்தி இப்போது, அடுப்பில் வெந்துகொண்டிருக்கும் இட்லி குண்டானுக்கு அருகில் நின்றுகொண்டிருந்தார். அவர் வேலை செய்வதைப் பார்த்துவிட்டு அவர்கள் மிகவும் மனவருத்தத்தில் ஆழ்ந்தார்கள். அவருடைய புரட்சிகர அணுகுமுறையைப் பலவிதமாகப் பாராட்டினார்கள். அவர்களுடைய பேச்சைக் கேட்டு மூர்த்திக்குக் குழப்பம் உண்டானது. சிலர் நெருங்கி மூர்த்தியுடைய கைகளைப் பற்றிக் குலுக்கினார்கள். இன்னும் சிலர் அவரை நெருங்கித் தழுவி, "உங்களோடு நாங்கள் என்றென்றும் இருப்போம் தோழர்" என்றார்கள். இவர்களுக்கெல்லாம் என்ன ஆனது என்பதுபோல அச்சத்தோடு மூர்த்தி என்னைப் பார்த்தார். கடன் கணக்கில் இத்தனை இட்லிகள் சாப்பிட்டிருக்கும் இவர்கள் என்னோடு

இருப்போம் என்று சொல்லும் சொல்லுக்கு என்ன பொருள் என்று யோசனையில் மூழ்கினார் மூர்த்தி. இதைக் கவனித்த நான் அந்த இளைஞர்களை வேகவேகமாக வெளியே அழைத்துவந்து என் வீட்டைநோக்கி நடந்தேன். வீட்டை அடையும்வரைக்கும் மூர்த்தியைப் பாராட்டிக்கொண்டே வந்தார்கள் அவர்கள்.

மார்க்ஸியர்களிடம் காணப்படும் வறியவர்கள் சார்பான ஆதரவு நிலைபாட்டின் காரணமாக எனக்கு எப்போதும் மார்க்ஸியர்கள்மீது மரியாதை உண்டு. புதிதாக மார்க்ஸியத்துக்குள் வந்திருக்கும் இளைஞர்களிடம் விளையாட்டாக பெயர்ப்பலகைக் குறிப்பைப் பயன்படுத்தி நான் கதைகட்டிப் பேசியதை நினைத்து இப்போதும் வருத்தமாகவே உணர்கிறேன். ஓர் ஆசிரியராக இருந்தால் மூர்த்தியின்மீது எந்த அளவுக்கு மரியாதை இருக்குமோ, அதே அளவு மரியாதையை அவர் ஓர் எளிய தொழிலாளியாக

இருந்தாலும் அளிக்கக்கூடிய மனமுள்ளவன் நான். அதை மிகவும் கவனத்துடன் காப்பாற்றிவருகிறேன்.

புறநகரில் அடிதடி

ஏதோ ஒரு காரணத்துக்காக மூர்த்தி தன் சிற்றுண்டிக்கடையை மூடிவிட்டார். நான் காலையில் எழுந்ததுமே சிற்றுண்டிக்கடையைத் தேடிப் புறநகர் முழுக்க அலையத் தொடங்கினேன். ஒருநாள் காலையில் பிரதான சாலையொன்றில் சென்றுகொண்டிருந்த போது சிறிது தொலைவில் மக்கள் கூட்டமாகச் சேர்வதைப் பார்த்தேன். ஆர்வத்தின் காரணமாக நானும் அந்தக் கூட்டத்துடன் சேர்ந்துகொண்டேன். அங்கே இரண்டு பேர் ஒருவரையொருவர் அடித்துக்கொண்டிருந்தார்கள். அதை அனைவரும் மிகவும் ஆனந்தத்துடன் பார்த்து ரசித்துக்கொண்டிருந்தார்கள். அடிதடியில் இறங்கியிருப்பவர்களைப் பார்த்தால் கிராமத்துக்காரர்கள்போலத் தெரிந்தது. பார்த்துக்கொண்டிருந்தவர்களோ நகரத்து மனிதர்கள். இந்த இலவச பொழுதுபோக்கை இழந்துவிடக்கூடாது என நான் அந்தச் சண்டையை வேடிக்கை பார்க்கத் தொடங்கினேன். ஒருவர் தன் எதிரியை அப்படியே மேலே தூக்கிக் கீழே வீசி எறிந்தான். விழுந்தவன் சட்டென மேலெழுந்து தன்னை விழவைத்தவனுடைய இரு கைகளையும் பின்பக்கமாக இழுத்துப் பிடித்தபடி காலாலேயே முதுகில் ஓங்கி உதைத்தான். இப்படிப்பட்ட அடிதடி புறநகரில் அபூர்வமாகவே நடப்பதுண்டு. இவர்களுடைய சண்டை எங்கே முடிந்துவிடுமோ என்கிற அச்சத்துடன் பார்த்துக்கொண்டிருந்தார்கள் மக்கள். இது இப்படியே தொடர்ந்து நிகழட்டும் என்கிற விருப்பம் எல்லோருடைய மனத்திலும் நிறைந்திருந்ததால் இந்த மோதலை விலக்கிவிட யாரும் முயற்சி எடுக்கவில்லை. அந்த அடிதடியைப் பார்த்துக்கொண்டிருந்த எனக்கு ஏதோ ஒன்று புதுமையாகத் தோன்றியது. சண்டையிட்டுக்கொண்டிருந்த இருவரில் ஒருவன் என்னுடைய சட்டையை அணிந்துகொண்டிருந்தான். அது என் சட்டைதான் என்பதைப் பலவிதமான சோதனைகளை நடத்திய பிறகு உறுதிப்படுத்திக்கொண்டேன். அவன் வழக்கமாக என் சட்டைகளைத் துவைத்து இஸ்திரி போட்டு எடுத்துவரக்கூடிய ஆள் என்பது உறுதியானது. தமிழ்நாட்டிலிருந்து புதிதாக வந்திருந்த அவன் எப்படியோ எனக்கு அறிமுகமானான். அவனும் என் அளவுக்கே உயரமானவன் என்பதால் என் சட்டை அவனுக்கும் பொருந்திப் போய்விட்டது. என்னைப் போலவே உயரம் குறைந்தும் கரிய நிறத்தோடும் காணப்பட்ட அவன் என் சட்டையை அணிந்திருந்ததால் அவனையே நான் எனப் பலரும் தவறாக நினைக்கும்படிக் காணப்பட்டான்.

அவனை நான் என் நண்பனைப்போலவே நினைத்துப் பழகி வந்தேன். என் சட்டையை அணிந்துகொண்டு அவன் நடமாடும் விஷயம் எனக்குத் தெரியாது. அவன் என் சட்டைகளை, ஒன்றிரண்டு நாட்கள் தாமதமாகக் கொண்டுவந்து கொடுத்ததற் கான காரணம் என்னவென்று அப்போது எனக்குப் புரிந்தது. அவர்களிடையான மோதல் உச்சத்துக்குச் சென்றது. மக்கள் மெய்மறந்து பார்த்துக்கொண்டிருந்தார்கள். துணி வெளுப்பவனின் எதிரி என் சட்டையைக் கிழித்துவிடுவானோ என்னும் அச்சம் என்னை அலைக்கழித்தது. துணி வெளுக்கும் இளைஞனும் சிறுத்தையைப்போல தாவித் தன் எதிரியின் கழுத்தைப் பிடித்துத் தொங்கினான். என் சட்டையை நான் காப்பாற்றிக்கொள்ளவேண்டிய நிலைமை உருவானது. சாதாரணமாக நான் நடந்துகொள்ளும் விதத்துக்கு மாறாக அன்று மட்டும் ஆக்ரோஷத்துடன் படைக்களத்துக்குள் நுழைபவன்போல அவர்களைநோக்கி வேகமாக நடந்தேன். "சண்டையை நிறுத்துங்க" என்று சத்தமாகக் கூவினேன். அந்தச் சத்தத்தைக் கேட்டு அடிதடியில் இறங்கியிருந்த அவ்விருவரும் அமைதியடைந்தார்கள். துணி வெளுப்பவன் ஒரு கணம் என்னைப் பார்த்தான். தான் அணிந்திருக்கும் சட்டைக்கு உரியவன் நான் என்பதை அவன் உடனடியாகவே கண்டுபிடித்துவிட்டான். உடனே அங்கிருந்து தப்பியோடினான். இன்னொருவன் ஒன்றும் புரியாமல் அங்கேயே நின்றிருந்தான். அடிதடியை வேடிக்கை பார்த்துக்கொண்டிருந்த மக்கள் ஏமாற்றமடைந்தார்கள். என்மீது அவர்களுக்குக் கோபமிருந்தாலும், அதை யாரும் வெளிப்படையாகக் காட்டிக்கொள்ளவில்லை. அவ்விருவரைவிட பெரிய ரௌடியாக என்னை அவர்கள் நினைத்திருக்கக்கூடும். வேடிக்கை பார்த்தவர்கள் அனைவரும் தத்தம் வீடுகளை நோக்கி புறப்பட்டுச் சென்றார்கள். நான் என் சட்டையின் நிலைமையைத் தெரிந்துகொள்வதற்காகத் துணி வெளுப்பவனின் கடையை நோக்கி நடந்தேன்.

கெங்கல் ஹனுமந்தையா

கெங்கல் ஹனுமந்தையாவைப் பற்றிய நினைவுகள் என்னை மீண்டும் மாணவப் பருவத்து நாட்களை நோக்கி இழுத்துச் செல்கின்றன. ஒருநாள் மாலையில் கலைக்கல்லூரியிலிருந்து மகாத்மா காந்தி சாலைக்கு அருகில் ப்ரிம் ரோஸ் சாலையில் இருந்த எங்கள் மாணவர் விடுதிக்குச் சென்றுகொண்டிருந்தேன். செயின்ட் ஜோசப் கல்லூரியைக் கடந்து இம்பீரியல் தியேட்டர் பக்கமாகத் திரும்பினால் இருக்கக்கூடிய மின்சார அலுவலகத்தின் முன்னால் ஒரு அறிவிப்புப்பலகை வைக்கப்பட்டிருந்தது. அலுவலக

வளாகத்தில் கன்னட ராஜ்யோத்ஸவ நடக்கவிருப்பதாகவும் கெங்கல் ஹனுமந்தையா சிறப்பு விருந்தினராகக் கலந்து கொள்ளவிருக்கிறார் என்றும் அந்தப் பலகையில் சாக்பீஸால் எழுதப்பட்டிருந்தது. கெங்கல் ஹனுமந்தையா அவர்களைத் தொலைவிலிருந்து பார்த்ததுண்டு. ஆனால் அவருடைய சொற்பொழிவைக் கேட்டதில்லை. அவர் பாராளுமன்றத் தேர்தலில் போட்டியிட்டபோது அவரைச் சந்திக்கும் வாய்ப்பு கிடைத்தது. தேர்தலில் அவருக்கு எதிராக ஜனசங்கக் கட்சியின் சார்பாக கோபாலகிருஷ்ண அடிக போட்டியிட்டார். அப்போது பல எழுத்தாளர்கள் தம்மை முற்போக்கானவர்கள் என்று அடையாளப்படுத்திக்கொண்டிருந்தபோதிலும் அடிக அவர்கள் சார்பில் தேர்தல் பிரச்சாரத்தில் ஈடுபட்டிருந்தார்கள். அடிக அவர்களுடைய கவிதைகளில் நான் ஈடுபாடு கொண்டவன் என்பதால் அடிக சார்பாக நிகழும் தேர்தல் பிரசாரக்கூட்டங் களுக்கு சொற்பொழிவுகளைக் கேட்பதற்காகச் செல்வதுண்டு. ஜனசங்கத்தை எதிர்த்த கம்யூனிஸ்ட்டுகளுக்கு அடிக போன்றதொரு பெரிய கவிஞர் ஜனசங்கத்தின் வேட்பாளராக போட்டியிடுவது பிடிக்கவில்லை. அவர்கள் ‘கவிதைகளை ஏற்றுக்கொள்ளுங்கள், கவிஞரை நிராகரியுங்கள்’ என்று அச்சடிக்கப்பட்டிருந்த துண்டறிக்கையை விநியோகித்தார்கள். அந்தத் துண்டறிக்கை வாசகம் தேர்தல் சமயத்தில் மிகவும் பொருத்தமாக இருந்தது. மிகவும் ஆழமாக யோசித்து அந்தத் துண்டறிக்கை உருவாக்கப்பட்டிருந்தது. துண்டறிக்கை வாசகத்தைப் படித்துப் பாராட்டியவர்கள் கூட அடிக அவர்கள் கலந்துகொண்ட தேர்தல் கூட்டங்களில் கலந்துகொள்வதற்காகச் சென்றார்கள். மிகவும் குறைவான தொண்டர்களே தன்னைப் பின்தொடர்ந்து வர கெங்கல் ஹனுமந்தையா வாக்கு சேகரித்தபடி நடந்து செல்வதை நான் பார்த்தேன். முன்னாள் முதல்வரும் விதான் சௌத கட்டடத்தைக் கட்டியெழுப்புவதில் மிகுந்த பங்களிப்பைச் செய்தவருமான கெங்கல் ஹனுமந்தையா அவர்களுக்கு இப்படிப்பட்டதொரு நிலைமை வந்திருக்கக்கூடாது என்று தோன்றியது. ஓர் ஐரோப்பியனைப்போல ஹனுமந்தையா அவர்கள் மிகுந்த சுறுசுறுப்பாக அங்குமிங்கும் நடமாடியபடியும் உரை நிகழ்த்தியபடியும் இருந்தார். கெங்கல் அவர்களின் சொற்பொழிவைக் கேட்கும் ஆசையால் நான் அன்று மாலை விடுதிக்குச் செல்லாமல் மின்சார அலுவலக வளாகத்தை நோக்கி நடந்தேன். அந்த நேரத்திலேயே அங்கே நாற்காலிகள் போடப்பட்டிருந்தன. எல்லா நாற்காலிகளும் காலியாக இருந்தன. ஒரு நாற்காலியின் அருகில் சென்று நான் உட்கார்ந்துகொண்டேன். அந்தக் கூட்டத்துக்கு நானே முதலாவது ஆளாகச் சென்றிருந்தேன். இன்னும் யாரும் வரவில்லை. ஹனுமந்தையா அவர்களைப்பற்றி

யோசித்தபடி நீண்ட நேரம் அங்கேயே உட்கார்ந்திருந்தேன். என் சின்ன வயதில் ஹனுமந்தையாவைப்பற்றி என் அப்பா சொன்ன விஷயங்கள் நினைவுக்கு வந்தன. என் அப்பாவும் அவருடைய நண்பரொருவரும் அவ்வப்போது கெங்கல் அவர்களைப்பற்றிப் பேசிக்கொள்வதை ஓர் ஆர்வத்துக்காக நான் கேட்பது வழக்கம். ஒருமுறை ஹனுமந்தையா அவர்களுக்கு மைசூரு மகாராஜா அமர்ந்துகொள்ளும் சிம்மாசனத்தின்மீது உட்கார்ந்து பார்க்கும் ஆசை பிறந்ததாம். உடனே ஹனுமந்தையா அரண்மனைக்குச் சென்று சிம்மாசனத்தில் உட்கார முயற்சி செய்தாராம். சிம்மாசனத்திலிருந்து தீப்பொறிகள் பொங்கியெழுந்து ஹனுமந்தையாவைக் கீழே தள்ளிவிட்டதாம். சரி, இன்று வேண்டாம், இன்னொரு நாள் வந்து இந்த சிம்மாசனத்தின்மீது அமர்ந்துகொள்வேன் என்று சபதமெடுத்துக்கொண்டு ஹனுமந்தையா திரும்பிவிட்டாராம். சின்ன வயதில் இந்தக் கதையைக் கேட்டபோது ஹனுமந்தையா ஒரு பேராசைக்கார மனிதர் என்னும் எண்ணம் எழுந்தது. ஆனால் ஹனுமந்தையா கலந்துகொள்ளவிருந்த அந்தக் கூட்டத்தில் ஒற்றைப் பார்வையாளனாக உட்கார்ந்திருந்த எனக்கு முன்பு எப்போதும் இல்லாத வகையில் அவர்மீது ஓர் ஆர்வம் மூண்டெழுந்தது. குடியாட்சிக்கும் முடியாட்சிக்கும் இடையிலுள்ள முரண் இந்தக் கதையில் காணத் தொடங்கியது. ஜனநாயக அமைப்பில் வாழ்ந்துகொண்டிருந்தாலும் கூட பிரக்ஞையின் அடியாழத்தில் முடியாட்சியைப்பற்றி மிகுந்த மதிப்பும் வழிபாட்டுணர்வும் கொண்டிருக்கும் இந்த மக்கள் சமுதாயம் இந்தக் கதையை உருவாக்கியிருக்கக்கூடுமோ என்னும் ஐயம் எனக்குள் எழுந்தது. நான் இவ்வாறாக யோசித்தபடி இருந்த வேளையில் மக்கள் வந்து சேரத் தொடங்கினார்கள். ஹனுமந்தையா அவர்களும் வந்துவிட்டார். அங்கே கூடியிருந்த குறைந்த எண்ணிக்கையிலான கூட்டத்தைப் பார்த்து ஹனுமந்தையா அவர்கள் மிகவும் பொறுமையான குரலில் எளிமையாகப் பேசத் தொடங்கினார். அப்போது அவர் ஆட்சியில் சீர்திருத்தங்களைக் கொண்டுவரும் திட்டத்தில் இருந்தார். ஊழல்களை ஒழிக்கவேண்டியதன் முக்கியத்துவத்தைப் பற்றி வலியுறுத்திப் பேசினார். அவருடைய அன்றைய உரையின் அம்சங்கள் இன்றைக்கும் என் மனத்தில் நிறைந்திருக்கின்றன.

ஹனுமந்தையா ஏற்பாடு செய்த கவியரங்கம்

ஹனுமந்தையாவைப் பற்றிய இத்தகு நினைவுகளுக்கிடையே அவர் ஒரு கவியரங்கத்தை ஏற்பாடு செய்து, அதில் கலந்துகொண்டு கவிதை படிப்பதற்காக ஏறத்தாழ பதினைந்து கவிஞர்களை

அழைத்த நிகழ்ச்சியொன்றும் நினைவுக்கு வருகிறது. இப்படி அழைக்கப்பட்டவர்களில் நானும் ஒருவன். இலக்கியம், பண்பாடு போன்றவற்றில் ஹனுமந்தையா மிகுந்த ஆர்வமுள்ளவர் என்பது எல்லோருக்கும் தெரிந்த விஷயமாகும். கன்னடப் பண்பாட்டுத்துறை இயக்குநரகத்தை அவர்தான் தொடங்கினார். குமாரவியாசரின் பாரதத்தை மிக அழகாக அச்சிட்டு மிகவும் மலிவான விலையில் கன்னடியர்கள் வாங்கிப் பயனடையும் வகையில் வெளியிட்டார். இது ஏற்கெனவே தெரிந்த செய்திதான் என்றாலும் அவர் கவியரங்கத்துக்கு ஏற்பாடு செய்தது எதிர்பாராத ஒன்றாக இருந்தது. ஹனுமந்த நகரில் குன்றின் மேலிருக்கும் ஒரு கோயிலில் இந்தக் கவியரங்கம் ஏற்பாடு செய்யப்பட்டிருந்தது. அந்தக் குன்றில் ராமரும் ஆஞ்சநேயரும் ஒருவரையொருவர் அணைத்துத் தழுவிக்கொள்ளும் சிலையொன்று இருக்கிறது. இந்தச் சிலையைச் செதுக்க ஏற்பாடு செய்தவரும் ஹனுமந்தையாதான். இந்தத் தழுவல் இரு பண்பாடுகளின் முயக்கம் என்று அவர் கருதியிருக்கவேண்டும். நல்ல நோக்கத்தோடேயே அவர் கவியரங்கத்துக்கு ஏற்பாடு செய்திருந்தார். ஆலய வளாகத்திலேயே நாற்காலிகளைப் போடவைத்து, எல்லாக் கவிஞர்களும் உட்கார்வதற்கு வழிவகுத்திருந்தார். ஹனுமந்தையாவை நான் ஏற்கனவே பார்த்ததுண்டு. அவருக்கு நானும் தெரியாத முகமொன்றுமல்ல. என்னை அவர் அழைத்தபோது ஆச்சரியத்தோடு அவரைச் சென்று பார்த்தேன். ஹனுமந்தையாவுக்குக் கவிஞர்கள் மீது மிகுந்த மதிப்பிருந்தது. அவர் எல்லோருக்கும் மாலை அணிவித்துக் கௌரவித்தார். கவியரங்கத்தின் பார்வையாளர்களில் பலர் பக்தர்கள். வயதான பெண்களும் ஆண்களுமாகப் பலர் கூடியிருந்தார்கள். இப்படிப்பட்ட அவையினர் முன்னிலையில் நான் எந்தச் சமயத்திலும் கவிதை படித்ததில்லை. நாத்திகனான நான் கடவுள் மரபுக்கு இசைவான கருக்களை உடைய கவிதைகளை எழுதுவதற்கான வாய்ப்பே இல்லை. எழுதியிருந்தாலும் அது பகடி செய்வதுபோன்ற பாணியில் இருந்தது. வேறு வழியில்லாமல் நான் அந்த அரங்கத்தில், ‘புடிங்கடா, அடிங்கடா’ என்னும் என்னுடைய கவிதையை ஆவேசத்துடன் படிக்கத் தொடங்கினேன். இப்படிப்பட்ட ஆக்ரோஷமான உள்ளடக்கத்தை உடைய கவிதைகளைப் பக்தர்களால் நிறைந்திருந்த பார்வையாளர்கள் கூட்டம் இதற்கு முன்பு எப்போதும் கேட்டிருக்கமாட்டார்கள். சிலர் அப்படியே திகைத்து உறைந்துவிட்டார்கள். அவர்களுடைய முகங்களில் அச்சம் படிந்திருந்தது. இன்னும் சிலர் இது கொஞ்சம் கூட நாகரிகமற்றது என நினைத்ததுபோலத் தோன்றியது. நான் கவிதையைப் படித்து முடித்தேன். அவையில் நிறைந்திருந்த

பார்வையாளர்கள் நடுவில் அச்சம் படர்ந்திருந்தது. கவிதையை மிகுந்த உரத்த குரலில் பாடிய என்னைப்பற்றி ஹனுமந்தையா எப்படிப்பட்ட கருத்தைச் சொல்லக்கூடுமோ என்பதை நினைத்துத் தயக்கமெழுந்தது. நான் உட்கார்ந்ததும் என்னருகில் வந்த கெங்கல் தன்னுடைய இரு கைகளையும் நீட்டி என்னை இறுக்கித் தழுவிக்கொண்டார். "இது வலியை அனுபவிப்பவர்களின் கவிதை" என என் கவிதையைப்பற்றிப் பாராட்டினார். எனக்கு இன்னொருமுறை மாலை அணிவித்து ஆசி வழங்கினார். இப்படிப்பட்டதொரு ஊக்கமூட்டும் நடவடிக்கையை நான் கெங்கல்லிடமிருந்து எதிர்பார்க்கவில்லை; அவர் முன் தலையைத் தாழ்த்தி வணங்கினேன். அவர் என்னைத் தழுவிக்கொண்ட முறை ஹனுமந்தநகர் குன்றின் மீது ராமரும் ஆஞ்சநேயரும் தழுவிக்கொள்ளும் சிலையைப்போல இருந்தது என்று சிலர் அந்த நிகழ்ச்சிக்குப் பிறகு சொன்னார்கள். அந்தக் கணத்தில் ஹனுமந்தையா ராமரைப்போலவும் நான் ஆஞ்சநேயரைப்போலவும் அவையோரின் பார்வையில் தோன்றியிருந்தால், அதில் ஆச்சரியப்படுவதற்கு ஒன்றுமில்லை.

முனைவர் எச். நரசிம்மையா ஏற்பாடு செய்த கவியரங்கம்

கெங்கல் ஹனுமந்தையாவைப்போலவே முனைவர் எச். நரசிம்மையாவும் (எச்.என்.) ஒரு கவியரங்கத்துக்கு ஏற்பாடு செய்தது நினைவுக்கு வருகிறது. நாடக உலகத்துக்கு அவருடைய பங்களிப்பு அளப்பரியது. நாடக உலகிலும் திரைப்பட உலகிலும் பெயர் பெற்ற பல நடிகநடிகையர்கள் எச்.என்.னிடம் பயிற்சி பெற்றவர்கள். புகழ்பெற்ற நாடகக்காரரான ஸ்ரீநிவாஸ் ஜி. கப்பண்ணா எச்.என். னுடைய சீடர். நேஷனல் கல்லூரியில் நடைபெறும் நாடகங்கள் அனைத்துக்கும் எல்லாவகையான உதவிகளையும் செய்வதோடு மட்டுமல்லாமல் பார்வையாளனாகவும் உற்சாகமூட்டுவது எச்.என்.னின் பழக்கமாகும். ஒரு கவியரங்கத்துக்கு ஏற்பாடு செய்யவேண்டுமென்ற ஆசை எச்.என்.னுக்கு எழுந்தது. கவியரங்கத்தில் பங்கேற்று கவிதைகள் படிக்கும்பொருட்டு கோபாலகிருஷ்ண அடிக, ஜி.எஸ். சிவருத்ரப்பா, சித்தையா பூர்ணிகா ஆகிய மூத்த கவிஞர்களை அழைத்திருந்தார். இப்படி அழைக்கப்பட்டவர்களில் நானும் ஒருவன். அழைப்பிதழில் கவிஞர்களின் பெயர்களுக்கு முன்பாக சிறப்பான கவிஞர், புகழ்பெற்ற கவிஞர், மாபெரும் புகழ்வாய்ந்த கவிஞர், பெயர்பெற்ற கவிஞர் என்றெல்லாம் அடைமொழிகளைச் சேர்த்திருந்தார். என் பெயருக்கு முன்பாக தலித் கவிஞர் என்னும் அடைமொழி இருந்தது. எனக்கு அது பொருத்தமாகத் தோன்றவில்லை. கவிதையைப்

படிப்பதற்கு முன்பாக, நான் இந்த விஷயத்தைப்பற்றி மேடையில் குறிப்பிட்டேன். எல்லோரையும் புகழ்பெற்ற கவிஞர்கள் என்னும் அடைமொழியுடன் குறிப்பிடும்போது என்னைமட்டும் தலித் கவிஞர் என்று குறிப்பிடுவது ஏன் என்று கேள்வியெழுப்பினேன். எவ்விதமான அடைமொழிப்பட்டத்தோடும் என் பெயர் இணைத்து அடையாளப்படுத்துவதை நான் விரும்பவில்லை என்று சொன்னேன். குறைந்தபட்சமாக புகழ்பெற்ற தலித் கவிஞர் என்று குறிப்பிடப்பட்டிருந்தாலாவது என் மனம் ஆறுதலடைந்திருக்கும் என்று வேடிக்கையாகச் சொன்னேன். இதனால், எச்.என். சற்றே சங்கடமுற்றார் என்று தோன்றியது. அழைப்பிதழைத் தயாரிக்கும் பொறுப்பை ஏற்றுக்கொண்டிருந்தவர் உங்களை அந்த அடைமொழியோடு குறிப்பிட்டதற்குத் தனிப்பட்ட வகையில் எந்தக் காரணமும் கிடையாது. அன்பினால் மட்டுமே அவர் அப்படிச் செயல்பட்டிருக்கிறார் என்று எச்.என். சொன்னார். எச்.என். சொன்னதை நான் ஏற்றுக்கொண்டேன். தலித் போராட்டம், தலித் இலக்கியம் ஆகியவற்றையும் நாட்டில் நிகழக்கூடிய முற்போக்குப் போராட்டங்களையும் எப்போதும் ஆதரித்து வந்திருக்கும் எச்.என்.னுக்கு என்னைத் தனிமைப்படுத்தும் எண்ணம் ஒருபோதும் இருந்ததில்லை. என் சொற்களுக்கு அவர் புன்னகையுடன் பதில் சொன்னார். கவியரங்கம் மிகவும் நல்ல முறையில் நடைபெற்றது. நாடக ஆர்வலரான எச்.என். கவிதை ஆர்வலராகவும் இருப்பதை நான் புரிந்துகொண்டேன். மூடநம்பிக்கைகளையும் மாயமந்திரங்களையும் அம்பலப்படுத்தும் வகையில் அதுவரைக்கும் எச்.என். எழுதி வந்தார். அவர் எழுதிய 'திறந்த மனம்', 'போராட்டத்தின் பாதையில்' ஆகிய படைப்புகள் புகழ்பெற்றவை. சாகித்ய அகாதெமி அவருக்கு விருதளித்து தனக்குப் பெருமையைச் சேர்த்துக்கொண்டது.

நாற்பது கிலோ கவிதை

பெங்களூரு பல்கலைக்கழகத்தில் இருந்த கன்னடப் பிரிவைச் சேர்ந்தவர்கள் மாணவர்களுக்கான கவியரங்கமொன்றை ஏற்பாடு செய்திருந்தார்கள். வெவ்வேறு பிரிவுகளில் படித்துக்கொண்டிருந்த மாணவர்களில் பலர் கவிதை எழுதுகிறவர்கள். இவ்வாறாக எழுதிப் பழகிக் கன்னட இலக்கியத்தின் மீது ஆர்வத்தை வளர்த்துக்கொண்டவர்களுக்குக் கன்னடத்துறைமீது மிகுந்த அளவில் ஈர்ப்பிருந்தது. பலமுறை அப்படிப்பட்ட மாணவர்கள் தாம் கன்னடம் முதுகலைப்படிப்பைப் படிக்கச் சேர்ந்திருந்தால் நன்றாக இருந்திருக்கும் என்று நினைத்துக்கொள்வதுண்டு. வரலாற்றியல், சமூகவியல், உளவியல் ஆகிய பிரிவுகளிலிருந்து ஏராளமான கவிதைகள் கட்டுக்கட்டாக கன்னடத் துறைக்கு

வந்துவிழுந்தன. இந்தக் கட்டிலிருந்து தேர்ந்தெடுக்கப்பட்ட கவிதைகளை, அதை எழுதிய கவிஞர்கள் கவியரங்கத்தில் படிப்பது வழக்கம். தேர்ந்தெடுத்துக் கொடுக்கும் பொறுப்பை நான் ஏற்றுக்கொண்டேன். அதனால், நூற்றுக்கணக்கான கவிதைகளை நான் படிக்க வேண்டியிருந்தது. ஒருமுறை கவிதைகளைத் தேர்ந்தெடுக்கும் பணியில் ஈடுபட்டிருந்தபோது எழுத்துகளைவிட எண்களே அதிகமாக இருந்தன. எண்கள் நிறைந்திருக்கும் கவிதையின் பக்கமாக என் கவனத்தைத் திசைதிருப்பினேன். கவிதையை அனுப்புவதற்கு மாறாக, யாரோ பற்றுவரவுச் சீட்டை அனுப்பியிருக்க வேண்டும் என நினைத்துக்கொண்டு அதைப் படிக்கத் தொடங்கினேன். அந்தக் கவிதை விசித்திரமாக இருந்தது. கவிஞரின் உடலின் எடை விவரங்கள் கவிதையில் பதிவாகியிருந்தன. முதலில் தேதி விவரம் கொடுக்கப்பட்டு, அதற்கு எதிர்ப்புறத்தில் அவருடைய எடை விவரம் கொடுக்கப்பட்டிருந்தது. 01–01–80 – என் எடை 55 கிலோ. 10–06–80 – என் எடை 50 கிலோ. 10–12–80 – என் எடை 45 கிலோ. 06–06–81 – என் எடை 40 கிலோ என்று அந்தக் கவிஞர் நாள்தோறும் தன் எடை குறைந்துவருவதைக் குறித்துவைத்திருந்தார். இறுதியில் காரணம் எனக் குறிப்பிட்டுக் கேள்விக்குறியைப் போட்டிருந்தார். அதற்குக் கீழே பதிலும் எழுதியிருந்தார். அந்தப் பதில் ‘நீயே’ என்பதாகும். யாரோ ஒருத்தியைக் காதலித்த இந்த இளங்கவிஞன் ஏதோ காரணத்தை முன்னிட்டு விலகிக் காதல் நினைவுகளில் அமிழ்ந்துபோயிருக்கிறான். இதனால், அவனுக்குச் சோறு, தண்ணீர் இறங்கவில்லை. அவனுடைய உடல்நிலை நலியத் தொடங்கியது. இதனால், உடலின் எடையும் குறையத் தொடங்கியது. அந்தக் காதலால் அவன் உடலும் மனமும் சொல்லொணாத வேதனைகளை அனுபவித்திருக்க வேண்டும். அதன் விளைவு அவனுடைய உடலெடை குறையத் தொடங்கியிருக்கவேண்டும். அந்தக் கவிஞன் தன் மனம் அடைந்த வேதனையை வெளிப்படுத்தும் முயற்சியில் ஈடுபடவில்லை. அது வழக்கமான ஒன்று என எண்ணி, புதியதொரு வழியில் தன் அமர காதலை வெளிப்படுத்தும் முயற்சியாக இப்படி எழுதிப் பார்த்திருக்கிறான். அதன் விளைவே இந்தக் கவிதை. அந்தப் புதுமைக்காக நான் அந்தக் கவிதையைத் தேர்ந்தெடுத்தேன். கவியரங்கத்தில் அந்தக் கவிதையைப் படித்த கவிஞன் கவிதையில் விவரிக்கப்படுபவனைப்போல எலும்பும்தோலுமாக இருந்தான். அவனுடைய உருவம் அவனுடைய கவிதையுடன் பொருந்திப் போயிற்று. அவன் கவிதையைப் படித்தபோது அவையிலிருந்தோ மிகுந்த இரக்கவுணர்வுடன் கைத்தட்டல் மழையைப் பொழிந்தனர்.

சுயசரிதையின் அச்சுறுத்தல்

கிட்டத்தட்ட இதே காலகட்டத்தில் என் முகவரிக்கு ஒரு கடிதம் வந்தது. கடிதம் எழுதியவன் எனக்கு அறிமுகமானவனல்ல. அவன் என்னைத் தெரிந்துவைத்திருக்கிறான். கடிதத்தைத் தொடங்கும் போதே, "அவன் நான் உங்களுக்கு அறிமுகமில்லாதவன், ஆனால் உங்களைப்பற்றி எனக்கு நன்றாகத் தெரியும்" என்று எழுதியிருந்தான். ஆனால் கடிதத்தின் நடை எனக்கு அச்சமூட்டும் விதத்தில் இருந்தது. 'இன்னும் ஒரு மாதத்தில் நான் தற்கொலை செய்துகொள்ளவிருக்கிறேன். அதற்கு நீங்களே பொறுப்பாளி' என்று அவன் எழுதியிருந்தான். இந்த வரிகளைப் படித்துக் கொண்டிருந்தபோதே எனக்குள் ஒருவகையான நடுக்கம் பரவத் தொடங்கியது. நான் ஏன் இவனுடைய மரணத்துக்குக் காரணமாக வேண்டும் என்று புரியாமல் பதற்றம் உருவானது. அவனுடைய தற்கொலைக்கு நான் எவ்விதம் பொறுப்பாளியாவேன் என்பதைப்பற்றி அவன் எந்தக் குறிப்பையும் கொடுக்கவில்லை. வாழ்க்கையில் தான் மிகமிக வேதனைக்குள்ளாகிவிட்டதாகவும் அதனால் வேறு வழியில்லாமல் தற்கொலை செய்துகொள்ள இருப்பதாகவும் அவன் குறிப்பிட்டிருந்தான். கடைசியில் எவ்விதமான காரணத்தையும் குறிப்பிடாமல் தற்கொலைக்கு நீங்களே காரணம் என்னும் வரியைச் சேர்த்திருந்தான். கடிதத்தின் தொடக்கத்தில் எனக்கு அவனைப்பற்றித் தெரியாது என்று எழுதியிருந்ததை ஒட்டி எனக்குச் சற்றே நிம்மதியாக இருந்தாலும் கூட, என்னுடைய அச்சம் முழுதாக நீங்கவில்லை. இவன் மனப்பிறழ்வு உள்ளவனாக இருக்கவேண்டும் என்று தோன்றியது. ஆனால் கடிதத்தை முழுமையாகப் படித்த பிறகு அப்படித் தோன்றவில்லை. அவனுடைய வாக்கிய அமைப்பு கட்டுக்கோப்பாக இருந்தது. அவனுடைய எண்ண வரிசையில் எந்தக் குழப்பமும் இருப்பதாகத் தெரியவில்லை. வாழ்க்கையில் அவன் மிகவும் வேதனைப்பட்டிருக்கிறான் என்பது மட்டும் உண்மை. அவனுடைய தற்கொலை ஒரு அச்சுறுத்தல் போல இல்லாமல் ஒரு மாதம் கழித்து நிகழவிருக்கிற கோரமான நிகழ்ச்சி என்று தோன்றுமளவுக்கு அவன் சொற்களில் உறுதியும் தெளிவும் நிறைந்திருந்தன. கடிதத்தில் அவன் தன் முகவரியையும் எழுதியிருந்தான். ஒருவேளை, அந்த ஊர் கோலார் மாவட்டத்தைச் சேர்ந்த கிராமமாக இருக்கலாம். எல்லா விஷயங்களையும் அலட்சியம் செய்கிற நான் இந்த விஷயத்தில் மட்டும் அலட்சியமாக இருந்துவிடக்கூடாது என நினைத்துக்கொண்டேன். அவனுடைய முகவரிக்கு உடனடியாக ஒரு பதில் எழுதினேன். வாழ்க்கையில் ஆசை,

நிராசை, வெற்றி தோல்விகள் எல்லாமே இயற்கையானவை என்றும் தற்கொலையைத் தள்ளிவைக்க வேண்டுமென்றும் அவனைக் கேட்டுக்கொண்டேன். மூன்று நாட்கள் கழித்து எனக்கு அவனிடமிருந்து கடிதமொன்று வந்தது. இந்த விஷயத்தையொட்டி அவனும் அலட்சியம் காட்டாமல் உடனே எதிர்வினை புரிந்திருந்தான். தற்கொலை செய்துகொள்வதை ஒத்திவைப்பது சாத்தியமில்லை என்பதை அவன் தன் மடலில் அழுத்தம்திருத்தமாகத் தெரிவித்திருந்தான். வாழ்க்கையைப் பழிவாங்கக் கிடைத்திருக்கும் வாய்ப்பைத் துறந்துவிடமுடியாது என்றும் தன்னுடைய தற்கொலை இந்தச் சமூகத்துக்குத் தான் விடுக்கும் சவால் என்றும் எழுதியிருந்தான். அதைப் படித்ததும் என் அச்சம் மேலும் அதிகரித்தது. எனக்கு என்ன செய்வது என்று ஒன்றும் புரியவில்லை. அதனால் முதலில் அவனுடைய பிரச்சினை என்னவென்று தெரிந்துகொள்ளவேண்டும் என்று முடிவுகட்டினேன். தந்திரமாக அவனை என் பக்கமாக இழுத்து, அவனுடைய உயிரைக் காப்பாற்ற முடிவெடுத்தேன். உடனே அவனுக்கு மற்றொரு கடிதத்தை எழுதி அஞ்சல் செய்தேன். ‘உங்கள் எழுத்துநடையைப் பார்த்தால் நீங்கள் கவிஞராகவோ அல்லது கதைகளை எழுதும் எழுத்தாளராகவோ இருக்கவேண்டும் என்று தோன்றுகிறது. நீங்கள் ஏதேனும் எழுதியிருந்தால் தயவுசெய்து அவற்றை அனுப்பிவைக்கவும்’ என்று அக்கடிதத்தில் வேண்டிக்கொண்டேன். நான் அவனுக்குக் கடிதம் எழுதி ஒரு வாரம் கூட ஆகவில்லை. அதற்குள் என் முகவரிக்கு ஒரு பார்சல் வந்து சேர்ந்தது. அதில் நூற்றுக்கணக்கான கவிதைகள் இருந்தன. தற்கொலை செய்துகொள்வதாகக் குறிப்பிட்டு அச்சமூட்டியவன் ஒரு கவிஞன் என்பதைப் புரிந்துகொள்ளமுடிந்தது. ஆர்வத்துடன் அவனுடைய கவிதைகளைப் படிக்கத் தொடங்கினேன். கவிதைகள் விசித்திரமாக இருந்தன. நேர்த்தியாகவும் எளிமையாகவும் இருந்தன. அவனுடைய கோபத்தை எழுத்துவடிவில் பார்க்க முடிந்தது. அவன் வேதனை உண்மையாக இருந்தது. ஒரு கவிதையில், “அன்று பூங்காவில் கண்டேன், இன்று பட்டை நாமம் வைத்துவிட்டாயே முண்டையே” என்றொரு வரி இருந்தது. அவ்விதமாக பல வரிகளைக் கடந்த பிறகு, ”இப்போது நீ இருக்கக்கூடும் நலமாக, நான் தீட்டிக்கொண்டேன் பட்டைநாமம்” என்றொரு வரியும் காணப்பட்டது. கடிதம் எழுதியவனுடைய தற்கொலைக்கான காரணம் எனக்குப் புரிந்தது. காதல்தோல்வியே அவனுடைய வாழ்க்கையை முடித்துக்கொள்வதற்கான காரணமாக இருக்கும்போலத் தோன்றியது. உடனடியாக அவனுக்கு நான் கடிதம் எழுதினேன். ‘ஒரு வண்டியைத் தவறவிட்டுவிட்டீர்கள், வருத்தம் வேண்டாம். மனமுடைந்துவிடவும் வேண்டாம். கோபப்படவும் வேண்டாம்.

இன்னொரு வண்டி கண்டிப்பாக வரும். எந்தக் காரணத்தை முன்னிட்டும் காத்திருக்கும் இடத்தைவிட்டு நீங்கிவிட வேண்டாம்' என்று அக்கடிதத்தில் குறிப்பிட்டிருந்தேன். அவனுக்கு என் கடிதம் ஆறுதலைக் கொடுத்திருக்க வேண்டும். தன்னைக் காதலித்துவிட்டு, இன்னொருவனைத் திருமணம் செய்துகொண்ட பெண்ணின்மீது வெறுப்பை உமிழ்வதையும் வசைபாடுவதையும் நிறுத்திவிட்டான். சில மாதங்களுக்குள்ளேயே அவன் இன்னொரு பெண்ணைத் திருமணம் செய்துகொண்டான். மகிழ்ச்சியான இல்லறவாசியானான். அவனுடைய பிரச்சினையைத் தீர்த்து வைக்க எனக்கு உதவியாக இருந்தது அவனுடைய கோபத்தில் ஊறிய கவிதை.

புண்டலீக ஹாலம்பி

புண்டலீக ஹாலம்பி மிகுந்த உற்சாகமான மனிதர். எம்.ஏ. வகுப்பில் என்னைவிட ஓர் ஆண்டு முன்னால் படித்துக்கொண்டிருந்தார். அப்போதே அவரிடம் தலைமைப்பண்புகள் குடிகொண்டிருந்தன. கன்னட ஆய்வு மையத்தில் நான் ஆய்வு உதவியாளனாகப் பணியாற்றி வந்தேன். எல்லா பல்கலைக்கழகங்களையும் போலவே பெங்களூரு பல்கலைக்கழகத்தைச் சேர்ந்த பதிப்பகப்பிரிவு தனது கட்டுப்பாட்டின்கீழ் இயங்கிவரும் கல்லூரிகளில் கருத்தரங்குகளை நடத்தி வந்தது. உரையாட வரும் பேச்சாளர்களிடம் ஒப்புதல் பெறுவதும் நிகழ்ச்சிக்கு அழைத்து வருவதும் பிறகு அவரை அவருடைய வீடுவரைக்கும் அழைத்துச் சென்றுவிடுவதும் புண்டலீக ஹாலம்பியின் கடமையாக இருந்தது. ஒருமுறை நடைபெற்ற கருத்தரங்கில் ஜி.பி. ராஜரத்தினம் அவர்களைப்பற்றி சொற்பொழிவை நிகழ்த்தும்படி என்னைக் கேட்டுக்கொண்டார்கள். நானும் ஏதோ ஓர் எண்ணத்தில் அதை ஏற்றுக்கொண்டேன். தொட்டபெள்ளாப்பூர் என்னும் இடத்தில் இந்தக் கருத்தரங்கம் நடைபெறவிருந்தது. ராஜரத்தினம் அவர்களுடைய உரையைப் பலமுறை கேட்டு மகிழ்ச்சியடைந்திருக்கிறேன். அவருடைய சிறுவர் பாடல்கள் எனக்கு மனப்பாடமாகத் தெரியும். புத்தமத இலக்கியங்களிலும் சமணமத இலக்கியங்களிலும் அவர் நன்கு தேர்ச்சி பெற்றிருந்தார். பார்ப்பதற்கு அவரே ஒரு புத்தத்துறவிபோல காணப்படுவார். தொட்டபெள்ளாப்பூருக்குச் சொற்பொழிவாற்றச் செல்லவேண்டிய நாள் வந்தது. பல இடங்களில் புரட்சிகரச் சொற்பொழிவுகளை நிகழ்த்தியபடியும் பல இடங்களில் போராட்டங்களில் பங்கெடுத்தபடியும் பொழுதுகளைக் கழித்துக்கொண்டிருந்த நான் ராஜரத்தினம் அவர்களைப்பற்றி சரியான முறையில் பேசுவதற்குப் போதிய

அளவு தயாரித்துக்கொள்ளவில்லை. “நாய்க்குட்டி நாய்க்குட்டி, உணவு வேண்டுமா?”, “வண்ணத் தகர ஊதுகுழல், பணத்துக்கு வாங்கிய ஊதுகுழல்” போன்ற மக்களுக்குப் பிடித்தமான சிறுவர் பாடல்களை எடுத்துக்காட்டாக முன்வைத்துப் பேசிவிட்டு பேச்சை முடித்துக்கொண்டால், அது என்னுடைய அறிவீனத்தின் வெளிப்பாடாக அமையுமே தவிர என்னுடைய புலமையை வெளிப்படுத்துவதாக அமையாது என்று தோன்றியது. எனவே என்ன செய்வதென்று யோசனைகளில் மூழ்கினேன். திடீரென ராஜரத்தினம் எங்கோ ஒரு கூட்டத்தில் எடுத்துக்காட்டிப் பேசிய ஆதி சங்கராச்சாரியரின் சுலோகங்கள் நினைவுக்கு வந்தன. அந்தச் சுலோகங்கள் ஏதோ ஒரு காரணத்துக்காக என் மனத்திலேயே நிலைத்து நின்றுவிட்டன. ‘சத்சங்கத்வே நிஸ்ஸாங்கத்வம், நிஸ்ஸாங்கத்வே நிஷ்சலதத்வம், நிஷ்சலதத்வே ஜீவனமுக்தி’ என்பதுதான் அந்த சுலோகம். மல்லேஸ்வரம் எட்டாவது குறுக்குத்தெருவில் இருக்கும் காந்தி இலக்கியச் சங்கத்தில் ஒருநாள் மாலைப்பொழுதில் ஜி.பி. ராஜரத்தினம் அவர்கள் சொற்பொழிவாற்றியபோது அந்த அரங்கவெளியில் ஒரு கல்லின்மீது உட்கார்ந்தபடி அதைக் கேட்டிருந்தேன். இருபது ஆண்டுகளுக்குப் பிறகும் கூட இந்த சுலோகத்தை அடிப்படையாகக் கொண்டு தொடங்கிப் பேசிவிடலாம் என்றால், ஏற்கெனவே எனது நினைவிலிருந்த நாய்க்குட்டி, ஊதுகுழல் பாடல்களுக்கும் மேற்சொன்ன சமஸ்கிருத சுலோகத்துக்கும் இடையே ஒரு தொடர்பை உருவாக்கமுடியாமல் தடுமாறிக் குழப்பத்தில் ஆழ்ந்தேன். இதனால், அன்றைய தினம் காலையிலிருந்தே எனக்குள் ஒருவகையான அச்சமும் தயக்கமும் அரும்பத்தொடங்கின. பேச்சைத் தவிர்த்துவிடலாம் என்னும் எண்ணம் தோன்றத் தொடங்கியது. இதை புண்டலீக ஹாலம்பியிடம் எடுத்துரைக்கும் துணிச்சலும் என்னிடம் இல்லை. ஹாலம்பிக்கு உரத்த திடமான குரல். அதற்கு இணையாக உடலாற்றலும் அவருக்கு இருந்தது. என்னைப் பார்த்துச் சத்தம் போட்டு, என் கையைப் பற்றிப் பேசுவதற்கு இழுத்துச் சென்றுவிட்டால் என் நிலைமை என்னாவது என நினைத்து அச்சமுண்டானது. ஹாலம்பியிடம் ஒருவகையான முரட்டுச் சுபாவம் இருப்பது எனக்குத் தெரியும். பலருடன் அவர் சண்டையிட்டதை என் கண்களால் நேருக்குநேர் பார்த்திருக்கிறேன். நல்லவர்களிடம் மிக நல்லவராகவும் கெட்டவர்களிடம் மிகக் கெட்டவராகவும் நடந்துகொள்ளும் சுபாவம் அவருக்கு இருந்தது. புண்டலீக ஹாலம்பியைப் புண்ட (முரடன் என்னும் பொருளில்) என அழைப்பவர்களும் இருந்தார்கள். இவை எல்லாவற்றையும்விட ஹாலம்பி இதயமுள்ள ஒரு மனிதர் என்பதும் மிகுந்த படைப்பூக்கம் மிகுந்தவர் என்பதும்

எனக்குத் தெரிந்தே இருந்தது. நான் அந்த நிகழ்ச்சியைத் தவிர்க்கும் எண்ணத்தைத் தெரியப்படுத்தினால் கன்னடத் துறைக்குள்ளேயே நுழைந்து அவர் கலாட்டா செய்யக்கூடும் என்கிற அச்சத்தால் நான் அந்த விஷயத்தை அவரிடம் தெரியப்படுத்தவில்லை. இத்தனை மணிக்கெல்லாம் கார் எடுத்துக்கொண்டு கன்னடத்துறைக்கு வந்துவிடுவேன், தயாராக இரு என்று சொன்னபோது நான் 'சரி' என்று சொல்லியிருந்தேன். கன்னடத்துறைக்கு கார் வர இன்னும் அரைமணி நேரம் இருக்கிறது என்னும் சமயத்தில் அங்கிருந்து நழுவி நூல்நிலையத்துக்குச் சென்றுவிட்டேன்.

சித்தலிங்கையா எங்கே?

யாருடைய பார்வைக்கும் புலப்படாத ஒரு மூலையில் புத்தகம் படித்தபடி உட்கார்ந்துவிட்டேன். இவ்வாறாக, ஒரு மணி நேரத்தை நூல்நிலையத்தில் கழித்தேன். புண்டலீக கன்னடத்துறைக்குச் சென்று நான் அங்கே இல்லாததைக் கண்டுபிடித்துவிட்டு கோபத்தோடு புறப்பட்டுச் சென்றிருப்பார் என நினைத்து மகிழ்ந்தபடி தொடர்ந்து புத்தகம் படிப்பதில் மூழ்கினேன். இடையில் ஏதோ ஒரு காரணத்துக்காக தலையை நிமிர்த்திப் பார்த்தேன். நூல்நிலையத்துக்குள் புண்டலீக அவர்கள் மிகுந்த சீற்றத்தோடு நுழைவது தெரிந்தது. "சித்தலிங்கையா எங்கே?" என்று அவர் சத்தமாக விசாரிப்பதையும் கேட்கமுடிந்தது. நான் அச்சத்தோடு புத்தகத்தை அங்கேயே வைத்துவிட்டு, நூல்நிலையத்தில் வரிசையாக அடுக்கிவைக்கப்பட்டிருந்த புத்தகத்தாங்கிகளுக்குப் பின்னால் ஓடிச் சென்று பாதுகாப்பாகப் பதுங்கிக்கொண்டேன். வாசகர்கள் உட்கார்ந்திருந்த எல்லா இடங்களிலும் தேடிப் பார்த்த புண்டலீக புத்தகத்தாங்கிகளுக்குப் பின்னால் நான் ஒருவேளை மறைந்திருக்கக்கூடுமோ என நினைத்துத் தேடத் தொடங்கினார். தொலைவிலிருந்தே இதைப் பார்த்துவிட்ட நான் இடத்தை மாற்றிக் கடைசித் தாங்கிக்கு அருகில் சென்று மறைவாக நின்றுகொண்டேன். எல்லா வரிசைகளையும் தேடிவிட்டுப் புண்டலீக கடைசி வரிசைக்கு வந்தார். நான் அதை எதிர்பார்த்திருந்தேன். மாடிப்படிக்கட்டு களில் ஏறி நூல்நிலையத்தின் மேல் தளத்துக்குச் சென்று மறைந்துகொண்டேன். அங்கிருந்த தாங்கிகளின் வரிசைக்கிடையில் பாதுகாப்பான இடமொன்றில் மறைந்துகொண்டேன். நான் படியேறிச் செல்வதை எப்படியோ புண்டலீக கவனித்துவிட்டார். அப்படியே படிகளில் தாவித்தாவி ஏறி வந்து மேல் தளத்தை அடைந்தார். "சித்தலிங்கையா எங்கே?" என்று மீண்டும் சத்தம் போட்டார். நூல்நிலையத்தில் அவருடைய குரல் எங்கெங்கும்

எதிரொலித்தது. நான் வேறொரு மூலையை நோக்கி ஓடத் தொடங்கினேன். என்னைப் பிடிப்பதற்காக புண்டலீக என்னை நோக்கி ஓடிவந்தார். நான் அவரிடமிருந்து தப்பித்து வேறொரு மூலைக்குச் சென்றேன். குழப்பத்தில் ஆழ்ந்திருந்த புண்டலீக வேறெங்கோ திசையில் என்னைத் தேடி ஓடத் தொடங்கினார். மிகுந்த எச்சரிக்கையோடு படிக்கட்டுகளில் இறங்கி மீண்டும் தரைத்தளத்தில் இருந்த புத்தகத்தாங்கிகளுக்கு நடுவில் நுழைந்து நின்றேன் நான். தடதடவென படியிறங்கித் தரைத்தளத்துக்கு வந்த புண்டலீக என்னைப் பிடிக்க முயற்சி செய்தார். புண்டலீக மிகுந்த கோபக்காரர் என்பது எனக்குத் தெரியும் என்றாலும் இத்தருணத்தில் மிகுந்த விவேகத்துடன் நடந்துகொள்வதே சரியான வழி என்று நினைத்து ஒரு குற்றவாளியைப்போல புண்டலீக ஹாலம்பியின் முன் சென்று சரணடைந்தேன். என்னைப் பிடிப்பதற்காக அலைந்தலைந்து அடைந்த சோர்வில் புண்டலீகருக்கு மேல்மூச்சு கீழ்மூச்சு வாங்கியது. "தயவுசெய்து மன்னித்துவிடுங்கள் சார், உடல்நிலை சரியில்லை" என்று மிகவும் பலவீனமான குரலில் அவரிடம் மன்றாடிக் கேட்டுக்கொண்டேன். "ஓடுவதற்கு மட்டும் சக்தி இருக்கிறது, பேசுவதற்கு சக்தி இல்லையா?" என்று கோபம் கொண்டார். நான் மீண்டும் மீண்டும் மன்றாடிக்கொள்வதைப் பார்த்துவிட்டு அவரும் சொற்பொழிவு நிகழ்ச்சிக்கு நான் அவசியம் வரவேண்டும் என்று மீண்டும்மீண்டும் கேட்டுக்கொண்டார். கடைசியில் எனது பிரார்த்தனை அவர் மனத்தைக் கரைத்துவிட்டது. "சரி, போகட்டும் விடு" என்று சொல்லிவிட்டு அவர் புறப்பட்டுச் சென்றார். புண்டலீக ஒரு முரட்டு மனிதர் என்று நினைத்திருப்பவர்கள் அந்தமாதிரியான தருணத்தில் அவரைப் பார்க்க நேரிட்டால் அவருடைய கருணைமிக்க இயல்பைக் கண்டு, தமது கருத்தை மாற்றிக்கொண்டிருப்பார்கள். 'எப்படியோ பிழைத்தாய் மானுடனே' என நினைத்தபடி நூல்நிலையத்திற்குள் சென்று ராஜரத்தினத்தின் புத்தகங்களைத் தேடியெடுத்துப் படிக்கத் தொடங்கினேன். புண்டலீக ஹாலம்பி காரில் தொட்டபெள்ளாபூருக்குச் சென்றார். நிகழ்ச்சிக்கு ஏராளமானவர்கள் வந்து சேர்ந்திருந்தார்கள். நிகழ்ச்சியின் ஒரே விருந்தினனாக இருந்த நான் கலந்துகொள்ளவில்லை என்பதையொட்டி அவருக்கு மிகுந்த வருத்தம் ஏற்பட்டது. அவரும் கன்னடத்தில் முதுகலைப் படிப்பை முடித்த பட்டதாரி. ராஜரத்தினத்தின் வாழ்க்கையைப் பற்றியும் இலக்கியப் பங்களிப்பைப் பற்றியும் நன்கு தெரிந்தவர். அவரே அழகாக சொற்பொழிவை நிகழ்த்தினார். 'நாய்க்குட்டி நாய்க்குட்டி தின்னவேண்டுமா, தின்னவேண்டும் தின்னவேண்டும் எல்லாம்

வேண்டும்' பாட்டையும் 'வண்ணத் தகடின் ஊதுகுழல் பணத்துக்கு வாங்கிய ஊதுகுழல்' பாட்டையும் எடுத்துக்காட்டுகளாகச் சொல்ல மறக்கவில்லை. அவருடைய சொற்பொழிவு மக்களைக் கவரும் வகையில் இருந்தது. மக்கள் கைத்தட்டி மகிழ்ந்தார்கள். இந்த மகிழ்ச்சியின் ஆரவாரத்தில் நான் ஏமாற்றியதைப் புண்டலீக மறந்துவிட்டார்.

விழுந்துவிழுந்து சிரித்த விருந்தினர்கள்

தொட்டபெள்ளாப்பூர் நிகழ்ச்சிக்குப் பிறகும்கூட புண்டலீக ஹாலம்பி என்மீது வைத்திருந்த பாசமும் நம்பிக்கையும் குறையவில்லை. அவர் மற்றொரு முறை என்னைப் பல்கலைக்கழகப் பதிப்பகத்தின் மூலம் சொற்பொழிவாற்ற அழைப்பு விடுத்தார். இந்த முறையும் நான் நிகழ்ச்சிக்கு ஒப்புதல் அளித்தேன். புண்டலீக ஹாலம்பி என் மீது வைத்திருக்கும் நம்பிக்கைக்குத் துரோகம் இழைக்கக்கூடாது என நினைத்திருந்தேன். பல்கலைக்கழகத்துக்கு அருகிலேயே இருந்த கெங்குட்டியில் நிகழ்ச்சிக்கு ஏற்பாடு செய்யப்பட்டிருந்தது. நாட்டுப்புறத் தெய்வங்களைப்பற்றி நான் பேசவேண்டும். புண்டலீக ஹாலம்பி நிகழ்ச்சிக்குத் தலைமை. நான் தேவதைகளைக் கிண்டல் செய்தபடி என் உரையைத் தொடங்கினேன். எல்லோரும் விழுந்துவிழுந்து சிரித்தார்கள். அவர்கள் சிரித்து ஓயும்வரையில் காத்திருந்துவிட்டு பிறகு உரையைத் தொடங்கினேன். இப்படியே நிறுத்துவதும் தொடர்வதுமாக நான் உரையை நிகழ்த்தினேன். இந்த நிகழ்ச்சிக்குப் பிறகு நான் சொற்பொழிவாற்றும் போதெல்லாம் நகைச்சுவையான செய்திகளைக் குறிப்பிட்டாலும் கூட அவற்றுக்குக் கருத்தின் தீவிரத்தை வெளிப்படுத்துவதுபோன்ற முகமூடியை அணிவிப்பதை வழக்கமாக்கிக்கொண்டேன்.

அரளப்பா

கெங்கேரி புறநகரில் எனக்காக வாடகைக்கு வீடு தேடியலைந்து அமர்த்திக்கொடுத்தவர் அரளப்பா. அதற்குப் பிறகு நான் பேராசிரியர் க.வெ. ராஜகோபாலுக்குச் சொந்தமான வீட்டில் வாடகைக்குக் குடியிருக்கத் தொடங்கினேன். அப்போது ஓய்வுநேரத்தைப் பெரும்பாலும் தனிமையிலேயே கழித்தேன். சிற்சில சமயங்களில் அரளப்பா என்னோடு இருப்பது வழக்கம். அவர் கெங்கேரி படேலின் மகன். ஒவ்வொரு விஷயத்தைப்பற்றியும் என்னோடு மனம்திறந்து பேசுவது வழக்கம். அரளப்பாவின் தோற்றம் அவருக்கு எதுவும் தெரியாது என்பதுபோன்ற

எண்ணத்தை எழுப்பும். ஆனால் அவருக்கு எல்லா விஷயங்களும் தெரிந்திருந்தன. அந்த யுகத்தின் முக்கியமான மனிதர்கள் அனைவருடைய வாழ்க்கையைப்பற்றியும் தொடக்கம் முதல் இறுதிவரை எல்லாவற்றையும் அவர் தெரிந்துவைத்திருந்தார். பெற்றோருக்கு ஒரே மகனாக இருந்த அரளப்பா பெரும்பான்மை யான அரசியல்வாதிகளுக்கு அறிமுகமான மனிதராக இருந்தார். சிலர் சில பிரச்சினைகளோடு அவரை அணுகும் தருணங் களில் அவற்றையெல்லாம் அவர் மிகவும் எளிதாகத் தீர்த்து வைத்திருக்கிறார். ஒரு மனிதனுடன் பத்து நிமிட நேரம் அரளப்பா உரையாடினால் போதும், அந்த மனிதனைப்பற்றி மிகச்சரியாக எடைபோட்டு மதிப்பிட்டுச் சொல்லிவிடுவார். கன்னடத்தில் எம்.ஏ. படிக்கும்போது அவர் எனக்கு மாணவராக இருந்தார். ஆயினும், நாங்கள் இருவரும் நண்பர்களைப்போலவே பழகி வந்தோம். நான் பெங்களூரு அரசு கலைக்கல்லூரியில் பி.ஏ. (ஆனர்ஸ்) வகுப்பில் படித்துக்கொண்டிருந்தபோது அவர் புகுமுக வகுப்பு முதலாம் ஆண்டில் படித்துக்கொண்டிருந்தார். நான் மாணவர் சங்கத் தேர்தலில் போட்டியிட்டபோது அவர் என் சார்பில் ஆதரவு திரட்டியதோடு மட்டுமின்றி, எனக்காக வாக்களித்தார். படிப்பை முடித்துக்கொண்டு பி.எட். படிப்பையும் நிறைவுசெய்துவிட்டு பிறகு எம்.ஏ. கன்னடம் படிக்க வந்திருந்தார். அந்தச் சமயத்தில் நான் கன்னட ஆய்வு மையத்தில் ஆசிரியராக இருந்தேன். ஏற்கெனவே அறிமுகமானவர்களாக இருந்ததால் எனக்கும் அரளப்பாவுக்கும் இடையில் நட்பு வளர்ந்தது. டி.ஆர். நாகராஜ், காளேகௌட நாகவார இருவரும் அரளப்பாவுக்கு மிக நெருக்கமானவர்களாக இருந்தபோதும் அவர் என்னோடும் மிகவும் நெருங்கிப் பழகினார்.

கெங்கேரியிலும் புறநகரிலும் நடைபெற்ற பல விழாக்களில் அரளப்பாவின் வேண்டுகோளை ஏற்று நான் விருந்தினராகச் சென்று உரையாடியிருக்கிறேன். அவருக்கு அறிமுகமுள்ள ஒவ்வொரு மனிதரைப்பற்றியும் – அவர்களுடைய நற்குணங்கள் என்ன, மோசமான குணங்கள் என்ன, என்பதைப் பற்றியெல்லாம் அவர் மிகவும் விரிவாக விவரிப்பார். எதைப் பற்றிப் பேசினாலும், நான்கு புறங்களிலும் திரும்பிப் பார்த்து யாராவது இருக்கிறார்களா இல்லையா என்பதை உறுதிப்படுத்திக்கொண்டு அடங்கிய குரலில் பேசுவது அரளப்பாவுடைய பழக்கம். ஒருமுறை நான் அரளப்பாவின் முன்னிலையில் ஓர் அதிகாரியைப் பற்றிப் பாராட்டிப் பேசினேன். அந்த அதிகாரி எனக்கு அதிக் அளவில் அறிமுகமானவரல்ல என்றபோதும் ஒன்றிரண்டு முறை உரையாடிய அனுபவத்தில் அவரைப் பற்றிய நல்லெண்ணம் என் மனத்தில் எழுந்தது. இப்படிப்பட்ட அதிகாரிகள் நமது சமூகத்துக்கு

அவசியமென்று குறிப்பிட்டுவிட்டு, அவருடைய நன்னடத்தை, பொதுமக்களிடம் பழகும் விதம் ஆகியவற்றைப் பாராட்டிப் பேசினேன். அரளப்பா இரண்டு நிமிடங்கள் அமைதியாக இருந்தார். நான் சொல்வதை அவர் ஏற்றுக்கொண்டார் என்று நினைத்தேன். ஆனால் அரளப்பா வழக்கம்போல மெல்லிய அடிக்குரலில் பேசத் தொடங்கினார். நான் புகழ்ந்து பேசிய அதிகாரி இரண்டு நாட்களுக்கு முன்பாக வரைமுறையில்லாமல் குடித்துவிட்டு, மிகுந்த போதையில் கெங்கேரிக்கு அருகில் இருந்த குடிசைகளில் ஏதோ ஒரு குடிசையின் முன்னால் நின்று கதவைத் தட்டினார் என்றும் அந்தக் குடிசையில் இருந்த பெண்ணொருத்தியை வெளியே வருமாறு அழைக்கத் தொடங்கினார் என்றும் அவர் சொன்னார். குடிசைக்குள் இருந்த அந்தப் பெண் தனியாக இருந்த காரணத்தால் கதவைத் திறக்கவில்லை. ஆனால் சுற்றுவட்டாரத்தில் இருந்த மக்கள் தூக்கத்தில் இருந்து விழித்தெழுந்து வெளியே வந்து அந்த அதிகாரியை அடித்து வெளுத்துவாங்கிவிட்டார்கள் என்றும் அவர் சொன்னார். அரளப்பா சொன்ன சொற்கள் உண்மை யென்று புரிந்தது. அந்த அதிகாரியைப்பற்றி மேலும் சிலரிடம் நான் விசாரித்தேன். அவர் இந்த ஒருமுறை மட்டுமல்ல, இதற்குமுன்பு பல முறை இப்படி குடித்துவிட்டு மற்றவர்கள் வீட்டுக் கதவையெல்லாம் தட்டி வசைபட்டு உதைபட்டு வந்தவர் என்றெல்லாம் அவர்கள் சொன்னார்கள். அந்தப் பகுதியில் வாழ்ந்துவரும் பிரபலமான ஒவ்வொருவரைக் குறித்தும் துல்லியமான விவரங்கள் அரளப்பாவிடம் இருந்தன. யாராவது ஒருவரைப்பற்றி நான் பாராட்டிப் பேசினால், அவர் இந்த இடத்தில் இப்படிப்பட்ட வேலையைச் செய்து அடிவாங்கியிருக்கிறார் என்னும் விவரங்களை அரளப்பா அடுக்கத் தொடங்கிவிடுவார்.

அரளப்பா மயங்கி விழுந்தது

கெங்கேரியில் அரளப்பாவுக்கு மல்லிகைத் தோட்டமொன்று இருந்தது. தோட்டம் முழுக்க மல்லிகைப்பூக்கள் பூத்துக் குலுங்குவதை நான் பலமுறை பார்த்து மகிழ்ச்சியடைந்திருக்கிறேன். என்மீது ஆழ்ந்த நம்பிக்கை வைத்திருந்த அரளப்பா அவ்வப்போது தம் பிரச்சினைகளை எப்படித் தீர்ப்பது என்று என்னிடம் கலந்து பேசுவார். பலருடைய பிரச்சினைகளையெல்லாம் தீர்த்துவைத்த அரளப்பா தமக்குரிய பிரச்சினை வரும்போது, அதற்கென தீர்வை என்னிடம் விசாரித்தது எனக்கு ஆச்சரியமாக இருந்தது. அப்போது எனக்குத் தெரிந்தவரையில் அவருக்கு நான்

ஆலோசனைகள் சொல்வேன். அவரும் என் மீது வைத்திருந்த கௌரவத்தின் காரணமாக, நான் சொல்லும் ஆலோசனைகளைக் கணக்கிலெடுத்துக்கொள்வார். ஒருநாள் மாலை அரளப்பா என் வீட்டுக்கு வேகவேகமாக வந்தார். மிகவும் பதற்றத்தில் இருந்தார். "சார், நீங்கள் எனக்கு ஒரு ஆலோசனை சொல்லி உதவி செய்யணும்" என்று கேட்டுக்கொண்டார். "உங்கள் பிரச்சினை என்னவென்று சொன்னால் நான் அதற்குத் தகுந்த விதமாக ஆலோசனை சொல்வேன்" என்று பதில் சொன்னேன். மறுநாள் ஒரு போட்டித் தேர்வெழுதச் செல்வதாகவும் (ஒருவேளை கர்நாடக ஆட்சித்துறைத் தேர்வாக இருக்கலாம்) தேர்வில் நல்லவிதமாக விடையெழுத தான் என்ன செய்ய வேண்டும் என்றும் கேட்டார். "நல்லவிதமாகப் படித்துத் தயாராக இருக்கிறீர்கள் அல்லவா?" என்று நான் கேட்டதற்கு அவரும் "ஆமாம்" என்று சொன்னார். புதியதாக என்னவிதமான ஆலோசனை கொடுப்பது என்று எனக்கும் புரியவில்லை. ஆயினும், அவர் ஏமாற்றமடைந்துவிடாதபடி ஏதேனும் சொல்லி அனுப்பவேண்டும் என நினைத்துக்கொண்டு அவருக்குச் சாத்தியமான சில ஆலோசனைகளை வழங்கினேன். 'இரவு வேளையில் மிகநீண்ட நேரம் வரைக்கும் படித்து உறக்கத்தைக் கெடுத்துக்கொள்ளக்கூடாது; அதிகாலையில் விரைவாக எழுந்து வெந்நீரில் குளித்த பின் சிறிது நேரம் படித்துவிட்டு, அதற்குப் பிறகு அமைதியான மனநிலையில் தேர்வறைக்குச் செல்லவேண்டும்; வீட்டிலிருந்து புறப்பட்ட பிறகு உங்களைப் பிடிக்காதவர்கள் யாராவது உங்களுடைய மனம் புண்படும்படி பேசினால் அவற்றைச் சிறிதளவும் பொருட்படுத்தாமல், காதிலேயே விழாததுபோல கிளம்பிச் செல்லவேண்டும்; ஒருவேளை, அவருடைய கேள்விக்குப் பதில் சொல்லத் தொடங்கினால் அது சண்டையாக மாறி நீங்கள் படித்ததையெல்லாம் மறந்துபோகிற சூழல் உருவாகலாம் என்றெல்லாம் அவருக்கு ஆலோசனைகள் வழங்கினேன். அவர் என் ஆலோசனைகளையெல்லாம் மிகுந்த மகிழ்ச்சியோடு ஏற்றுக்கொண்டு வீட்டுக்குச் சென்றார்.

அடுத்தநாள் மாலையில் அரளப்பா என் வீட்டுக்கு வந்தார். என்ன காரணத்தாலோ, மிகவும் சோர்வாகக் காணப்பட்டார். நான் "தேர்வெழுதச் சென்றீர்களா?" என்று கேட்டபோது "போயிருந்தேன்" என்றார். "அப்புறம் எதற்காக உற்சாகமில்லாமல் இருக்கிறீர்கள்?" என்று கேட்டேன். "நீங்கள் கொடுத்த ஆலோசனையின் காரணமாக பெரிய தொல்லைக்கு ஆளாகி விட்டேன். தேர்வை எழுத இயலவில்லை" என்றார். எனக்கு அச்சம் உண்டானது. தொல்லைக்கு இடம்தரக்கூடிய வகையில் எவ்விதமான ஆலோசனையையும் நான் வழங்கவில்லை. "நான்

சொன்ன எந்த ஆலோசனையால் உங்களுக்குத் தொல்லை உருவானது?" என்று கேட்டேன். "வெந்நீரில் குளிக்கச் சொன்ன ஆலோசனை" என்று அவர் சொன்னார். "அது எப்படி தொல்லைக்கு காரணமானது?" என்று நான் கேட்டேன். அவர் குளிப்பதற்கு ஒருபோதும் வெந்நீரைப் பயன்படுத்தியவர் அல்ல. நீண்ட காலமாக அவர் குளிப்பதற்குத் தண்ணீரையே பயன்படுத்தி வந்தார். தேர்வுக்குச் சென்ற அன்று மட்டும், என் ஆலோசனையைப் பின்பற்றுவதற்காக வெந்நீரில் குளித்தார். தேர்வறைக்குள் சென்று அமர்ந்த கொஞ்ச நேரத்திலேயே வெந்நீர்க்குளியல் அவரது உடல்நிலையைப் பாடாய்ப் படுத்தியெடுத்தது. அவருக்குத் தலை சுற்றியது. கேள்வித்தாளில் உள்ள எல்லாக் கேள்விகளுக்கும் அவரால் பதில் எழுத இயல வில்லை. 'தேர்வு போனால் போகட்டும், உயிர் பிழைத்திருந்தால் போதும்' என்ற எண்ணம் வந்துவிட்டது. அவர் பாதியிலேயே தேர்வறையிலிருந்து எழுந்து வந்துவிட்டார். என் ஆலோசனை அவருக்குச் சங்கடத்தை உருவாக்கிவிட்டது. காலையில் பொதுவாக குளிர் இருக்குமென்பதால் வெந்நீரில் குளிக்கலாம் என்னும் ஆலோசனையை வழங்கினேனே தவிர தண்ணீர், வெந்நீர் என்னும் வேறுபாட்டுணர்வெதுவும் என்னிடம் இல்லை. என் மனத்தில் குளியலைப்பற்றிய எண்ணம்தான் இருந்ததே தவிர, வெந்நீரா தண்ணீரா என்கிற எண்ணமெதுவும் எழுந்ததில்லை. ஆனால் அரளப்பா என் சொற்களை வார்த்தைக்கு வார்த்தை பின்பற்ற நினைத்து, தேர்வெழுத முடியாமல் துன்பமடையும்படி நேர்ந்துவிட்டது. இன்றும்கூட அரளப்பா எனக்கு நெருக்கமான நண்பர். கர்நாடக அரசில் அவர் இப்போது ஒரு நல்ல வேலையில் இருக்கிறார். மக்களுக்கு ஆதரவாக அமையக்கூடிய, துன்பங்களில் அமிழ்ந்தவர்களுக்குத் துணையாக இருக்கக்கூடிய உதவிகளைச் செய்யும் மனநிலை அவரிடம் அப்படியே இருக்கிறது. மற்றவர்களுடைய வாழ்க்கையைப்பற்றித் தெரிந்துகொள்ளும் ஆர்வத்துக்கும் குறைவில்லை.

முனைவர் எல்.ஆர். ஹெக்டே

எல்.ஆர். ஹெக்டே மீது எனக்கு மதிப்பும் மரியாதையும் உண்டு. கர்நாடக நாட்டுப்புறவியல் வல்லுநர்களில் மிகவும் மூத்தவர். அவர் வடகன்னட மாவட்டத்தைச் சேர்ந்த ஹாலக்கி ஒக்கலிகர், முகரியர் போன்ற அடித்தட்டு மக்களின் வாய்மொழி இலக்கியத்தைச் சேகரித்தவர். நாட்டுப்புற இலக்கியம், பண்பாடு ஆகியவற்றைப்பற்றி எல்.ஆர். ஹெக்டே எழுதியிருக்கும் புத்தகங்கள் மிகவும் மதிப்புள்ளவை. நான் முதன்முதலில் முனைவர்

எல்.ஆர். ஹெக்டேவை காளேகௌடருடன் பார்த்தேன். எம்.ஏ. நாட்டுப்புறவியல் பிரிவில் படித்துக்கொண்டிருந்த மாணவர்களுடன் களப்பணிக்குச் சென்றிருந்தபோது அவரைச் சந்தித்தேன். அந்தக் காலத்தில் வடகன்னட மாவட்டம் எங்கள் செயல்பாடுகளுக்கு மையக்களமாக இருந்தது. அங்கிருக்கும் கடல்மீதும் காடுகள்மீதும் நான் தீராத ஈடுபாடு கொண்டிருந்தேன். பார்ப்பதற்கு எல்.ஆர். ஹெக்டே ஆங்கிலேயரைப்போல காணப்படுவார். அதுமட்டுமல்லாமல், தலையில் தொப்பி வேறு அணிந்திருப்பார். பேசத் தொடங்கிய பிறகுதான் அவர் கன்னடியர் என்பதைப் புரிந்துகொண்டேன். எங்கள் களப்பணிகளுக்கு ஹெக்டே பல உதவிகளைச் செய்தார். ஏறத்தாழ முப்பதுபேர் கொண்ட எங்கள் குழுவுக்கு உணவு வழங்கித் தங்குவதற்கான இடங்களுக்கும் ஏற்பாடு செய்தார். நாட்டுப்புறவியலின் பலவிதமான வடிவங்களை அவர் அறிமுகப்படுத்தினார். பார்ப்பதற்கு ஐரோப்பியரைப்போல தோற்றமளித்த எல்.ஆர். ஹெக்டே தன் கையில் ஒரு பையை வைத்துக்கொண்டிருப்பார். அப்பகுதியைச் சேர்ந்த அடித்தட்டு மக்களிடையே அவர் மிகவும் பிரபலமானவராக இருந்தார். வறியவர்களிடம் மிகவும் நெருக்கமானதொரு நண்பனைப்போலத் தொட்டுப் பேசிப் பழகக்கூடியவர். இந்தப் பேராசிரியர் பொதுமக்களுக்குத் தன்னால் இயன்ற அளவுக்கு உதவுகிறவராக இருந்தார். ஹெக்டே மிகமுக்கியமான நாட்டுப்புறவியல் அறிஞர் மட்டுமன்றி, புகழ்பெற்ற நாட்டுவைத்தியராகவும் இருந்தார். ஒருநாள் ஒரு பையைக் கையில் பிடித்தபடி பெங்களூரு மைசூர் வங்கிச் சந்திப்புக்கு அருகில் ஹெக்டே நடந்துகொண்டிருந்தார். எதிர்ப்புறத்திலிருந்து வந்த நான் அவரை வணங்கினேன். அவரும் வணங்கினார். “என்ன சார், இந்தப் பக்கம்?” என்று கேட்டேன். “ஏதோ ஒரு வேலையிருந்தது” என்று அவரும் பதில் சொன்னார். சம்பிரதாயமான உரையாடலாக இருந்தது. சில நாட்களுக்குப் பிறகு அவர் சித்தாப்புரத்திலிருந்து எனக்குக் கடிதம் எழுதியிருந்தார். மைசூர் வங்கிச் சந்திப்புக்கு அருகில் சந்தித்த சமயத்தில் அவரால் என்னைச் சரியாக அடையாளம் கண்டுபிடிக்க முடியவில்லை என்றும் ஊருக்குச் சென்றபிறகு, சந்திப்பில் தன்னைப் பார்த்து வணங்கிய ஆள் யாராக இருக்கும் என யோசனையில் அமிழ்ந்துவிட்டதாகவும் அப்போதுதான் அவருக்கு என் பெயர் நினைவுக்கு வந்ததாகவும் எழுதியிருந்தார். என்னிடம் சரியாகப் பேசவில்லை என்பதையொட்டி மென்மையும் எளிமையும் பொருந்திய அவர் பெரிதும் வருத்தமுற்றதாகவும் தன் வருத்தத்தைத் தெரியப்படுத்துவதற்காக அவர் அக்கடிதத்தை எழுதியிருப்பதாகவும் குறிப்பிட்டிருந்தார். பெருந்தன்மை மிக்க

அவருடைய ஆளுமையையும் மனித உறவுகளையொட்டி அந்த மாபெரும் மனிதருக்கு இருக்கும் ஈடுபாட்டையும் அவருடைய கடிதம் உணர்த்தியது. அவரைப்பற்றிய நினைவு வந்ததால், இந்த நிகழ்ச்சியைப்பற்றி இங்கே குறிப்பிடவேண்டியதாகிவிட்டது. அந்த மகத்தான ஆளுமையின் நாகரிகத்தைக் கண்டு, அவருடைய சாதனைக்கும் வயதுக்கும் எதிரில் மிகச் சிறியவனான எனக்குக் கூச்சமாக இருக்கிறது.

டாக்டர் ப்ரொபஸர்

எல்.ஆர். ஹெக்டேயை பெங்களூரில் சந்தித்ததும் கடிதம் வந்ததும் மிகச் சமீபத்தில் நடந்தவை. இன்றைக்குப் பதினெட்டு ஆண்டுகளுக்கு முன்பாக கர்நாடகப் பல்கலைக்கழகத்தவர்கள் வடகன்னட மாவட்டத்தில் அங்கோலாவில் நாட்டுப்புறவியல் மாநாடொன்றுக்கு ஏற்பாடு செய்திருந்தார்கள். ஒவ்வொரு ஆண்டும் நாட்டார் கலைகளில் ஒவ்வொன்றைப் பற்றி உரையாடும் வகையில் மாநாடுகளை நிகழ்த்துவது பல்கலைக்கழகத்தின் வழக்கம். ஒரு குறிப்பிட்ட ஆண்டில் கதைப்பாடல்களைப்பற்றி மாநாடு நடந்தது. ஒருமுறை விடுகதைப்பாடல்களை மையப்பொருளாக்கி மாநாடு நடத்தினால் அடுத்த ஆண்டில் லாவணியை மையப்பொருளாகக் கொண்ட மாநாட்டுக்கு ஏற்பாடு செய்வது அந்தப் பல்கலைக்கழகத்தின் சிறப்பாகும். இப்படிப்பட்ட மாநாடொன்று தார்வாடில் நடைபெற்றபோது நானும் அங்கே போயிருந்தேன். அந்த மாநாட்டில் மூத்த படைப்பாளி கோரூர் ராமஸ்வாமி ஐயங்கார் பங்கேற்று மிகச்சிறப்பான முறையில் சொற்பொழிவாற்றினார். டாக்டர் சுங்காபுரும் அதே அளவுக்கு மிகச்சிறப்பாகவும் நகைச்சுவையாகவும் பேசினார். சுங்காப்புர் வாய் திறந்தால் போதும், அவையில் இருந்தவர்கள் எல்லோரும் சிரிக்கத் தொடங்கினார்கள். கர்நாடக பல்கலைக்கழகத்தவர்கள் அங்கோலா மாநாட்டில் நாட்டுப்புறத் தெய்வங்களைப்பற்றி உரையாடுவதற்காகத் திட்டமிட்டிருந்தார்கள். அடுத்த ஆண்டில் அவர்கள் நாட்டுப்புற ஆண்தெய்வங்களைக் குறித்த மாநாட்டை நடத்தினார்கள். நாட்டுப்புறத் தெய்வங்களைப்பற்றிய மாநாடு என்பதால் என்னிடமும் கட்டுரை தயார்செய்துகொண்டு வரும்படி அழைப்பு விடுத்தார்கள். நான் இரவு முழுதும் பேருந்தில் பயணம் செய்து தூக்கமில்லாமல் அங்கோலாவைச் சென்றடைந்தேன். மாநாடு நடைபெறும் இடத்தைக் கண்டடைந்து பேட்ஜ் அணிந்திருந்த தன்னார்வலர்களைத் தேடிக் கண்டுபிடிக்கும் முயற்சியில் வெற்றி கிடைத்தது. மாநாட்டில் கலந்துகொண்டு சொற்பொழிவாற்ற

வந்திருப்பதாகத் தெரியப்படுத்தி, தங்குவதற்கான ஏற்பாடுகளைச் செய்துகொடுக்கும்படி கேட்டுக்கொண்டேன். அவர் என்னிடம் "நீங்கள் டாக்டரா ப்ரபஸரா?" என்று கேட்டார். "நான் ப்ரொபஸர்" என்று பதில் சொன்னேன். என்னுடைய ஆய்வு இன்னும் முற்றுப்பெற்றிருக்கவில்லை. அதனால் நான் என்னை டாக்டர் என்று சொல்லிக்கொள்ள முடியவில்லை. அதனால், ஒருவேளை டாக்டர் என்று தெரியப்படுத்தியிருந்தால் மதிப்பும் வசதிகளும் கூடுதலாக இருந்திருக்கலாம் என்று நினைத்துக் கொண்டேன். "வாங்க, ப்ரொபஸர்" என்றபடி அந்தத் தன்னார்வலர் என்னை ஓட்டலுக்கு அழைத்துக்கொண்டு சென்றார். போய்க்கொண்டிருந்த வழியில் சந்திக்க நேர்ந்த வேறொரு தன்னார்வலர் டாக்டரா ப்ரொபஸரா என்று என்னை மறுவிசாரணைக்கு உட்படுத்தினான். என்னை அழைத்துக் கொண்டு சென்றவன் "ப்ரொபஸர்" என்று பதில் சொன்னான். தங்கிக்கொள்வதற்கு ஒரு பழைய ஓட்டலில் ஓர் அறையை எனக்குக் காட்டினான். நான் என்னுடைய பயணப்பெட்டியோடு என்னுடைய அறைக்குள் சென்றேன். ஓய்வெடுப்பதற்காகக் கட்டிலின் மேல் சாய்ந்தேன். அது கயிற்றுக்கட்டில். அதன் கால்கள் உறுதியாக இல்லை. அது சத்தமெழுப்பியது. சங்கீதம் கேட்கும் பரபரப்பில் இருந்த எனக்கு அந்த உடைந்த கட்டில் முறிந்துவிழுந்துவிட்டால் உயிருக்கு ஆபத்து என்கிற எண்ணம் எழுந்தது; உடனே எழுந்து உட்கார்ந்தேன். கழிப்பறைக்குச் சென்றால், அங்கும் உடைந்த கதவுகளே காணப்பட்டன. மீண்டும் அறைக்குள் வந்து உட்கார்ந்தபோது அங்கங்கே மூட்டைப்பூச்சிகள் நகர்ந்துசெல்வதைப் பார்க்கமுடிந்தது. அவை தம் விருப்பம்போல அங்குமிங்கும் அலைந்துகொண்டிருந்தன. இவை அனைத்தும் எனக்குப் பழக்கப்பட்டவை என்பதால், எதுவும் எனக்கு வித்தியாசமாகத் தோன்றவில்லை. அங்கேயே நடமாடிக்கொண்டிருந்த தன்னார்வலர் ஒருவரிடம் குளிப்பதற்காக வெந்நீர் கேட்டேன். அவன், "டாக்டர்களுக்கு மட்டுமே வெந்நீர் தரப்படும், ப்ரொபஸர்களுக்கு தண்ணீர் மட்டுமே தரப்படும்" என்று சொன்னான். அவன் சொன்னதைக் கேட்டு எனக்கு அச்சமாக இருந்தது. உள்ளூரச் சிரிப்பாகவும் இருந்தது. வெந்நீருக்காக நான் அவனிடம் விவாதிக்கத் தொடங்கினேன். எனக்கு உடல்நிலை சரியில்லை, தண்ணீரில் குளிக்கும் நிலையில் நான் இல்லை, கட்டாயமாக எனக்கு வெந்நீர் தேவை என்றெல்லாம் அவனிடம் அழுத்திச் சொன்னேன். "நீங்கள் ப்ரொபஸர் என்பதால், உங்களுக்கு வெந்நீர் வழங்கமுடியாது" என்று அவனும் சிறிதும் கருணையில்லாத குரலில் சொன்னான். "டாக்டர் என்றால் வெந்நீர் கிடைக்குமா?" என்று அவனிடம் கேட்டேன். அவன் "டாக்டர்களுக்கு வெந்நீர் மட்டுமல்ல நல்ல அறை, முதல்

வகுப்புப் பிரயாணத்துக்கான பயணச்சீட்டுத்தொகை எல்லாமே கிடைக்கும்” என்றான். “அப்படியென்றால் ப்ரொபஸர்களுக்கு முதல் வகுப்புப் பிரயாணத்துக்கான பயணச்சீட்டுத்தொகை கிடைக்காதா?” என்று கேட்டேன். “அவர்களுக்கெல்லாம் பேருந்துக் கட்டணம் மட்டுமே கிடைக்கும்” என்று சொன்னான் அவன். இதைக் கேட்டதும் எனக்குச் சலிப்பு ஏற்பட்டது. டாக்டர் பட்டம் பெற்றிருப்பவர்களை ப்ரொபஸர்களைவிட பெரியவர்கள் என நினைத்துக்கொள்வது நியாயமானதாகத் தோன்றவில்லை. டாக்டர் பட்டம் பெற்றவர்கள் ரீடராகவோ ப்ரொபஸராகவோ இருப்பார்கள், டாக்டர் பட்டம் பெறாதவர்கள் வெறும் லெக்சரர்களாக இருப்பார்கள் என நினைத்துக்கொள்வதே இந்த எண்ணத்துக்குக் காரணமாகும். வடகன்னட மாவட்டத்தில் லெக்சரர்களை ப்ரொபஸர்கள் என்று தாராளமாக அழைப்பதுண்டு. ப்ரொபஸர் ஹுச்சுராவ், கன்னட லெக்சரர் என்று பெயர்ப்பலகை வைத்துக்கொள்வது சாதாரணமான விஷயமாகும். ஆனால் ப்ரொபஸர்களை அதாவது கல்லூரிப் பேராசியர்களை – அவர்கள் டாக்டர் பட்டம் பெற்றவர்களாக இருந்தாலும் சரி, பெறாதவர்களாக இருந்தாலும் சரி, ரீடராகவோ ப்ரொபஸராகவோ இருந்தாலும் சரி, இல்லாவிட்டாலும் சரி – இப்படியெல்லாம் பகுத்துப் பார்க்கக்கூடாது என்று தோன்றியது. இதை எதிர்க்கவேண்டும் என நான் முடிவெடுத்துக்கொண்டேன். ப்ரொபஸர் என்று சொல்லிவிட்டு என்னைப்போல இழப்புக்குட்பட்டவர்கள் அனைவரையும் என்னோடு இணைத்துக்கொண்டால் என்னுடைய போராட்டத்துக்கு வலிமை உண்டாகும் என்று தோன்றியது. அந்த ஓட்டலில் என்னைப்போன்ற ப்ரொபஸர்கள் கிடைக்கக்கூடும் என்று ஒவ்வொரு அறையிலும் தேடத் தொடங்கினேன். அதிருஷ்டவசமாக இரண்டு ப்ரொபஸர்கள் அந்த ஓட்டலின் ஓர் அறையில் முறிந்த கட்டிலின்மீது உட்கார்ந்திருந்தார்கள். இன்னும் குளித்துமுடிக்காதவர்கள்போலக் காணப்பட்டார்கள். குளிக்கலாமா, வேண்டாமா என்று அந்த ப்ரொபஸர்கள் யோசித்தபடி உட்கார்ந்திருப்பதுபோலத் தோன்றியது. அவர்களில் ஒருவர் ப்ரொபஸர் சென்னண்ணா வாலீகார்; மற்றொருவர் பஸவராஜ் நெல்லிஸர. இவ்விருவரும் தன்னார்வலர்களிடம் தம்மை ப்ரொபஸர்கள் என்று அறிமுகப்படுத்திக்கொண்டதால் அவர்களுக்கும் எனக்கு ஏற்பட்ட நிலையே ஏற்பட்டது. டாக்டர்களுக்கும் ப்ரொபஸர்களுக்கும் இடையிலான பாரபட்சங்களைப்பற்றி அவர்களுக்கு எதுவும் தெரியவில்லை. இது இயற்கையானது என்பதுபோல அவர்கள் உட்கார்ந்திருந்தார்கள். இவ்விருவரும் எனக்கு ஏற்கெனவே அறிமுகமானவர்கள். சன்னண்ணா வாலீகார் பிரபலமான

புரட்சிகர இலக்கியவாதி. பசவராஜ் நெல்லிஸர எனக்கு மிகவும் நெருக்கமான நண்பர். டாக்டர்களிடமும் ப்ரொபஸர்களிடமும் வெவ்வேறு விதமான அணுகுமுறைகளுடன் நடந்து கொள்கிறார்கள் என எடுத்துரைத்தேன். அவர்கள் கோபம் கொண்டார்கள். டாக்டர் பட்டம் பெற்ற ஒருவருக்கு மிக நல்ல ஓட்டலொன்றில் அறையை ஒதுக்கியிருக்கிறார்கள் என்றும் அதற்கான காரணம் இப்போதுதான் புரிகிறது என்றும் அவர்கள் சொன்னார்கள். நாங்கள் மூவரும் ஒன்றிணைந்து மாநாட்டின் முக்கிய அமைப்பாளரைச் சந்தித்து இந்த வேறுபாட்டுணர்வை ஒட்டி எங்கள் எதிர்ப்பைத் தெரிவித்தோம். நல்ல அறை, நல்ல சாப்பாடு, வெந்நீர், முதல்வகுப்புப் பயணச்சீட்டுக்கான தொகை ஆகியவற்றை வழங்காவிட்டால் மாநாட்டு வாசலில் போராட்டம் நிகழ்த்தப் போவதாகத் தெரிவித்தோம். இந்த அநியாயங்களை 'லங்கேஷ் பத்ரிகெ'யில் எழுதி உங்கள் மானத்தை வாங்கப் போகிறோம் என்று சொல்லி அச்சமூட்டினோம். அச்சமயத்தில்தான் 'லங்கேஷ் பத்ரிகெ' மாநிலம் முழுதும் நல்லப் பெயரைப் பெற்று பிரபலமாக இருந்தது. அதைக் கேட்டு அதிர்ச்சியடைந்த அமைப்பாளர்கள் எங்களுக்கு எல்லா வசதிகளையும் செய்து தருவதற்கு ஒப்புக்கொண்டார்கள்; அப்படியே செய்தும் கொடுத்தார்கள். அச்சமயத்தில் கர்நாடகப் பல்கலைக்கழகத்தில் துணைவேந்தராக இருந்த ப்ரொபஸர் எஸ்.எஸ். உடையார் அவர்களுக்கு இப்படி பாரபட்சமாக நடத்தும் முறையைப்பற்றி எதுவும் தெரியாது. யாரோ சில அமைப்பாளர்களின் தவறான அணுகுமுறைகளால் இந்தச் சம்பவம் நடைபெற்றுவிட்டது.

நாடெங்கும் உள்ள பல அறிஞர்கள் இந்த மாநாட்டில் கலந்துகொண்டார்கள். டாக்டர் எல்.ஆர். ஹெக்டே இந்த மாநாட்டின் தலைமைப் பொறுப்பை ஏற்றிருந்தார்கள். அவர் மிக அருமையானதொரு தலைமையுரையை நிகழ்த்தினார்.

எம்.எஸ். ராயண்ணா

என்னுடைய 'ஹொலெமாதிகர ஹாடு' தொகுதி பிரசுரமானதற்குப் பிறகு அதைப் படித்த அதிகாரியொருவர் என்னைப் பாராட்டிக் கடிதமொன்று எழுதியிருந்தார். அவர் கடித நடையைப் படித்தபோது, அந்த அதிகாரி டாக்டர் அம்பேத்கருடைய எழுத்துகளை ஆழமாகப் படித்துத் தேர்ச்சியடைந்தவர் என்று புரிந்துகொள்ள முடிந்தது. நான் அவருக்கு நன்றி தெரிவித்துக் கடிதம் எழுதினேன். கடிதம் எழுதியபோது என் மேசையின்மீது

ஒரு தாள் இருந்தது. அதன் ஒரு பகுதியில் ஆங்கிலத்தில் என்னமோ அச்சாகியிருந்தது. மறுபகுதியில் வெற்றிடமாக இருந்ததால் அந்தத் தாளிலேயே அவருக்கு பதில் எழுதி அதை ஓர் உறையில் வைத்து அஞ்சல் தலைகளை ஒட்டி அனுப்பிவிட்டேன். இதைப் பார்த்து ராயண்ணா எவ்விதமான வருத்தத்துக்கும் ஆளாகவில்லை. அவர் மீண்டும் கடிதமொன்றை எழுதினார். பல ஆண்டுகள் கழிந்தபிறகு, எப்போதோ ஒருபக்கம் வெற்றிடமாக இருந்ததொரு தாளில் நான் அவருக்குக் கடிதம் எழுதிய சம்பவத்தை நினைவுபடுத்திப் பேசினார். ராயண்ணாவின் சொந்த ஊர் சிக்கோடி. பெலகாம் மாவட்டத்தில் என்னுடைய நாட்டுப்புறவியல் களப்பணிகளுக்காக பல உதவிகள் செய்தார். சிக்கோடியில் அவருடைய வீட்டிலேயே நான் தங்கியதுண்டு. அவர் தம் மோட்டார் சைக்கிளில் என்னை உட்காரவைத்துக்கொண்டு தொலைதூர இடங்களுக்கு அழைத்துச் சென்றிருக்கிறார். ராயண்ணாவின் வீடு விருந்தினர் உபசரிப்புக்குப் பேர்போனது. நான் அங்கே தங்கியிருந்த காலம் முழுவதும் எனக்கு உணவு வழங்கி, இருப்பிடமும் வழங்கி நல்லமுறையில் கவனித்துக்கொண்டார். சிக்கோடியில் ராயண்ணாவின் தலைமையில் அம்பேத்கர் நூல்நிலையத்துக்கான கட்டடம் கட்டியெழுப்பப்பட்டது. அங்கே நல்ல நூல்கள் சேகரித்து வைக்கப்பட்டிருந்தன. பெலகாம் மாவட்டத்தைச் சேர்ந்த மூத்த தலித் தலைவர்களை ராயண்ணா எனக்கு அறிமுகப்படுத்தி உரையாடுவதற்கு வழிவகுத்துக் கொடுத்தார். வயதில் முதிர்ந்தவரும் சட்டமன்ற உறுப்பினருமான திருமதி சப்பாபாய் போக்ளே அவர்களையும் அவருடைய கணவரான திரு. போக்ளே அவர்களையும் சந்தித்துப் பேச வாய்ப்பை ஏற்படுத்திக் கொடுத்தார். பெல்காம், அத்தனி, சிக்கோடி, நிப்பாணி, பேடிக்கெஹாள ஆகிய பகுதிகளிலெல்லாம் நான் சுற்றி வந்தேன். அங்கே நான் சந்திக்க நேர்ந்த தலைவர்கள் அனைவரும் பாபாசாகிப் அம்பேத்கர் அவர்களை நேருக்குநேர் சந்தித்தவர்கள்; அவருடைய சொற்பொழிவைக் கேட்டவர்கள்; அவருடன் உரையாடியவர்கள். அம்பேத்கர் மீது மிகுந்த பற்று கொண்டவர்கள். தம் ஊரில் எந்தப் பகுதியில் அம்பேத்கர் தங்கியிருந்தார், எந்த இடத்தில் சொற்பொழிவாற்றினார் போன்ற தகவல்களையெல்லாம் அவர்கள் நினைவுபடுத்திக்கொண்டார்கள். அம்பேத்கர் சாதாரண வகையில் ஆடைகளை அணிந்திருந்தார் என்றும் வறுத்த மீனைச் சாப்பிட்டார் என்றும் தேநீர் அருந்தினார் என்றும் ஒரு பெரியவர் சொன்னார். அவர் கருணைமயமானவர் என்றும் அதே சமயத்தில் கோபம் வந்துவிட்டால் ருத்ரதாண்டவம் ஆடிவிடுவார் என்றும் சொன்னார். அம்பேத்கர் அந்த இடங்களில் சொற்பொழிவாற்ற வந்திருந்தபோது, அவருடைய பாதுகாப்புக்குத்

தேவையான ஏற்பாடுகளை அவர்கள் அனைவரும் சேர்ந்து கவனித்துக்கொண்டார்கள். அம்பேத்கருடைய வருகையின்போது எதிரும்புதிருமாக வரிசையில் நின்று, நீண்ட மூங்கில்களை இரு முனைகளிலும் பிடித்தபடி பாதுகாப்பு ஏற்பாடுகள் செய்தார்கள் என்றும் அதனால் அவர் புறப்பட்டுச் செல்லும்போது அம்பேத்கரின் முகத்தைச் சரியாகப் பார்க்கமுடியாமல் போய்விட்டதென்றும் ஒரு பெரியவர் சொன்னார்.

ஒருநாள் ராயண்ணா "உங்களுக்கு மது அருந்தும் பழக்கம் இருக்கிறதா?" என்று கேட்டார். நான் "உண்டு" என்றேன். மிகவும் நவீனமானதும் உயர்தரமானதுமான மதுவகைகளைக் காட்சிப்பொருளாக அடுக்கிவைத்திருக்கும் ஓர் ஒயின்ஷாப்புக்கு அவர் அழைத்துச்சென்றார். உள்ளே சென்று மிகவும் வசதியான ஓர் இருக்கையைத் தேடி உட்கார்ந்து குடிப்பதற்கான ஏற்பாடுகளைத் தொடங்கினோம். "நீங்க என்ன குடிக்கிறீங்க?" என்று கேட்டார் ராயண்ணா. நான் "ஜின் குடிக்கிறேன்" என்று சொன்னேன். "எனக்கு ஜின் பழக்கமில்லை. உங்களுக்காக ஜின் குடிக்கிறேன்" என்றபடி அவரும் ஜின் குடித்தார். அக்காலத்தில் நான் பெரும்பாலும் ப்ளூ ரிப்பண்ட் ஜின் வாங்கிக்கொண்டு அத்துடன் லெமன்கார்டியல் கலந்து, அதற்குப் பிறகு க்ளாஸில் சோடாவுடன் சேர்த்து அருந்தி வந்தேன். ராயண்ணாவும் அதே விதத்தில் அருந்தினார். அவருக்கு ஜின் பிடித்திருந்தது. அந்த ஆண்டில் நான் ஜின் பிரியனாக இருந்தேன். ஜின்னின் சுவையும் நறுமணமும் அதை நோக்கி என்னைக் கவர்ந்திழுத்துச் சென்றன. பெங்களூரில் பல பார்களில் ஜின் அருந்தியபடி, ஜின்னைப்பற்றி உரையாடியதுண்டு. பெலகாமிலும் ராயண்ணாவுடன் ஜின் அருந்தியபடி வெகுநேரம் உட்கார்ந்திருந்தோம். இறுதியாக, நாங்கள் புறப்படும்போது மதுச்செலவுக்கான தொகையை ராயண்ணா இன்னும் கொடுக்கவில்லை என்பதைக் கவனித்தேன். ஏதேனும் மாதக்கணக்கு வைத்துக்கொண்டு அதன்படி வரவு வைத்துக்கொள்ளும் ஏற்பாட்டின் கீழ் இங்கே ராயண்ணா மது அருந்துபவரோ என்ற சந்தேகம் எனக்குள் எழுந்தது. அன்று குடித்ததற்கான செலவை முழுதாகச் செலுத்தி அடைக்கும் அளவுக்கு என்னிடம் பணம் இல்லை. ஒருநாள் ராயண்ணாவிடம் "இங்கே நீங்கள் பணமே தருவதில்லையே, அது ஏன்?" என்று கேட்டேன். அவர் மிக இயல்பான குரலில் "இந்தக் கடைக்கு நானே முதலாளி" என்றார். அவர் ஏதோ விளையாட்டுக்குச் சொல்கிறார் என்றுதான் முதலில் நினைத்துக்கொண்டேன். ஆனால் ராயண்ணாவின் சொற்கள் உண்மையானவை என்பதை நாளடைவில் புரிந்துகொண்டேன்.

இங்க்ளெதேவோ

ராயண்ணாவின் பைக்கிலேயே நாங்கள் பெலகாம் மாவட்டத்தைச் சேர்ந்த காகவாட என்னும் இடத்துக்குச் சென்றோம். காகவாடவில் எனக்கு இங்க்ளெதேவோ என்பவரைப் பற்றிய தகவல் தேவைப்பட்டது. 1925–ஐ ஒட்டிய காலகட்டத்தில் இங்க்ளெதேவோ என்பவர் அந்தப் பிரதேசத்தில் முக்கியமான தலைவராகச் செயல்பட்டு வந்தார். அவர் 'தீண்டப்படாதோர் நாடக கம்பனி' என்னும் அமைப்பைத் தொடங்கி, தேவதாசி முறைக்கு எதிராக நாடகத்தை எழுதி அதை அரங்கேற்றினார். தொடக்கத்தில் தேவதாசிகள் இந்த நாடகத்தை ஏற்றுக்கொள்ளவில்லை. தேவதாசி முறை நின்றுவிட்டால் தம்முடைய வயிற்றுப்பாட்டுக்குச் சிரமப்படவேண்டும் என அவர்கள் நினைத்தார்கள். எல்லம்மாவின் மீதான பக்தியும் இதற்குப் பின்னால் ஒரு

காரணமாக இருந்தது. இங்க்ளெதேவோ நாடகத்தை நடத்திய இடங்களிலெல்லாம் தேவதாசிகள் அனைவரும் ஒன்று கூடி, நாடகமேடையை நோக்கிக் கற்களை வீசியெறிந்தார்கள். இந்த நாடக அரங்கேற்றம் சமூகச் சீர்திருத்தத்தின் ஒரு பகுதியாக இருந்ததால் இங்க்ளெதேவோ குழுவினர் இவையனைத்தையும் சகித்துக்கொண்டு நாடகத்தை நடத்தினார்கள். அவர் இந்த நாடகத்துக்காக மிக நல்ல பாடல்களை எழுதியிருந்தார். எல்லம்மாவின் மீதான ஈடுபாட்டைக் களைவதற்காக அவர் எழுதிய 'எல்லம்மா நம்ம ஆளு கிடையாதுங்க – நம்ப வேணாங்க' என்ற பாடல் அப்போது மிகவும் புகழ்பெற்ற பாடலாகும். இந்த நாடகக்குழுவில் நடிகராக இருந்த ரத்னப்பா சூர்யவம்ஷி என்பவர் அப்போது உயிருடன் இருந்தார். மிகவும் முதுமையடைந்த வயது. பேடிகெஹால என்னும் இடத்தில் இருந்த அவருடைய வீட்டில் அவரைச் சந்திக்கச் சென்றிருந்தபோது அவர் கயிற்றுக்கட்டிலில் படுத்திருந்தார். இங்க்ளெதேவோ எழுதிய நாடகப்பாடல்களை அவர் அப்போதும் நினைவில் வைத்திருந்தார். அவர் அவற்றைப் பாடினார். நான் அவற்றைப் பதிவு செய்துகொண்டேன். காகவாடவில் இங்க்ளெதேவோவுடைய மனைவி இருந்தார். இங்க்ளெதேவோ மறைந்து வெகுகாலம் ஆகிவிட்டது. அவர் ஏராளமான செயல்பாடுகளில் ஈடுபட்ட மனிதராக இருந்தார். தேவதாசி முறைக்கு எதிராகத் தாம் நடத்தி வந்த நாடகத்தைப் பார்ப்பதற்காக அவர் ஒருமுறை டாக்டர் அம்பேத்கர் அவர்களுக்கு அழைப்பு விடுத்திருக்கிறார். டாக்டர் அம்பேத்கரும் அந்த நாடகத்தைப் பார்த்துப் பாராட்டியிருக்கிறார். இங்க்ளெதேவோ சீட்டு பிடிக்கும் வேலையிலும் ஈடுபட்டிருக்கிறார். அதன் தொடர்பான ஒரு வழக்கில் அவர்மீது குற்றம் சுமத்தப்பட்டதால் அவர் சிறை செல்லவேண்டியிருந்தது. இங்க்ளெதேவோ நல்ல சாமர்த்தியசாலி. அந்தச் சிறைத்தண்டனையிலிருந்து மீள்வது எப்படி என்று அவர் யோசித்தார். அப்போது ஆங்கிலேயர் ஆட்சி நடைபெற்று வந்தது. இங்க்ளெதேவோ ஒரு கைதியாக இருந்த சூழ்நிலையிலேயே கிறித்துவராக மதம் மாறினார். அதையொட்டி அவருக்கு விடுதலை கிடைத்துவிட்டது. தும்கூரில் இருந்த கிறித்துவ நிறுவனத்தில் பாதிரியார்கள் குழுவுடன் ஒருவராக நின்று அவர் எடுத்துக்கொண்ட புகைப்படம் காகவாடவில் கிடைத்தது. டாக்டர் அம்பேத்கர் அவருக்கு எழுதிய கடிதமொன்றும் அவருடைய வீட்டில் கிடைத்தது. அதில் அம்பேத்கருடைய கையெழுத்து இருந்ததால், ராயண்ணா மிகவும் ஆசையோடு அக்கடிதத்தை எடுத்துத் தன்னிடம் வைத்துக்கொண்டார். பெல்காம் மாவட்டத்தில் அம்பேத்கர் ஆதரவாளர்களில் இங்க்ளெதேவோ முதல்வரிசை மதிப்புக்குரியவர். அந்தப் பிரதேசத்தில் 1920ஆம் ஆண்டு சமயத்திலேயே தம் நண்பர்களுடன்

சேர்ந்து தலித் போராட்டங்களை நடத்தியிருக்கிறார். அவரோடு போராட்டக்களத்தில் இருந்த ரத்னப்பா சூர்யவம்ஷி, போக்ளே, சவாண் முதலியோர் அப்போது உயிரோடு இருந்தார்கள். அவரோடு நான் பல விஷயங்களைக் குறித்து உரையாடினேன்.

ஹெகரெ

தலித் தலைவராக இருந்த ஹெகரெயும் இந்தப் போராட்டத்தில் ஈடுபட்டவர். சட்டமன்ற உறுப்பினரான ஹெகரெயைப் பார்ப்பதற்காகச் சட்டமன்ற உறுப்பினர்கள் மாளிகைக்கு என்னை அழைத்துச் சென்றார் ராயண்ணா. அப்போது நண்பகல் இரண்டு மணியிருக்கும். ஹெகரெ தம் அறையில் தனியாக இருந்தார். ஹெகரெயைப் பார்த்து "சாப்ட்டுட்டிங்களா சார்?" என்று கேட்டார் ராயண்ணா. ஹெகரெ "இல்லை" என்று பதில் சொன்னார். ராயண்ணா, "இவ்வளவு நேரமான பிறகும் கூட ஏன் இன்னும் சாப்பிடாம இருக்கிறீங்க?" என்று கேட்டார். சிறிது நேரம் அமைதியாக இருந்தார் ஹெகரெ. பிறகு "பணமில்லை" என்றார். அரசியல்வாதியாக இருந்தாலும் ஹெகரெ மிகவும் நேர்மையான மனிதர். சாப்பிடுவதற்குப் பணமில்லாதபோதும் அதை யாரிடமும் சொல்லாமல் விடுதியில் தனது அறையில் தன் போக்கில் தங்கியிருந்தார். பொதுமக்களுக்குப் பல வழிகளில் பலவிதமான உதவிகளை ஹெகரெ செய்துவந்தார். உறுதியான குரலில் அவர் பேச்சு இருக்கும். அவர் ஒருபோதும் லஞ்சத்துக்காகக் கைநீட்டியவரல்ல. நேர்மையே அவருடைய மூலதனமாக இருந்தது. கடைசியில் அவரை வலுக்கட்டாயமாக வெளியே அழைத்துச் சென்ற ராயண்ணா, சாளுக்கிய ஓட்டலுக்குள் சென்று சாப்பாடு வாங்கிக் கொடுத்துச் சாப்பிடவைத்தார். அதற்குப் பிறகு சிறிது காலம் கர்நாடகாவில் அவர் அமைச்சராகவும் இருந்தார். அப்போதும் அதேவிதமாகவே தூய்மையானவராக இருந்தார். அடுத்த தேர்தலில் நிற்பதற்காக அவருக்குச் சீட்டு வழங்க கட்சி தயாராக இருந்தபோதும், தேர்தல் செலவுக்குப் பணமில்லை என்று சொல்லிவிட்டு ஹெகரெ அந்தச் சீட்டை மறுத்துவிட்டார். அவர் தேர்தலில் போட்டியிடவில்லை.

பெல்காம் மாவட்டத்தில் நடைபெற்ற பெண்டிகேரி சம்பவத்தை அம்பலப்படுத்தியவர் ராயண்ணா. அவர் அப்போது ஒரு சர்க்கரை ஆலை நிறுவனத்தில் இயக்குநராக இருந்தார். பெண்டிகேரி என்னும் இடத்தில் தலித்துகள்மீது சோளக்கதிர்களைத் திருடினார்கள் என்று குற்றம் சுமத்தி அதற்குத் தண்டனையாக மலத்தைத் தின்னவைத்தார்கள். மலம்

தின்ற தலித்துகள் பயத்தின் காரணமாக எங்கேயும் அதைப்பற்றி மூச்சுவிடவில்லை. அந்தச் சம்பவம் நடைபெற்றுப் பல நாட்கள் கழிந்து பழைய சம்பவமாகிவிட்டது. பெண்டிகேரியின் பக்கமாக ஜீப்பில் ராயண்ணா சென்றுகொண்டிருந்தபோது, அவரை அறிந்த அந்த ஊர் இளைஞனொருவன் தலித்துகளை மலம் தின்னவைத்த சம்பவத்தை ராயண்ணாவிடம் சொன்னான். தீவிரமான பிரச்சினையாக அதை நினைத்த ராயண்ணா பத்திரிகைத்துறையில் பணியாற்றும் தம்முடைய நண்பரான சரஜூகாட்கர் என்பவரிடம் பகிர்ந்துகொண்டார். இதைப்பற்றிய செய்திகள் இதழ்களில் வெளிவந்து, நாடு தழுவியதான பெரிய போராட்டத்துக்கு வழிவகுத்தது. இதைக் கண்டித்து கர்நாடக தலித் சங்கர்ஷ சமிதி பெங்களூரில் ஒரு பெரிய எதிர்ப்புப் பேரணியையும் கூட்டமொன்றையும் நடத்தியது. இந்தக் கூட்டத்தில் நானும் பங்கேற்று இச்சம்பவத்தைக் கண்டித்து உரையாற்றினேன். இதை ஆய்வு செய்வதற்காக அரசு டாக்டர் திப்பேஸ்வாமி அவர்களின் தலைமையில் ஒரு குழுவை ஏற்படுத்தி அனுப்பிவைத்தது. மலம் தின்னவைத்த சம்பவம் உண்மை என்பதைக் குழு உறுதிப்படுத்தியது.

ராயண்ணாவின் அம்மாவுக்கு நூறு வயது நிறைவடைந்த போது அவர் பீஜப்பூரில் இருந்தார். அன்றைய தினம், பெண்கள் பிரச்சினைகளை விவாதிப்பதற்கான கருத்தரங்கை நடத்துவதன் வழியாகத் தன் தாயின் நூறாவது பிறந்தநாளை அவர் கொண்டாடினார். அந்த விழாவுக்கு விருந்தினராக என்னை அழைப்பதற்காக ஞானபாரதியில் இருந்த என் வீட்டுக்கே வந்திருந்தார். தவிர்க்கமுடியாத காரணத்தால் நான் அந்த விழாவில் கலந்துகொள்ள முடியாமல் போய்விட்டது. மகளிர் பிரச்சினைகளைப் பேசுவதற்காக ஏற்பாடு செய்யப்பட்ட கருத்தரங்கில் நாட்டின் முக்கிய சிந்தனையாளர்கள் பலர் கலந்துகொண்டார்கள். நிகழ்ச்சி வெற்றிகரமாக நடந்தேறியது. இந்த நிகழ்ச்சி நடைபெற்ற சில நாட்களுக்குப் பிறகு திடீரென ராயண்ணா இயற்கையெய்திவிட்டார்.

கோவிந்த பிள்ளை

கேரளத்தில் மிகவும் புகழ்பெற்ற ஒரு பெயர் கோவிந்த பிள்ளை. அவருடைய ஆளுமை பலவகைகளில் முக்கியத்துவம் கொண்டதாகும். அவரை நான் முதன்முதலில் பெங்களூரில் சந்தித்தேன். அவர் மார்க்ஸியவாதியாக இருந்தாலும், அவர் ஆர்வம் கொண்டிருந்த துறை நாட்டுப்புறவியல் ஆகும். அவர் தென்னிந்திய நாட்டுப்புறவியலில் மிகப்பெரிய பங்களிப்பைச் செலுத்தியவர். நாட்டுப்புறவியலை மார்க்ஸியத்தின் அடிப்படையில் அணுகி அலசுவதை நான் முதன்முதலாக அவருடைய சொற்பொழிவின் மூலம் தெரிந்துகொண்டேன். தமிழ்நாட்டைச் சேர்ந்த நாமக்கல் என்னும் இடத்தில் நடைபெற்ற இலக்கிய மாநாட்டில் அவரோடு நானும் டி.ஆர். நாகராஜும் கலந்துகொண்டோம். என்னுடைய "அங்கயே ஒக்காந்திருக்காங்க" என்னும் நெடுங்கவிதையை நான் நாமக்கல்லில்தான் எழுதத் தொடங்கினேன். அந்த மாநாட்டில் *செம்மலர்* தமிழ்ப்பத்திரிகையைச் சேர்ந்த முத்தையா என்பவரும் இருந்தார். என்னுடைய கவிதைகளின் மொழிபெயர்ப்பை அவர் *செம்மலர்* இதழில் வெளியிட்டார். சின்னப்பபாரதி தம் நாவலொன்றைத் திரைப்படமாக எடுப்பதற்கான முயற்சியில் ஈடுபட்டிருந்தார். அங்கிருந்த கவிஞர்கள், எழுத்தாளர்கள் அனைவரும் இடதுசாரிச் சார்புள்ளவர்கள். கவிதை வாசிப்பதில் புகழ்பெற்றிருந்த தணிகைச்செல்வன் என்னும் கவிஞருடைய அறிமுகம் கிடைத்தது. பெங்களூரைச் சேர்ந்த ஸ்ரீராமபுரத்தில் உள்ள கிழார் என்பவரும் இந்த மாநாட்டில் கலந்துகொண்டார்.

அங்கிருந்து நானும் டி.ஆர். நாகராஜும் கோவிந்தபிள்ளையும் சேர்ந்து சென்னைக்கு வந்து ஓட்டலில் தங்கியிருந்தோம். கோவிந்த பிள்ளையுடன் உரையாடுவதற்காக நாங்கள் தங்கியிருந்த ஓட்டலுக்கு *இந்து* நாளிதழின் ஆசிரியர் என்.ராம் வந்திருந்தார். எனக்கும் டி.ஆர். நாகராஜுவுக்கும் என்.ராமை அறிமுகப்படுத்திவைத்தார் கோவிந்த பிள்ளை. நாங்கள் நாடுமுழுக்க நடைபெற்று வரும் இடதுசாரிப் போராட்டங்களைப்பற்றி விவாதித்தோம். கோவிந்த பிள்ளை மிகவும் கட்டுப்பாடுகள் நிறைந்த மனிதர். அவரோடு சேர்ந்துகொண்டு சென்னையின் பல இடங்களுக்கு நானும் டி.ஆர். நாகராஜுவும் சென்று வந்தோம். பிள்ளைக்குப் புத்தகக்கடைகள் என்றால் மிகவும் விருப்பம். அவர் புத்தகக்கடைகளில் நாட்டுப்புறவியல் குறித்து ஆங்கிலப் புத்தகங்களை விலையைப்பற்றிப் பொருட்படுத்தாமல் வாங்கிவிடுவார். சென்னையில் ஒரு புத்தகக்கடையில் ரிச்சர்ட் டார்வின் தொகுத்திருந்த 'ஃபோக்ளோர் அண்ட் ஃபோக்லைஃப்' என்னும் புத்தகத்தை அவர் விலைகொடுத்து வாங்கிய விஷயம் இன்னும் என் மனத்தில் பசுமையாக நினைவுள்ளது. பகல்முழுதும்

புத்தகக்கடைகளைத் தேடித்தேடி அலைந்து வாங்கிவந்த புத்தகங்களை இரவெல்லாம் படிப்பது கோவிந்த பிள்ளையின் பழக்கம். சென்னையில் உள்ள அமெரிக்கன் நூலகத்துக்கும் அவர் சென்று வந்தார். அங்கே அவர் உறுப்பினராக இருந்ததால் நாட்டுப்புறவியலோடு தொடர்புடைய சில அபூர்வமான புத்தகங்களை எடுக்கமுடிந்தது. வயதில் மிகவும் மூத்தவரான இந்த மார்க்ஸியவாதிக்கு நாட்டுப்புறவியலின்மீது இருந்த ஆர்வம் எனக்கு ஆச்சரியத்தைக் கொடுத்தது. நான் நாட்டுப்புறவியல் துறையின் மாணவனாக இருந்ததால் அவர்மீது பெருமதிப்பு உருவானது. கோவிந்த பிள்ளை கேரளச் சட்டமன்றத்தில் உறுப்பினராக இருந்தார். மார்க்ஸியத் தத்துவத்தின் குரலாக வெளிவந்த *தேசாபிமானி* பத்திரிகைக்கு ஆசிரியராகவும் இருந்தார். இ.எம்.எஸ். நம்பூதிரிபாடுடன் மிகவும் நெருக்கமாக இருந்தார். நெருக்கடி காலகட்டத்தில் தேசாபிமானி ஸ்டடி சர்க்கிள் கூட்டம் கொச்சினில் நடைபெற்றபோது, அதில் கலந்துகொள்ள டி.ஆர். நாகராஜையும் சூத்ர சீனிவாஸையும் என்னையும் கோவிந்த பிள்ளை அழைத்திருந்தார். அதைத் தொடங்கிவைத்தவர் சிவராம காரந்த். அந்தக் கூட்டத்தில் இ.எம்.எஸ். அவர்களும் சொற்பொழிவாற்றினார். நான் கன்னடத்தில் என்னுடைய கவிதைகளைப் படித்தேன். அவற்றை வி.ஜே.கெ. நாயர் என்பவர் மலையாள மொழியில் மிக அழகாக மொழிபெயர்த்தார். இ.எம்.எஸ். ஓய்வெடுத்துக்கொண்டிருந்த மதிய வேளையில் நான் அவரைச் சந்தித்தேன். என்னுடைய கவிதைகளைப்பற்றி மிகவும் ஆர்வத்துடன் இ.எம்.எஸ். குறிப்பிட்டுப் பேசினார்.

வங்கக் கவிஞர் சக்கரவர்த்தி

அந்த நிகழ்ச்சிக்கு வங்காளத்திலிருந்து இரு வங்க எழுத்தாளர்கள் வந்திருந்தார்கள். அவர்களில் ஒருவர் கவிஞர்; இன்னொருவர் விமர்சகர். கூர்மையான மூக்குடன் காணப்பட்ட அந்தக் கவிஞரின் கவிதைகள் மிகவும் நன்றாக இருந்தன. அவருடைய கவிதைகளின் ஆங்கில மொழிபெயர்ப்பை வாங்கி, அவற்றில் சிலவற்றை நான் கன்னடத்தில் மொழிபெயர்த்தேன். அந்த மொழிபெயர்ப்புகளை சூத்ர ஸ்ரீநிவாஸ் தம் *சூத்ர* இதழில் வெளியிட்டார். அப்போது வங்காளத்தில் மார்க்ஸியர்களை விமர்சித்துக்கொண்டிருந்தார்கள். இந்த வங்கக்கவிஞர் கல்லூரியில் ஆசிரியராக இருந்தார். தினமும் வீட்டிலிருந்து ரயில் நிலையத்துக்குச் சென்று ரயிலில் பயணம் செய்து வெகுதொலைவிலுள்ள ஊரில் இருக்கும் கல்லூரிக்குச் சென்று, அதேபோல மீண்டும் பயணம் செய்து இரவு நேரத்தில் வீடு திரும்பிக்கொண்டிருந்தார். ஒருநாள் கல்லூரியிலிருந்து ரயில் நிலையத்துக்கு வந்து ரயிலைப் பிடித்து தம் ஊர்

நிலையத்தில் இறங்கும் சமயத்தில், தன் மனைவி காத்துக்கொண்டு நிற்பதை அவர் கண்கள் பார்த்துவிட்டன. பீதியுடன் தன் மனைவியை நெருங்கிக் காரணம் கேட்டிருக்கிறார். கவிஞரைக் கொல்வதற்காகப் பத்துப் பதினைந்து ஆட்கள் இவருடைய வீட்டின் முன்பக்கமும் பின்பக்கமும் மறைந்திருந்தார்கள்; சிலர் பாதையிலும் காத்திருந்தார்கள். இதைப் பார்த்த இவருடைய மனைவி எப்படியோ அவர்கள் பார்வையில் படாமல் கணவனுக்குச் செய்தியைத் தெரிவிப்பதற்காக ரயில் நிலையத்துக்கே வந்துவிட்டாள். மனைவி மூலமாக செய்தியை அறிந்துகொண்ட கவிஞர் வீட்டுக்குச் செல்லாமல் தனது உயிரைக் காப்பாற்றிக்கொண்டார். இவரைக் கொல்வதற்காக முயற்சிகள் நடைபெற்று இரு ஆண்டுகள் முடிந்துவிட்டன என்றபோதும் கவிஞர் தன் வீட்டுக்குச் செல்லவேயில்லை. மனைவி குழந்தைகளின் முகங்களைக்கூடப் பார்க்கவில்லை. அவர் கேரளத்துக்கு எப்படியோ சென்று கவிதையைப் படித்திருக்கிறார். இந்த முதிய வயதில் தம் தத்துவநிலைபாட்டுக்காக அவர் எதிர்கொண்ட சிரமங்களைப் பார்த்தபோது அவர்மீது உயர்ந்த மதிப்பு பிறந்தது. அவர் பெயர் சக்கரவர்த்தி என்று ஞாபகம். அப்போது நான் மொழிபெயர்த்த அவருடைய கவிதைகளும் என்வசம் இல்லை. 'சூத்ர' பத்திரிகையின் பழைய இதழ்களில் அவை கிடைக்கக்கூடும். அக்கவிதைகளின் படிமங்கள் மிகவும் பீதியூட்டுபவையாக இருந்தன. பல ஆண்டுகளாக தம் வீட்டுக்குச் செல்லமுடியாமல் கவிதை எழுதியபடியும் படித்தபடியும் தேசசேவையில் ஈடுபட்டுவந்த இந்தப் புரட்சிக்கவிஞர், இதைப்பற்றித் தம் மனத்தில் எவ்விதமான வருத்தத்துக்கோ வேதனைக்கோ இடம் கொடுத்ததில்லை. இழந்துவிட்ட கல்லூரி ஆசிரியர் வேலையைப்பற்றியும் அவருக்கு வருத்தமில்லை. தன்னை ஒரு புரட்சிக்காரனாக அவர் எவ்விடத்திலும் வெளிப்படுத்திக்கொண்டதில்லை. அவர் பகவத்கீதை சுட்டிக்காட்டும் 'ஸ்திதப்பிரக்ஞை' உள்ளவராக இருந்தார். சூத்ர பத்திரிகையில் அவருடைய கவிதைகளை வெளியிட்டபோது, அவரைப் பாராட்டும் விதமான அறிமுகக்குறிப்பையும் நான் எழுதியிருந்தேன்.

பீஜாப்பூரில் புரட்சிகர இலக்கிய மாநாடு

மாநில அளவிலான புரட்சிகர இலக்கிய மாநாடு பீஜாப்பூரில் நடைபெற்றது. அங்கிருந்த கம்யூனிஸ்ட் தோழர்களும் சோஷியலிஸ்ட் தோழர்களும் மிகுந்த அக்கறையோடு இந்த மாநாட்டை நடத்தினார்கள். இந்த மாநாட்டில் சிறப்புச் சொற்பொழிவாற்ற கேரளத்திலிருந்து கோவிந்த பிள்ளையை

நாங்கள் அழைத்திருந்தோம். நீண்ட தொலைவு பிரயாணம் செய்து வந்த பிள்ளை மிக அழகாக உரையாற்றினார். சிவராம காரந்த், நிரஞ்சன், ஆலனஹள்ளி கிருஷ்ணா, அனந்தமூர்த்தி, சித்தலிங்கையா ஆகியோர் தம்முடைய படைப்புகளின் மலையாள மொழிபெயர்ப்புகள் வழியாக மலையாள இலக்கிய வட்டத்தில் புகழ்பெற்றவர்களாக விளங்குகிறார்கள் என கோவிந்த பிள்ளை தம் சொற்பொழிவில் குறிப்பிட்டார். பீஜாப்பூர் புரட்சிகர இலக்கிய மாநாடு நடைபெறுவதை ஒட்டி அவர் தம் மகிழ்ச்சியை வெளிப்படுத்தினார். அதற்குப் பிறகு கோவிந்த பிள்ளையை நான் தில்லியில்தான் சந்தித்தேன். அப்போது நான் தேசிய சாகித்ய அகாதெமியின் ஆலோசனைக்குழுவில் ஓர் உறுப்பினராக இருந்தேன். மலையாள ஆலோசனைக்குழுவில் அவர் உறுப்பினராக இருந்தார். என்னைத் தொலைவிலிருந்தே கவனித்துவிட்ட அவர் அடையாளம் கண்டுபிடித்து என்னைக் கூவி அழைத்தார். கன்னட இலக்கியவாதிகளைப்பற்றி விசாரித்துத் தெரிந்துகொண்டார். அவர் தங்கியிருந்த இடத்துக்கு மாலையில் தேநீர் அருந்துவதற்காக வரும்படி அழைத்தார்.

பீஜாப்பூரில் நடைபெற்ற புரட்சிகர இலக்கிய மாநாடு எதிர்பார்த்த அளவுக்கும் அதிகமாக வெற்றி பெற்றது. புரட்சிகர இலக்கிய அமைப்பில் நிலவியிருந்த தத்துவக்குழப்பங்கள் குறைவதற்கு இந்த மாநாடு உதவியாக இருந்தது. இந்த மாநாட்டில் ஆசிரியர் ராமகிருஷ்ண அவர்களை முதன்முதலாகச் சந்தித்தேன். இந்தியன் எக்ஸ்பிரஸ் நாளேட்டுக்காக அவர் மாநாட்டு அமர்வுகளில் கலந்துகொண்டு செய்தி சேகரிப்பதற்காக வந்திருந்தார். மாநாட்டில் மிகுந்த உற்சாகத்துடன் பங்கேற்றார். உற்சாகம் நிறைந்த அவருடைய ஆளுமையைப்பற்றி முதன்முதலாக நான் அங்கேதான் தெரிந்துகொண்டேன். மாநாட்டின் எல்லா அமர்வுகளையும் அவர் ஒட்டுமொத்தமாகப் பாராட்டிவிட்டு, என்னுடைய சொற்பொழிவு அந்த மாநாட்டின் மிகச்சிறந்த சொற்பொழிவாக அமைந்திருந்ததென தம் பத்திரிகையில் குறிப்பிட்டிருந்தார்.

தேவையா ஹரவெ பாபுரெட்டி துங்கள

மாநாட்டின் இறுதிநாளில் ஏதோ ஒரு விஷயத்தைப்பறறிய விவாதம் நடைபெற்றுக்கொண்டிருந்தபோது தேவையா ஹரவெ மாநிலத்தில் ஏதோ ஒரு மூலையில் மாநாட்டை நடத்திவிட்டீர்கள் எனப் பொருள்படும்படி பேசினார். தேவையா ஹரவெ மிகவும் சாதுவானவர். யாரையும் புண்படுத்தாத மென்மையான குரலை உடையவர் அவர். அன்று ஏன் அப்படிக் குறிப்பிட்டார் என்பது

புரியவில்லை. ஆனால் தான் சொன்ன சொற்களுக்காக அவர் மிகவும் கடுமையான எதிர்ப்பை எதிர்கொள்ள நேரிட்டது. அந்த மாநாட்டில் மிகுந்த உற்சாகத்துடன் பணியாற்றிவந்த சமாஜவாதி நண்பர் பாபுரெட்டி துங்கள ஹரவெயின் பேச்சைக் கேட்டுப் பொங்கியெழுந்தார். பீஜாப்பூர் மாவட்டத்தை மாநிலத்தின் ஏதோ ஒரு மூலை என்று சொன்னதை நண்பர் துங்களவால் தாங்கிக்கொள்ள முடியவில்லை. ஹரவெ அவர்களுக்கு யாருடைய மனத்தையும் புண்படுத்தவேண்டும் என்னும் எண்ணமெதுவும் இல்லை. தம் மனத்தில் இருந்ததை விளக்கமாக அவருக்கு எடுத்துரைத்த பிறகு, பாபுரெட்டியின் கோபம் குறைந்தது. விமர்சகரான ஹரவெ இன்று நம்முடன் இல்லை. பெங்களூரைச் சேர்ந்த தேவாங்க சங்கத்தில் நடைபெற்ற புரட்சிகர இலக்கிய முதல் மாநாட்டில் மாநிலக்குழுவின் மூவரில் ஒருவராக என்னைத் தேர்ந்தெடுத்திருந்தார்கள். நான் அதை எதிர்பார்க்கவில்லை.

டி.ஆர். நாகராஜ், காளேகௌட நாகவார ஆகியோரின் ஆலோசனைக்கிணங்க அந்த ஏற்பாட்டுக்கு நான் இணங்கினேன். பீஜாப்பூரில் நடைபெற்ற புரட்சிகர இலக்கிய இரண்டாவது மாநாட்டிலும் மீண்டும் என்னை மாநிலக்குழு உறுப்பினராகத் தேர்ந்தெடுத்திருந்தார்கள். ஒருமனதாக நிறைவேற்றப்பட்ட அந்தத் தீர்மானத்தை மறுப்பது அழகல்ல என்று நினைத்ததால் அந்தத் தேர்வை ஏற்றுக்கொண்டேன்.

அப்போது என் பழைய நண்பரான எம்.என். ராமண்ணா பீஜாப்பூரில் வசித்துவந்தார். புரட்சிகர இலக்கிய மாநாடு நடைபெறுவதற்கு அவரும் உதவியாக இருந்தார். அந்த மாநாட்டில் கலந்துகொள்ள நான் வந்திருந்ததையொட்டி அவர் மிகவும் மகிழ்ந்தார். என்னையும் மற்ற நண்பர்களையும் தம் வீட்டில் விருந்துண்ண வரும்படி அழைப்பு விடுத்தார்; நல்ல அசைவ உணவை வழங்கி அனைவரையும் அவர் உபசரித்தார்.

போலங்கி ராமமூர்த்தி

புரட்சிகர இலக்கிய அமைப்பின் மூன்றாவது மாநில மாநாடு ராய்ச்சூரில் நடைபெற்றது. மாநாட்டின் முதல் நாளில் ராய்ச்சூர் தெருக்களில் புரட்சிகர இலக்கியவாதிகள் பங்கேற்ற ஊர்வலம் நடைபெற்றது. கொளுத்தும் வெயிலில் தெருவில் புழுதியெழப் புறப்பட்ட ஊர்வலம் பொதுமக்களின் கவனத்தை ஈர்த்தது. பெண்கள், குழந்தைகள், பெரியவர்கள் ஆச்சரியத்தோடு எங்களைப் பார்த்துக்கொண்டிருந்தார்கள். நாங்கள் எழுப்பிய முழக்கங்களைக் கேட்டு வெட்கப்பட்டவர்களும் எங்களைப் பார்த்துக்கொண்டிருந்தார்கள். இப்போது

நம்முடன் இல்லாத போலங்கி ராமமூர்த்தியோடு சேர்ந்து நான் நடந்துகொண்டிருந்தேன். முழக்கங்களை எழுப்பிய ராமமூர்த்தி இடையிடையே என்னுடன் உரையாடினார். எதிர்ப்பு, போராட்டம் ஆகியவற்றைப்பற்றியே அவர் அதிகம் பேசினார். வயதில் இளையவர்கள் பார்த்து வெட்கப்படும் அளவுக்கு முதுமைப்பருவத்திலிருந்த போலங்கியிடம் உற்சாகம் காணப்பட்டது. அவர் முழக்கமிடும்போது குரலை உயர்த்திக் கைகளையும் உயர்த்தி அழுத்தமாக முழங்கினார். அத்தருணத்தில் அவர் என்னுடன் உரையாடிய ஒருசில சொற்கள் என் மனத்தில் இன்னும் பசுமையாகப் பதிந்திருக்கின்றன. கருப்பு நிறம் எவ்வாறு வாழ்க்கையின் குறியீடாகிறது என்பதை அவர் ஆர்வமுடன் சொன்னார். புராண காலத்து திரௌபதை, திரைப்பட நடிகை ரேகா போன்றோர் கருப்பழகிகள் என்று பெருமையுடன் குறிப்பிட்டார். அடித்தட்டினரால் மட்டுமே இந்தச் சமூகத்தில் மாற்றங்களை உருவாக்கமுடியுமென்று அவர் சொன்னார். நான் அவர் சொன்ன சொற்களை ஆர்வத்துடன் கேட்டுக்கொண்டிருந்தேன். இதனால் அவருக்கு மகிழ்ச்சி ஏற்பட்டது. ஊர்வலக் களைப்பை மறக்கடிக்கும் வகையில் மிகவும் சுவாரசியமான முறையில் போலங்கி அன்று பேசினார். தீண்டாமைக்கு எதிரானவரான போலங்கி தாழ்த்தப்பட்டவர்கள் சார்பான நிலைபாடு கொண்டவராக இருந்தார். ஆண் ஆணையும் பெண் பெண்ணையும் ஒருவருக்கொருவர் தொட்டுக் கொள்ள வேண்டும். அதுபோலவே ஆணும் பெண்ணும் ஒருவரையொருவர் தொட்டுக்கொள்வதும் மிகமுக்கியம் என்பது போலங்கி அவர்களுடைய எண்ணமாக இருந்தது. தொடுதல் என்பது மனமாற்றத்துக்கான வழி என்று அவர் சொன்னார். அவர் இக்கருத்துகளை மிகவும் தீவிரமாகவும் ஆவேசத்துடனும் சொன்னார். இதைக் கேட்டு எனக்கு முன்னாலும் பின்னாலும் ஊர்வலத்தில் நடந்துவந்தவர்கள் முழக்கமிடுவதை மறந்துவிட்டார்கள். அது மட்டுமல்ல, தொடர்ந்து நடக்கவும் மறந்து நின்றுவிட்டார்கள். ஒருவகையில் ஊர்வலமே நின்றுவிட்டது என்று சொல்லவேண்டும். இதைப் பார்த்து மனஎழுச்சியுற்ற போலங்கி இன்னும் கூர்மையாக தம் கருத்துகளை முன்வைக்கத் தொடங்கினார். ஊர்வலத்தில் இருந்தவர்கள் மிகுந்த உற்சாகத்துடன் அவருடைய உரையைக் கேட்டார்கள். எங்களுக்குப் பின்னால் வந்துகொண்டிருந்த டாக்டர் கிருஷ்ணமூர்த்தி ஊர்வலம் நின்றுவிட்டதைப் பார்த்து வருத்தப்பட்டார். அவர் ராமமூர்த்தியிடம் சென்று "உங்கள் கருத்துகளை விரிவாக கருத்தரங்கத்தில் முன்வைத்துப் பேசலாம். இப்போது தொடர்ந்து செல்லுங்கள்" என்று கேட்டுக்கொண்டார். ப்ரொபஸர் ராமமூர்த்தியும் டாக்டர்

கிருஷ்ணமூர்த்தியும் நெருக்கமான நண்பர்கள். ராமமூர்த்தி மைசூர் பல்கலைக்கழகத்தில் ஆங்கிலப் பேராசிரியராக இருந்தார். டாக்டர் கிருஷ்ணமூர்த்தி கர்நாடகப் பல்கலைக்கழகத்தில் மனவியல் பேராசிரியராக இருந்தார். இருவரும் வயதில் மூத்தவர்கள். பணியிலிருந்து ஓய்வடையும் நிலையில் இருந்தார்கள். போலங்கி ராமமூர்த்தி, சார்த்ரேயின் இருத்தலியவாதத்தின்மீது நம்பிக்கை உள்ளவர். ஒருவரையொருவர் தொட்டுக்கொள்ளும் வாதத்தை இந்தப் பின்னணியிலிருந்தே அவர் சொன்னார். டாக்டர் கிருஷ்ணமூர்த்தி சுத்தமான மார்க்ஸியவாதி. அதனால் அவருடைய சிந்தனை எப்போதும் வேறுவிதமாக இருந்தது.

இருவரும் ஆய்வு மனம் கொண்டவர்கள். இருவரும் நன்கு படித்தவர்கள். ஆயிரக்கணக்கான இளைஞர்களோடு கொளுத்தும் வெயிலில் இந்த முதியவர்கள் ஊர்வலத்தில் நடந்து வந்ததால் இவ்விருவரைப்பற்றியும் எனக்குள் மிகவும் உயர்வான எண்ணம் எழுந்தது. இவ்விருவரும் எனக்கு மிகவும் நெருக்கமானவர்கள் என்னும் உண்மை மிகுந்த மகிழ்ச்சியை அளித்தது. அதற்குப் பிறகு போலங்கி அவர்கள் 'சீதாயணம்' என்னும் படைப்பை வெளியிட்டுக் கன்னடியர்களுக்கு அதிர்ச்சி வைத்தியம் கொடுத்தார். இறுகிப்போன இந்தச் சமூகத்துக்கு அதிர்ச்சி வைத்தியம் அளிக்கவேண்டும் என்று பி.பசவலிங்கப்பா அவர்கள் சொல்லிக்கொண்டே இருப்பார். அப்படிப்பட்ட வேலையைத் தம்முடைய சீதாயணம் படைப்பின் வழியாகச் செய்தார். போலங்கி அவர்கள் கலந்துகொள்ளும் நிகழ்ச்சிகளில் மரபுவாதிகள் கலந்துகொண்டு நடத்தவிடாமல் தடைகளை உருவாக்கினர். ஷிமோகாவில் நடைபெற்ற ஒரு நிகழ்ச்சியில் அவர் மீது தாக்குதலும் நிகழ்ந்தது. போலங்கி தன் மனம்முழுதும் அன்பை நிரப்பி வைத்திருக்கும் மனிதர். கர்நாடகத்தில் முற்போக்குச் சிந்தனையாளர்களில் முன்வரிசையில் வைக்கத்தக்கவர். அன்று ஊர்வலத்தில் அவரோடு சேர்ந்து வெகுதொலைவு நடந்துசென்றதை என்னுடைய நற்பேறு என்றே கருதுகிறேன்.

மாலை வேண்டாம்

அன்றைய புரட்சிகர இலக்கிய மாநாட்டுக்கு சந்திரசேகர பாடீல், தேவனூரு மகாதேவ இருவரும் வந்திருந்தார்கள். மாநாட்டின் தொடக்கவிழா முடிந்ததும் பத்துப்பதினைந்து இளைஞர்கள் மேடைமீது ஏறிச் சத்தமிடத் தொடங்கினார்கள்; ஒழிக முழக்கம் எழுப்பினார்கள். புரட்சிகர இலக்கிய அமைப்பைப் பிடிக்காதவர்கள் மேடைமீது ஏறிவிட்டார்கள் என நினைத்து நாங்கள் அச்சம் கொண்டோம். இவர்களைத் தடுப்பது எப்படி

என யோசிக்கத் தொடங்கினோம். மேடை மீது ஏறியவர்கள் மைக்கைத் தம் பக்கம் இழுத்துவைத்துக்கொண்டு ஒழிக முழக்கமெழுப்பினார்கள். மாநாடு முழுதும் குழப்பத்தில் ஆழ்ந்தது. இப்படி கூச்சலிட்டுக்கொண்டிருந்தவர்களில் பெரியவர்கள் யாருமில்லை. எல்லோரும் இருபத்தைந்து வயதைக் கடந்த இளைஞர்கள். "மாலை ஒழிக" என்பதே அந்த இளைஞர்கள் எழுப்பிய முழக்கமாகும். எந்த மாலை, மாலையை ஏன் ஒழிக்கவேண்டும் என்பதெல்லாம் எனக்கு எதுவும் புரியவில்லை. அந்த இளைஞர்களை அமைதிப்படுத்துவதற்காக மேடைக்குச் சென்றவர்களைப் பார்த்தும் கூட அவர்கள் "மாலை ஒழிக" என முழங்கினார்கள். சந்திரசேகர பாடீல், காளேகௌட நாகவார, சின்னண்ணா வாலீகர், பி.டி. லலிதா நாயக் ஆகியோர் இளைஞர்களை அமைதிப்படுத்தி, அவர்களுடைய பிரச்சினை என்னவென்று அறிந்துகொள்ள முயற்சி செய்தனர். இளைஞர்களின் பிரச்சினை மிகவும் மிகவும் சாதாரணமானது. புரட்சிகர இலக்கிய அமைப்பின் தலைவர்களில் ஒருவரான ப்ரொபஸர் பஸவராஜ ஸபர அவர்களுக்கு பீதர் நகரத்தில் நடைபெற்ற நிகழ்ச்சியொன்றில் மாலை அணிவிக்கப்பட்டது. அப்போது புரட்சிகர இலக்கியவாதிகளுக்குப் பொதுநிகழ்ச்சிகளில் மாலை எதுவும் அணிவிக்கக்கூடாது என ஒரு கட்டுப்பாடு இருந்தது. இதை அறிந்தோ அறியாமலோ பஸவராஜ ஸபர அந்தக் கட்டுப்பாட்டை மீறிவிட்டார். ஸபர மாலை அணிந்துகொண்டதையொட்டித் தம் எதிர்ப்பைத் தெரிவிப்பதற்காக, பீதர் மாவட்ட புரட்சிகர இலக்கிய அமைப்பின் உறுப்பினர்கள் அதிக எண்ணிக்கையில் திரளாக மாநாட்டுக்கு வந்திருந்தார்கள். அவர்கள் அனைவரும் புரட்சிகர இலக்கிய அமைப்போடு தொடர்புடையவர்களாக இருந்ததால், தொடக்கவிழா நடைபெறும் சமயத்தில் குறுக்கிட எண்ணமில்லாமல் தொடக்க விழா முடிவடையும் தருணம் பார்த்துச் சத்தம் போட்டார்கள். ஏற்கெனவே பேசி வைத்துக்கொண்டு அரங்கத்தின் எல்லாப் பக்கங்களிலும் அவர்கள் உட்கார்ந்திருந்தார்கள். ஒரே சமயத்தில் அனைவரும் முழக்கமிடத் தொடங்கினார்கள். எல்லாத் திசைகளிலிருந்தும் பாய்ந்துவருவதுபோல வந்து மேடை மீது ஏறினார்கள். மாலை அணிந்துகொண்டிருந்த பஸவராஜ ஸபர புரட்சிகர இலக்கிய அமைப்பிலிருந்து விலகவேண்டும் என்று பிடிவாதம் பிடித்தார்கள். ஸபர அதைச் சற்றும் எதிர்பார்க்கவில்லை. அந்த எதிர்ப்பைப் பற்றி ஸபர அவர்களுடைய கருத்தென்ன என்று கேட்டோம். பீதரில் நடைபெற்ற நிகழ்ச்சிக்குச் சென்றிருந்ததாகவும் இறுதியில் எதிர்பாராத விதமாக அமைப்பாளர்களே தமக்கு மாலை அணிவித்ததாகவும் வேண்டாம் என மன்றாடி மறுத்ததாகவும்

அவர்கள் மாலையைக் கழுத்தில் அணிவித்ததாகவும் ஸபர மிகுந்த துயரத்துடன் சொன்னார். இந்த அளவுக்கு எதிர்ப்பு வலுப்பதை நினைத்து ஸபர மிகவும் வருந்தினார். பல மூத்த படைப்பாளிகள் எடுத்துச் சொல்லி அமைதிப்படுத்த முயற்சி செய்தாலும் எதிர்ப்பாளர்கள் அதைக் காதில் வாங்கிக்கொள்ளத் தயாராக இல்லை. எனக்கு அது ஒன்றும் பெரிய பிழையாகத் தோன்றவில்லை. மாலை அணிந்துகொண்டதற்காக மன்னிப்பு கேட்டுக்கொண்டதோடு இந்த எதிர்ப்பு முடிவடைந்தது. ராய்ச்சூர் புரட்சிகர இலக்கிய மாநாட்டின் புரட்சியில் இப்படி அதிபுரட்சியான ஒரு விஷயத்தைப் பார்க்கும் வாய்ப்பு கிடைத்தது. அன்றுமுதல் புரட்சிகர இலக்கியவாதிகள் சில மாதங்களுக்காகவேனும் மாலை என்றால் நாலைந்தடி பின்வாங்கி நிற்கத் தொடங்கினார்கள்.

டாக்டர் கே. நரசய்யா

பெங்களூரு பல்கலைக்கழகத்தில் ஆற்றல் மிக்க ஆளுமைகளாக சில பேராசிரியர்கள் இருந்தார்கள். அவர்களில் டாக்டர் கே. நரசய்யாவும் ஒருவர். பல்கலைக்கழக வளாகத்தில் பணிபுரியும் அட்டவணைச் சாதியினரின் தலைவராக கே. நரசய்யா இருந்தார். அட்டவணைச் சாதிகளைச் சேர்ந்த மாணவர்கள், ஆசிரியர்கள், ஊழியர்கள் என அனைவருக்கும் கே. நரசய்யா தம்மால் ஆன உதவிகளைச் செய்துவந்தார். அவர் வரலாற்றுத்துறைப் பேராசிரியராகவும் நல்ல முக்கியஸ்தராகவும் செயல்பட்டு வந்தார். இந்தியாவிலும் பிறநாடுகளிலும் சொற்பொழிவாற்றி நல்ல அறிஞர் என்று பெயர் வாங்கியவர். தலித் பிரிவினர்மீது அவர் மிகுந்த பற்று கொண்டிருந்தார். அவர் வெளிநாட்டிலிருந்து வரும்போது ஒரு கார் வாங்கி வந்திருந்தார். அந்தக் காரை அவரே ஓட்டிவந்தார். ஒருநாள் வளாகத்துக்குள் ஓட்டிக்கொண்டு வரும்போதே அந்தக் கார் நின்றுவிட்டது. அந்தத் தகவல் கிடைத்ததுமே ஆசிரியர்களும் மாணவர்களும் அதைத் தள்ளி ஓட வைத்தனர். ஸ்டார்ட் செய்யும்போது பலர் சேர்ந்து அதைத் தள்ளவேண்டியிருந்தது. கார் இந்த நிலைமையில் இருக்கும்போதும் கூட கே. நரசய்யா அந்தக் காரின்மீது அதிகமாக பற்று வைத்திருந்தார். ஏனென்றால், அது வெளிநாட்டுக் கார். இதைப்பற்றி அவர் மிகவும் பெருமையுடன் சொல்லிக்கொள்வார். ஒருநாளாவது பல்கலைக்கழகத்தின் துணைவேந்தராக வேண்டும் என்றும் சுரண்டப்படுகிறவர்களுக்குப் பயன்படும் வகையில் எல்லாவிதமான ஆணைகளையும் ஒரே நாளில் வெளியிடவேண்டும் என்றும் அதற்குப் பிறகு

துணைவேந்தர் பதவி பறிபோனாலும் பரவாயில்லை என்றும் டாக்டர் நரசய்யா சொல்வதுண்டு. பல்கலைக்கழகத்தைச் சேர்ந்த தலித் ஊழியர்கள் நரசய்யாவின் மீது மிகுந்த மதிப்பு வைத்திருந்தார்கள். மைசூர் பல்கலைக்கழக வரலாற்றுத்துறையில் பேராசிரியராக இருந்த ஓ. அனந்தராமய்யாவும் டாக்டர் கே. நரசய்யாவும் மிகுந்த நெருக்கமான நண்பர்கள். தலித்துகளுக்கு ஏதேனும் பிரச்சினை ஏற்பட்டால், சம்பந்தப்பட்ட தலித்துகள் உடனே அனந்தராமய்யாவை அணுகுவது வழக்கம். எளியவர்களின் குரலுக்கு அனந்தராமய்யா என்றென்றும் செவிமடுப்பவர். தம்முடைய அறிவாற்றலாலும் இதயபூர்வமான ஈடுபாட்டாலும் அவர் பிரச்சினைகளைத் தீர்த்துவைப்பார். தலித்துகளுக்கும் தலித் அல்லாதவர்களுக்கும் இடையில் மோதல் உருவானபோதும் அனந்தராமய்யாவே முன்னின்று எவ்விதமான அசம்பாவிதத்துக்கும் இடமில்லாத வகையில் இரு குழுவினரும் ஒன்றுபடச் செய்தார். அனந்தராமய்யாவுக்கு நரசய்யா குருவைப் போன்றவர். எல்லாத் தலித்துகளையும் ஒன்று திரட்டும் பொருட்டு நரசய்யா ஆணை பிறப்பித்தால், அதற்கிணங்க ஒன்றிரண்டு நாட்களிலேயே பெருங்கூட்டத்தைத் திரட்டிவிடக்கூடியவராக அனந்தராமய்யா இருந்தார்.

தொலைபேசி அழைப்பு

கன்னடத்துறையில் ஆய்வு உதவியாளராக நான் வேலை பார்த்து வந்தேன். என்னை யாரோ தொலைபேசியில் அழைக்கிறார்கள் என்று பணியாளர் வந்து சொன்னதால் நான் துறைத்தலைவரின் அறைக்குச் சென்றேன். துறைத்தலைவர் டாக்டர் ஜி.எஸ். சிவருத்ரப்பா அவர்களுடைய அறையில் தொலைபேசி இருந்ததால், யாருக்காவது தொலைபேசி வந்தால் அவருடைய அறைக்கே செல்லவேண்டும். யார் அழைத்திருப்பார்கள் என ஒருவகையான ஆர்வத்துடன் ஜி.எஸ்.எஸ். அவர்களுடைய அறைக்குச் சென்றேன். ஜி.எஸ். சிவருத்ரப்பாவைப் பார்த்தபிறகு என் அச்சம் அதிகமானது. ஜி.எஸ்.எஸ். ஒருபோதும் சோம்பலைப் பொறுத்துக்கொள்ளமாட்டார். வெற்று அரட்டைப்பேச்சுகளில் பொழுதைக் கழிப்பதற்கான வாய்ப்புகளுக்கு அவர் ஒருபோதும் வழிவகுத்துக் கொடுக்கமாட்டார். எனக்கு வந்திருக்கும் தொலைபேசி அழைப்பு வெற்று அரட்டை அழைப்பாக இருந்துவிட்டால், ஜி.எஸ்.எஸ். என்ன நினைத்துக்கொள்வாரோ என்னும் ஐயம் என்னைத் தைக்கத் தொடங்கியது. சிற்சில சமயங்களில் டாக்டர் ஜி.எஸ்.எஸ். சிவருத்ரப்பா சீற்றத்தோடு இருப்பதை நான் பார்த்திருக்கிறேன். ஜி.எஸ்.எஸ்.ஸின்

அறைக்குள் அச்சத்துடனேயே கால் வைத்தேன். "டாக்டர் நரசய்யா உங்களை அழைக்கிறார்" என்றபடி என் கையில் தொலைபேசிக் குழலைக் கொடுத்தார். மதியவேளையில் ஒருமணிக்கு என்ன காரணத்துக்காக நரசய்யா தொலைபேசி செய்திருக்கக்கூடும் என்று யோசித்தபடி நான் "வணக்கம் சார்" என்று நரசய்யாவை வணங்கினேன். அத்தருணத்தில் நரசய்யா எனக்கு நெருக்கமானவராக இன்னும் ஆகவில்லை. இப்படித் தொடர்புகொள்கிறாரோ செய்வது அதுவே முதல்முறை. அவர் எதற்குத் தொலைபேசி செய்தாரோ என்னும் குழப்பத்தோடு அவர் உரையாடுவதற்காகக் காத்திருந்தேன். அவர் மிகவும் அடங்கிய குரலில் "சித்தலிங்கையா, இப்போது எங்கள் வீட்டில் தலித்துகள் கூட்டமொன்று நடைபெற்றுக்கொண்டிருக்கிறது. எல்லோரும் வந்திருக்கிறார்கள். நீங்கள் ஏன் வரவில்லை?" என்று கேட்டார். நான் ஆச்சரியத்தோடு "சார், இந்தச் செய்தியே எனக்குத் தெரியாது. எனக்கு யாரும் இந்தக் கூட்டத்தைப்பற்றிய செய்தியைத் தெரிவிக்கவில்லை" என்று சொன்னேன். அவர் "ஏன் இப்படி செஞ்சாங்கன்னு தெரியலையே, உங்களுக்கு சொல்லியிருக்கணும். சரி, பரவாயில்லை. உங்கள் தலைவரிடம் சொல்லிட்டு இப்பவே கௌம்பி வந்துடுங்க" என்றார். நானும் "சரி சார்" என்று சொல்லிவிட்டுத் தொலைபேசியை வைத்துவிட்டேன். நான் ஜி.எஸ்.எஸ்.ஸிடம் எஸ்.சி./எஸ்.டி. கூட்டத்துக்குச் செல்ல அனுமதியைக் கேட்டேன். அவரும் "சரி,

போய் வாங்க" என்றார். நான் வேகவேகமாக கே. நரசய்யாவின் வீட்டை நோக்கி நடக்கத் தொடங்கினேன். மாலைவேளையில் கூட்டத்தை நடத்துவதற்குப் பதிலாக மதிய வேளையில் – அதுவும் வேலை நேரத்தில் ப்ரொபஸர் இக்கூட்டத்துக்கு ஏன் ஏற்பாடு செய்திருக்கக்கூடும் என்று யோசித்தபடி நான் அவர் தங்கியிருந்த ப்ரொபஸர்கள் குடியிருப்பை அடைந்தேன்.

எச்சரிக்கை, எச்சரிக்கை?

டாக்டர் கே. நரசய்யா தம் வீட்டு வாசலில் எனக்காகக் காத்திருந்தார். என்னைக் கண்டு மகிழ்ச்சியடைந்தார். வீட்டுக்குள் அழைத்துச் சென்றார். வீட்டுக்குள் யாரும் இல்லை. சமைய லறையில் பாத்திரங்களின் சத்தத்தைத் தவிர வேறெந்த சத்தமும் இல்லை. எந்தக் கூட்டமும் இல்லை. நான் ஆச்சரியத்தோடு "சார், இன்னும் கூட்டத்துக்கு யாரும் வரவில்லையா?" என்று கேட்டேன். அவர் "என்ன கூட்டம்?" என்று கேட்டார். "என்னை எதற்காக கூப்பிட்டீர்கள் சார்?" என்று நான் பணிவோடு கேட்டேன். "இப்பொழுது மணி என்ன ஆகிறது?" என்று கேட்டார் நரசய்யா. நான் "ஒன்றரை இருக்கலாம் சார்" என்றேன். "மதியம் ஒன்றரை மணிக்கு என்ன செய்வார்கள், சொல்லுங்க" என்று அவர் என்னைக் கேட்டார். என்ன பதில் சொல்வதென்று புரியாமல் நான் அமைதியாக இருந்தேன். பிறகு அவரே பதிலைச் சொன்னார். "இது சாப்பாட்டு நேரம், உங்களைச் சாப்பிடுவதற்காக அழைத்தேன்" என்றார். என்ன சொல்வதென்று புரியாமல் நான் அப்படியே நின்றேன். அவர் அன்று கோழிக்குழம்பு சமையலுக்கு ஏற்பாடு செய்திருந்தார். தனக்கு அருகிலேயே என்னை உட்கார வைத்துக்கொண்டு சாப்பிடவைத்தார். அந்தச் சாப்பாடு எனக்கு மிகவும் பிடித்திருந்தது. நான் அவருக்கு மீண்டும் மீண்டும் நன்றி சொல்லிவிட்டுப் புறப்படுவதற்குத் தயாரானேன். டாக்டர் நரசய்யா "பாதி வேலைதான் முடிஞ்சிருக்குது. இன்னும் பாதி வேலை அப்படியே இருக்குது" என்றார். நாட்டுக்கோழிக் குழம்புச் சாப்பாட்டைச் சாப்பிட்டதன் மூலம் நான் பாதி வேலையை முடித்துவிட்டேன். இன்னும் பாதி வேலை என்னவாக இருக்கும் என்கிற எண்ணம் அச்சமாக மாறி எனக்குள் கவலை பெருகியது. அவர் என் முகத்தின் மீது படிந்த பீதியைக் கவனித்துவிட்டார். "பயப்படுவதற்கு ஒன்றுமில்லை, தண்ணீர் குடிக்கிறமாதிரி இந்த வேலையை நீங்கள் எளிமையாகச் செய்துவிடலாம்" என்று அவரே சொல்லி அமைதிப்படுத்தினார். "இலக்கியவாதிகளால் மட்டுமே முடியக்கூடிய வேலை அது. அதனால் உங்களை அழைக்கவேண்டியிருந்தது" என்றார். தொடர்ந்து "நானும்

ஒரு காலத்தில் இலக்கியவாதியாக இருந்தேன்" என்று அவர் சொன்னார். ஆர்வத்தைக் கட்டுப்படுத்த முடியாமல் நான் "புத்தகம் எழுதியிருக்கிறீர்களா சார்" என்று கேட்டேன். "பாலியல் கல்வி குறித்து வெகுகாலத்துக்கு முன்பாக நான் ஒரு நாடகம் எழுதினேன். அதற்குப் பேராசிரியர் டி.எல். நரசிம்மாச்சார் முன்னுரை எழுதியிருந்தார். ஆனால் இப்போது பழக்கம் கைவிட்டுப் போய்விட்டது. அதனால் இந்த வேலைக்கு நீங்களே பொருத்தமான ஆள்" என்றார். "நான் என்ன செய்யணும் சார், சொல்லுங்கள்" என்று கேட்டேன். அவர் மிகுந்த வேதனையுடனும் இயலாமையுடனும் சொல்லத் தொடங்கினார். பல்கலைக்கழக வளாகத்துக்குள் சில சுவர்களின்மீது தம்மைப்பற்றி யாரோ மோசமான முறையில் எழுதியிருப்பதாகவும் இதனால் தம் மனத்துக்கு மிகுந்த வேதனை ஏற்பட்டிருப்பதாகவும் அவர் சொன்னார். இதை எழுதிய ஆள் நானென்று பேராசிரியர் தவறாக நினைத்துவிட்டாரோ என்னும் தவிப்பு எனக்குள் அப்போது எழுந்தது. நான் மீண்டும் அச்சத்தில் ஆழ்ந்தேன். என் முகத்தில் படிந்திருந்த அச்சத்தை அவர் மறுபடியும் கண்டுபிடித்துவிட்டார். அவரே என்னை அமைதிப்படுத்தும் வகையில் "எந்தப் பாவிகளோ செய்த வேலைக்கு நீங்கள் ஏன் பயப்படுறீங்க?" என்றார். டாக்டர் கே. நரசய்யாவுக்கு எதிராக எழுதப்பட்டிருந்த சுவர் வாசகத்தை நான் பார்க்கவில்லை. வெகுகாலத்துக்கு முன்பாக ஏதோ ஒரு துறையின் கழிப்பறைச் சுவரில் யாரோ சில போக்கிரிகள் நரசய்யாவை அவமானப்படுத்தும் விதமாகக் கரித்துண்டால் எழுதியிருக்கிறார்கள் என மாணவர்கள் பேசிக்கொண்டதைக் கேட்டிருக்கிறேன். அது வளாகத்துச் சுவர் வரைக்கும் நீண்டு வரும் என நான் நினைத்திருக்கவில்லை. தம்மைப்பற்றி மிகவும் மோசமாக எழுதியிருப்பதைப் பார்த்து நரசய்யா மிகவும் மனவேதனைக்கு உள்ளானார். "என்னைப்பற்றி மோசமாக எழுதியவர்கள் அஞ்சி நடுங்கி, இப்படி எழுதுவதை நிறுத்தவேண்டும். அப்படிப்பட்ட வாசகமொன்றை நீங்கள் எனக்குச் சொல்லுங்கள். அதை நானே சுவரின் மீது எழுதவைக்கிறேன்" என்று அவர் சொன்னார். அவரைப்பற்றி எழுதியவர்களை ஓய்ந்துபோக வைக்கிற ஒரு வாசகம் அவருக்குத் தேவையாக இருந்தது. அதற்காக என்னிடம் அவர் ஒரு வேண்டுகோளை முன்வைத்தார். முதன்முதலாக எனக்குத் தயக்கம் உருவானது. எவ்விதமான வாசகமும் எனக்குத் தோன்றவில்லை. அவருடைய முகத்தில் தென்பட்ட வேதனை என் மனத்தைக் கரைத்தது. சட்டென ஒரு வாசகம் தோன்றியது. "ஞானபாரதியில் நச்சுப்பாம்புகள் உள்ளன, எச்சரிக்கை எச்சரிக்கை" என்பதே அந்த வாசகம். (ஞானபாரதி என்பது பல்கலைக்கழக வளாகத்தின் பெயர்) இந்த வாசகத்தைக் கேட்டதுமே நரசய்யாவுக்கு மகிழ்ச்சி ஏற்பட்டது. "நீங்கள்

இலக்கியவாதியாக இருப்பதற்குத் தகுந்த பலன் கிடைத்துவிட்டது" என்றார். "பாபா சாகிப் அம்பேத்கரும் பகவான் புத்தரும் உங்களுக்கு நல்லவை நடைபெற வழிவகுக்கட்டும்" என்றார். நான் அவரிடம் அந்த வாசகத்தை மீண்டும் சொன்னேன். ஞானபாரதி வளாகத்தின் அழகு, துணைவேந்தரின் எளிமை, பல துறைகளில் இருக்கும் பேராசிரியர்களின் திறமை அனைத்தும் என் கண்முன்னால் புரண்டு நகர்ந்தன. மறுநாள் என் வாசகம் ஒளிரத் தொடங்கியது.

டாக்டர் நரசய்யாவின் சிந்தனை

டாக்டர் நரசய்யா தலித் வகுப்பினருக்கு உதவவேண்டும் என்னும் எண்ணமுள்ளவராக இருந்தார். ஆனாலும், அவர் மனம் பழைமைவாதத்தால் நிறைந்திருந்தது. அமைச்சர்கள் மீதும் சட்டமன்ற உறுப்பினர்கள் மீதும் அரசாங்கத்தின் மீதும் மிகுந்த பற்றுள்ளவராக இருந்தார். அப்போது நான் மார்க்ஸியத்தில் ஆழ்ந்த நம்பிக்கை உடையவனாக இருந்தேன். அவர் மதித்த கருத்துகளின் மீது நான் ஈடுபாடு காட்டியதில்லை. புரட்சிகரக் கருத்தாக்கங்களை அவர் ஏற்றுக்கொண்டதில்லை. தலித்துகள் போராட வேண்டும் என நான் சொற்பொழிவாற்றும்போது அவர் அதிருப்தியைப் புலப்படுத்தும் முகத்துடன் காணப்படுவார். பல்கலைக்கழக தலித் மாணவர்கள், ஆசிரியர்களிடையே டாக்டர் கே. நரசய்யா செல்வாக்கு உள்ளவராக இருந்தார். தலித் பிரிவினர் புரட்சிகரப் பாதைக்கு வரவேண்டுமெனில் நரசய்யா அவர்கள் நம் கருத்துகளை ஆதரிப்பவராக இருத்தல் வேண்டும். அதற்குக் காரணம் இவர்கள் அனைவரும் நரசய்யாவின் சொற்களுக்குக் கட்டுப்பட்டவர்களாக இருந்தார்கள். நரசய்யாவைத் தவிர்த்துவிட்டு எந்தவொரு நிகழ்ச்சியையும் நடத்துவது சிரமமாக இருந்தது. தலித்தாக இல்லாவிடினும் புரட்சிகரக் கருத்துகள்மீது பற்றுக் கொண்டிருந்த டாக்டர் எஸ். சந்திரசேகர் என்பவர் நரசய்யாவுக்கு நெருக்கமான நண்பர்கள் வட்டத்தைச் சேர்ந்தவர். இப்போது கர்நாடகத்தில் பெயர்பெற்ற வரலாற்றாளர்களில் ஒருவராக இருக்கக்கூடிய டாக்டர் எஸ். சந்திரசேகர் மாணவப்பருவத்திலேயே மார்க்ஸியத் தத்துவத்தால் கவரப்பட்டவர். கர்நாடகத்தில் 'ஸ்டூடண்ட் ஃபெடரேஷன் ஆஃப் இண்டியா' என்னும் மாணவர் அமைப்பைத் தொடங்கிய மாணவத்தலைவர்களில் அவரும் ஒருவர். எனக்கும் டி.ஆர். நாகராஜுக்கும் ஆரம்ப காலத்திலிருந்தே சந்திரசேகர் மிகவும் நெருக்கமானவராக இருந்தார். இதே கருத்தை பெங்களூர் பல்கலைக்கழகத்தில் அந்தக் காலத்திலிருந்தே

தக்கவைத்துக்கொண்டு வந்தவர்களில் பேராசிரியர் சி.ஜே. கிருஷ்ணஸ்வாமியும் ஒருவர். சி.ஜி.கே. பொருளாதாரப் பிரிவில் டாக்டர் வெங்கடகிரி கௌடரின் நெருக்கமான சீடராக இருந்தாலும்கூட மார்க்ஸியக் கருத்தாக்கத்தில் அசைக்கவியலாத நம்பிக்கை உடையவராக இருந்தார். சமுதாயக் குழு தொடங்கப்பட்ட நாட்களிலிருந்தே எனக்கும் சி.ஜி.கேக்கும் நட்பு இருந்தது. முற்போக்குக் கருத்துகளையுடைய டாக்டர் எம்.ஜி. கிருஷ்ணன் அரசியல் துறையைச் சேர்ந்தவர். அவர் எனக்கு மிகவும் நெருங்கிய நண்பர். முற்போக்குச் சிந்தனையுடையவராக இருந்தாலும் சி.ஜி.கே., டாக்டர் எஸ். சந்திரசேகர் ஆகியோரைப் போலவே கிருஷ்ணனும் போராட்டவழியில் ஈடுபட்டவரல்லர். என்னைப்போலவே சிந்திக்கும் இந்த நண்பர்கள் என்னைவிட வயதில் இரண்டு மூன்று ஆண்டுகள் மூத்தவர்கள். என்மீது இவர்கள் அனைவரும் அன்புள்ளவர்கள். இவர்கள்மீது நானும் மிகுந்த மதிப்பு வைத்திருக்கிறேன்.

இப்படிப்பட்ட நிலையிலும் டாக்டர் நரசய்யா மரபு வழிப்பட்ட பார்வையை உடையவராகவே இருந்தார். அவருடைய கருத்துநிலைபாடு தலித்துகளுக்கு எதிராக நிகழும் கொடுமைகள் அகலவேண்டும் என்கிற அளவில் மட்டுமே இருந்தது. தலித்துகள் கூட்டம் நடத்துவது, அமைச்சர்களை வரவழைப்பது, அவர்களைப் பாராட்டுவது ஆகியவையே அவருடைய வேலையாக இருந்தது. சென்ட்ரல் கல்லூரியில் செனட் பவனில் நரசய்யா கூட்டங்களை நடத்துவது வழககம். தலித்துகளுக்கு அநியாயம் இழைக்கப்படுகிறது என்பதைச் சற்றே அடங்கிய குரலில் அச்சத்தோடேயே அவர் சொல்வது வழக்கம். இக்கூட்டங்களில் கலந்துகொண்டு புரட்சிகரமான முறையில் சொற்பொழிவை நிகழ்த்திய என்னைப் பார்த்து அவருக்குக் கூச்சவுணர்வு உண்டானது. நரசய்யா என்னுடைய கருத்துடன் உடன்பட்டால் நமது அணி வளர்ச்சி பெறும் என்னும் நம்பிக்கை எனக்கு இருந்ததால், நான் அந்த நேரத்துக்காகக் காத்திருந்தேன்.

தலித்துகள் கிளர்ந்தெழுவார்கள்

ஒருநாள் காலையில் *பிரஜாவாணி* நாளிதழைப் புரட்டிப் படித்துக்கொண்டிருந்தபோது ‘தலித்துகள் கிளர்ந்தெழுவார்கள், எச்சரிக்கை’ என்னும் தலைப்பைப் பார்க்க நேர்ந்தது. ஆர்வத் துடன் நான் அந்தச் செய்தியைப் படிக்கத் தொடங்கினேன். தலித்துகள் நிச்சயமாகக் கிளர்ந்தெழுவார்கள் என்று டாக்டர் கே.நரசய்யா அழைப்பு விடுத்திருக்கிறார் என்று பத்திரிகையில்

செய்தி வெளியாகியிருந்தது. அப்படி அழைப்பு விடுத்தது வரலாற்றுத்துறையைச் சேர்ந்த நரசய்யாவா அல்லது வேறு யாராவதுமா என்பதை உறுதிப்படுத்திக்கொள்ள முயற்சி செய்தேன். இறுதியில் அந்த அழைப்பை விடுத்தவர் வரலாற்றுத்துறையைச் சேர்ந்த நரசய்யாவே என்பதை உறுதிப்படுத்திக்கொண்டேன். இன்னும் சில நாட்களுக்குள்ளாக தலித்துகள் கிளர்ந்தெழுவார்கள் என டாக்டர் கே. நரசய்யா எதிர்காலத்தில் நடக்கப்போவதைச் சுட்டிக் காட்டியிருந்தார். இதையொட்டிச் சமூகத்துக்கு வெளிப்படையான வகையில் எச்சரிக்கையை விடுத்திருந்தார். எனக்கு மிகவும் மகிழ்ச்சியாக இருந்தது. கடைசியாக நரசய்யா புரட்சிவாதியாக மாறிவிட்டார் என்ற எண்ணத்தில் மகிழ்ச்சியில் பூரித்துப்போனேன். இந்த மகிழ்ச்சியோடேயே நான் இஸ்லாமியர் ஓட்டலொன்றுக்குள் சென்று தேநீர் பருகினேன். என்னிடம் அவருடைய வீட்டுத் தொலைபேசி எண் இருந்தது. பொதுத்தொலைபேசியிலிருந்து நான் அவருடைய வீட்டுத் எண்ணுக்குத் தொடர்புகொண்டேன். பத்திரிகையில் அவருடைய அறிவிப்பு வெளிவந்திருக்கும் செய்தியைச் சொல்லிவிட்டு அவரை வாழ்த்திப் பேசினேன். அவரும் பத்திரிகையில் வெளிவந்திருக்கும் செய்தியைப் படித்து விட்டு மகிழ்ச்சியான மனநிலையில் இருந்தார். என் வாழ்த்துக்கு நன்றி சொன்னார். நான் ஆர்வத்துடன் அவரிடம் “சார், இந்த மாதிரியான புரட்சிகரமான அறிக்கையை இதற்குமுன்பும் நீங்கள் கொடுத்திருப்பீர்கள், இல்லையா?” என்று கேட்டேன். அவர் “அது எப்படி சாத்தியம்?” என்று கேட்டார். பிறகு “சித்தலிங்கையா, அந்த அறிக்கையைக் கொடுப்பதற்கான காரணம் என்னவென்று உங்களுக்குத் தெரியது, பேசாமல் இருங்கள்” என்றார். நான் “காரணம் என்ன சார்?” என்றேன். விழாவன்று காலையில் காலைக்காட்சி பார்ப்பதற்காகத் திரையரங்கத்துக்குச் சென்றிருந்ததாகவும் திரையரங்கத்தில் நடந்துகொண்டிருந்த ‘தங்கெ எத்த மக்களு’ (கிளர்ந்தெழுந்த சிறுவர்கள்) என்னும் திரைப்படத்தைப் பார்த்ததாகவும் மாலையில் நடைபெற்ற விழா நிகழ்ச்சியில் பேசுவதற்கு எந்த விஷயமும் மனத்தில் தோன்றாததாலும் கிளர்ந்தெழுந்த சிறுவர்கள் திரைப்படமே தன் மனத்தை நிறைத்துக்கொண்டிருந்ததாலும் “தலித்துகள் கிளர்ந்தெழுவார்கள், எச்சரிக்கை” என்னும் வாக்கியத்தைக் கூட்டத்தில் சொல்லும்படி ஆகிவிட்டதென்றும் அவர் சொன்னார். அந்த வாக்கியம் பத்திரிகையில் இந்த அளவு கொட்டை எழுத்தில் வருமென்று எதிர்பார்க்கவில்லை என்று அவர் சொன்னார். நான் மிகவும் ஏமாற்றத்துடன் “இனிமேல் இப்படி அறிக்கை எதுவும் கொடுக்கமாட்டீர்களா சார்?” என்று

கேட்டேன். "நான் ஏன் இப்படிப்பட்ட அறிக்கையைக் கொடுக்க வேண்டும், தினமுமா தங்கெ எத்த மக்களு சினிமாவைப் பார்க்கமுடியும்?" என்றார் நரசய்யா. அவரால் உருவான ஏமாற்றத்தைத் தணித்துக்கொள்வதற்காக மீண்டும் நான் காக்கா ஓட்டலுக்குச் சென்று அடுத்தடுத்து தேநீர் வாங்கி அருந்தத் தொடங்கினேன்.

விதான் சௌதா வாசலில் கலாட்டா

டாக்டர் கே. நரசய்யா அவர்கள் ஒருமுறை அமைச்சரொருவரைப் பார்ப்பதற்காக விதான் சௌதாவுக்குச் சென்றிருந்தார். அவரோடு பல்கலைக்கழகத்தைச் சேர்ந்த நாலைந்து தலித் மாணவர் தலைவர்களும் சென்றிருந்தார்கள். விதான் சௌதாவை அடைந்ததும் இந்தத் தலைவர்கள் மிகவும் மிடுக்கோடு உள்ளே நுழைந்தார்கள். நுழைவாயிலில் நின்றிருந்த காவல்காரர் தலைவர்களின் தோரணையைப் பார்த்துவிட்டு அவர்களை உள்ளே செல்வதற்கு அனுமதித்தார். ஆனால் எல்லோருக்கும் பின்னால் வந்த டாக்டர் கே. நரசய்யா அவர்களை உள்ளே செல்ல அனுமதிக்காமல் தடுத்துவிட்டார். நரசய்யா தான் ஒரு பேராசிரியர் என்றும் உள்ளே நுழைய அனுமதிக்கவேண்டும் என்றும் மன்றாடிக் கேட்டுக்கொண்ட பிறகும் அவருக்கு அனுமதி கிடைக்கவில்லை. தன் மனவேதனையை வெளிக்காட்டிக் கொள்ளாமல் நரசய்யா, அப்படியே நுழைவாயிலுக்கு அருகில் நின்றுவிட்டார். நரசய்யாவின் சீடர்களான தலித் தலைவர்கள் உள்ளே சென்று லிப்ட் இருக்கும் இடத்தை அடைந்த பிறகு திரும்பிப் பார்த்திருக்கிறார்கள். நரசய்யாவைக் காண வில்லை. பயந்துபோய் அவசரமாக நுழைவாயிலுக்கு ஓடி வந்திருக்கிறார்கள். நுழைவாயில் கதவுக்கு வெளியே நரசய்யா மௌனமாக நின்றிருப்பதைப் பார்த்தார்கள். அவரிடம் "சார், வெளியேயே ஏன் நின்றுவிட்டீர்கள்? உள்ளே வாங்க" என்று அழைத்தார்கள். வழக்கம்போல தன் அடங்கிய குரலில் நரசய்யா "நான் வருவதற்குத் தயாராகவே உள்ளேன், ஆனால் காவல்காரர் விட மறுக்கிறார்" என்று சொன்னார். அதைக் கேட்டு சீடர்கள் வேதனை அடைந்தார்கள். அவர்களுக்குக் கோபம் தலைக்கேறியது. வாசலிலேயே தம் ப்ரொபஸரைத் தடுத்து நிறுத்தியது ஏனென்று காவல்காரரிடம் கேட்டுக் கூச்சலிட்டார்கள். "உள்ளே விடு" என்று காவல்காரரை வற்புறுத்தினார்கள். காவல்காரர் நரசய்யாவை உள்ளே விடுவதற்கு முற்றிலுமாக மறுத்துவிட்டார். டாக்டர் நரசய்யாவின் சீடர்களைத் தலைவர்கள் என நினைத்து உள்ளே அனுமதித்த காவல்காரர்

நரசய்யாவைச் சாதாரணமான ஆள் என நினைத்துத் தடுத்து நிறுத்திவிட்டார். நரசய்யாவின் சீடர்களுக்கும் காவல்காரருக்கும் கடுமையான வாக்குவாதம் நிகழ்ந்தது. கடைசியில் காவல்காரர் வென்றுவிட, சீடர்கள் தோல்வியுற வேண்டியதாகிவிட்டது. ப்ரொபஸரை உள்ளே அனுமதிக்க மறுத்தால் அமைச்சரின் அறிமுகமே இல்லாத தாம் மட்டும் உள்ளே சென்று என்ன செய்வது என நினைத்து அவர்கள் குழம்பினார்கள். அவர்களும் வெளியே வந்துவிட்டார்கள். பிறகு நுழைவாயில் கதவுக்கு வெளியே நின்று காவல்காரருக்கு எதிராகச் சண்டையிடத் தொடங்கினார்கள். இந்தச் சண்டையைப் பார்ப்பதற்கு நுழைவாயிலுக்கு உட்பக்கத்திலிருந்தும் வெளியேயிருந்தும் ஏராளமானவர்கள் அங்கே குழுமத் தொடங்கினார்கள். இந்தச் சண்டையை நரசய்யாவாலேயே தாங்கிக்கொள்ள முடியவில்லை. அந்த அளவுக்கு உரத்த குரலில் அவருடைய சீடர்கள் சத்தம் போட்டுப் பேசினார்கள். காவல்காரரும் அதே அளவுக்குத் தன் குரலை உயர்த்திக் கூச்சலிட்டார். கடைசியில், நரசய்யா தம் சீடர்களிடம் "நீங்க என்னை கொஞ்சம் பாருங்க" என்று கேட்டுக்கொண்டார். ப்ரொபஸர் என்னமோ சொல்லப் போகிறார் என்னும் எண்ணத்தில் சீடர்கள் நரசய்யாவின் பக்கம் திரும்பிப் பார்த்தார்கள். நரசய்யா வழக்கமான தன் மெல்லிய குரலில் "இங்க பாருங்க" என்றபடிப் பேசத் தொடங்கினார். "காவல்காரரோடு சண்டை போடறதை நிறுத்திட்டு வாங்க. யுனிவர்சிட்டிக்கே திரும்பி போயிடலாம்" என்றார். மாணவர்கள் "சார், காவல்காரனுக்குப் புத்தி புகட்டாமல் இங்கேயிருந்து நாங்க கிளம்பமுடியாது" என்றார்கள். நரசய்யா மாணவர்களிடம் "இவருக்கு புத்தி கிடையாது. உங்களால இவருக்கு புத்தி புகட்டவும் முடியாது. வாங்க போவலாம்" என்றார். மாணவர்கள் "சார், பாத்துட்டே இருங்க, இவருக்குப் புத்தி புகட்டியே தீருவோம்" என்று அறைகூவல் விடுப்பதுபோலப் பேசினார்கள். நரசய்யா, "நாம் யாரைப் பார்ப்பதற்காக இங்கே வந்தோம், சொல்லுங்க" என்று மாணவர்களிடம் கேட்டார். மாணவர்கள் "அமைச்சரை" என்று பதில் சொன்னார்கள். அப்போது நரசய்யா "அப்படி வாங்க வழிக்கு" என்று சொல்லிவிட்டுத் தொடர்ந்து "இந்தக் காவல்காரருக்குப் புத்தி இருந்திருந்தால், எந்த அமைச்சரை பார்ப்பதற்காக மூன்றாவது மாடிக்குப் போகலாம்னு இருந்தோமோ, அந்த இடத்துல இவர் உட்கார்ந்திருப்பார். இவருக்குப் புத்தி கிடையாது. அதனாலதான் இங்க கீழ நின்னுட்டு காவல்காரர் வேலையைச் செய்யறாரு. அதனால் இவருக்கு புத்தி புகட்டணுங்கற எண்ணத்தயே விட்டுடுங்க. வாங்க போகலாம்" என்றார். டாக்டர் நரசய்யா சொன்ன

விஷயத்தை அவர்கள் ஏற்றுக்கொண்டார்கள். "நீங்க சொல்றது உண்மைதான் சார், இவருக்குப் புத்தி இருந்திருந்தா இவரு அமைச்சராகவே ஆகியிருப்பாரு. புத்தி கிடையாது, அதனால் காவல்காரரா இருக்கறாரு" என்று மாணவர்களும் சொன்னார்கள். நரசய்யாவுடன் சேர்ந்து பல்கலைக்கழகத்துக்குத் திரும்பிச் செல்ல தயாரானார்கள். டாக்டர் நரசய்யா சொன்ன சொற்களைக் கேட்ட காவல்காரருக்குத் தன் தவறு புரிந்தது. யாரோ ஒரு பெரிய மனிதரைத் தடுத்து நிறுத்தி அவமானப்படுத்திவிட்டோம் என நினைத்து ஆழ்ந்த வருத்தம்கொண்டார். அங்கே சேர்ந்துவிட்ட கூட்டமும் டாக்டர் நரசய்யாவைப் பார்த்துவிட்டு இவர் யாரோ பெரிய ஞானியாக இருக்கவேண்டும் என்று தமக்குள் உரையாடத் தொடங்கினார்கள். காவல்காரர் மன்னிப்பு கேட்பவர்போல நரசய்யாவிடம் "ஐயா, வாங்க உள்ளே" என்றான். மாணவர்கள் "சார், உள்ளே விடறாராம்" என்றார்கள். ஆனால் நரசய்யா பல்கலைக்கழகத்துக்குத் திரும்பிச் செல்லத் தீர்மானித்துவிட்டிருந்தார். "புத்தி இல்லாதவங்க பேச்சுக்கு மதிப்பு கொடுக்கக்கூடாது" என்று மாணவர்களிடம் சொல்லி விட்டுக் காவல்காரர் பக்கம் திரும்பிக்கூடப் பார்க்காமல் பல்கலைக்கழகத்துக்குத் திரும்பத் தொடங்கினார். கருத்தளவில் அவர் புரட்சிக்காரராக இல்லாவிடினும் டாக்டர் நரசய்யா அன்றைய தினம் புரட்சிக்காரராகவே நடந்துகொண்டார்.

நெருப்பு மிதித்தல்

நாட்டுப்புறத் தெய்வங்களைப்பற்றித் தகவல்களைத் திரட்டிக் கொண்டிருந்த நான் ஒரு திருவிழாவில் கலந்துகொள்ள நேர்ந்தது. திருவிழா நடந்த ஊருக்கு நான் வெகுதொலைவு நடந்து சென்றேன். அக்கம்பக்கம் உள்ள கிராமங்களிலிருந்தெல்லாம் மக்கள் வந்து கூடியிருந்தார்கள். நெருப்பு மிதிப்பது என்பது இந்தத் திருவிழாவின் முக்கிய அம்சமாகும். இந்த நெருப்புத் திருவிழாவுக்கு இன்னும் இருபது முப்பது நாட்கள் இருக்கும்போதே அந்தக் கிராமத்து மக்கள் காட்டுக்குச் சென்று விறகுகளைச் சேகரித்துக்கொண்டு வருவார்கள். ஏற்கெனவே, அகழ்ந்து தயாராக வைத்திருந்த நீளமான பரப்பில் இவ்விறகுகளை அடுக்கி நெருப்பை மூட்டுவார்கள். இந்தப் பரப்பின் நீளம் சிற்சில சமயங்களில் 20–30 அடி இருக்கும்; ஐந்தாறு அடி அகலம் இருக்கும். தலைமீது தெய்வத்தைச் சுமந்திருப்பவன் முதலில் அந்த நெருப்புப்பரப்பில் நடந்து கடந்துசெல்வான். அதற்குப் பிறகு சேர்ந்திருக்கும் பக்தர்கள் அனைவரும் நடந்துசெல்வார்கள். சிற்சில சமயங்களில் சில ஆர்வலர்கள் எவ்விதமான

பிரார்த்தனைகளும இல்லாமலேயே நெருப்புப்பரப்பில் நடந்து செல்வார்கள். இதையெல்லாம் பார்த்தபடி நின்றிருக்கும் யாரோ ஒரு வெளியூர்க்காரன் பரவசத்தில் ஆவேசம் கொண்டு நெருப்புப்பரப்பைக் கடந்துசெல்ல முற்படுவதுண்டு. சுடும் நெருப்பின்மீது ஓடுவது என்பது பெரிய சாகசச்செயல் என்பது உண்மை. நெருப்புச்சுவாலைகள் செந்நிறத்தில் தகதகவென அசைந்தெரிந்தாலும், கடவுள்மீது பாரத்தைப் போட்டுவிட்டு

பக்தர்கள் நெருப்பின்மீது நடந்துசெல்வார்கள். நடக்கிறார்கள் என்பதைக் காட்டிலும் ஓடுகிறார்கள் என்றே சொல்லவேண்டும். இப்படி நெருப்பில் நடக்கும் சம்பவத்தைப் பல திருவிழாக்களில் பார்த்திருக்கிறேன். தெய்வத்தைச் சுமந்திருப்பவன் ஓடிய பிறகு பெண்கள், குழந்தைகள், ஆண்கள், முதியவர்கள் அனைவரும் பக்தி நிலையில் நெருப்பின் மீது அடிவைத்து ஓடுவார்கள். முதன்முதலில் இதைப் பார்த்தபோது மிகவும் பயந்துவிட்டேன். நெருப்பை மிதித்துவிட்டு வருகிறவர்களை உடனே பார்த்துப் பேசிவிட்டு, அவர்கள் பாதங்களில் ஏதேனும் காயம் ஏற்பட்டிருக்கிறதா என்று சோதித்துப் பார்ப்பேன். நெருப்பை மிதித்தவர்களின் பாதங்களில் எவ்விதமான காயமும் தென்பட்டதில்லை. நெருப்பை மிதிக்கச் செல்வதற்கு முன்பாகவே அவர்கள் அனைவரும் உணர்ச்சிவசப்பட்டவர்களாக இருப்பார்கள். நெருப்பை மிதித்துவிட்டு திரும்பிய பிறகும் அதே மனநிலையில் இருப்பார்கள். ஆனால் இந்த அக்கினிப்பரீட்சைக்குப் பிறகு, தனக்குக் கிடைத்த அதிருஷ்டத்தை நினைத்துப் பூரிப்படைபவர்களைப் போன்ற நிறைவுணர்ச்சி அவர்கள் முகங்களில் படர்ந்திருக்கும். நெருப்புப்பரப்பின் மீது நடந்துமுடித்த ஒருவருடைய பாதத்தைச் சோதித்துப் பார்த்துக்கொண்டிருந்தேன். நான் கேட்ட கேள்விகளைக் கேட்டு எரிச்சலுற்றவனைப் போல அவன் காணப்பட்டான். நெருப்புப்பரப்பில் நடக்கச் செல்வதற்கு முன்பாகவே மது அருந்தியிருந்ததன் விளைவாக அவன் சிறிதுகூட அச்சமே இல்லாமல் நெருப்புப்பரப்பில் நடக்க வந்திருந்தான். சாராய மணம் அவனுடைய வாயிலிருந்து வெளியேறிப் பலரையும் சென்றடைந்தது. குளிரில் நன்றாகக் குடித்திருந்த அந்தப் பக்தனை, அந்த மணத்தை உணர்ந்துகொண்டவர்களைப் பொறாமையுடன் பார்க்கவைத்தது. என்னிடம் மிகவும் நெருக்கமாகப் பேசிய அந்தக் குடிகாரன் என்னுடைய கைகளைப்பற்றி இழுத்துக்கொண்டு வந்து நெருப்புப்பரப்பில் தள்ளிவிட்டான். நன்றாகக் குடித்திருந்த அவன் உறுதியாக நின்றிருந்தான். ஆனால் எதையும் குடித்திருக்காத என்னை நெருப்புப்பரப்பில் தடுமாறி விழும்படிச் செய்துவிட்டான். அப்போது எனக்கு இரண்டே வழிகள் எஞ்சி இருந்தன. நெருப்புப்பரப்பில் விழுந்து உயிருக்கு ஆபத்தைத் தேடிக்கொள்ள வேண்டும்; அல்லது நெருப்புப்பரப்பின் மீது ஓடவேண்டும். அந்தக் குடிகாரன் என்னை நெருப்புப்பரப்பில் தள்ளுவான் என நான் கனவிலும் நினைத்திருக்கவில்லை. அவன் வயதில் முதியவனாக இருந்ததால் விளையாட்டாகச் செய்துவிட்டான் என ஊகிக்கவும் வழியில்லை. ஆனால் குடிபோதையில் என்னை அந்த முதியவன் நெருப்புப்பரப்பில் தள்ளிவிட்டான். நெருப்புப்பரப்பில் விழுந்து சாவதற்கு

சித்தலிங்கையா

மாறாக ஓடுவதே சரியான வழியென்று எனக்குத் தோன்றியது. ஆவேசத்துடன் நெருப்புத்துண்டுகள் மீது ஓடினேன். ஓடும்போது என் பாதங்கள் பற்றியெரிவதைப்போல இருந்தது. பயமாக இருப்பினும் வேறு வழியில்லாததால் ஓடினேன். அதற்குப் பிறகு என் பாதங்களைப் பார்த்தேன். எவ்விதமான காயமுமில்லை; ஆறுதலாக இருந்தது. அன்றுமுதல் நெருப்பு மிதிப்பவர்களின் பாதங்களைச் சோதித்துப் பார்க்கும் முயற்சியில் ஈடுபடவில்லை.

நெருப்பில் விழுந்த சாமி

அன்று நான் சென்றிருந்த கிராமத்தில் சாமி சிலையைச் சுமந்திருந்த பூசாரி கூத்தில் நடனமாடுவதுபோல நடனமாடியபடி நெருப்புப்பரப்புக்கு அருகில் வந்தான். அவனுடைய நடனம் அழகாகவும் கவர்ந்திழுப்பதாகவும் இருந்தது. மக்கள் அனைவரும் சாமிக்குப் பின்னால் ஆடியபடியும் சிரித்தபடியும் வந்துகொண்டிருந்தார்கள். சாமி சிலையைச் சுமந்துகொண்டிருக்கும் பூசாரியின் மீது சாமியே வந்து இறங்கிவிடும் என்பதும் சாமி அவனுடைய உடலை நிறைத்துக்கொள்வதால், அவன் சாமியாகவே மாறிவிடுகிறான் என்பதும் பக்தர்களின் நம்பிக்கை. பூசாரியும் இதை நம்புவதால் அவனும் சாமியைப்போலவே இயங்கியபடி நடனமாடுகிறான். நான் சாமியையும் சாமிக்குப் பின்னால் வந்துகொண்டிருந்த பக்தர்களுடைய நடனத்தையும் பார்த்து மிகவும் மகிழ்ச்சியடைந்தேன். சாமிச் சிலையைச் சுமந்துகொண்டிருந்த பூசாரியின் முகத்தைப் பார்த்ததுமே, இவனை எங்கோ பார்த்திருக்கிறோமே என்று தோன்றியது. அவனும் என் முகத்தைப் பார்த்துவிட்டதைப்போலத் தோன்றியது. ஆடியபடியே அவன் நெருப்புப்பரப்பின் மீது ஓடத் தொடங்கினான். பக்தர்களும் அவனுக்குப் பின்னால் ஓடினார்கள். திடீரென அந்தத் தீப்பந்தங்களின் வெளிச்சத்தில் சாமி நெருப்புப்பரப்பின் மீது விழுந்ததைப் பார்த்தேன். மக்கள் ஓவென்று கூச்சலிட்டு அழுதார்கள். சாமிச் சிலையைச் சுமந்திருந்த பூசாரி, கால் பிசகிச் சாமிச் சிலையுடன் நெருப்புப் பரப்பின் மீது விழுந்துவிட்டான்; விழப் போகிறோம் என்று தெரிந்துவிட் தாலோ என்னமோ, பூசாரி தான் சுமந்திருந்த சாமி சிலையை முதலில் நெருப்புப்பரபபின் மீது விழவைத்துவிட்டு, அந்தச் சிலையின் மீதே அவன் விழுந்தான்; அல்லது அவன் சுமந்திருந்த சாமி சிலையுடைய பாரத்தின் சமநிலை தவறிக் கீழே விழுந்த காரணத்தால் அச்சமுற்று அவனும் கீழே விழுந்துவிட்டான். அதிர்ஷ்டவசமாக, சாமிச் சிலையின் மீது விழுந்ததால் உயிர் ஆபத்திலிருந்து தப்பினான். அவன் விழுந்ததுமே, அவனுக்குப் பின்னால் தொடர்ந்து ஓடி வந்த

பக்தர்கள் அச்சத்தின் காரணமாக அவனையும் சாமியையும் மிதித்துக்கொண்டு ஓடிச் சென்று, நெருப்புப்பரப்பில் விழாதபடித் தப்பித்துவிட்டார்கள். பூசாரியைக் காப்பாற்றுவதற்காக நெருப்புப் பரப்பில் நின்றுவிட்டால் தம் பாதங்களைச் சுட்டுக்கொள்ள நேரும் என்னும் அச்சத்தால் அவர்கள் அனைவரும் ஓடி விட்டார்கள். நெருப்புப்பரப்பின் மீது பூசாரியும் சாமியும் விழுந்துகிடந்தார்கள். பூசாரி அலறினான். அவன் ஆடையில் நெருப்பு பற்றிக்கொண்டதால், அவன் உடலில் தீக்காயங்கள் ஏற்பட்டன. சாமிக்கு அலங்காரமாகச் சுற்றியிருந்த ஆடைகள் நெருப்பில் எரியத் தொடங்கின. சில கணங்களுக்குள்ளேயே சாமிச் சிலையை நெருப்புப்பரப்பிலேயே விட்டுவிட்டு, அந்தப் பரப்பைத் தாண்டி ஓடிப் போய்விட்டான். மேல்மூச்சு கீழ்மூச்சு வாங்க நின்றிருந்த அவனைச் சுற்றிப் பொதுமக்கள் சூழ்ந்துகொண்டு அமைதிப்படுத்தினர். சிலர் துணிச்சலாக நெருப்புப் பரப்புக்குள் இறங்கிச் சென்று சாமிச் சிலையை எடுத்துக்கொண்டு வந்தார்கள். சிலைக்கு நேர்ந்த நிலையைப் பார்த்துச் சில பக்தர்கள் துயரம் கொண்டார்கள். சாமிக்கே இந்த நிலைமை ஏற்படுமென்றால் நமக்கு என்ன மாதிரியான நிலைமை ஏற்படுமோ என்று சொல்லிப் புலம்பியபடி பக்தர்கள் கண்ணீர் விட்டார்கள். நான் பூசாரிக்குப் பக்கத்தில் சென்றேன். கண்ணீர் விட்டு அழுதுகொண்டிருந்த அவன் என்னைப் பார்த்ததுமே வணக்கம் சொன்னான். அந்தத் துக்கத்திலும் அவன் எனக்கு வணக்கம் சொன்னது எனக்குள் அவன்மீது இரக்கம் கொள்ளவைத்தது. நான் "எப்படி விழுந்திங்க சார், சாமிய வச்சிகிட்டு நீங்கள் விழுந்திருக்கக்கூடாது" என்றேன். அவன் "சார், சாமியோடு நானும் கீழே விழ நீங்கதான் காரணம்" என்றான். எனக்கு பயமாக இருந்தது. பக்தர்கள் எல்லோரும் சேர்ந்து எனக்குப் பூசை செய்துவிட்டால் சிரமமாகிவிடும் என்று அஞ்சியபடியே "நான் எப்படி காரணமாவேன்?" என்று பூசாரியிடம் மெல்லிய குரலில் கேட்டேன். இந்தப் பூசாரி வெகுகாலத்துக்கு முன்பாக என் மீதிருந்த ஈடுபாட்டின் காரணமாக நாத்திகனாக இருந்தானென்றும் திருமணத்துக்குப் பிறகு ஊரிலேயே இருக்கத் தொடங்கிய பிறகு பரம்பரை உரிமையின் காரணமாகப் பூசாரித்தொழிலில் ஈடுபட வேண்டியிருந்ததென்றும் அவன் சொன்னான். தன்னுடைய நாத்திகம் கரைந்து ஆத்திகம் துளிர்க்கும் தருணத்தில், அதுவும் தானே சாமியைச் சுமந்து நெருப்பின்மீது நடந்த சமயத்தில் கூட்டத்தின் நடுவில் என் முகத்தைக் கண்டு கடவுள் இருக்கிறாரா இல்லையா என்னும் கேள்வி மீண்டும் மனத்தில் துளிர்விட, தடுமாற்றத்தில் நெருப்பின் மீதே சரிந்து விழுந்துவிட்டதாகச் சொன்னான். அவன் சொன்னதில் உண்மை இருந்தது. கடவுள் இருப்பைப்பற்றிய கேள்வியைவிட பூசாரியின் பதற்றம் என்னை

வாட்டத் தொடங்கியது. நாட்டுமருத்துவத்தின் விளைவாகச் சில நாட்களிலேயே பூசாரி குணமடைந்துவிட்டான்.

இயக்குநர் பிரசன்னா

ரவீந்திர கலாக்ஷேத்திரவுடன் என்னுடைய தொடர்பு எப்படி தொடங்கியது என்பது நினைவில் இல்லை. 'சமுதாய' நாடகக்குழுவே என்னைக் கலாக்ஷேத்திரவுக்கு இழுத்துச் சென்றிருக்கவேண்டும். பிரசன்னாவும் பிற நண்பர்களும் சேர்ந்துகொண்டு 'சமுதாய' நாடகக்குழுவைத் தொடங்கியபோது அவர்கள் நிகழ்த்திய கூட்டங்களுக்கு நானும் சென்று உட்கார்ந்திருப்பேன். அப்போது நாடக நடவடிக்கைகளில் எனக்குள் சொல்லிக்கொள்ளும்படியான அளவுக்கு ஆர்வம் இருந்ததில்லை. நாடகங்களின் மூலம் சமுதாய விழிப்புணர்வை எப்படி ஊட்டுகிறார்கள் என அறிந்துகொள்ளும் ஆர்வம் மட்டுமே என்னைச் சமுதாய அமைப்பின் பக்கம் இழுத்துவந்தது. நான் எழுதியிருந்த கவிதைகளை அப்போது சமுதாய அமைப்பின் உறுப்பினர்கள் மிகச்சிறப்பாகப் பாடினார்கள். இது எனக்குள் ஒருவகையான உற்சாகத்தைத் தோற்றுவித்தது. சமுதாயக் குழுவினர் நடித்துக்கொண்டிருந்த நாடகங்களில் என் பாடல்கள் பயன்படுத்தப்பட்டு வந்தன. அவர்கள் நடிக்கிற நாடகங்களைவிட என் பாடல்களைப் பயன்படுத்திக்கொண்ட சந்தர்ப்பங்களும் அப்பாடல்களைப் பாடிய விதங்களும் என்னை மிகவும் கவர்ந்தன. ஆனால் காலம் செல்லச்செல்ல நான் நினைத்த விதம் தப்பு என்பதைப் புரிந்துகொண்டேன். சமுதாயக் குழு நடத்திய நாடகத்தை முழுமையாகப் பார்க்கத் தொடங்கினேன். இந்த நாடகங்கள் என்னை மிகவும் வலிமையாக ஈர்த்தன. தொடக்கத்தில் நாடகத்தில் வலியுறுத்தப்படும் முற்போக்கு அம்சங்களை மட்டும் கவனித்துவந்தேன். படிப்படியாக இது கூட சரியான முறையல்ல என்பதைப் புரிந்துகொண்டேன். அதற்குப் பிறகு நாடகத்தில் தென்படக்கூடிய மனிதாபிமானத்தை வலியுறுத்தும் காட்சிகளைக் கவனிக்கத் தொடங்கினேன். இந்த நாடகங்கள் மனமகிழ்ச்சியைக் கொடுத்தன. நான் நம்பிய தத்துவத்தின் மீதான என் பிடிப்பை உறுதிப்படுத்தியது. நான் எழுதிய பாடல்கள் பிடித்துவிட்ட காரணத்தால் பலர் எனக்கு நண்பர்களானார்கள். என்னுடைய நட்பு வட்டம் விரிவானது. கர்நாடகத்தின் மிகச்சிறந்த நாடக இயக்குநர்களில் பிரசன்னாவும் ஒருவர் என்பது என் எண்ணம். மேடை நாடகங்கள் வழியாக கர்நாடக மக்களின் சிந்தனை முறையை மாற்றுவதற்காக முதன்முறையாக அவர் முயற்சி செய்தார். தன் முயற்சிகளில் சில வெற்றிகளையும் அவர் பெற்றார். 1983ஆம் ஆண்டில் கர்நாடகத்தில்

உருவான அரசியல் மாற்றத்துக்கு கன்னட மொழிப்போராட்டம், விவசாயப் போராட்டம், தலித் போராட்டங்கள் ஆகியவையே முக்கிய காரணங்கள் எனப் பலர் அலசி ஆராய்ந்திருக்கிறார்கள். ஆனால் இந்தப் போராட்டங்களைப்போலவே சமுதாய நடத்திய முற்போக்கு மேடை நாடகப் போராட்டங்களும் மிகமுக்கியமானவை. சமுதாய குழுவின் நாடகங்கள் மக்களை அடித்து விழிப்புறவைப்பவை என்னும் கூற்று மிகையற்றது. சமுதாய குழு நடத்திய நாடகப்பயணங்கள் பொதுமக்களிடம் நல்ல மதிப்பையும் செல்வாக்கையும் பெற்றன. ஏழைகள், விவசாயிகள், தொழிலாளிகள், கூலிக்காரர்கள் ஆகியோரின் வாழ்க்கையைச் சித்திரிக்கும் நாடகங்கள் இதற்கு முன்பும் வந்திருக்கின்றன. ஆனால் சுரண்டலுக்குள்ளாகும் இவர்களிடம் காணப்படும் வாழ்க்கை மாற்றத்துக்கான விருப்பத்தை அழுத்தமாகப் பிரதிபலிக்கிற நாடகங்களைச் சமுதாய முதன்முறையாக அரங்கேற்றியது. இதற்குத் தலைவர் பிரசன்னா என்று உரத்த குரலில் சொல்லலாம்.

முதல் பாடம், இரண்டாவது பாடம்

என் கவிதைகளை மேடைநாடகங்களில் பயன்படுத்தும் முயற்சியில் பிரசன்னா ஈடுபட்டார். அவர் என் கவிதைகளில் காணப்படும் சித்திரங்களையும் பாத்திரங்களையும் மேடைமீது காட்சிகளாகக் காட்டினார். அப்போது நானும் டி.ஆர். நாகராஜும் ராஜசேகரும் கவிதைகளை மேடையில் நின்று படிப்பது வழக்கம். எங்கள் கவிதைவாசிப்பும் ஒருவகையில் நிகழ்த்துக்கலையாகவே அமைந்திருந்தது. மூன்று பேர் கைகளிலும் ‘ஹொலெ மாதிகர ஹாடு’ புத்தகம் இருந்தது. எங்கள் மீது விழும் விளக்கு வெளிச்சத்திலேயே நாங்கள் கவிதை வாசிப்பு நிகழ்ச்சியை நடத்துவோம். மத்திய அரசில் அமைச்சராக இருந்த கொண்டஜ்ஜி பஸப்பா என்பவரின் மகன் ராஜசேகர். நண்பர் மோகன் கொண்டஜ்ஜியுடைய அண்ணன் ராஜசேகர். அவர் ‘முக்தி’ என்னும் திரைப்படத்தில் கதாநாயகனாக நடித்தவர். நான் அந்தத் திரைப்படத்தைப் பார்த்தேன். அவர் பல படங்களில் நடித்தவர். நடிப்பு என்பது அவருக்கொன்றும் புதியதல்ல. நானும் டி.ஆரும் முதன்முதலாக மேடைமீது ஏறி நடிகர்களைப் போல நின்றோம். இந்த முயற்சிகளால் என் கவிதைளுக்குப் பரவலான அறிமுகம் கிடைத்தது. ரவீந்திர கலாக்ஷேத்திராவில் இந்த முயற்சி நடைபெற்றது. கப்பன் பூங்காவில் உள்ள பாலபவனில் பிரசன்னா என்னுடைய ‘அங்கேயே உட்கார்ந்திருக்காங்க’ நெடுங்கவிதையை நாடகமாக நடிப்பதற்கு ஏற்றவகையில் உருமாற்றிக்கொண்டிருந்தார். அப்போது மேடைமீது நின்று நான்

முழுக் கவிதையையும் படித்தேன். 'அங்கேயே உட்கார்ந்திருக்காங்க' கவிதையில் உரைநடை, பாட்டு இரண்டும் இடம்பெற்றிருக்கும். உரைநடைப் பகுதியைப் பேசிவிட்டு, பாட்டின் பகுதி வரும்போது பாடினேன். 'பாடப்பாட ராகம்' என்பதுபோல அப்போது நானும் பாடிப்பாடிப் பாடகனாகிவிட்டேன். இந்தக் கவிதையை நாடகமாக நடிக்கும்போது, கவிதை ரசிகர்கள் அதைப் புரிந்துகொள்ள பாடல் ஏதுவாக இருந்தது. இந்த அரங்கேற்றத்துக்குப் பிறகு சந்திக்க நேர்ந்த பேராசிரியர் க.வெ. ராஜகோபால் கவிதையைப்பற்றி நல்லவிதமாகப் பாராட்டிப் பேசி என்னை உற்சாகப்படுத்தினார்.

கழுதையும் மதமும்

பிரசன்னாவும் டி.ஆர். நாகராஜூம் சேர்ந்து நாடகம் எழுதத் தீர்மானித்தார்கள். இதற்காக அவர்கள் நந்திமலையில் சந்தித்து கலந்துரையாடினார்கள். அந்த நாடகத்துக்குப் பாடல்கள் வேண்டும், அதனால் நீங்களும் வாருங்கள் என்று நந்திமலைக்கு என்னையும் அழைத்துக்கொண்டு சென்றார்கள். நாடகத்தைப்பற்றி அவர்கள் மணிக்கணக்கில் உரையாடினார்கள். நந்திமலையில் கடுமையான குளிரைத் தாங்கிக்கொள்ள வேண்டுமென்றால் விஸ்கியின் துணை தேவையாக இருந்தது. விஸ்கியின் துணையும் கிடைத்தது. குளிருக்கு அஞ்சி நடுங்கும் நான் இந்த விஷயத்தில் பின்வாங்கவில்லை. இந்த நாடகம் மூடநம்பிக்கையை அம்பலப்படுத்தும் நாடகம் என்று பிரசன்னா சொல்லியிருந்ததால் நான் இந்த நாடகத்துக்காக 'கழுதையும் மதமும்' என்னும் கவிதையை எழுதியிருந்தேன். இந்தக் கவிதையை இருவருமே பாராட்டினார்கள். அவர்களிடம் இருந்த விஸ்கி தீர்ந்துபோனது. விவாதம் மட்டும் போய்க்கொண்டே இருந்தது. ஏதோ ஒரு கட்டத்தில் விவாதம் சண்டையாக உருமாறிவிட்டது. நாடகம் எழுத்துருவம் பெறுவதற்கு முன்பேயே அறையைக் காலிசெய்துகொண்டு நந்திமலையிலிருந்து பெங்களூருக்குப் புறப்பட்டுவிட்டார்கள். வேறு வழியில்லாமல் நானும் அவர்களைப் பின்தொடர்ந்தேன். 'கழுதையும் மதமும்' கவிதை *உதயவாணி* நாளிதழின் சிறப்புமலரில் பிரசுரமானது. இந்தப் பாடலைப் பலர் பாராட்டினார்கள். பல நாடக இயக்குநர்கள் இந்தக் கவிதையை நாடகமாகவே மாற்றி நடித்தார்கள். இன்றும் இந்தக் கவிதை அங்கங்கே நாடக வடிவில் காட்சித்தொகுப்புகளாக உள்ளன. இந்தக் கவிதைக்கு அடிப்படை உந்துசக்தியாக இருந்தவர்களான பிரசன்னாவுக்கும் டி.ஆர். நாகராஜூக்கும் நான் நன்றிக்கடன் பட்டிருக்கிறேன்.

டி.எஸ். நரசிம்மன்

மற்றொரு ஆளுமையான டி.எஸ். நரசிம்மனும் எனக்கு கலாக்ஷேத்திராவில் அறிமுகமானவர்; பொறியாளரான அவர் மல்லேஸ்வரத்தில் பெரியதொரு அறையில் வசித்துவந்தார். உயர்தரமான மது தேவைப்படும்போதும் நல்ல இசையைக் கேட்க நினைக்கிறபோதும் நான் டி.எஸ். நரசிம்மனுடைய அறைக்குச் செல்வதுண்டு. அவர் தனியாக வசித்துவந்ததால், நானும் டி.ஆர். நாகராஜும் அவருடைய அறையிலேயே தங்கி இரவைக் கழித்துவிடுவோம். டி.ஆர். நாகராஜ் எழுதிய 'கத்தலெ தாரி தூர' என்னும் நாடகத்தை நரசிம்மன் வெற்றிகரமாக இயக்கினார். 'முக்கியமந்திரி' சந்துருவின் நடிப்பாற்றலை நான் முதன்முதலாக இந்த நாடகத்தில்தான் கண்டு மகிழ்ந்தேன். ஒருமுறை டி.எஸ். நரசிம்மனும் டி.ஆர். நாகராஜும் நானும் சேஷாத்ரிபுரத்தில் உள்ள வரதாச்சாரி நாடக அரங்கில் 'பஞ்சம' என்னும் நாடகத்தைப் பார்த்தோம். நான் எழுதிய இந்நாடகத்தை சி.ஜே. கிருஷ்ணசாமி இயக்கியிருந்தார். நாடகத்தை மிகவும் புகழ்ந்து பாராட்டிய நரசிம்மன் எங்களை மல்லேஸ்வரத்தில் இருந்த சந்தூரஸ் ஓட்டலுக்கு அழைத்துச் சென்று நல்லதொரு விருந்தை அளித்தார்.

கலாக்ஷேத்திரா அரங்குக்கு வெளியே படிக்கட்டில் அமர்ந்தபடிப் பேசிக்கொண்டிருந்தபோது டி.எஸ். நரசிம்மன் ரஷ்ய எழுத்தாளரான கோகோலின் 'ஓவர்கோட்' சிறுகதையை நாடக வடிவத்துக்குப் பொருத்தமான வகையில் எழுதி இயக்கவிருப்பதாகவும் அந்த நாடகத்துக்கு ஒரு பாட்டை நான் எழுதித் தரவேண்டுமென்றும் கேட்டுக்கொண்டார். பாட்டின் பின்னணியைப்பற்றி பேசுவதற்காக அப்போது அவர் தங்கியிருந்த – பசவேஸ்வர நகரைத் தாண்டியிருந்த பெரிய வீட்டுக்கு நாங்கள் இருவரும் புறப்பட்டோம். அவர் ஸ்கூட்டரை ஓட்டியபடி வழியிலேயே கதையைச் சொன்னார். நான் பின்பக்கத்தில் உள்ள இருக்கையில் உட்கார்ந்தபடி அவர் சொன்னதையெல்லாம் கேட்டுக்கொண்டிருந்தேன். அன்று இரவு குளிர் கடுமையாக இருந்தது. நரசிம்மன் மிகவும் உணர்ச்சிகரமான வகையில் உரையாடியபடி வந்தார். பாதை என்பதையும் மறந்து தனக்குள் மூழ்கியவராகக் கதையைச் சொல்லிக்கொண்டு வந்தார். அதைக் கேட்டு எனக்குள் ஒருவகையான உத்வேகம் மூண்டெழுந்தது. அவர் ஸ்கூட்டரை ஓட்டிக்கொண்டிருந்தபோதே எனக்குள் பாடல் வரிகள் பொங்கியெழத் தொடங்கின. நான் அவரோடு ஸ்கூட்டரில் பயணம் செய்தபடியே –

குளிர் இறங்கியதே
பூமியின் மீது குளிர் இறங்கியதே
பனிப்புகைக் கம்பளியைப் போர்த்தியபடி
பேச்சே இல்லாத திருடனைப் போல
கதவின் தாழ்ப்பாளைக் கடந்து நுழைந்தது
கண்ணில் பட்டவர்களையெல்லாம் தாவிப் பிடித்தது

என்னும் வரிகளைச் சொன்னேன். அவருடைய நாடகத்தில் குளிரைப்பற்றி ஒரு பாட்டு தேவைப்பட்டது. இந்த வரிகள் அவருக்கு மிகவும் பிடித்துவிட்டன. அவர் மிகவும் ஆனந்தத்தோடு உடலை அசைத்தபடியும் ஆரவாரம் செய்தபடியும் ஸ்கூட்டரை ஓட்டத் தொடங்கினார். இதோ விபத்து நேரப்போகிறது என்னும் தருணத்தில் பிரேக் போட்டு ஸ்கூட்டரை நிறுத்த முயற்சி செய்தார். அதற்குள் நான் குப்புறக் கீழே விழுந்துவிட்டேன். கட்டுப்பாட்டை இழந்த எங்கள் ஸ்கூட்டர் உருண்டு சென்று ஒரு வைன் ஷாப் முன்னால் விழுந்து, அடுத்து என்ன செய்ய வேண்டும் என்பதைக் குறிப்பாக உணர்த்துவதுபோல நின்றது. நரசிம்மன் வைன் ஷாப்புக்குள் சென்று மதுவகைகளை வாங்கிக்கொண்டு மறுபடியும் ஸ்கூட்டரை ஓட்டத் தொடங்கினார். அன்று வெகுநேரம் எங்களுடைய உரையாடல் நீண்டது. என்னுடைய பாடல் வேலை முழுமையடைந்தது. என் அன்புள்ள நண்பர் நரசிம்மன் சில ஆண்டுகளுக்கு முன்பாக வண்டி ஓட்டிக்கொண்டு செல்லும்போது மைசூர் சாலையில் பிடதிக்கு அருகில் ஒரு விபத்தில் சிக்கி மரணமடைந்துவிட்டார். அவருடைய நாடகம் முழுமை அடையவில்லை. இப்போது எனக்குப் பாடுவதற்குத் தெரிந்த பாடல் ஒன்றே. அது குளிரின் பாடல். குளிரின் பாட்டை நான் பல விருந்துகளில் பாடியிருக்கிறேன். சமீபத்தில் இந்தோனேஷியாவில் குளிரின் பாட்டைப் பாடியபோது அங்கிருந்தோர் அனைவரும் கன்னட மொழியைப் புரிந்துகொள்ள முடியவில்லை என்றாலும் எழுந்து நின்று பாட்டின் லயத்துக்கு தகுந்தவாறு நடனமாடத் தொடங்கினார்கள். அப்போது எனக்கு இயக்குநர் டி.எஸ். நரசிம்மனுடைய நினைவு வந்தது. கண்கள் தளும்பின.

●●●